ಕರಾಳಗರ್ಭ

ಮತ್ತು

ಸುವರ್ಣ ಕರಾವಳಿ

(2 ಇನ್ 1 ಪತ್ತೇದಾರಿ ಕಾದಂಬರಿಗಳು)

ನಾಗೇಶ್ ಕುಮಾರ್ ಸಿ.ಎಸ್

NOTION PRESS

NOTION PRESS
India. Singapore. Malaysia.

Published by Notion Press 2022

Second Edition 2022

ISBN

ಈ ಪುಸ್ತಕವನ್ನು ನಮ್ಮ ಮನೆದೇವರಾದ ಶ್ರೀ ಕುಕ್ಕೆ ಸುಬ್ರಹ್ಮಣ್ಯ ಸ್ವಾಮಿಗೆ ಸಮರ್ಪಿಸಲು ಇಚ್ಛಿಸುತ್ತೇನೆ.

ಪರಿವಿಡಿ

ಮುನ್ನುಡಿ

ಕೇವಲ ಮೂರು ವರ್ಷಗಳಿಂದೀಚೆಗಷ್ಟೇ ಕಥಾಸಾಹಿತ್ಯಕ್ಕೆ ಇಳಿದ ನನ್ನ ಬರಹದ ಪಯಣವೂ ರೋಚಕವಾದದ್ದೇ. ನನ್ನಲ್ಲೇ ಅಡಗಿ ನನ್ನ ಕನಸು-ಮನಸಿನಲ್ಲಿ ಕಾಡುತ್ತಿದ್ದ ಬರಹದ ಬಯಕೆ ಒಮ್ಮೆ ಅಚಾನಕ್ಕಾಗಿಯೇ ಹೊರಹೊಮ್ಮಿತು. ಇದಕ್ಕೆ ಹಿನ್ನೆಲೆಯೆಂದರೆ ಕಾಲೇಜಿಗೆ ಸೇರುವ ಮುನ್ನಿನ ಸಮಯದಿಂದ ಆಂಗ್ಲ ಸಾಹಿತ್ಯ ಪ್ರಕಾರಗಳಲ್ಲಿ ಪತ್ತೇದಾರಿ ಮತ್ತು ಸಾಹಸಮಯ ಥ್ರಿಲ್ಲರ್ ಸಾಹಿತ್ಯವೇ ನನ್ನನ್ನು ಬಹಳವಾಗಿ ಆಕರ್ಷಿಸಿದ್ದು ಮತ್ತು ನನ್ನ ಯೋಚನಾಲಹರಿಯನ್ನೂ ಅಭಿರುಚಿಯನ್ನೂ ಕಟ್ಟಿ ಬೆಳೆಸಿದ್ದು. ಅದರಲ್ಲೂ ಜೇಮ್ಸ್ ಹ್ಯಾಡ್ಲಿ ಚೇಸ್, ಆಲಿಸ್ಟರ್ ಮ್ಯಾಕಲೀನ್, ಡೆಸ್ಮಂಡ್ ಬ್ಯಾಗ್ಲಿ, ಫೋರ್ಸೈಥ್, ಲ್ಯುಡ್ಲಮ್ ಹೀಗೆ ಹಲವು ಪ್ರಖ್ಯಾತ ಕಾದಂಬರಿಕಾರರ ಕೃತಿಗಳನ್ನು ಎಡೆಬಿಡದೇ ಹುಚ್ಚನಂತೆ ಬ್ಯಾಕ್ ಟು ಬ್ಯಾಕ್ ಓದಿದ್ದುಂಟು. ನನ್ನ ಓದಿನ ಹುಚ್ಚನ್ನು ಕಂಡು ನನ್ನಂತೇ ಅಭಿರುಚಿಯುಳ್ಳ ನನ್ನ ತಾಯಿ ಲೀಲಾಮೂರ್ತಿಯವರು ನೀನೊಬ್ಬ ಅಕ್ಷರ ಭಕ್ಷಕ ಎಂದು ಅಡ್ಡಹೆಸರಿಟ್ಟಿದ್ದರು. ಇನ್ನು ಕನ್ನಡ ಸಾಹಿತ್ಯದ ಬಗ್ಗೆ ಒಲವು ಮೂಡಿದ್ದೇ ನಮ್ಮ ತಂದೆಯವರಿಂದ. ನನ್ನ ತಂದೆ ಶ್ರೀನಿವಾಸಮೂರ್ತಿಯವರ ಅಪರಿಮಿತ ಮತ್ತು ಅನನ್ಯ ಕನ್ನಡಪ್ರೇಮ ಮತ್ತು ಪತ್ರಲೇಖನದ ಗೀಳಿನಿಂದ ಬಹಳವಾಗಿ ಪ್ರಭಾವಿತನಾದೆ. ಅವರಂತೇ ನಾನೂ ಬರೆಯಬೇಕೆಂಬ ಉತ್ಸಾಹ ನನ್ನನ್ನು ಸದಾ ಮುನ್ನುಗ್ಗಿಸುತಿತ್ತು. ಆದರೂ ದಿನಪತ್ರಿಕೆಗಳಲ್ಲಿ, ವಾರ-ಪತ್ರಿಕೆಗಳಲ್ಲಿ ಸಂಪಾದಕರಿಗೆ ಪತ್ರಗಳನ್ನು ಬರೆಯುವುದಕ್ಕಿಂತಾ ಹೆಚ್ಚಿನ ಸಾಹಸವಾಗಲೀ ಸಾಧನೆಯಾಗಲೀ ನಾನು ಇತ್ತೀಚಿನವರೆಗೂ ಮಾಡಲೇ ಇಲ್ಲ. ಅಪ್ಪ ಅಮ್ಮ ಇಬ್ಬರೂ ನನ್ನನ್ನು ಹಲವು ಕನ್ನಡ ಸಾಹಿತ್ಯ ಸಮ್ಮೇಳನಗಳಿಗೆ ಕರೆದೊಯ್ದು ನನ್ನಲ್ಲಿ ಕನ್ನಡಾಭಿಮಾನದ ಕಿಡಿ ಮೊದಲೇ ಹೊತ್ತಿಸಿದ್ದರು. ಆಗಿನ ಅಗ್ರಗಣ್ಯ ಕವಿಗಳು, ಸಾಹಿತಿಗಳ ಬಗ್ಗೆ ಚರ್ಚೆಯೂ ಮನೆಯಲ್ಲೇ ಆಗುತಿತ್ತು. ಭಾವಗೀತೆಗಳನ್ನೂ ಕೇಳುವಲ್ಲಿ ನಮ್ಮ ಕುಟುಂಬ ಯಾರಿಗೂ ಕಡಿಮೆಯಿರಲಿಲ್ಲ.

ಯೌವ್ವನದ ಬಹಳಷ್ಟು ಸಮಯವನ್ನು ಮಲ್ಲೇಶ್ವರಂ-ರಾಜಾಜಿನಗರದ ನಗರ ಕೇಂದ್ರ ಗ್ರಂಥಾಲಯದ ಅರೆ ಕತ್ತಲಿನ ಮುರುಕುಲು ಕುರ್ಚಿಯ ಕೋಣೆಗಳಲ್ಲಿಯೇ ಕನ್ನಡ ಕಥಾ ಸಾಹಿತ್ಯದ ದಿಗ್ಗಜರಾದ ಅ ನ ಕೃ, ಪುರಾಣಿಕ, ವ್ಯಾಸರಾವ್ ಅಲ್ಲದೇ ಜನಪ್ರಿಯ ಬರಹಗಾರ/ಗಾರ್ತಿಯರಾದ ಟಿ.ಕೆ ರಾಮರಾವ್, ತ. ಪು. ವೆಂಕಟರಾಂ, ಕೊರಟಿ ಶ್ರೀನಿವಾಸರಾವ್, ಉಷಾ ನವರತ್ನರಾಂ, ಸಾಯಿಸುತೆ, ಎಂ.ಕೆ ಇಂದಿರಾ, ವಾಣಿ, ಎನ್ ಪಂಕಜಾರಂತ ಹಲವರ ಹಲವಾರು ಕಾದಂಬರಿಗಳನ್ನು ಓದಿ ಕಥಾಸಾಹಿತ್ಯದ ಅಭಿರುಚಿಯನ್ನು ಬೆಳೆಸಿಕೊಂಡೇ ಇದ್ದೆ. ನಾನೂ ಅಮ್ಮ ಮನೆಯಲ್ಲಿ ಹೀಗೆ ನೂರಾರು ಕಾದಂಬರಿಗಳನ್ನು ತರಿಸಿಕೊಂಡು ಓದಿದೆವು.

ನಾನು 2015ರಲ್ಲಿ ಮೊದಲು ಬರೆದದ್ದು-ಒಂದು ಚಿಕ್ಕ ವಜ್ರದ ಕಳುವು ಮತ್ತು ಶೋಧನೆಯ ಬಗ್ಗೆ ಸಣ್ಣಕತೆಯಾಗಿ ತುಷಾರ ಮಾಸಿಕದಲ್ಲಿ ಪ್ರಕಟವಾದ ಮೇಲೇ ನನ್ನಲ್ಲಿ ಬರೆಯುವ ಬಯಕೆ ಧಿಗ್ಗನೆ ಜ್ವಲಂತವಾಗಿದ್ದು. ನನ್ನ ಬರಹವೂ ಓದಲರ್ಹ ಎಂಬ ಅರಿವು ಸಹಾ ಅದು ಮಾಡಿಕೊಟ್ಟಿತ್ತು. ಅನಂತರ ನಾನು ಬರೆದ ಸುಮಾರು 10–15 ಪತ್ತೇದಾರಿ, ಸಾಮಾಜಿಕ ಕತೆಗಳು ಕಳೆದ 2 ವರ್ಷದಲ್ಲಿ ತುಷಾರ ಅಲ್ಲದೇ ಉತ್ಥಾನ, ಕರ್ಮವೀರ, ವಿಕ್ರಮ ಮುಂತಾದ ಜನಪ್ರಿಯ ಪತ್ರಿಕೆಗಳಲ್ಲಿ ಒಂದೊಂದಾಗಿ ಬೆಳಕು ಕಾಣತೊಡಗಿದ್ದು ನನಗೇ ಅಚ್ಚರಿಯಾಯಿತು. ಅವನ್ನು ಕರಡು ಸ್ಥಿತಿಯಲ್ಲಿದ್ದಾಗಲೇ ಓದಲು ನನ್ನ ತಾಯಿ ಮತ್ತು ಪತ್ನಿ ಶ್ಯಾಮಲಾಳ ಹಿಂದೆ ದುಂಬಾಲು ಬಿದ್ದು ಅವರ ಕೈಲಿ ಓದಿಸಿ ಅವರ ಅಭಿಪ್ರಾಯ ಕೇಳುತ್ತಿದ್ದೆ. ಎಲ್ಲಾ ಸಕರಾತ್ಮಕವಾಗೇ ಇತ್ತು. ನನ್ನ ಚಿಕ್ಕಮ್ಮ ಶ್ರೀಮತಿ ಸತ್ಯಪ್ರೇಮ ನನ್ನ ಪ್ರತಿಯೊಂದು ಕತೆಯನ್ನೂ ಓದಿ ಆಯಾ ಪತ್ರಿಕೆಗಳ ಕಟಿಂಗ್ಸ್ ಸಹಾ ಶೇಖರಿಸಿಡತೊಡಗಿದರು. ನನ್ನ ನೆಂಟ ಮತ್ತು ಪಕ್ಕಾ ಓದುಗ ಶ್ರೀನಿಧಿ ನನ್ನ ಪತ್ತೇದಾರಿ ಕತೆಗಳನ್ನು ಓದಿ ನೀವು ಹೊಸಬರೆಂದು ಯಾರು ಹೇಳಲು ಸಾಧ್ಯ ಎಂದು ಪ್ರೋತ್ಸಾಹಿಸಿದ್ದು ಮರೆಯಲಾರೆ.

ಈ ಪುಸ್ತಕದಲ್ಲಿ ನನ್ನ ಮೊದಲ ಮತ್ತು ಎರಡನೇ ಕಿರು ಕಾದಂಬರಿಗಳು ಸೇರಿವೆ. ಮೊದಲಿಗೆ 'ಕರಾಳ ಗರ್ಭ' ಒಂದು ಪ್ಯೂರ್ ಪತ್ತೇದಾರಿ ಕಾದಂಬರಿ. ಇದರ ಕಥಾವಸ್ತು ಒಂದು ಕಿರುತೆರೆಯ ತಾರೆಯ ಜನ್ಮ ರಹಸ್ಯದ ಬೆನ್ನೆತ್ತಿದ ಪತ್ತೇದಾರನು ಪಡಬೇಕಾದ ಸಾಹಸದ ಕಥೆ. ಇದು ಬೇರೆ ಯಾವುದೋ ಆಂಗ್ಲ ಕಾದಂಬರಿಯ ವಸ್ತುವಂತೆ ಮೇಲ್ನೋಟಕ್ಕೆ ಕಂಡರೂ ಅದು ಸತ್ಯವಲ್ಲ. ನಾನೇ ಸ್ವಂತವಾಗಿ ಹಲವು ತಿರುವುಗಳು, ವಿವಿಧ ಪಾತ್ರಧಾರಿಗಳು, ಪರಸ್ಪರ ಪಾತ್ರ ಸಂಬಂಧಗಳನ್ನು ಕಷ್ಟಪಟ್ಟು ಸೃಷ್ಟಿಸಿದ್ದೇನೆ. ನಮ್ಮ ದೇಶದ ಕಾನೂನು ಮತ್ತು ಪೋಲೀಸ್ ಪ್ರೊಸೀಜರ್ಸ್ ಅನ್ನು ಅಧ್ಯಯನ ಮಾಡಿ ನೈಜತೆ ತರಲು ಪ್ರಯತ್ನಿಸಿದ್ದೇನೆ. ಈ ಕಾದಂಬರಿಯನ್ನು ಪ್ರಸಿದ್ಧ ಮಾಸಪತ್ರಿಕೆ 'ಉತ್ಥಾನ' ದ ಸಂಪಾದಕರಾದ ದಿ.ಕಾಕುಂಜೆ ಕೇಶವ ಭಟ್ ಓದಿ ಒಪ್ಪಿ 2015ರಲ್ಲಿ ಧಾರಾವಾಹಿಯಾಗಿ ಸುಂದರ ಚಿತ್ರಗಳೊಂದಿಗೆ ಪ್ರಕಟಿಸಿದರು. ಅವರಿಗೆ ಇದಕ್ಕಾಗಿ ನಾನು ಸದಾ ಆಭಾರಿಯಾಗಿರುತ್ತೇನೆ.

'ಸುವರ್ಣ ಕರಾವಳಿ' ಎಂಬ ವಿಶಿಷ್ಟ ನೇವಿ ಥ್ರಿಲ್ಲರ್ ಕಿರು ಕಾದಂಬರಿಯೂ ಈ ಪುಸ್ತಕದಲ್ಲಿದೆ. ಇದು ಭಾರತೀಯ ನೇವಿಯವರು ನಡೆಸಿದ ಗುಪ್ತ ನಿಧಿ ಶೋಧ ಮುಂತಾದ ನೂತನ ಹಾಗು ಪ್ರಸ್ತುತ ವಿಚಾರಗಳನ್ನು ಹೊಂದಿದ ರೋಮಾಂಚಕ ಥ್ರಿಲ್ಲರ್. ಈ ಕಾದಂಬರಿಯನ್ನು ತರಂಗ ವಾರಪತ್ರಿಕೆಯವರು ಪ್ರಕಟಿಸಿ ಅಪಾರ ಜನಪ್ರಿಯತೆ ಪಡೆಯಿತು.

ನಾಡಿನ ಪ್ರಸಿದ್ಧ ಹಾಸ್ಯ ಲೇಖಕರೂ ಅಂಕಣಕಾರರೂ ಆದ ಶ್ರೀ ಅಣಕು ರಾಮನಾಥರು ಸುದೈವದಿಂದ ನನ್ನ ಪಾಲಿಗೆ ಲಭಿಸಿದ್ದು ಒಂದು ಭಾಗ್ಯವೇ.

ಅವರು ತಮ್ಮ ತೇಜು ಪ್ರಕಾಶನದಲ್ಲಿ ನನ್ನ ಈ ಎರಡು ಕಿರು ಕಾದಂಬರಿಯುಳ್ಳ ಸಿಂಗಲ್ ಪುಸ್ತಕವನ್ನು ಪ್ರಕಾಶಿಸಿ ಮಹದುಪಕಾರ ಮಾಡುತ್ತಿದ್ದಾರೆ. ಅವರ ಕೈಯಲ್ಲಿ ಈ ಪುಸ್ತಕ ಸರ್ವ ರೀತಿಯಿಂದ ಉತ್ತಮ ಗುಣಮಟ್ಟದಲ್ಲಿ ಹೊರಬರಲಿದೆಯೆಂಬ ನಂಬಿಕೆ ನನಗಿದೆ.

ಈ ಪುಸ್ತಕವು ಅರ್ಹ ಬೆಲೆಯಲ್ಲಿದ್ದು ಹಲವಾರು ಪುಸ್ತಕ ಪ್ರೇಮಿ ಓದುಗರನ್ನು ಮುಟ್ಟಲು ಯಶಸ್ವಿಯಾಗುವುದೆಂದು ನಾನು ಆಶಯ ಇಟ್ಟುಕೊಂಡಿದ್ದೇನೆ.

ನನ್ನ ಮೇಲೆ ಅಭಿಮಾನವಿಟ್ಟು ಓದಿದ, ಓದಲಿರುವ ಸರ್ವರಿಗೂ ಮನದಾಳದಿಂದ ಹೃತ್ಪೂರ್ವಕವಾಗಿ ವಂದಿಸುತ್ತೇನೆ. ಈ ಕತೆಗಳ ಬಗ್ಗೆ ನಿಮ್ಮ ಅಭಿಪ್ರಾಯವನ್ನು ನನ್ನ ಇ ಮೈಲ್ ವಿಳಾಸಕ್ಕೆ ಕಳಿಸಿ.

ಇತಿ ವಿಶ್ವಾಸಿ

ನಾಗೇಶ್ ಕುಮಾರ್ ಸಿ.ಎಸ್

ಚೆನ್ನೈ –20

*26.01.2018

*ಬೆಂಗಳೂರು

ಎರಡನೇ ಮುದ್ರಣ

2022 ರಲ್ಲಿ ಯಾವುದೇ ಬದಲಾವಣೆ ಇಲ್ಲದೇ ಸ್ವಪ್ರಕಟಿತವಾಗಿದೆ

ನಾಗೇಶ್ ಕುಮಾರ್ ಸಿಎಸ್

ಬೆಂಗಳೂರು

email : nageshkumarcs@gmail.com

ಕರ್ರಾಳ ಗರ್ಭ

(ಈ ಕತೆಯಲ್ಲಿ ಬರುವ ಪಾತ್ರಗಳು, ಸನ್ನಿವೇಶಗಳು, ಸ್ಥಳಗಳು ಕಾಲ್ಪನಿಕವೆಂದೂ ಯಾವುದೇ ನಿಜಜೀವನದ ವ್ಯಕ್ತಿ/ ಸ್ಥಳಗಳಿಗೆ ಸಂಬಂಧಿಸುದುದಲ್ಲ ಎಂದು ತಿಳಿಸಿಸಲಾಗಿದೆ)

1

ನನ್ನ ಆಫೀಸಿನ ಟೇಬಲ್ ಮೇಲೆ ಕಾಲು ಚಾಚಿ ಕಣ್ಮುಚ್ಚಿ ಮಲಗಿರುವಾಗ 'ಮಿಂಚಾಗಿ ನೀನು ಬರಲು' ಎಂಬ ಹಾಡಿನ ರಿಂಗ್ ಟೋನಿನೊಂದಿಗೆ ಎಬ್ಬಿಸಿತು ನನ್ನ ಮೊಬೈಲ್ ಫೋನ್.

ಇದು ನನ್ನದೇ ಆಫೀಸ್, ನಾನೊಬ್ಬನೆ ಇದ್ದಿದ್ದು, ಹಾಗಾಗಿ ನನ್ನ ಪ್ರಪಂಚ ಶಾಂತವಾಗಿದೆ ಅಂದುಕೊಳ್ಳುತ್ತಿರುವಾಗಲೇ... ಛೆ! ಯಾರಿದು?

"ಹಲೋ, ವಿಜಯ್ ದೇಶಪಾಂಡೆಯವರು ತಾನೆ?"ಎಂದು ನನ್ನ ಮೊಬೈಲ್‌ನಲ್ಲಿ ಕಿವಿಗೆ ಬಡಿದಿತ್ತು ಆಕೆಯ ದನಿ.

ಮೊದಲೇ ನನಗೆ ಹಿಂದಿನ ರಾತ್ರಿಯ ಭಾರೀ ಪಾರ್ಟಿಯ ಹ್ಯಾಂಗೋವರ್‌ನಿಂದ ತಲೆ ಸಿಡಿಯುತಿತ್ತು.

"ನಾನಲ್ಲದಿದ್ದರೆ, ನನ್ನ ಧ್ವನಿಯ ಭೂತ ಇರಬೇಕು ಇಲ್ಲಿ..." ಎಂದೆ ಬೇಸರವಾದವನಂತೆ.

ಒಂದು ಕ್ಷಣ ಅಹಿತಕರ ಮೌನ.

"ನೀವು ಒರಟರೆಂದು ಕೇಳಿದ್ದೆ, ಆದರೂ ಮೊದಲ ಬಾರಿಯೇ ಹೀಗೆ...?" ಎಂದು ಅನುಮಾನಿಸಿತು ಮುನಿದ ಹೆಣ್ಣಿನ ದನಿ.

"ಇದು ನನ್ನ ಒಳ್ಳೆ ಮೂಡ್‌ನಲ್ಲಿ ಆಡಿದ ಮಾತು ಅನ್ಕೊಳ್ಳಿ. ಸರಿ, ನಾನೇ ವಿಜಯ್, ಏನಾಗಬೇಕಿತ್ತು?"

"ಆ ಟಿ.ವಿ. ಚಾನೆಲ್‌ನ "ಸುಂದರ ಸಂಸಾರ" ಸೀರಿಯಲ್‌ನಲ್ಲಿ ಮಾಡುವ ಮೃದುಲಾ ಹೊಸಮನಿ ಗೊತ್ತು ತಾನೆ ನಿಮ್ಗೆ?" ಎಂದಳು ಆಕೆ, ಎಲ್ಲರಿಗೂ ಗೊತ್ತಿರಲೇಬೇಕು ಎಂಬ ವಿಶ್ವಾಸದಿಂದ.

ನಾನು ಟೇಬಲ್‌ನಿಂದ ಕಾಲು ಕೆಳಗಿಡುತ್ತಾ ನಿಡುಸುಯ್ದೆ.

"ಇಲ್ಲ, ಆ ಗೋಳು ಸೀರಿಯಲ್ ಬಂದ ತಕ್ಷಣ ನಾನು ಮೈನ್ ಸ್ವಿಚ್ ಆರಿಸುತ್ತೇನೆ" ಎಂದೆ.

ನನಗಿವತ್ತು ಯಾವ ಕ್ಲಯಂಟ್ ಕಾಟವೂ ಬೇಕಿರಲಿಲ್ಲ...

"ಹುಂ...!!" ಎಂದು ಗುಟುರು ಹಾಕಿ ಆಕೆ "ನೋಡಿ, ನಾನವರ ಸೆಕ್ರೆಟರಿ ವಿನುತಾ... ನಿಮ್ಮನ್ನು ಭೇಟಿ ಮಾಡಲು ಇವತ್ತು ಸಂಜೆ ಅವರು ನಿಮ್ಮ ಆಫೀಸಿಗೆ

ಬರುತ್ತಾರಂತೆ..." ಎಂದಳು, ನಿಮಗೆ ಆಫೀಸ್ ಕೂಡಾ ಇದೆಯೆ ಎನ್ನುವ ಅನುಮಾನದ ದನಿಯಲ್ಲಿ.

"ಆದರೆ ನನ್ನ ಆಫೀಸಿನಲ್ಲಿ ಅವರಿಗೆ ಶೂಟಿಂಗ್ ಮಾಡಲು ನಾನು ಬಿಡುವುದಿಲ್ಲವಲ್ಲ! ಯಾಕೆ ಬರುತ್ತಾರೆ?" ಎಂದೆ ತಪ್ಪಿಸಿಕೊಳ್ಳಲು ನನ್ನ ಕೊನೆ ಅಸ್ತ್ರವೆಂಬಂತೆ.

ಆಕೆ ರಂಪ ಮಾಡುವ ಮಕ್ಕಳಿಗೆ ಸಮಜಾಯಿಷಿ ಮಾಡುವ ದನಿಯಲ್ಲಿ, "ನೋಡಿ ಮಿ. ವಿಜಯ್, ನಿಮ್ಮ ಹೆಸರನ್ನು ಹೇಳಿ 'ಇವರು ಈ ಊರಿನ ಬೆಸ್ಟ್ ಪತ್ತೇದಾರ, ಜಾಣ ಡಿಟೆಕ್ಟಿವ್' ಎಂದಿದ್ದರು ಮಿ. ವಿಶಾಲ್ ಕಪೂರ್. ಹಾಗಾಗಿ ನಾವು..." ಎಂದಳು, ಇದಕ್ಕಿಂತ ತಾನು ಹೆಚ್ಚಾಗಿ ಹೇಳಲಾರೆ ಎಂಬಂತೆ.

ನಾನು ಸೀಟ್‌ನಲ್ಲಿ ಅರ್ಧ ಎಗರಿಬಿದ್ದೆ...

ವಿಶಾಲ್ ಕಪೂರ್ ನನ್ನ ಹಳೆಯ ಕಕ್ಷಿದಾರ. ಅದಕ್ಕಿಂತ ಮುಖ್ಯವಾಗಿ ಟಿ.ವಿ. ಜಗತ್ತಿನ ಅನಭಿಷಿಕ್ತ ದೊರೆ. ನನ್ನ ದಿನಗಳು ಚೆನ್ನಾಗಿದ್ದಾಗ ನಾನು ಅವರ ಒಂದು ಬ್ಲಾಕ್‌ಮೈಲ್ ಕೇಸ್‌ನಲ್ಲಿ ಜಯಿಸಿಕೊಟ್ಟಿದ್ದೆ. ಅವರು ನೀಡಿದ್ದ ಸಂಭಾವನೆ ನನಗೆ ಆರು ತಿಂಗಳ ಖರ್ಚು ತೂಗಿತ್ತು... ಅವರೇ ಹೇಳಿರಬೇಕಾದರೆ...? ತಲೆ ನೋವು ದೂರವಾದಂತೆ ಭಾಸವಾಯಿತು.

"ಅವರ ಕೇಸ್ ಆಗಿ ಬಹಳ ಸಮಯವಾಯ್ತು. ಈಗ ಏನಾಗಬೇಕು ನಿಮ್ಮ ಮೇಡಮ್‌ಗೆ?" ಎಂದೆ ಸ್ವಲ್ಪ ಎಚ್ಚರಿಕೆಯಿಂದ, ದೊಡ್ಡವರ ಸೆಕ್ರೆಟರಿಗಳಿಗೆ ಪ್ರತಿಷ್ಠೆ ಜಾಸ್ತಿ ಎಂದು ಅರಿತು!

"ಸಂಜೆ ಆರು ಗಂಟೆಗೆ ಬರುತ್ತಾರೆ ಅವರ ಲಾಯರ್ ಜತೆ, ಅವರನ್ನೇ ಕೇಳಿ... ನಿಮ್ಮ ವೈಯಾಲಿಕಾವಲ್ ಆಫೀಸ್ ಅಡ್ರೆಸನ್ನು "ಯೆಲ್ಲೋ ಪೇಜಸ್"ನಲ್ಲಿ ನೋಡಿದ್ದೇನೆ... ಮೊಬೈಲ್ ನಂಬರ್ ಕೂಡಾ ಅಲ್ಲೆ ಸಿಕ್ತು. ಥ್ಯಾಂಕ್ ಯೂ!" ಎಂದು ಮರುಮಾತಾಡಲು ಬಿಡದೇ ಫೋನ್ ಕಟ್ ಮಾಡಿದ್ದಳು.

ನಾನು ಮುಖ ಸೊಟ್ಟಗೆ ಮಾಡಿದೆ. ಎಲ್ಲರಿಗೂ ನನ್ನಂತೆ ಹಾಸ್ಯ ಪ್ರವೃತ್ತಿ ಇರಲ್ಲ ನೋಡಿ!

ನನ್ನ ಆಫೀಸಿನ ಹಳೇ ಮಾಸಿದ ಗೋಡೆಗಳು, ಹೋದ ವರ್ಷದ ಕ್ಯಾಲೆಂಡರ್ ನೋಡುತ್ತಾ 'ಆದರೂ ನನ್ನ ಹತ್ತಿರ ಜನ ಬರುತ್ತಾರಲ್ಲ?' ಎಂದುಕೊಂಡೆ ಹೆಮ್ಮೆಪಡುತ್ತಾ.

ಸ್ವಲ್ಪ ಕಕ್ಷಿದಾರರಿಗಾಗಿಯಾದರೂ ಫ್ರೆಶ್ ಆಗೋಣವೆಂದು ಎದ್ದೆ.

ಬಾತ್‌ರೂಮಿನ ಕನ್ನಡಿಯಲ್ಲಿ ನನ್ನ ಪ್ರತಿಬಿಂಬವನ್ನು ನೋಡಿಕೊಂಡೆ. ಹೊಸದೇನಿದೆ?. ಅದೇ ಮೂವತ್ತು ವರ್ಷ ವಯಸ್ಸಿನ ನೀಳ ಕೂದಲಿನ ಬಿಸಿಲಿನಲ್ಲಿ ಹದವಾದ ಗೋಧಿವರ್ಣದ ಮುಖ, ಮುಖದಲ್ಲಿ ಬಲ ಹುಬ್ಬಿನ ಕೆಳಕ್ಕೆ

ಚಾಕು ಹಾಕಿದ ಹಳೇ ಗಾಯದ ಗುರುತು. ಐದಡಿ ಎಂಟಿಂಚು ಎತ್ತರದ ಯೋಗಾಭ್ಯಾಸ ಮಾಡುವ ತೆಳ್ಳಗಿನ ಮೈ, ಸ್ವಲ್ಪ ಮಾತ್ರ ಶರ್ಟಿನಲ್ಲಿ ಎದ್ದು ಕಾಣುವ ಭುಜದ ಮಾಂಸಲ ಸ್ನಾಯುಗಳು... ಒಟ್ಟಿನಲ್ಲಿ ಹೆದರಿಕೆ ಬರುವಂತಹ ವ್ಯಕ್ತಿಯೇನಲ್ಲ. ಅದೃಷ್ಟವಿದ್ದರೆ ಯಾವುದಾದರೂ ಹೆಣ್ಣು ಅವಸರದಲ್ಲಿ ನನ್ನನು ಹ್ಯಾಂಡ್‌ಸಮ್ ಎಂದು ತಪ್ಪು

ತಿಳಿದುಕೊಳ್ಳಲೂ ಸಾಧ್ಯ. ನನ್ನ ಅದೃಷ್ಟವಿದ್ದರೆ, ಅವಳದಲ್ಲ!

ಹೊರಗೆ ಬಂದು ಕೆಟಲ್‌ನಲ್ಲಿ ಯಾವಾಗಲೂ ಸಿದ್ಧವಿರುವ ಕಾಫಿ ಬಗ್ಗಿಸಿಕೊಂಡು ಕುಡಿದು ಕುಳಿತೆ.

ಸಮಯ ಆರಾಗುತ್ತಿತ್ತು ಆಗಲೇ, 'ಇವರಿಗೇನು ಗೊತ್ತಿತ್ತು ನಾನು ಆಫೀಸಿನಲ್ಲಿ ಸಿಕ್ಕೇ ಸಿಕ್ಕುತ್ತೇನೆಂದು? ನಾನೊಬ್ಬನೆ ಪತ್ತೇದಾರನಲ್ಲ ಈ ಊರಿನಲ್ಲಿ. ಇವರಿಗೆಲ್ಲ ನನ್ನ ಸ್ಥಿತಿ ಗೊತ್ತೋ ಏನೋ...?' ಎಂದೆಲ್ಲ ಯೋಚನೆಗಳು ಬಂದುಹೋದವು.

ಈ ನಾಲ್ಕು ತಿಂಗಳಿಂದ ಎರಡು ಅನುಮಾನಕ್ಕೆ ಗಂಡ ಹೆಂಡರ ಮೇಲೆ ನಿಗಾ ಇಡುವ ಕೇಸ್, ಎರಡು ಮುದುಕಿಯರ ಕಳೆದು ಹೋದ ಬೆಕ್ಕು ಹುಡುಕುವ ಕೇಸ್‌ಗಳು ಸಿಕ್ಕಿದ್ದವು ಅಷ್ಟೆ... ಆದರೂ ಹೊಸ ಕೆಲಸ ಹುಡುಕಿಕೊಂಡು ಹೋಗುವಂತಹ ಚುರುಕ ನಾನಲ್ಲ. ಅಲ್ಪತೃಪ್ತ ನಾನು.

"ವಿಜಯ್ ವಿಕ್ರಮ್ ಇನ್ವೆಸ್ಟಿಗೇಶನ್ಸ್"ಎಂಬುದು ನಾನು ಮತ್ತು ವಿಕ್ರಮ್ ಇಬ್ಬರೂ ಇಂಡಿಯನ್ ಮಿಲಿಟರಿ ಪೋಲಿಸ್ ಪಡೆಯಲ್ಲಿ ಈ ಹಿಂದೆ ಮೂರು ವರ್ಷ ಡಿಟೆಕ್ಟಿವ್ಸ್ ಸೇವೆ ಮಾಡಿ ಹೊರಕ್ಕೆ ಬಂದು ನಾವಿಬ್ಬರೂ ನಮ್ಮ ಉಳಿತಾಯವನ್ನೆಲ್ಲ ಇಟ್ಟು ಕಟ್ಟಿದ ಪತ್ತೇದಾರಿ ಸಂಸ್ಥೆ. ಏರುಪೇರುಗಳು ಹೆಚ್ಚಾಗಿ ಆರುತಿಂಗಳಿನಿಂದ ಕುಂಟುತಿತ್ತು ಬಿಝಿನೆಸ್. ಬ್ರಹ್ಮಚಾರಿಗಳಾದರಿಂದ ಬಚಾವ್ ಆಗಿದ್ದೆವು ಅನ್ನಿ... ಹೇಗೋ ನಮ್ಮ ಪಾಲಿಗೆ ನಿಭಾಯಿಸಿಕೊಂಡು ಹೋಗಿದ್ದೆವು. ನಿನ್ನೆ ತಾನೇ, ಸ್ವಲ್ಪ ಹಣ ಕೂಡಿಟ್ಟಿದ್ದ ವಿಕ್ರಮ್ ತಾನು ಗೋವಾಗೆ ಹೋಗಿಬರುತ್ತೇನೆಂದು ಹೇಳಿದ್ದ...

"ಎಂತಾ ಕೆಲಸ ಬಂದರೂ ನೀನಿದ್ದಿಯಲ್ಲ... ಒಬ್ನೇ ಮಾಡ್ಕೊ... ನನಗೇನೂ ಕೊಡಬೇಡಾ" ಎಂದು ನನ್ನ ಆಫೀಸಿನಿಂದ ಎಳೆದುಕೊಂಡು ಹೋಗಿ ರಾತ್ರಿ ಪಾರ್ಟಿ ಕೊಡಿಸಿದ್ದ, ಹೊರಟೂ ಹೋಗಿದ್ದ...

ನನ್ನ ಸಿಗರೇಟ್ ಚಟ ಬಿಡಿಸಲು ಅದೇನೋ ಚೂಯಿಂಗ್ ಗಮ್ ಕೊಟ್ಟಿದ್ದ ವಿಕ್ರಮ್, 'ಇದನ್ನು ತಿಂದು ನೋಡು' ಎಂದಿದ್ದ ಆ ಸಿಗರೇಟ್ ಮುಟ್ಟದ ಭೂಪ... ಅದನ್ನು ಬಾಯಿಗೆ ಹಾಕಿಕೊಂಡೆ, ನೋಡುವಾ ಎಂದು.

ಹಾಗಾಗಿ ನನಗೆ ಈಗ ಕೆಲಸ, ದುಡ್ಡು ಎರಡೂ ಬೇಕಿತ್ತು. ಹೌದು ಹೌದು ಎಂದು ತಲೆಯಾಡಿಸುತ್ತಿದ್ದವು, ನನ್ನ ಟೇಬಲ್ ಮೇಲೆ ಚೆನ್ನಪಟ್ಟಣದ ಮೂರು ಕೋತಿ ಬೊಂಬೆಗಳು.

2

ಮೃದುಲಾ ಹೊಸಮನಿ ಎಂಬ ಈ ನಟಿ ಚಿಕ್ಕ ತೆರೆ ಜಗತ್ತಿನ ದೊಡ್ಡ ತಾರೆ.

ಆಕೆಯ 'ಸುಂದರ ಸಂಸಾರ' ಎಂಬ ಧಾರವಾಹಿ ಈ ಮೂರು ವರ್ಷಗಳಲ್ಲೇ ಬಂದ ಅತ್ಯಂತ ಯಶಸ್ವೀ ಕಣ್ಣೀರಿನ ಕತೆಗಳಲ್ಲಿ ಒಂದು. ಹೆಂಗಸರನ್ನು ಅಳಿಸಿ ದುಡ್ಡು ಮಾಡುವುದು ಒಂದು ಕಲೆಯೆಂದಾದರೆ ಈ ಧಾರಾವಾಹಿ ನಿರ್ಮಾಪಕರು ಅದರಲ್ಲಿ ಚಾಣಾಕ್ಷ ಡಕಾಯಿತರು ಎನ್ನಬಹುದು. ಅವರ ಯಶಸ್ಸಿನ ಕುರುಹಾದ ಟಿ.ಆರ್.ಪಿ ಕ್ರಮಾಂಕಗಳು ಸದಾ ನಂ. 1 ಎಂದೇ ಕೊಚ್ಚಿಕೊಳ್ಳುತ್ತಿದ್ದವು. ನನ್ನ ಪ್ರಕಾರ ಮಾತ್ರ, ಇಷ್ಟು ಗಂಡನೇನಾದರೂ ಒಂದು ಹೆಂಡತಿಯನ್ನು ಅಳಿಸಿದ್ದರೆ ಬೇರೇನಾದರೂ ನಡೆದುಹೋಗುತಿತ್ತು ಆ ಮನೆಗಳಲ್ಲಿ!

ತುಂಬು ಗುಂಗುರು ಕೂದಲಿನ ಕೇರಳ ಅಥವಾ ಕರಾವಳಿ ಭಾಗದ ಹೆಣ್ಣಿನಂತೆ ಕಾಣುವ ಈಕೆ ಉತ್ತರ ಕರ್ನಾಟಕದ 'ಹೊಸಮನಿ' ಹೇಗಾದಳು? ಎಂಬುದು ಯಾರಿಗೂ ತಿಳಿಯದು. ಅಂದು ಆಫೀಸಿಗೆ ಬಂದು ಪರಿಚಯವಾದನಂತರ ಆಕೆಯನ್ನು ಕೇಳಿದ ಮೊದಲ ಪ್ರಶ್ನೆಯೇ ಇದು.

"ಆದರೆ ಆ ವಿಷಯವನ್ನು ಹೇಳಲೇ ನಾನು ಬಂದಿದ್ದು" ಎಂದು ಮಾತು ತೆಗೆದರು ಮೃದುಲಾ ಎದುರಿಗಿದ್ದ ನನ್ನ ಹಳೇ ಸೋಫಾ ಕುಶನ್ ಮೇಲೆ ಕುಳಿತು ಮುಗುಳ್ನಗುತ್ತಾ...

ಆದರೆ ಆಕೆಯ ಮಿನುಗುವ ಗ್ಲಾಮರಿಗೆ ದೃಷ್ಟಿ ತೆಗೆಯುವಂತಿತ್ತು ನನ್ನ ಆಫೀಸಿನ ಕಳಪೆ ಒಳಭಾಗ.

ಸುಮಾರು ಐದಡಿ ಏಳಿಂಚು ಎತ್ತರ, ಬಿಳಿ ಮೈಕಾಂತಿ ಮತ್ತು ಆಕರ್ಷಕ ಮೈಕಟ್ಟಿನಲ್ಲಿ ಹಸಿರು ಸೀರೆಯಲ್ಲಿ ಮಂದಹಾಸ ಬೀರುತ್ತ ಕುಳಿತ ಆಕೆ ಅದನ್ನು ಗಮನಿಸಿದಂತೆ ಕಾಣಲಿಲ್ಲ. ಆದರೆ ಪಕ್ಕದಲ್ಲಿ ಕುಳಿತಿದ್ದ ಆಕೆಯ ಶ್ರೀಮಂತ ಲಾಯರ್ ಫರ್ನಾಂಡೆಸ್ ನನ್ನನ್ನೂ, ನನ್ನ ಆಫೀಸನ್ನೂ ಹೇಗೋ ಸಹಿಸಿಕೊಂಡವರಂತೆ ಮುದುಡಿ ಕುಳಿತಿದ್ದರು.

"ನನಗೆ ಈಗ ಮೂವತ್ತೈದು ವರ್ಷ ಆಯ್ತು, ಮಿ. ವಿಜಯ್... ನಿಮಗೆ ತಿಳಿದಂತೆ ನಾನೀಗ ಸ್ಟಾರ್... ನನ್ನ ಸೀರಿಯಲ್ ತುಂಬಾ ಜನಪ್ರಿಯವಾಗಿದೆ. ನನಗೆ ಹೆಸರು, ದುಡ್ಡು, ಬಿಡುವಿಲ್ಲದಷ್ಟು ಕಾಲ್‌ಶೀಟ್ ಎಲ್ಲ ತಂದು ಕೊಟ್ಟಿದೆ..."ಎಂದರು.

"ಹೌದೂ, ನಾನೂ ನಿಮ್ಮ ಪ್ರೊಗ್ರಾಮ್ ನೋಡುತ್ತಲೇ ಇರುತ್ತೇನೆ. ರಾತ್ರಿ ಎಂಟೂವರೆಗೆ ಶುರುವಾಗುತ್ತಲ್ಲ, ಊಟದ ಹೊತ್ತಿಗೆ... ಸೋ..." ಎಂದು ಉಡಾಫೆ ಬಿಟ್ಟೆ; ಸಧ್ಯ, ಆ ಸೆಕ್ರೆಟರಿ ಎದುರಿಗಿಲ್ಲವಲ್ಲ ಎಂದು.

"ಎಂಟೂವರೆ ಅಲ್ಲ, ಒಂಬತ್ತೂವರೆಗೆ!"ಎಂದು ನಕ್ಕ ಆಕೆ, ನನ್ನ ಮುಖ ಕೆಂಪಾದ್ದು ನೋಡಿ, "ಹೋಗಲಿಬಿಡಿ, ನೀವು ಅದನ್ನು ನೋಡದಿರುವುದು ಒಳ್ಳೆಯದೇ ಆಯ್ತು, ನಿಷ್ಪಕ್ಷಪಾತವಾಗಿರಬಹುದು, ನಿಮ್ಮ ಅನ್ವೇಷಣೆಯಲ್ಲಿ!" ಎಂದು ಮುಂದುವರೆಸಿದರು.

"ನನ್ನ ನೆನಪಿಗೆ ತಿಳಿದಂತೆ ನಾನು ಚಿಕ್ಕವಳಿದ್ದಾಗಲೇ ನನ್ನನ್ನು ಬೆಳೆಸಿದವರು ದತ್ತು ಪಡೆದು ಸಾಕಿದರು, ಆ ವಿಷಯವನ್ನೆಂದೂ ಅವರು ನನ್ನಿಂದ ಬಚ್ಚಿಡಲಿಲ್ಲ, ಆದರೆ ಬಿಚ್ಚಿಡಲೂ ಇಲ್ಲ" ಎಂದು ನಿಟ್ಟುಸಿರಿಟ್ಟರವರು.

"ಅಂದರೆ ಹೊಸಮನಿ ನಿಮ್ಮ ಸ್ವಂತ ತಂದೆತಾಯಿಗಳಲ್ಲವೇನೂ?"ಎಂದೆ. ಬಹಳ ಜಾಣ ಡಿಟೆಕ್ಟಿವ್ ಅಲ್ಲವೆ ನಾನು?

"ಅದೇ ತಾನೆ ಆಕೆ ಹೇಳ್ತಿರೋದು!!"ಎಂದು ಬೇಸರದ ದನಿಯಲ್ಲಿ ಟೀಕಿಸಿದರು, ಫರ್ನಾಂಡೆಸ್. ನಾನವರನ್ನು ಗಮನಿಸಲಿಲ್ಲ.

ಮೃದುಲಾ "ಫರ್ನಾಂಡೆಸ್, ನಾನು ಹೇಳುತ್ತೇನೆ, ಬಿಡಿ"ಎಂದು ತಡೆದು, ಮುಂದೆ ಹೇಳಿದ್ದು ಇಷ್ಟು:

"ನಾನು ಹುಟ್ಟಿದ್ದು ತಮಿಳ್ನಾಡು-ಕೇರಳ ಭಾಗದ ಗಡಿಯ ಒಂದು ಊರಿನಲ್ಲಂತೆ. ನಾನಾಗ ಮೂರು ತಿಂಗಳ ಹೆಣ್ಣು ಮಗು... ಇಲ್ಲಿ ಶ್ರೀಮತಿ ಹೊಸಮನಿಗೆ ಗಂಡು ಮಗುವಾಗಿ ಸತ್ತು ಹೋಗಿ ಮತ್ತೆ ತಾಯಾಗುವ ಸ್ಥಿತಿ ಇರಲಿಲ್ಲವಂತೆ... ಅವರ ಮನಸ್ಥಿತಿ ಸುಧಾರಣೆಗೆ ಅಂತ ಕೇರಳದ ಆಯುರ್ವೇದಿಕ್ ಚಿಕಿತ್ಸೆಗೆ ಹೋಗಿ ಹಿಂತಿರುಗುವಾಗ, ನಮ್ಮೂರಿನಲ್ಲಿ ಉಳಿದುಕೊಂಡರಂತೆ. ಅಲ್ಲೆ ನನ್ನ ಹೆತ್ತ ತಂದೆತಾಯಿಗಳ ಭೇಟಿಯಾಯಿತಂತೆ. ಪುಟ್ಟ ಕಂದನಾದ ನನ್ನನ್ನು ಕಂಡು ದತ್ತು ಪಡೆದರಂತೆ... ಅದರ ಪ್ರಕಾರ ದತ್ತು ಪಡೆದುದಕ್ಕೆ ಕಾನೂನಿನ ಪತ್ರಗಳೂ ಇದ್ದವಂತೆ. ನನ್ನ ಸಾಕು ತಂದೆ ತಾಯಿಯರಿದ್ದ ಮನೆ ಇತ್ತೀಚೆಗೆ ಆದ ಭೂಕಂಪದಲ್ಲಿ ಬಿದ್ದುಹೋದಾಗ, ಅಪ್ಪ ಅಮ್ಮ ಇಬ್ಬರೂ ಹೋಗಿಬಿಟ್ಟರು... ಜತೆಗೆ ನನ್ನ ದತ್ತು ಪಡೆದ ಎಲ್ಲ ಒರಿಜಿನಲ್ ಪತ್ರಗಳು ಹಾಳಾಗಿಹೋದವು' ಎಂದು ಸರ್ಕಾರಿ ವಕೀಲರು ಮನೆಯ ರೆಕಾರ್ಡ್ಸ್ ನೋಡಿ ವಕೀಲ ಫರ್ನಾಂಡೆಸ್‌ಗೆ ತಿಳಿಸಿದ್ದಾರೆ. ಹೀಗೆ ಅತ್ತ ಹೆತ್ತ ಅಪ್ಪ-

ಅಮ್ಮನನ್ನೂ ತಿಳಿಯದೇ, ಸಾಕು ಅಪ್ಪ-ಅಮ್ಮರನ್ನೂ ಕಳೆದುಕೊಂಡು, ನನ್ನ ಪೂರ್ವದ ಒಂದು ಸುಳಿವೂ ಇಲ್ಲದಂತಾಯಿತು." ಎಂದವರ ಮುಖದಲ್ಲಿ ನೋವಿನ ಎಳೆಯಿತ್ತು.

"ಪರವಾಗಿಲ್ಲ ಬಿಡಿ... ಕೆಲವರಿಗೆ ಒಂದು ಜತೆ ತಂದೆ ತಾಯಿಯರೂ ಇರುವುದಿಲ್ಲ, ನಿಮಗೋ ಎರಡು ಜೊತೆ ಅಪ್ಪ-ಅಮ್ಮ ಇದ್ದರೆಂದು ತಿಳಿಯಿತಲ್ಲ... ಈಗ ನಿಮ್ಮ ತೊಂದರೆಯೇನು?" ಎಂದು ಸಂತೈಸ ಹೊರಟೆ.

ಮೃದುಲಾ ಜೋರಾಗಿ ತಲೆಯಾಡಿಸುತ್ತಾ, ನನಗೆ ಇನೂ ಅರ್ಥವಾಗಿಲ್ಲವೆಂಬಂತೆ, "ತೊಂದರೆಯಿದೆ, ನಿಜವಾಗಲೂ ತೊಂದರೆಯಾಗುತ್ತಿದೆ... ಅದೂ ಎರಡು ತರಹ... ಒಂದು ಈಗ ನನ್ನ ಟೀವಿ ಧಾರಾವಾಹಿಯ ಪಾತ್ರದಲ್ಲಿ ನಾನು ಬಂಜೆ, ದತ್ತು ಮಗುವನ್ನು ಪಡೆಯುವ ವಿಷಯ ಪ್ರಸ್ತಾಪವಾಗುತ್ತದೆ. ಅದು ನನಗೆ ಮನದಲ್ಲಿ ಕೊರೆಯಹತ್ತಿದೆ... ನನ್ನ ಜನ್ಮದ ಸತ್ಯವನ್ನೇ ತಿಳಿಯದ ನಾನು ಇಂತಾ ಸನ್ನಿವೇಶದಲ್ಲಿ ಸಹಜವಾಗಿ ಅಭಿನಯ ಮಾಡುವುದಾದರೂ ಹೇಗೆ ಎಂದು... ಮೊದಮೊದಲು ನನ್ನ ನಿರ್ದೇಶಕರು ಒಪ್ಪಲಿಲ್ಲ; 'ಮಾಡು ಪರವಾಗಿಲ್ಲ' ಅನ್ನುತ್ತಿದ್ದರು. 'ಮೂವತ್ತೈದು ವರ್ಷಗಳ ಹಿಂದಿನ ನಿನ್ನ ಪುರಾಣ ಈಗೇಕೆ ನನಗೆ ಬೇಕು, ಏನು ಪ್ರಯೋಜನ' ಎಂದರು. ನಾನು ಒಪ್ಪಲಿಲ್ಲ. ಇದರ ನಿರ್ಮಾಪಕರಾದ ವಿಶಾಲ್ ಕಪೂರ್ ಒಳ್ಳೆಯವರು. ಅವರು ಹಾಗೂ "ಹೌದು, ನೋಡೋಣ, ಮಾಡೋಣ" ಅನ್ನುತ್ತಿದ್ದರು. ಅದು ಎರಡು ತಿಂಗಳ ಹಿಂದೆ. ಆದರೆ ಅಷ್ಟರಲ್ಲಿ ಎರಡನೆ ಬೆಳವಣಿಗೆ ನನ್ನನ್ನು ಕಂಗಾಲಾಗಿಸಿತು"ಎಂದು ನಿಲ್ಲಿಸಿ ಆಕೆ ತಣ್ಣಗಾದ ಕಾಫಿಯನ್ನೆ ಗುಟುಕರಿಸಿದರು.

"ಕಂಗಾಲುಗುವುದು ಏನು? ಯಾರಾದರೂ ಬ್ಲಾಕ್‌ಮೇಲ್ ಮಾಡಿದರೆ?" ಎಂದೆ ನಾನೂ ಯೋಚಿಸುತ್ತಾ, ಇನ್ನೊಂದು ಗಮ್ ಬಾಯಿಗೆ ಹಾಕಿಕೊಳ್ಳುತ್ತಾ...

ನನ್ನ ಮಾತಿಗೆ ಆಕೆಯ ಕಂಗಳು ಅಗಲವಾಗಿ ಮಿನುಗಿತು. ಆ ರೂಮನ್ನೇ ತುಂಬಿತು ಅದರ ಹೊಳಪು.

"ಹೌದೌದು! ಕರೆಕ್ಟಾಗಿ ಊಹಿಸಿದಿರಿ! ಇವತ್ತಿಗೆ ಎರಡು ತಿಂಗಳ ಹಿಂದೆ ಮೊದಲ ಪತ್ರ ಪೋಸ್ಟ್ ನಲ್ಲಿ ಮನೆಗೆ ಬಂತು. ಹಿಂದೆ ಅಡ್ರೆಸ್, ಹೆಸರು ಇರಲಿಲ್ಲ. ಕೈಬರಹದಲ್ಲಿ ಒಂದೇ ಶೀಟ್ ಬರೆದಿದ್ದರು... 'ಕರ್ಪೂರಿ ನದಿ = ಕಪ್ಪು ನದಿ, ನಿನ್ನ ಪಾಲಿಗೆ...' ಎಂದು"

"ಅಷ್ಟೇನೆ?" ಎಂದು ನಾನು ಆಕೆ ಸುಳ್ಳು ಹೇಳಿಯಾರು ಎಂದು ಗಮನಿಸುವಂತೆ ದಿಟ್ಟಿಸಿ ನೋಡುತ್ತಿದ್ದೆ.

"ಹೌದು...ಹಿಂಭಾಗದಲ್ಲಿ 'ಮುಂದಿದೆ ಮುದುಕಿ ಹಬ್ಬ' ಅಂತಲೂ ಬರೆದಿದ್ದರು."

"ಈ ಕರ್ಪೂರಿ ನದಿ ಇರುವುದು ತಮಿಳುನಾಡು-ಕೇರಳ ಗಡಿ ಭಾಗದಲ್ಲಿ ಅಲ್ಲವೆ?" ಎಂದು ಪ್ರಶ್ನಿಸಿದೆ.

ಮೃದುಲಾ ಹೂಗುಟ್ಟುತ್ತಾ, "ಅಲ್ಲೇ... ಅಲ್ಲೇ ನಾನು ಹುಟ್ಟಿದ್ದಂತೆ. ಅಮ್ಮ ಅಂದರೆ ನನ್ನ ಸಾಕಮ್ಮ ಹೇಳಿದ್ರು. ಮೂವತ್ತೈದು ವರ್ಷದ ನಂತರ ಈಗೇನು ರಹಸ್ಯ ಇರಲು ಸಾಧ್ಯ ನನ್ನ ಬಗ್ಗೆ? 'ಮುದುಕಿ ಹಬ್ಬ' ಅಂದರೆ ತಕ್ಕ ಶಾಸ್ತಿ ಮಾಡ್ತೀನಿ ಮುಂದೆ ಎಂದಲ್ಲವೆ?" ಎಂದು ಮುಗಿದ ಪೇಪರ್ ಕಾಫಿ ಕಪ್ಪನ್ನು ಕೈಯಲ್ಲಿ ಕಿವುಚತೊಡಗಿದ್ದರು ಆ ಚಿಂತೆಯಲ್ಲಿ ಬೆದರಿದವರಂತೆ.

"ಹೆದರಬೇಡಿ, ಅದರರ್ಥ ಹಾಗೇ ಬರತ್ತೆ. ಆದರೆ ಒಮ್ಮೆ ಬೆದರಿಸಿದವರ ಹುಡುಗಾಟವನ್ನು ನಾವು ಗಂಭೀರವಾಗಿ ತೆಗೆದುಕೊಳ್ಳುವಂತಿಲ." ಎಂದು ಆಕೆಯ ಕೈ ತಟ್ಟಿದೆ. ರೇಶಿಮೆಯಂತಿತ್ತು.

"ಆದರೆ ಇನ್ನೊಂದು ಪತ್ರ ಮೊನ್ನೆ ಮತ್ತೆ ಬಂತು. ಅದರಲ್ಲಿ 'ಕಪ್ಪು ನದಿಯ ತಪ್ಪಲ್ಲ... ನಿನ್ನ ರಹಸ್ಯ ಉಳಿಯಲ್ಲ' ಅಂತ ಅದೇ ಕೈ ಬರಹದಲ್ಲಿ ಬರೆದಿದ್ದಾನೆ... ಹಿಂಭಾಗದಲ್ಲಿ 'ಸಮಯ ಹತ್ತಿರ ಬಂತು... ನನ್ನ ಬೆಲೆ ಹೇಳುತ್ತೇನೆ' ಅಂತ ಬೇರೆ ಬರೆದಿದ್ದಾನೆ..." ಎಂದು ನುಡಿದು ಸ್ವಲ್ಪ ಸುಮ್ಮನಾದಳು.

ನಾನು ಎದ್ದು ಅವರಿಗೆ ಮತ್ತೆ ಇನ್ನೆರಡು ಕಪ್ ಕಾಫಿ ಬಸಿದು ಕೊಟ್ಟೆ. ನನ್ನ ಯೋಚನಾ ಲಹರಿ ಜೋರಾಗಿತ್ತು.

ಫರ್ನಾಂಡೆಸ್ ಇದ್ದವರು, ನನ್ನ ಮುಖ ಗಮನಿಸುತ್ತಾ, ತಮ್ಮ ಗೋಲ್ಡ್ ರಿಮ್ ಕನ್ನಡಕವನ್ನು ಮೇಲೇರಿಸಿಕೊಳ್ಳುತ್ತಾ,

"ನಾನೂ ಹಾಗೂ ಅವನ್ನು ಕೈಬರಹ ತಜ್ಞರಿಗೂ, ಬೆರಳಚ್ಚಿನವರಿಗೂ ತೋರಿಸಿದೆ. ಸಾಮಾನ್ಯ ಪೇಪರ್, ಸಾಮಾನ್ಯ ಬ್ಲ್ಯಾಕ್ ರೇನಾಲ್ಡ್ಸ್ ಪೆನ್, ಯಾವ ಬೆರಳಚ್ಚೂ ಇಲ್ಲ ಅಂದುಬಿಟ್ರು... ಗ್ಲೋವ್ಸ್ ಹಾಕೊಂಡಿದ್ದರೇನೋ!" ಎಂದರು ತಾವೇನೂ ಕಮ್ಮಿಯಿಲ್ಲ ಎಂಬಂತೆ.

"ಅವನು ಮುಂದಕ್ಕೆ ನಿಮ್ಮನ್ನು ಬ್ಲ್ಯಾಕ್ ಮೈಲ್ ಮಾಡಲೆಂದು ಸಜ್ಜಾಗುತ್ತಿದ್ದಾನೆ, ಅಸ್ಥಿಭಾರ ಹಾಕುತ್ತಿದ್ದಾನೆ... ಅದಕ್ಕೇ ಈ ಪತ್ರಗಳು..."ಎಂದೆ ಅವರನ್ನೇ ಗಮನಿಸುತ್ತಾ, ಏನಾದರೂ ಬಚ್ಚಿಡುತ್ತಿದ್ದಾರೋ ಎಂಬಂತೆ...

"ಹಾಗಾದರೆ ಅವನಿಗೆ ನಿಜವಾಗಲೂ ಏನಾದರೂ ಗೊತ್ತು ಅನ್ನುತ್ತೀರಾ?" ಎಂದರು ಮೃದುಲಾ ಕಾತರದಿಂದ.

ನಾನು ಕೈ ಚೆಲ್ಲಿ ಭುಜ ಕುಣಿಸಿದೆ.

"ಗೊತ್ತಿರಬಹುದು. ಆದರೆ ಅದಕ್ಕೆ ನಿಮ್ಮತ್ರ ಎಷ್ಟು ಬೆಲೆ ಇದೆ ಅಂತಾ ನನಗೇನು ಗೊತ್ತು?" ಎಂದೆ.

ಮೃದುಲಾ ಸೀಟಿನಲ್ಲಿ ನನ್ನತ್ತ ಮುಂದೆ ಜರುಗುತ್ತಾ,

"ನೋಡಿ, ನಮ್ಮ ನಿಜವಾದ ಅಪ್ಪ ಅಮ್ಮನ ಬಗ್ಗೆ ಏನೋ ವಿಷಯ ಅಡಗಿದೆ. ಈಗ ನನಗೆ ಅದು ತಿಳಿಯಲೇಬೇಕು. ನೀವು ನನಗೆ ಪತ್ತೆ ಮಾಡಿ ಕೊಡಲೇಬೇಕು" ಎಂದು ಕಣ್ಣಲ್ಲಿ ನೀರು ತಂದುಕೊಂಡರು. ಎಷ್ಟು ಚೆನ್ನಾಗಿ ಅಳುವಂತೆ ಮುಖ ಮಾಡುತ್ತಾಳೆ... ಅಷ್ಟಿಲ್ಲದೇ ಸಹಸ್ರಾರು ವೀಕ್ಷಕರನ್ನು ದಿನಾ ರಾತ್ರಿ ಕೊಡ ಕೊಡ ಅಳಿಸಬಲ್ಲಳೆ?

ನನಗೆ ಸಾಕಾಗಿತ್ತು. ನಿರ್ದಾಕ್ಷಿಣ್ಯವಾಗಿ ನುಡಿದೆ:

"ಈಗ ಇದು ಟೀವಿ ಸೀರಿಯಲ್ ಅಲ್ಲ, ನಾನು ಅಳುವುದೂ ಇಲ್ಲ. ಏನೂ ವಿಷಯ ಹೇಳದೇ ನನಗೆ ಮೂವತ್ತೈದು ವರ್ಷದ ಹಿಂದಿನ ಯಾವುದೋ ಊರಿನ ಜನ್ಮ ರಹಸ್ಯ ಭೇದಿಸು ಎಂದರೆ ನಾನು ಅಂತಾ ಮೂರ್ಖನೂ ಅಲ್ಲ, ಅಷ್ಟು ಸಮಯ ವೇಸ್ಟ್ ಮಾಡಲು ಮನಸ್ಸೂ ಇಲ್ಲ. ಕಮ್ ಕ್ಲೀನ್... ನಿಮಗೇನೇನು ಗೊತ್ತು ಆ ಬಗ್ಗೆ ಹೇಳಿ... ನಾನು ನಂತರ ನನ್ನ ತೀರ್ಮಾನ ಹೇಳುತ್ತೇನೆ".

ಮುಂದಿನ ಒಂದು ಗಂಟೆ ಕಾಲ ವಿಷದವಾಗಿ ಅವರಿಬ್ಬರೂ ಬಾರಿ ಬಾರಿಯಾಗಿ ನನಗೆ ತಮ್ಮ ಕತೆಯನ್ನು ಹೇಳಿದರು.

ಆ ಊರಿನ ಹೆಸರು, ಲೊಕೇಶನ್, ತಿಳಿಸಿ ತಮ್ಮ ಬಳಿಯಿದ್ದ ಕೆಲವು ಕಾಗದ ಪತ್ರಗಳ ಕಾಪಿ ನೀಡಿದರು. ಆ ಊರಿನ ಹೆಸರು ಮಾಂಡಿಚೆರ್ರಿಯಂತೆ. ಅವರ ಲೋಕಲ್ ವಕೀಲೆಯಾದ ಲೂಸಿಯಾ ಜತೆ ನಾನು ಸಂಪರ್ಕದಲ್ಲಿರಬಹುದೆಂದೂ,
ಆಕೆಯ ಆಫೀಸ್ ಫೋನ್, ಕಂಪ್ಯೂಟರ್, ನೆಟ್ ಎಲ್ಲ ಸೌಕರ್ಯವನ್ನೂ ಉಪಯೋಗಿಸಬಹುದೆಂದೂ ಹೇಳಿದರು.

"ಆದರೆ ಅಲ್ಲಿ ನಾನೇನು ಕಂಡುಹಿಡಿಯಬಹುದು, ಆ ಜನ್ಮ ರಹಸ್ಯ ಮುಖ್ಯವೆ ಅಥವಾ ಆ ಬ್ಲ್ಯಾಕ್‌ಮೈಲ್ ಮಾಡುವವನನ್ನು ಹಿಡಿದು ಲೂಸಿಯಾ ಮೂಲಕ ಕಾನೂನಿಗೆ ಒಪ್ಪಿಸಿದರೆ ಸಾಕೆ? ನಿಮಗೆ ಇದೆಲ್ಲದರ ಪ್ರಯೋಜನವೇನು?" ಎಂದು ನಾನು ವಿವರಣೆ ಕೇಳಿದಾಗ, ಫರ್ನಾಂಡೆಸ್ ಅದುವರೆಗೂ ಯಾವುದೋ ಕಾಲ್ ನಲ್ಲಿದ್ದವರು ತಮ್ಮ ಐ- ಫೋನ್ ನನ್ನೆಡೆಗೆ ತಿರುಗಿಸಿ ಕೊಟ್ಟು, "ತಗೊಳ್ಳಿ, ಇದಕ್ಕೆಲ್ಲ ನಿಮ್ಮ ಸ್ನೇಹಿತ ವಿಶಾಲ್ ಕಪೂರ್ ಲೈನ್‌ನಲ್ಲಿದ್ದಾರ ಮಾತಾಡಿಬಿಡಿ" ಎಂದರು.

ನಾನು ಅಚ್ಚರಿಯಿಂದ, "ವಿಶಾಲ್ ನನಗೆ ಸ್ನೇಹಿತರೇನಲ್ಲ, ಕೇವಲ ಮಾಜಿ ಕಕ್ಷಿದಾರ... ಸ್ನೇಹಿತನೇ ಆದರೂ ಚೆನ್ನಾಗಿರುತಿತ್ತು" ಎಂದು ಹುಳ್ಳಗೆ ನಕ್ಕೆ.

ಅತ್ತ ವಿಶಾಲ್ ತಮ್ಮ ಶ್ರೀಮಂತ ಗೊಗ್ಗರು ದನಿಯಲ್ಲಿ, "ಹಾಯ್, ವಿಜಯ್! ನೋಡು ನಿನಗೆ ನನ್ನ ಬಿಜಿನೆಸ್ಸ್ ಇಂಪಾರ್ಟೆನ್ಸ್ ಹೆಚ್ಚು ಹೇಳಬೇಕಿಲ್ಲ... ಕೋಟ್ಯಂತರ ರೂ.ಗಳ ಹಣ ಬರತ್ತೆ ಹೋಗತ್ತೆ, ಈ ಸೀರಿಯಲ್‌ಗಳಿಂದ... ನನಗೆ

ಈಕೆ ಇದ್ದಾಳಲ್ಲ, ಮೃದುಲಾ... ಅವಳು ಅತಿ ಮುಖ್ಯ ವ್ಯಕ್ತಿ... ಅವಳು ಹೇಳಿದ್ದು ನಡೆಯಲೇಬೇಕು... ಅದಕ್ಕಾಗಿ ನಾನು ನಷ್ಟ ಮಾಡಿಕೊಳ್ಳಲು ಸಿದ್ಧನಿಲ್ಲ... ಅವಳು ಈಗ ಇರುವ ಸೀರಿಯಲ್ ಅತ್ಯಂತ ಮುಖ್ಯ ಘಟ್ಟಕ್ಕೆ ಬಂದಿದೆ...ಆಕೆ ಸರಿಯಾಗಿ ಅಭಿನಯಿಸದಿದ್ರೆ ನನಗೆ ಬಹಳ ಲಾಸ್ ಆಗುತ್ತೆ. ಆಕೆ ಹೇಳಿದ ಕೇಸ್ ನೀನು ದಯವಿಟ್ಟು ತಗೊ! ನಿನಗೆ ನಾನು ನಿನ್ನ ಸಾಮಾನ್ಯ ರೇಟ್ ಗಿಂತಾ ಡಬಲ್ ಅಥವಾ ಟ್ರಿಪಲ್ ಕೊಡುತ್ತೇನೆ, ನೀನೇ ಹೇಳು ಎಷ್ಟು ಅಂತಾ...ಆದರೆ 'ಇಲ್ಲ' ಅಂದರೆ ಮಾತ್ರ ನಾನು ಸುಮನಿರುವುದಿಲ್ಲ...ನಾನು ಮಿತ್ರರಿಗೆ ಮಿತ್ರ..." ಎಂದೆಲ್ಲ ಕೊಚ್ಚಿಕೊಳ್ಳುತ್ತಲೆ ಇದ್ದರು. ದೊಡ್ಡ ವ್ಯಕ್ತಿಗಳಿಗೆ ತಮ್ಮ ಧ್ವನಿಯನ್ನೆ ಕೇಳಿಸಿಕೊಳ್ಳುವ ಅಭ್ಯಾಸವಾಗಿರುತ್ತದೇನೋ? ನಾನು ಮಧ್ಯೆ ಬಾಯಿ ಹಾಕಿ "ವಿಶಾಲ್ ವೈ ಮಿ? ನಾನೇ ಏಕೆ? ನಿಮ್ಮಂತಹ ದೊಡ್ಡ ಮನುಷ್ಯರಿಗೆ ಇಂತಾ ಕೇಸ್‌ಗಳಿಗೆ ದೊಡ್ಡ ಡಿಟೆಕ್ಟಿವ್ ಏಜೆನ್ಸಿಗಳೇ ನಿಮ್ಮ ಕಾಲಿಗೆ ಬಿದ್ದು ಕೆಲಸ ಮಾಡತ್ವೆ..." ಎಂದು ವಾದಿಸಿದೆ,

ವಿಶಾಲ್ ನಕಾರವೆತ್ತುತ್ತಾ, "ನೋ ನೋ... ನೀನು ಸಣ್ಣ ಕೇಸನ್ನೂ ಹೋದಸಲ ಚೆನ್ನಾಗಿ ನಿಭಾಯಿಸಿಕೊಟ್ಟೆ... ನಿನಗೆ ಪರ್ಸನಲ್ ಟಚ್ ಇದೆ... ಈ ಕೇಸ್ ಹೆಣ್ಣಿನ ಮನಸ್ಸಿಗೆ ಸಂಬಂಧಿಸಿದ್ದು, ಬಲು ಸೂಕ್ಷ್ಮ...ಹಾಗಾಗಿ ನಿನ್ನನ್ನು ಹೈರ್ (ಬಾಡಿಗೆಗೆ) ಮಾಡಿದ್ದೇನೆ ಎಂದುಕೋ... ನಾನು ನಿನಗೆ ಒಂದು ಲಕ್ಷಕ್ಕೆ ಚೆಕ್ ಕಳಿಸುತ್ತೇನೆ, ಮೃದುಲಾ ಅಕೌಂಟಿನಿಂದ... ಅಡ್ವಾನ್ಸ್ ಅಂತಾ ಇಟ್ಕೋ, ಬಿಲ್ ಆಮೇಲೆ ಕಳಿಸು ಅವಳಿಗೆ... ಇನ್ನು ಆಕೆಯೇ ನಿನ್ನ ಕಕ್ಷಿದಾರಳು, ಲೆಕ್ಕಕ್ಕೆ ನಾನಲ್ಲ ಅಂತಿಟ್ಕೋ! ಬೈ ಅಂಡ್ ಗುಡ್ ಲಕ್..." ಎಂದು ಫೋನ್ ಇಟ್ಟೇಬಿಟ್ಟರು... ದೊಡ್ಡ ಮನುಷ್ಯರು ಅಂದೆನಲ್ಲ?

ನಾನು ಆ ಗಳಿಗೆಯಲ್ಲಿ ಈ ಕೇಸ್ ಬೇಡ ಅನ್ನಬಹುದಿತ್ತು. ...ಹಾಗಂದಿದ್ದರೆ ಮುಂದಿನ ಒಂದು ತಿಂಗಳು ನಡೆಯಲಿದ್ದ ಎಷ್ಟೋ ಸಮಸ್ಯೆಗಳಿಂದ ತಪ್ಪಿಸಿಕೊಳ್ಳಬಹುದಿತ್ತು... ಆದರೆ ನಾನು ಅನ್ನಲಿಲ್ಲ...

"ಸರಿ, ನಾನು ಬಲಿಯಾದೆ... ಮತ್ತಿನ್ನೇನು?"ಎಂದೆ ಶರಣಾಗತ ಭಾವದಿಂದ ನಾನು ಮೃದುಲಾ ಮತ್ತು ಫರ್ನಾಂಡೆಸ್ ಮುಖ ನೋಡುತ್ತಾ.

ಮೃದುಲಾ ತನ್ನ ಜನಪ್ರಿಯ ಮುಗುಳ್ನಗೆಯನ್ನು ಬೀರುತ್ತಿದ್ದರು. ಮೊದಲ ಬಾರಿಗೆ ಇಂದು ಫರ್ನಾಂಡೆಸ್ ಕೂಡಾ ನಕ್ಕರು.

"ನಿಮ್ಮ ಕಾಫಿ ಬಹಳ ಚೆನ್ನಾಗಿತ್ತು... ಇನ್ನೊಂದು ಕಪ್ ಕೊಡ್ತೀರಾ?" ಎಂದರು.

3

ಕರ್ಪೂರಿ ನದಿ ತೀರದ ಪಾಂಡಿಚೆರ್ರಿ ಮೊದಲಿಗೆ ಒಂದು ಫ್ರೆಂಚ್ ಕಾಲೊನಿಯಾಗಿತ್ತಂತೆ... ಅದಕ್ಕೂ ಮುಂಚೆ ಪಲ್ಲವರು ಆಳಿದ್ದ ಬಂದರು ಪಟ್ಟಣವಂತೆ... ಮೃದುಲಾ ಹೇಳಿದ ಪ್ರಕಾರ 1980ರಲ್ಲಿ ಅದು ಸುಮಾರು ಚಿಕ್ಕ ಊರಾಗೇ ಇರಲು ಸಾಧ್ಯ... ಅಲ್ಲೇ ಕರ್ಪೂರಿ ನದಿ ಸಮುದ್ರವನ್ನು ಸೇರುವ ಸಂಗಮವಾಗುತ್ತೆಂದು ನನ್ನ ಕೈಯಲ್ಲಿದ್ದ ಪ್ರವಾಸಿ ಪುಸ್ತಕ ಹೇಳುತಿತ್ತು.

ಸೂಪರ್ ಫಾಸ್ಟ್ ಎಕ್ಸ್ ಪ್ರೆಸ್ ಟ್ರೈನಿನ ಎ.ಸಿ. ಕೋಚಿನ ಹೊರಗೆ ಸಾಗಿಹೋಗುತ್ತಿದ್ದ ಹಚ್ಚ ಹಸಿರು ಭತ್ತದ ಗದ್ದೆಗಳನ್ನೇ ನೋಡುತ್ತಾ ನಾನು ಯೋಚಿಸುತ್ತಿದ್ದೆ.

ಟಿ.ವಿ. ಮತ್ತು ಸಿನಿಮಾ ನೋಡಿ ಎಲ್ಲರೂ ತಿಳಿದಿರುವಂತೆ ಪತ್ತೇದಾರಿ ಕೆಲಸವೇನೂ ಅಂತಾ ಆಕರ್ಷಕ, ಮನರಂಜನೀಯ ಅಥವಾ ಗ್ಲಾಮರಸ್ ಉದ್ಯೋಗವಲ್ಲ. ಇದರಲ್ಲಿ ಹಲವು ಗಂಟೆಗಳ ಕಾಲ ಅಪರಿಚಿತ ಅಪರಾಧಿಗಳ ಬಗ್ಗೆ ಹುಡುಕಾಟ, ಇಂಟರ್ನೆಟ್ ಮತ್ತು ಲೈಬ್ರರಿಯಲ್ಲಿ ಅನ್ವೇಷಣೆ, ಸರ್ಕಾರಿ ರೆಕಾರ್ಡ್ಸ್ ತಪಾಸಣೆ, ಹತ್ತು ಹಲವಾರು ಮಹಡಿ ಮೆಟ್ಟಿಲುಗಳನ್ನು ದಬಾ ದಬಾ ಅಂತಾ ಹತ್ತಿ ಇಳಿದಿರಬೇಕು, ಮುಕ್ಕಾಲು ವಾಸಿ ನಿಷ್ಪ್ರಯೋಜಕವಾಗಿ! ಅನುಮಾನಾಸ್ಪದ ವ್ಯಕ್ತಿಗಳ ಮನೆ, ಕಚೇರಿಗಳ ಮುಂದೆ ದಿನಗಟ್ಟಲೆ ಸಾಕುನಾಯಿಯಂತೆ ಪಹರೆಗಾಗಿ ಕಾದು ಬಿದ್ದಿರುವುದೂ, ರಾಜಕೀಯ ಬೆಂಬಲವಿರುವ ರೌಡಿಗಳಿಂದ ಒದೆ ತಿನ್ನುವುದು ಅಲ್ಲದೇ ಇದ್ದಕ್ಕಿದ್ದಂತೆ ಅಪಾಯ, ಪ್ರಾಣಭಯ... ಅದಲ್ಲದೇ ಎಲ್ಲಕ್ಕೂ ಮೂಗು ತೂರಿಸಿ ನಮ್ಮ ಕೇಸ್ ಹಾಳು ಮಾಡುವ ಪತ್ರಿಕಾ ಪ್ರತಿನಿಧಿಗಳು, ಟೀವಿ ಮಾಧ್ಯಮದವರು... ಎಲ್ಲಕ್ಕಿಂತ ಹೆಚ್ಚಾಗಿ, ತಮಗೆ ಸವಾಲು ಹಾಕಿ ಬರುವ ನಮ್ಮಂತಾ ಖಾಸಗಿ ಪತ್ತೇದಾರರಿಗೆ ಸಿಂಹಸ್ವಪ್ನವಾಗಿರುವ ಪೋಲಿಸ್ ಅಧಿಕಾರಿಗಳು... ನಾವು ಒಂದೇ ಒಂದು ಹೆಜ್ಜೆ ತಪ್ಪಿಡಲಿ ಎಂದೇ ಅವರು ಕಾಯುತ್ತಿರುತ್ತಾರೆ.

ಹಾಗಾದರೆ ಜಾಣ ಪತ್ತೇದಾರರೇ ಇಲ್ಲವೇ ಎನ್ನುತ್ತೀರಾ?

ನಾನೂ ಶೆರ್ಲಾಕ್ ಹೋಮ್ಸನಂತೆಯೋ, ಹರ್ಕ್ಯೂಲ್ ಪೈರಾಟ್‌ನಂತೆಯೋ ಅತ್ಯಂತ ನಿಪುಣನೂ ಬುದ್ಧಿವಂತನೂ ಅಲ್ಲ. ನಿಜಜೀವನದಲ್ಲಿ ಹಾಗೆ ಯಾರಾದರೂ ಸಿಗುವುದು ತೀರಾ ವಿರಳ. ನನಗೆ ತಿಳಿದಿರುವುದು ಅಂದರೆ ಮಿಲಿಟರಿ ಪೋಲೀಸ್ ಟ್ರೈನಿಂಗ್‌ನಲ್ಲಿ ಕಲಿತ ಮಾಮೂಲಿ ಪತ್ತೇದಾರಿ ವಿದ್ಯೆ, ಆತ್ಮಸಂರಕ್ಷಣೆ ಕಲೆಯಾದ ಕರಾಟೆ, ಕಿಕ್ ಬಾಕ್ಸಿಂಗ್, ಮತ್ತು ನನ್ನ ಪ್ರಿಯವಾದ ಪಿಸ್ತೂಲ್ ಕೋಲ್ಟ್ 0.45ನಲ್ಲಿ ಗುಂಡಾಡುವುದು... ಮತ್ತು ನನ್ನ ಹಾಸ್ಯ ಪ್ರಜ್ಞೆಯನ್ನು ಮೆರೆಯುವುದು!

ಟ್ರೈನಿನಲ್ಲಿ ಕೊಡುವ ಸ್ಯಾಂಡ್ವಿಚ್ ಮತ್ತು ಕಾಫಿ ಮುಗಿಸಿದ್ದೆ. ನಾನು ಮನೆಯಲ್ಲಿ ಮಾಡುವುದರ ರುಚಿಯಂತೆಯೂ ಇರಲಿಲ್ಲ, ಅದೂ ನಾನು ಸಾಧಾರಣ ಕುಕ್ ಮಾತ್ರ!

ನಾನು ಹೊರಡುವ ಮುನ್ನ ನನಗೆ ಮೃದುಲಾ ಒಂದು ಫೈಲ್‌ನಲ್ಲಿ ತನ್ನ ಬಗೆಗಿನ ಕಾಗದ ಪತ್ರಗಳನ್ನು ಕೊಟ್ಟಿದ್ದರು.

ಅದರಲ್ಲಿ ಅವರ ಎರಡನೇ ಜನ್ಮ ಪತ್ರ – ಮೃದುಲಾ, ವೀರಭದ್ರ ಮತ್ತು ಸುಮತಿ ಹೊಸಮನಿಯವರ ಪುತ್ರಿಯೆಂದು ಧಾರವಾಡದಲ್ಲಿ ಮಾಡಿಸಿದ್ದ ರಿಜಿಸ್ಟರ್ಡ್ ಪತ್ರ. ಅದರ ದಿನಾಂಕ 1980ರ ಮೇ 22 ಎಂದಿತ್ತು. ಅದರಲ್ಲಿ ಅವರು ನಿಜವಾಗಿ ಹುಟ್ಟಿದ ದಿನದ ದಾಖಲೆ, ಹೆತ್ತ ತಂದೆತಾಯಿಯರ ಹೆಸರಿದ್ದ ಪತ್ರಗಳ್ಯಾವುದೂ ಇರಲಿಲ್ಲ. ಆ ವಿವರಗಳೆಲ್ಲ ಅದೇ ಭೂಕಂಪದಲ್ಲಿ ಕಳೆದುಹೋದವಂತೆ.

ದತ್ತು ಪಡೆದಾಗ ಮಗುವಿನ ವಯಸ್ಸು ಸುಮಾರು ಮೂರು ತಿಂಗಳು ಎಂದಿದ್ದರು. ಆದ್ದರಿಂದ ಮೂರು ತಿಂಗಳೊಳಗಿನ ಅಂದರೆ ಫೆಬ್ರವರಿಯಿಂದ ಮೇವರೆಗಿನ ಮಗುವಿನ ಜನನದ ರೆಕಾರ್ಡ್ಸ್ ಅನ್ನು ಈ ಪಾಂಡಿಚೆರ್ರಿಯ ಸರ್ಕಾರಿ ಕಚೇರಿಯಲ್ಲೇ ಹುಡುಕಬೇಕಾದೀತು. ನನ್ನ ಆಫೀಸಿನಲ್ಲಿ ಹೇಳಿದ ಪ್ರಕಾರ ಈಕೆಗೆ ತಾನು ಆ ನಿಜವಾದ ದಾಖಲೆಯನ್ನು ಒದಗಿಸಿದರೆ ಸಾಕಂತೆ, ಅವರನ್ನೇನೂ ಭೇಟಿ ಮಾಡಲು ಮಗಳಿಗೆ ಆತುರವಿಲ್ಲವಂತೆ. ಅವರೇ ತಂದೆತಾಯಿ ಎಂದು ನಿರೂಪಿಸಿದರೆ ಸಾಕಂತೆ... ಜತೆಗೆ ಸಿಕ್ಕರೆ ಆ ಬ್ಲಾಕ್ ಮೈಲರ್ ಅನ್ನು ಪತ್ತೆ ಹಚ್ಚಿ ಕಾನೂನಿನ ವಶಕ್ಕೆ ಕೊಟ್ಟರೆ ಸಾಕು ಎಂದು ಹುಕುಂ ನೀಡಿದ್ದರು. ಲಾಯರ್ ಫರ್ನಾಂಡೆಸ್ ಅಂತೂ, "ಹೌದು ಹೌದು, ಈಕೆ ಈಗ ಜನಪ್ರಿಯ ನಟಿ ಎಂದು ತಿಳಿದರೆ ಆ ನಿಜವಾದ ಅಪ್ಪ ಅಮ್ಮ ಇನ್ನೇನು ತಕರಾರು ತೆಗೆದು ಇವಳಿಗೆ ಅಂಟಿ ಕೊಳ್ಳುತಾರೊ? ದುಡ್ಡಿನಾಸೆಗೆ...? ಇನ್ನು ಮೀಡಿಯಾ, ಪ್ರೆಸ್‌ನವರ ಕಿವಿಗೆ ಬಿದ್ದರಂತೂ ನಮ್ಮ ಕತೆ ಮುಗಿಯಿತು, ಅಪಪ್ರಚಾರ ಮಾಡ್ಬಿಡ್ತಾರೆ... ಅವರಿಬ್ಬರಿಗೆ ಇವಳ ಹೆಸರು ತಿಳಿಯುವುದು ಕೂಡಾ ಬೇಡ..." ಎಂದು ಒತ್ತಿ ಹೇಳಿದ್ದರು.

ಆದರೆ ಅದಕ್ಕೆ ಮುಖ ಕಠಿಣ ಮಾಡಿಕೊಂಡ ಮೃದುಲಾ, "ಇಂತಾ ನನ್ನ ಪರ್ಸನಲ್ ವಿಷಯವನ್ನು ನನಗೆ ಬಿಡಿ... ನನ್ನ ಮನಸ್ಸನ್ನು ನೀವರಿಯಲಾರಿರಿ!" ಎಂದು ಅಲ್ಲೆ ಆ ಮಾತನ್ನು ಮೊಟಕುಗೊಳಿಸಿದ್ದರು.

"ಇದೆಲ್ಲ ನಿರ್ಧಾರ ಅವರು ಸಿಕ್ಕಿದರೆ... ಸಿಕ್ಕ ಮೇಲೆ ತಾನೆ?" ಎಂದು ನಾನು ಇಬ್ಬರಿಗೂ ತಿಳಿಹೇಳಿದ್ದೆ.

ಇವರಿಗೇ ತಿಳಿಯದ ಆ ಜನ್ಮ ಸತ್ಯವನ್ನು ಯಾವ ಬ್ಲ್ಯಾಕ್ ಮೈಲರ್ ಕಂಡು ಹಿಡಿದಿರಬಹುದು? ಅವನನ್ನು ನಾನು ಹೇಗೆ ಪತ್ತೆ ಹಚ್ಚುವುದು, ಒಂದೂ

ತಿಳಿಯಲಿಲ್ಲ... ಇದ್ಯಾರೋ ವಕೀಲೆ ಲೂಸಿಯಾ ಅಂತೆ... ಆಕೆ ಯಾರೋ? ಅವಳಿಗೇನು ಗೊತ್ತೋ? ಏನು ಸಹಾಯ ಮಾಡಬಲ್ಲಳು? ಎಂದೆಲ್ಲ ಯೋಚಿಸುತ್ತಿರುವಂತೆ ಮಾಂಡಿಚೆರ್ರಿ ಸ್ಟೇಷನಿಗೆ ರೈಲು ತಲುಪೇಬಿಟ್ಟಿತ್ತು.

ಸ್ಟೇಷನ್‌ನಿಂದ ಟ್ಯಾಕ್ಸಿ ಹಿಡಿದು ಡ್ರೈವರನಿಗೆ 'ಒಳ್ಳೇ ಹೊಟೆಲ್ ತೋರಿಸು' ಎಂದು ಹೇಳಿ ಹೊರಟಾಗ ಊರನ್ನು ಗಮನಿಸಿತ್ತಾ ಹೋದೆ. ಹಳೆಯ ಕಲ್ಲಿನ ಕಟ್ಟಡಗಳು, ಅತ್ತಿತ್ತ ನದಿ ಮತ್ತು ಸಮುದ್ರ ಸಂಗಮ ತೀರದಲ್ಲಿ ತೇಲುವ ಮೀನುಗಾರರ ನಾವೆಗಳು, ಪ್ರವಾಸಿಗರ ಮೋಟಾರ್ ಬೋಟ್‌ಗಳ ಮೇಲೆ ರಂಗುರಂಗಿನ ಬಾವುಟಗಳು ಗಾಳಿಗೆ ಪಟಪಟನೆ ಹಾರುತ್ತಿದ್ದವು.

ಊರಿನ ಮಾರ್ಕೆಟ್ ನಡುವಿನ 'ಪರ್ಲ್ ಲಾಡ್ಜ್' ಎಂಬಲ್ಲಿ ತಂದು ತನ್ನ ಟ್ಯಾಕ್ಸಿ ನಿಲ್ಲಿಸಿದ ಡ್ರೈವರ್ "ನಲ್ಲ ಇರುಕ್ಕು" ಅಂದು ನಕ್ಕ... ಭೂತಬಂಗಲೆಯಂತಿರಲಿಲ್ಲ ಅಷ್ಟೆ, ಸ್ವಲ್ಪ ಪರವಾಗಿಲ್ಲ ಅನಿಸಿತು. ಒಳಗೆ ರಿಸೆಪ್ಷನ್ ಕೌಂಟರ್‌ನಲ್ಲಿ ಕುಳಿತಿದ್ದ ಬೋಳುತಲೆಯ ಮುದುಕ ತೂಕಡಿಸುತ್ತಿದ್ದವನು ಕತ್ತೆತ್ತಿ ಶ್ರಮ ಪಟ್ಟು ನೋಡಿದ.

"ರಾತ್ರಿಯೆಲ್ಲ ಫುಟ್‌ಬಾಲ್ ಮ್ಯಾಚ್ ನೋಡಿದರೇನೋ, ಪಾಪ ನಿದ್ದೆ ಬರಲಿಲ್ಲ?" ಎಂದು ನಾನು ಅವನನ್ನು ಛೇಡಿಸಿ ನಕ್ಕೆ

ಅವನು ಸಪ್ಪಗೆ, "ನಮ್ಮ ತಾಯಿಯ ಗೊರಕೆ ಸದ್ದಿನಿಂದ ನಿದ್ದೆ ಬರಲಿಲ್ಲ ಅಷ್ಟೆ ... ಹೇಳಿ, ಏನು ಬೇಕು? " ಅಂದ.

ಇವನ ತಾಯಿಯೆ? ಹಾಗಾದರೆ ಈ ಊರಿನ ಜನ ಅಲ್ಪಾಯುಗಳಲ್ಲ ಎಂದನಿಸಿತು.

"ನದಿ-ಸಮುದ್ರ ಸಂಗಮ ಸ್ಥಳವನ್ನು ಎದುರು ನೋಡುವ ಸಿಂಗಲ್ ರೂಮ್ ಇದ್ದರೆ ಕೊಡಿ" ಎಂದೆ.

"ನಿಮ್ಮ ಹೆಸರು? ಯಾವೂರು? ಈ ಮೊದಲು ನಿಮ್ಮನ್ನಿಲ್ಲಿ ನೋಡಿದಂತಿಲ್ಲ..." ಎನ್ನುತ್ತ ಹಳೆ ರಿಜಿಸ್ಟರನ್ನು ನನ್ನತ್ತ ತಳ್ಳಿದ.

"ನನ್ನ ಹೆಸರು ವೀರಪ್ಪನ್... ಗೊತ್ತಿಲ್ಲವೆ, ನಾನು ಕಾಡಿನಿಂದ ಯಾರಿಗೂ ಹೇಳದೆ ಓಡಿ ಬಂದಿದ್ದೇನೆ... ನನ್ನ ಹಿಡಿದುಕೊಟ್ಟವರಿಗೆ ಹತ್ತು ಲಕ್ಷ ಬಹುಮಾನವಂತೆ!" ಎಂದೆ ಮೀಸೆ ಮೇಲೆ ಕೈ ಹಾಕಿಕೊಳ್ಳುತ್ತಾ.

"ನಿಜವಾದ ಹೆಸರು, ವಿಳಾಸ ಬರೆಯಿರಿ, ಸುಮ್ಮನೆ!" ಎಂದ ಆಕಳಿಸುತ್ತಾ... ಅವನು ನನ್ನಂತ ತರಲೆಗಳನ್ನು ಬಹಳ ನೋಡಿದ್ದನೇನೋ!

ಸುಮ್ಮನೆ ಹೆಸರು, ವಿಳಾಸ ಬರೆದುಕೊಟ್ಟೆ, ನಾನೇ ರೂಮಿಗೆ ಹತ್ತಿ ಹೋದೆ.

ಆ ಲಾಡ್ಜಿನಲ್ಲಿ ನನ್ನ ರೂಮ್ ಮತ್ತು ನಂತರದ ಡೈನಿಂಗ್ ಸರ್ವೀಸ್ ಚೆನ್ನಾಗಿತ್ತು. ನನ್ನ ಕೋಲ್ಟ್ 0.45 ರಿವಾಲ್ವರ್ ಮತ್ತು ಗುಂಡಿನ ಬಾಕ್ಸ್ ಅನ್ನು ಭದ್ರವಾಗಿ ಲಾಕರ್‌ನಲ್ಲಿ ತೆಗೆದಿಟ್ಟೆ.

ರೈಲಿನಲ್ಲಿ ಸರಿಯಾಗಿ ತಿಂದಿರಲಿಲ್ಲ. ಬಿಸಿ ಶವರ್ ಮಾಡಿ, ಮಸಾಲೆ ದೋಸೆ, ಜಾಮೂನ್ ನಂತರ ಕಾಫಿ ಕುಡಿದು ತೃಪ್ತನಾಗಿ ಕುಳಿತು, ಕಿಟಕಿ ತೆಗೆದು ಕರ್ಪೂರಿ ನದಿ ಸಂಗಮವನ್ನು ನೋಡಿದೆ. ಮೇಲ್ನೋಟಕ್ಕೆ ಎಲ್ಲವೂ

ಮಧ್ಯಾಹ್ನದ ಬಿಸಿಲಿನಲ್ಲಿ ಶಾಂತವಾಗಿ, ಸಾಧಾರಣವಾಗಿಯೇ ತೋರುತಿತ್ತು... ಮುವತ್ತೈದು ವರ್ಷದ ಹಿಂದಿನಿಂದ ಇದು ತನ್ನ ಗರ್ಭದಲ್ಲಿ ಏನು ರಹಸ್ಯ ಅಡಗಿಸಿಕೊಂಡಿದೆಯೋ ಎಂದು ಯೋಚಿಸಿದೆ.

ಒಡನೆಯೇ ಆ ವಕೀಲೆ ಲೂಸಿಯಾಳ ಆಫೀಸಿಗೆ ಫೋನಾಯಿಸಿದೆ. ಇನ್ನೂ ಮೂರು ಗಂಟೆ ಸಮಯ; ಆಫೀಸಿನಲ್ಲೇ ಇರಬಹುದು.

"ಮಿ. ವಿಜಯ್ ದೇಶಪಾಂಡೆ? ಓಹ್, ಬನ್ನಿ ನಮ್ಮ ಆಫೀಸಿಗೆ. ನಿಮ್ಮ ಹೊಟೆಲ್‌ನಿಂದ ಐದು ನಿಮಿಷ ದಕ್ಷಿಣಕ್ಕೆ ನಡೆದು, ಒಂದು ಫರ್ಲಾಂಗ್ ಪಶ್ಚಿಮಕ್ಕೆ ತಿರುಗಿದರೆ, ಎಡಗಡೆ ಮೊದಲನೆಯ ಬಿಲ್ಡಿಂಗ್ ನಮ್ಮದು... ಸೆಕೆಂಡ್ ಫ್ಲೋರ್!" ಎಂದಳು ರಮಾ ಎನ್ನುವ ಆಕೆಯ ಸೆಕ್ರೆಟರಿ, ಅದನ್ನೆಲ್ಲ ಉರು ಹೊಡೆದವಳಂತೆ.

"ಉತ್ತರ–ದಕ್ಷಿಣ ನೋಡಲು ನನ್ನ ಬಳಿ ಕಂಪಾಸ್ ಇಲ್ಲವಲ್ಲ, ಟ್ಯಾಕ್ಸಿಯಲ್ಲೆ ಬರುತ್ತೇನೆ!" ಎಂದೆ. ಕಿಲಕಿಲ ನಕ್ಕಳು, ಸದ್ಯ, ಇವಳಿಗೆ ಹಾಸ್ಯ ಪ್ರಜ್ಞೆ ಇದೆಯಲ್ಲ ಎನಿಸಿತು.

ಇನ್ನು ಹತ್ತೇ ನಿಮಿಷಗಳಲ್ಲಿ ಫಳಫಳ ಬಿಸಿಲಿಗೆ ಮಿನುಗುವ ಗ್ಲಾಸ್ ಮುಂಭಾಗದ ಹೊಸ ಕಟ್ಟಡದ ಫಾಸ್ಟ್ ಲಿಫ್ಟ್‌ನಲ್ಲಿ ಸೆಕೆಂಡ್ ಫ್ಲೋರಿಗೆ ಮೇಲೇರುತ್ತಿದ್ದೆ. ಎಲ್ಲವೂ ಹೊಸದು... ನವನವೀನ...

ಶ್ರೀಮಂತರ ಕಾರುಬಾರು, ನನ್ನಂತಾ ಬಡ ಪತ್ತೇದಾರನ ಆಫೀಸಿನಂತಲ್ಲ ಎಂದು ಕೀಳರಿಮೆ ಬಂತು. ಹವಾ ನಿಯಂತ್ರಿತ ಆಫೀಸಿನ ಕಾರ್ಪೆಟ್ ಹಾಕಿದ್ದ ನೆಲದ ಮೇಲೆ ರಿಸೆಪ್ಷನ್‌ನಿಂದ ನಗುಮುಖದ ಸೆಕ್ರೆಟರಿ ನನ್ನನ್ನು ಒಳಗೆ ಕರೆದೊಯ್ದಳು.

"ಬನ್ನಿ ಮಿ. ದೇಶಪಾಂಡೆ, ನಾನು ಲೂಸಿಯಾ" ಎಂದು ತನ್ನ ಹೈ ಬ್ಯಾಕ್ ಸೀಟಿನಿಂದ ಎದ್ದವಳನ್ನು ನೋಡಿದೆ.

ಲೂಸಿಯಾ ಓರ್ವ ಬಿಳಿ ಆಂಗ್ಲೋ ಇಂಡಿಯನ್ ಯುವತಿ; ಸುಮಾರು ಐದು ಅಡಿ ಆರಿಂಚು ಎತ್ತರ. ಪುಟ್ಟದಾದ ಬಾಬ್‌ಕಟ್ ಕೂದಲು ಕಿಟಕಿಯ ಬಿಸಿಲಿನ ಝಳದಲ್ಲಿ ತಲೆಯ ಸುತ್ತಲೂ ಪ್ರಭಾವಳಿಯಂತಿತ್ತು. ನಗುಮುಖದಲ್ಲಿ ಗುಳಿ ಬೀಳುವ ಕೆನ್ನೆ, ಪುಟ್ಟ ಬಾಯಿ; ಲಿಪ್ ಸ್ಟಿಕ್ ಹಾಕಿದಂತಿಲ್ಲ. ಚುರುಕಾದ

ಕಂಗಳು, ನೀಳವಾದ ಮೂಗು... ಬಿಳಿ ಸಲ್ವಾರ್ ಕಮೀಝಿನಲ್ಲಿ ಲಕ್ಷಣವಾಗಿ ಕಾಣುತ್ತಿದ್ದಳು. ನನಗಿಂತಾ ಚಿಕ್ಕವಳು, ಆದರೆ ವಯಸ್ಸಿನಲ್ಲಿ ತೀರಾ ವ್ಯತ್ಯಾಸವಿಲ್ಲ ಎನಿಸಿತು. ಇಂತದರಲ್ಲೆಲ್ಲ ನನ್ನ ಪತ್ತೇದಾರಿ ಬುದ್ಧಿ ಬಲು ಚುರುಕಾಗಿ ಕೆಲಸ ಮಾಡುತ್ತೆ!

ನನ್ನ ಕೈ ಕುಲುಕಿದ ಹಸ್ತ ಕೋಮಲವಾದರೂ ಭದ್ರವಾಗಿತ್ತು.

"ರೂಮಿನಲ್ಲಿ ಮಲ್ಲಿಗೆ ಸುವಾಸನೆಯಿದೆ, ನೈಸ್!"ಎಂದೆ ಸುತ್ತಲೂ ನೊಡುತ್ತಾ.

"ನಿಮಗಿಷ್ಟವಾಯಿತೆ, ಗುಡ್" ಎಂದಳು. ಆಕೆಯ ಎದುರಿನ ಮೆತ್ತನೆಯ ಚೇರಿನಲ್ಲಿ ಕುಳಿತೆ.

"ಇದು ಈ ಊರಿಗೆ ನಿಮ್ಮ ಮೊದಲ ಭೇಟಿಯೆ?" ಎಂದಳು

"ಹೌದು, ಯಾವುದೇ ಮ್ಯಾಪ್‌ನಲ್ಲಿ ದೊಡ್ಡದಾಗಿ ಕಾಣುವುದಿಲ್ಲ ನಿಮ್ಮೂರು." ಎಂದೆ. ನೀವೂ ಕಾಣುವುದಿಲ್ಲ ಅನ್ನಲಿಲ್ಲ.

"ನಾನು ಐದು ವರ್ಷದಿಂದ ಇಲ್ಲೇ 'ಲಾ' ಮುಗಿಸಿ ಪ್ರಾಕ್ಟಿಸ್ ಮಾಡುತ್ತಿದ್ದೇನೆ" ಎಂದಳು ಫೈಲ್‌ಗಳನ್ನು ಪಕ್ಕಕ್ಕೆ ತಳ್ಳುತ್ತಾ, "ಫರ್ನಾಂಡೆಸ್ ನನ್ನ ಗಾಡ್ ಫಾದರ್ ತರಹ... ನಮ್ಮ ತಂದೆತಾಯಿಯರಿಗೆ ಬಹಳ ಬೇಕಾದವರು. ನನ್ನ ತಂದೆ ತಾಯಿ ಒಂದು ಅಫಘಾತದಲ್ಲಿ ತೀರಿಹೋದ ಮೇಲೆ ಅವರೇ ಓದಿಸಿ ನನಗೆಲ್ಲ ಸಹಾಯ ಮಾಡಿದ್ದು... ಅದಕ್ಕೆ ಅವರ ಕಾರುಬಾರೆಲ್ಲ ನಾನೆ ಇಲ್ಲಿ ನೋಡಿಕೊಳ್ಳುತ್ತೇನೆ. ಚಿಕ್ಕ ಊರು, ಇಲ್ಲೇನು ಅನ್ನುತೀರಾ, ಬಹಳ ಶಿಪಿಂಗ್, ಟೂರಿಸಮ್ ಮುಂತಾದ ಬಿಜಿನೆಸ್ಸ್ ಕೂಡಾ ಇದೆ ಅವರಿಗೆ... ಅಲ್ಲದೆ ಅಂತವರೆಲ್ಲ ನಮ್ಮ ಮುಖ್ಯ ಕಕ್ಷಿದಾರರು ಕೂಡಾ." ಎಂದು ವಿವರಿಸಿದಳು

"ಮೃದುಲಾ ಹೊಸಮನಿಯವರೂ ಸೇರಿದಂತೆ...?"ಎಂದು ಮಾತನ್ನು ಬಂದ ವಿಷಯಕ್ಕೆ ತಂದೆ.

"ಹೌದು" ತಲೆಯಾಡಿಸುತ್ತಾ ಲೂಸಿಯಾ 'ಕಾಫಿ ತಾ' ಎಂದು ಸೆಕ್ರೆಟರಿಗೆ ಸೂಚಿಸಿದಳು.

"ಆದರೆ ಬೆಂಗಳೂರಿನ ಚಿತ್ರರಂಗದವರ ವ್ಯವಹಾರವನ್ನೆಲ್ಲ ಫರ್ನಾಂಡೆಸ್ ಆಫೀಸಿನವರು ಅಲ್ಲೇ ನೋಡಿಕೊಳ್ಳುತ್ತಾರೆ. ಇದೇ ಮೊದಲ ಬಾರಿಗೆ ಚಿತ್ರತಾರೆಯ ಬಗ್ಗೆ ಕೇಸ್ ನನ್ನ ಬಳಿ ಬಂದಿದ್ದು... ನಾನೂ ಈ ಬಗ್ಗೆ ಸ್ವಲ್ಪ ವಿಷಯ ಸಂಗ್ರಹಿಸಿದ್ದೇನೆ, ನಿಮಗೆ ಸಹಾಯವಾಗಬಹುದು" ಎಂದಳು.

ನಾನು ಕೂತೂಹಲದಿಂದ "ಹೇಳಿ ಮತ್ತೆ, ತಡವೇಕೆ?" ಎಂದೆ.

"ಆ-ಹಾ! ಮೊದಲು ಕಾಫಿ... ಆಮೇಲೆ ಚರ್ಚೆ" ಎಂದು ಆಗ ತಾನೆ ಸೆಕ್ರೆಟರಿ ತಂದಿಟ್ಟ ಕಾಫಿ ಕೆಟಲ್ ಅನ್ನು ಎತ್ತಿ ಎರಡು ಗ್ಲಾಸ್‌ಗಳಿಗೆ ಕಾಫಿ

ಸುರಿಯಹತ್ತಿದಳು ಲುಸಿಯಾ. ಇವಳ್ಯಾಕೋ ನನ್ನ ಜಾತಿಗೆ ಸೇರಿದವಳೇ ಕಾಫಿ ವಿಷಯದಲ್ಲಿ ಅನಿಸಿತು.

ಲೂಸಿಯಾ ವಿವರಿಸಹತ್ತಿದಳು:

"ನಿಮಗೆ ಈ ಅಡಾಪ್ಶನ್ ಕೇಸಸ್ ಬಗ್ಗೆ ಇರುವ ಕಾನೂನು ಏನು ಗೊತ್ತಿದೆಯೊ ನನಗೆ ತಿಳಿಯದು... ನಾನು ಹೇಳುತ್ತೇನೆ ನೋಡಿ... ಈಗ ಸದ್ಯದಲ್ಲಿರುವ ಕಾನೂನಿನ ಪ್ರಕಾರ ಹೆತ್ತವರು ಮಗುವನ್ನು ದತ್ತು ಕೊಡಬೇಕಾದರೆ ಕೆಲವು ಕಾನೂನಿನ ಪತ್ರಗಳನ್ನು ಮಾಡಿಸಬೇಕಾಗುತ್ತೆ. ಅದರಲ್ಲಿ ಆ ಮಗುವಿನ ನಿಜವಾದ ಹೆತ್ತ ತಂದೆತಾಯಿ, ದತ್ತು ಪಡೆವ ತಂದೆತಾಯಿ, ಅವರೆಲ್ಲರ ಮೆಡಿಕಲ್ ಹಿಸ್ಟರಿ, ಮಗುವಿನ ಲಿಂಗ, ಹೆಸರು, ವಯಸ್ಸು ಎಲ್ಲ ದಾಖಲೆಗಳನ್ನು ಜೋಡಿಸಿರುತ್ತಾರೆ. ಅಂತಾ ಎಲ್ಲ ಪತ್ರಗಳನ್ನು ಈಗ CARA (Central Adoption Resource Authority) ಎಂಬ ಕೇಂದ್ರ ಸರ್ಕಾರಿ ಆಫೀಸ್ ನೋಡಿಕೊಳ್ಳುತ್ತದೆ. ಆ ಸ್ಥಳದ ಹತ್ತಿರದ ವ್ಯಾಪ್ತಿಯ ಕೋರ್ಟ್‌ನಲ್ಲಿ ಇದನ್ನು ಒಪ್ಪಿಸಿ ಕೋರ್ಟ್ ಅನುಮತಿ ಪತ್ರ ಪಡೆದು ಮಗುವನ್ನು ದತ್ತು ತಂದೆತಾಯಿಗಳಿಗೆ ಒಪ್ಪಿಸಲಾಗುತ್ತೆ."

"ನಮ್ಮ ಮೃದುಲಾ ಕೇಸ್‌ನಲ್ಲಿ ಅಂತಾ ಆ ಕಾಲದ ಪತ್ರಗಳು ಎಲ್ಲಿ ಸಿಗುತ್ತವೆ? ಎಂದು ಪ್ರಶ್ನಿಸಿದೆ.

ಲೂಸಿಯಾ ಉಸ್ಸ್ ಎಂದು ಮುಂದುವರೆಸಿದಳು:

"ಬಹಳ ಶ್ರಮ ಪಡಬೇಕಾಗುತ್ತೆ, ನೋಡಿ. 1980ರಲ್ಲಿ ಕಾನೂನು ಪತ್ರಗಳ ಸ್ಥಿತಿ ಸ್ವಲ್ಪ ಅಸ್ಪಷ್ಟವಾಗಿದ್ದವು. ಈಗಿನಷ್ಟು ಕರಾರುವಾಕ್ಕಾಗಿ, ನಿಯಮಬದ್ಧವಾಗಿ ಇರಲಿಲ್ಲ. ಅದೂ ಇಂತಾ ಚಿಕ್ಕ ಊರುಗಳಲ್ಲಿ ಆಗ ಜನನ-ಮರಣ ರಿಜಿಸ್ಟ್ರಾರ್ ಅಥವ ಲೋಕಲ್ ಕೋರ್ಟಿನ ದಾಖಲೆಗಳು ಮಾತ್ರ ಇರುತ್ತಿದ್ದವು. ಅಲ್ಲದೇ ಆಗ ಇಂದಿನಂತೆ ಕಂಪ್ಯುಟರ್ ಲೋಕವಲ್ಲದ ಕಾರಣ, ಎಲ್ಲ ಪತ್ರಗಳು ಕಾಗದ ರೂಪದಲ್ಲೇ ಇರುತ್ತಿದ್ದವು. ಅಂತಾ ಮೂವತ್ತೈದು ವರ್ಷ ಹಳೆ ಪತ್ರ ಕಡತಗಳನ್ನೆಲ್ಲ ಇವರು ಇಲ್ಲಿನ ಚಿಕ್ಕ ರಿಜಿಸ್ಟ್ರಾರ್ ಆಫೀಸಿನ ಕೋಣೆಯಲ್ಲಿ ತುಂಬಿದ್ದಾರಂತೆ. ಅದನ್ನು ಪಡೆಯಲು ನಾವು ಒಂದು ಅಪ್ಲಿಕೇಶನ್ ಹಾಕಬೇಕು. ಆಗ ಅದನ್ನು ನೋಡಲು ಕಾಪಿ ಮಾಡಲು ಬಿಡುತ್ತಾರಂತೆ. ಇದಕ್ಕಾಗಿ ನಾನಾಗಲೇ ನಿಮ್ಮ ಹೆಸರಿನಲ್ಲಿ ಪತ್ರ ಮಾಡಿಸಿದ್ದೇನೆ, ಇದನ್ನು ತೆಗೆದುಕೊಂಡು ಹೋಗಿ ಅಲ್ಲಿ ಅವರ ಮುಂದೆ ಸಹಿ ಹಾಕಿ, ನೀವು ಮೃದುಲಾರ ರೆಕಾರ್ಡ್ಸ್ ಓಪನ್ ಮಾಡಬಹುದು..."

"ಪರವಾಗಿಲ್ಲ, ಬಹಳ ಶೀಘ್ರವೆ ಬಹಳ ಕೆಲಸ ಮಾಡಿದ್ದೀರಿ, ನನಗಾಗಿ" ಎಂದು ಪ್ರಶಂಸಿಸಿದೆ. ಹೆಣ್ಣಿಗೆ ಪ್ರಶಂಸೆಯಿಂದ ಖುಶಿಯಾಗುತ್ತೆ ಎಂದು ಎಲ್ಲರೂ ಹೇಳುತ್ತಾರೆ. ಆದರೆ ಲುಸಿಯಾ ನಕ್ಕರೂ ಒಪ್ಪಲಿಲ್ಲ,

"ನೋನೋ, ನನಗೇನೂ ಬೇರೆ ದಾರಿಯೆ ಇರಲಿಲ್ಲ. ನಿಮಗೇ ಇನ್ನು ಹೆಚ್ಚು ಕೆಲಸ. ಅಲ್ಲಿ ಸಿಕ್ಕ ರೆಕಾರ್ಡ್ಸ್ ತೆಗೆದು ಆಕೆಯ ಹೆತ್ತ ತಂದೆತಾಯಿಯರ ಪತ್ತೆ ಮಾಡುತ್ತೀರೇನು?"ಎಂದು ಕೇಳಿದಳು.

"ಅದೆಲ್ಲ ಕಕ್ಷಿದಾರರಿಗೂ ಪತ್ತೇದಾರನಿಗೂ ನಡುವೆ ಇರುವ ಖಾಸಗಿ ವಿಷಯಗಳು. ಯಾರಿಗೂ ಹೇಳಲಾಗುವುದಿಲ್ಲ... ಲಾಯರ್ಸ್ ಜತೆಯೂ ಹಾಗೆ ತಾನೆ?" ಎಂದೆ ನಯವಾಗಿ.

"ಕಾನ್ಫಿಡೆನ್ಶಿಯಲ್ ಅನ್ನುತ್ತೀರಾ...? ನನಗೂ ಹೇಳದೇ ಹೋಗುತ್ತೀರಿ ಅನ್ನಿ..." ಎಂದಳು ಹುಸಿಮುನಿಸಿನಿಂದ.

"ಹಾಗೆ ಹೋಗುವುದಿಲ್ಲ, ಒಳ್ಳೇ ಊಟಕ್ಕೆ ಕರೆದುಕೊಂಡು ಹೋಗುತ್ತೇನೆ, ಎಲ್ಲ ಮುಗಿದ ಮೇಲೆ... ಆಗ ಎಲ್ಲ ಹೇಳಿ ಹೋಗುತ್ತೇನೆ... ನಾನು ಹೇಳಿದೆ ಎಂದು ಮಾತ್ರ ನೀವು ಹೇಳಬಾರದು ಅಷ್ಟೆ...ಅದೂ ಕಾನ್ಫಿಡೆನ್ಶಿಯಲ್!" ಎಂದು ಹೇಳಿ, ಅವಳಿಗೆ ಬೈ ಹೇಳಿ ಹೊರಬಿದ್ದೆ, ಪತ್ರದ ಫೈಲ್‌ನೊಂದಿಗೆ.

4

ನಾನು ಆಕೆಯ ಬಗ್ಗೆ ಆಸಕ್ತಿ ತೋರಿದಂತೆ ನಾನು ಆಕೆಗೆ ಅಂತದೇ ಭಾವನೆ ಕೊಟ್ಟೆನೆ? ಎಂದೆಲ್ಲ ಲೂಸಿಯಾಳ ಬಗ್ಗೆಯೆ ಮನಸ್ಸಿದ್ದರಿಂದಲೂ ಏನೋ ನಾನು ಟ್ಯಾಕ್ಸಿಯಲ್ಲಿ ವಾಪಸ್ ಹೋಗುತ್ತಿದ್ದಾಗ ನನ್ನನ್ನು ಹಿಂಬಾಲಿಸುತ್ತಿದ್ದ ಹಳದಿ ಟಾಟಾ ನ್ಯಾನೋ ಕಾರನ್ನು ತಕ್ಷಣವೇ ಗಮನಿಸಿರಲಿಲ್ಲ. ನಾನು ಹೋಟೆಲ್ ಬಳಿ ಇಳಿಯುತ್ತಿದ್ದಂತೆ, ಅವನು ನಿಲ್ಲಿಸದೇ ಭರ್ ಎಂದು ನನ್ನ ಟ್ಯಾಕ್ಸಿಯನ್ನು ದಾಟಿ ಹೋಗಿದ್ದನು... ಅದರಲ್ಲಿ ಕುಳಿತ ಸಣಕಲು ಕಡ್ಡಿಯಂತಾ ಹಿಪ್ಪಿ ಕೂದಲಿನ ಡ್ರೈವರನ್ನು ನಾನು ಮನದಲ್ಲೇ ನೋಟ್ ಮಾಡಿಕೊಂಡೆ. ಅವನ ಕಾರ್ ನಂಬರ್ ಕೂಡಾ.

ಮತ್ತೆ ನನ್ನ ರೂಮಿನಲ್ಲಿ ಆಕೆ ಕೊಟ್ಟಿದ್ದ ಅಪ್ಲಿಕೇಶನ್, ಕೇಸ್ ಹಿನ್ನೆಲೆ, ಇತ್ಯಾದಿ ಪತ್ರಗಳನ್ನೆಲ್ಲ ಓದಿದೆ. ನಂತರ ಸಂಜೆಯಾಗುತ್ತಿದೆ, ಇಲ್ಲಿನ ಕರ್ಪೂರಿ ನದಿಯ ಮೇಲಿನ ಸೇತುವೆ ಬಹಳ ಜನಪ್ರಿಯ ತಾಣವಂತೆ... ಒಮ್ಮೆ ಅಲ್ಲಿಗೆ ಹೋಗಿ ಬರೋಣ, ಎಂದೆನಿಸಿ ಲಾಡ್ಜ್ ಹೊರಗೆ ಕಾಯುತ್ತಿದ್ದ ಮೊದಲನೆಯ ಟ್ಯಾಕ್ಸಿ ಹತ್ತಿದೆ.

"ಅಲ್ಲಿಗೆ ಸಂಜೆ ಹೊತ್ತಲ್ಲಿ ಒಬ್ರೇ ಹೋಗುತ್ತೀರಾ, ಯಾರೂ ಇಲ್ಲವೆ ?" ಎಂದ ಡ್ರೈವರ್. ಮಹಾ ವಾಚಾಳಿಗಳು ಈ ಡ್ರೈವರ್ಸ್.

"ಯಾಕೆ, ನೀನು ಅಲ್ಲಿಯವರೆಗೆ ಬರುತ್ತಿದ್ದೀಯಲ್ಲ?" ಎಂದೆ.

"ಆಮೇಲೆ... ಇಳಿದ ಮೇಲೆ?" ಎನ್ನುತ್ತಾನೆ.

"ಅಲ್ಲಿ ಬೇರೆ ಯಾರೂ ಜನರೇ ಇರುವುದಿಲ್ಲವೆ, ತೆಪ್ಪಗಿರು!" ಎಂದು ಗದರಿಸಿದೆ. ನನಗಿಂತಾ ಹೆಚ್ಚು ತರಲೆಗಳು ನನಗೆ ಇಷ್ಟವಾಗುವುದಿಲ್ಲ ನೋಡಿ.

ಮತ್ತೆ ಊರಿನ ಹಾದಿ ಬಿಟ್ಟು ನದಿ ಸೇತುವೆಗೆ ಹತ್ತಿರವಾದಾಗ ಟ್ರಾಫಿಕ್ ಕಡಿಮೆಯಾಯಿತು. ಮತ್ತೆ ಆ ಹಳದಿ ಟಾಟಾ ನ್ಯಾನೋ ಕಾರ್ ನನ್ನ ಹಿಂದೆ ಎರಡು ಕಾರ್ ಬಿಟ್ಟು ಮೆತ್ತಗೆ ಹಿಂಬಾಲಿಸುತ್ತಿತ್ತು!

"ಸ್ವಲ್ಪ ಮುಂದೆ ಹೋಗಿ ನಿಲ್ಲಿಸು"ಎಂದೆ ಡ್ರೈವರಿಗೆ, ಸೇತುವೆ ಬಳಿ ಬಂದಾಗ.

ಅಚ್ಚರಿಯಿಂದ ನನ್ನತ್ತ ತಿರುಗಿ, "ಇಲ್ಲ ಇಲ್ಲ... ಇಲ್ಲಿಂದಲೇ 'ಸನ್ ಸೆಟ್' ಚೆನ್ನಾಗಿ ಕಾಣಿಸೋದು! ಅಯ್ಯೋ!" ಎಂದ.

"ನಾನು ಸನ್ ಸೆಟ್ ಅಲ್ಲ, ಮೂನ್ ರೈಸ್ ನೋಡಲು ಮುಂದೆ ಹೋಗುತ್ತಿದ್ದೇನೆ, ಸುಮ್ಮನೆ ನೆಡಿಯಯ್ಯಾ..." ಎಂದು ಗದರಿದೆ, ಆ ಹಿಂದಿದ್ದ ಟಾಟಾ ನ್ಯಾನೋ ಕಾರನ್ನೇ ಗಮನಿಸುತ್ತಾ. ನನ್ನ ಡ್ರೈವರನು ಅದನ್ನು ಗಮನಿಸಿರಲಿಲ್ಲ.

ಈಗ ಟ್ರಾಫಿಕ್ ಸಂದಣಿ ಕಡಿಮೆಯಾಗಿ ಅವನಿಗೆ ಬಚ್ಚಿಟ್ಟುಕೊಂಡು ಹಿಂಬಾಲಿಸಲು ಕವರ್ ಇಲ್ಲದಂತಾಯಿತು. ಆದರೂ ಭಂಡನಂತೆ ಜೋರಾಗಿ ಬಂದು ಎಡಗಡೆಯಿಂದ ನನ್ನ ಟ್ಯಾಕ್ಸಿಯನ್ನು ಹಿಮ್ಮೆಟ್ಟಿಸಿ ಮುಂದೆ ಧೂಳೆಬ್ಬಿಸುತ್ತಾ ಸಾಗಿಹೋದನು. ಅದೇ ಸಣಕಲು ದೇಹದ ವ್ಯಕ್ತಿ. ಹಳದಿ ಚಿಟ್ಟೆ ಬಣ್ಣದ ಟೀ ಶರ್ಟ್ ಹಾಕಿದ್ದಾನೆ... ನನ್ನ ಕಡೆಗೆ ತಿರುಗಿ ನೋಡದೇ ಎಚ್ಚರಿಕೆಯಿಂದ ನೇರವಾಗಿ ನೊಡುತ್ತಲೇ ಹೋದನು.

"ಲೆಫ್ಟ್‌ನಿಂದ ಓವರ್ ಟೇಕ್ ಮಾಡಿದ, ತಪ್ಪಲ್ಲವೆ?" ಎಂದು ಸಿಡಿಮಿಡಿಗೊಂಡ ನನ್ನ ಡ್ರೈವರ್, ಟ್ಯಾಕ್ಸಿ ನಿಲ್ಲಿಸುತ್ತಾ.

"ತಪ್ಪು ವ್ಯಕ್ತಿಗಳು ತಪ್ಪನ್ನು ತಾನೇ ಮಾಡುವುದು?" ಎಂದು ಉತ್ತರಿಸಿ, ಇಳಿಯಹತ್ತಿದೆ.

"ನಿಮಗೆ ಗೊತ್ತೆ ಅವನು?" ಎಂದು ನಾನಿತ್ತ ನೂರು ರೂ ನೋಟನ್ನು ಕಿಸೆಯಲ್ಲಿ ತುರುಕಿಕೊಂಡ.

"ಇಲ್ಲ, ಆದರೆ ಕಂಡುಹಿಡಿಯುತ್ತೇನೆ" ಎಂದು ಹೇಳಿ ಸೇತುವೆ ಅಂಚಿಗೆ ನಡೆದೆ.

ನಿಜಕ್ಕೂ ಸೇತುವೆಯಿಂದ ಸೂರ್ಯಾಸ್ತದ ಸಮಯದಲ್ಲಿ ನದಿಯ ಸುತ್ತಮುತ್ತ ಪ್ರಕೃತಿ ಸುಂದರವಾಗಿತ್ತು. ನದಿಯ ನೀರೆಲ್ಲ ಸಂಜೆಗತ್ತಲಿನಲ್ಲಿ ಬಂಗಾರದ ರಂಗೇರಿತ್ತು. ಅಲ್ಲಿಲ್ಲಿ ಮೀನುಗಾರರ ತಮ್ಮ ಶ್ರಮ ಜೀವನದ ಮತ್ತೊಂದು ದಿನ ಕಳೆದು ಮನೆಗಳಿಗೆ ನಾವೆಯಲ್ಲಿ ಹಿಂತಿರುಗುತ್ತಿದ್ದರು, ತಮ್ಮ ಲೋಡ್‌ಗಳೊಂದಿಗೆ... ಪ್ರವಾಸಿಗರ ಬೋಟ್‌ಗಳು ತಮ್ಮ ಸಂಜೆಯ ಕೊನೆಯ ರೌಂಡ್ ಮಾಡುತ್ತಿದ್ದವೇನೋ ಅನಿಸಿತು. ನದಿಯ ಬದಿಯಲ್ಲಿ ಹಲವಾರು ಟೆಂಟ್ ಗಳಿದ್ದವು... ಆ ಗುಡಾರಗಳಲ್ಲಿ ಶ್ರೀಲಂಕಾ ದ್ವೀಪದಿಂದ ಬಂದಿದ್ದ ನಿರಾಶ್ರಿತರು ಮನೆ ಮಾಡಿಕೊಂಡಿದ್ದರು. ಹೆಂಗಸರು ಚಿಕ್ಕ ಚಿಕ್ಕ ತಂತಿ ಕಟ್ಟಿ ಬಟ್ಟೆ ನೇತು ಹಾಕಿದ್ದರು... ಹರಕಲು ಚಡ್ಡಿಯ ಅರೆ ಬೆತ್ತಲೆ ಕಪ್ಪು ಮಕ್ಕಳು ಝೂಟಾಟ ಆಡುತ್ತ ಕೂಗುತ್ತಿದ್ದವು. ಇನ್ನೂ ದೂರದಲ್ಲಿ ದಿಗಂತದತ್ತ ಸಮುದ್ರದ ಆರಂಭದ ಅಲೆಗಳು ಕಾಣಹತ್ತಿದ್ದವು... ಅತ್ತಲಿಂದ ಎಲ್ಲ ಕಳೆದುಕೊಂಡು ಇತ್ತ ಓಡಿ ಬಂದವರಲ್ಲವೆ ಇವರು ಅನಿಸಿತು.

ಸಿಗರೇಟ್ ಬದಲು ವಿಕ್ರಮ್ ನೀಡಿದ್ದ ಮತ್ತೊಂದು ಚೂಯಿಂಗ್ ಗಮ್ ಬಾಯಿಗೆ ಹಾಕಿಕೊಂಡೆ.

ಆಗ... ನನ್ನ ಪ್ಯಾಂಟ್ ಎಳೆದ ಒಬ್ಬ ನಿರಾಶ್ರಿತರ ಪುಟಾಣಿ... ಮೂಗಿನಲ್ಲಿ ಸಿಂಬಳ ಸುರಿವ ಹುಡುಗನತ್ತ ನೋಡಿದೆ... ಕೈ ಚಾಚಿದ.

"ನಾನೊಂದು ಕೆಲಸ ಹೇಳುತ್ತೇನೆ, ಮಾಡಿದರೆ 10 ರೂಪಾಯ್ ಕೊಡುತ್ತೇನೆ, ಆಯ್ತಾ?" ಎಂದೆ ಅರೆಬರೆ ತಮಿಳಿನಲ್ಲಿ.

"ಹತ್ತು ರುಪಾಯಾ... ಏನ್ಹೇಳಿ...?"ಎಂದ ಮೂಗು ಸೊರ್ ಎನ್ನಿಸುತ್ತಾ.

"ಈ ಸೇತುವೆಯ ಅಂಚಿನಲ್ಲಿ ಒಂದು ಟಾಟಾ ನ್ಯಾನೊ ಹಳದಿ ಕಾರ್ ನಿಂತಿರತ್ತೆ... ಅಲ್ಲೇ ಇದೆಯಾ, ಡ್ರೈವರ್ ಏನು ಮಾಡ್ತಿದಾನೆ ಅಂತಾ ನೋಡ್ಕೊಂಡು ಬಾ , ಆದರೆ ಅವನನ್ನ ಮಾತಾಡಿಸಬಾರದು... ಓಡು... ಟಾಟಾ ನ್ಯಾನೋ ಗೊತ್ತು ತಾನೆ?" ಎಂದೆ ಅನುಮಾನದಿಂದ.

ಅವನು ನನ್ನತ್ತ ವಿಚಿತ್ರವಾಗಿ ನೋಡುತಾ, "ಹೂಂ, ನಮ್ಮಪ್ಪನ ಹತ್ರ ಇದೆ ಒಂದು. ಗೊತ್ತಾಯ್ತು ಬಿಡಿ"ಎಂದು ಓಡಹತ್ತಿದ, ಬುರ್ರ್ ಎಂದು ಬಾಯಲ್ಲಿ ಕಾರಿನ ಸದ್ದು ಮಾಡುತ್ತಾ... ಇವರಪ್ಪನ ಹತ್ರ ಕಾರ್ ಇದೆಯಂತೆ, ಸುಳ್ಳ!

ಐದೇ ನಿಮಿಷದಲ್ಲಿ ಮತ್ತೆ ತನ್ನ ಬಾಯಲ್ಲಿ ಕಾರ್ ನಾಲ್ಕನೆ ಗೇರ್ ಹಾಕಿದವನಂತೆ ಸ್ಪೀಡಾಗಿ ಬಂದು ನಿಂತ.

"ಸಾರ್, ಅಲ್ಲೆ ಮೂಲೆಯಲ್ಲಿ ಮರದ ಮರೆಯಲ್ಲಿ ಇದೆ ಆ ಕಾರ್... ಮೆತ್ತಗೆ ಹೋಗಿ ನೋಡಿದೆ, ಆ ಯಪ್ಪಾ ಕಣ್ಣಿಗೇನೋ ಇಟ್ಕೊಂಡಿದ್ದಾ, ಕನ್ನಡಕಗಿಂತ ದಪ್ಪ ಇದೆ... ಈ ಕಡೆಗೇ ನೊಡುತ್ತಿದ್ದಾನೆ..." ಎಂದು ವರದಿ ಒಪ್ಪಿಸಿದ

ಓಹೋ! ಬೈನಾಕ್ಯುಲರ್‌ನಲ್ಲಿ ನಾನೆಲ್ಲಿ ಹೊಗುತ್ತೇನೆ ಎಂದು ಗಮನಿಸುತ್ತಿರಬೇಕು!!

ಅವನಿಗೆ ಹತ್ತು ರೂಪಾಯ್ ಕೊಟ್ಟೆ...

"ಮುಂದಿನ ಸಲ ಬಂದ್ರೆ ಇಪ್ಪತ್ತು ರೂಪಾಯಿ ಕೊಡಿ ಸಾರ್" ಅಂದ.

"ಕೊಟ್ರೆ?"

"ಆಗ ಏರೋಪ್ಲೇನ್ ಹುಡುಕಿಕೊಡ್ತೀನಿ" ಎಂದು ಓಡಿದ... ಆಶಾಜೀವಿ, ಪಾಪ!

ನಾನೀಗ ವಾಪಸ್ ಹೋಟೆಲ್ ದಿಕ್ಕಿಗೆ ಕಾಲ್ನಡಿಗೆಯಲ್ಲಿ ಹೊರಟೆ... ಈಗವನು ನನ್ನ ಕಾರಿನಲ್ಲಿ ಹೇಗೆ ಹಿಂಬಾಲಿಸುತ್ತಾನೆ ಎಂಬುದನ್ನು ಪರೀಕ್ಷಿಸಲು!

ಸ್ವಲ್ಪ ಹೊತ್ತು ನನ್ನನ್ನೆ ನೋಡುತ್ತಿದ್ದ ಎಂದು ಕಾಣುತ್ತೆ... 'ಹಾಳಾಗಿ ಹೋಗಲಿ ತನ್ನ ಗುಪ್ತ ಕಾರ್ಯ' ಎಂದುಕೊಳ್ಳುತ್ತಾ, ಜೋರಾಗಿ ಕಾರ್ ಬಿಟ್ಟುಕೊಂಡು ಬಂದು ನಡೆಯುತ್ತಿದ್ದ ನನ್ನನ್ನು ದಾಟಿ ಹೊರಟುಹೋದ.

ಇನ್ನು ನನ್ನ ಹೋಟೆಲ್ ಬಳಿ ಬಚ್ಚಿಟ್ಟುಕೊಂಡು ಮತ್ತೆ ಕಾಯುತ್ತಿರುತ್ತಾನೆ, ಅನುಮಾನವಿಲ್ಲ...

ಅರ್ಧ ಗಂಟೆಯಾಯ್ತು, ನಡೆದು ಬೆವೆತು ಸುಸ್ತಾಗುವಷ್ಟರಲ್ಲಿ ಹೋಟೆಲ್ ಬಳಿಗೆ ಬಂದಿದ್ದೆ.

ರೂಮಿಗೆ ಹೋಗಿ ಮೊದಲು ಲೂಸಿಯಾ ಮೊಬೈಲಿಗೆ ಫೋನ್ ಮಾಡಿದೆ.

"ನನಗೆ ಸ್ವಲ್ಪ ವಿಷಯ ಪತ್ತೆ ಹಚ್ಚಿ ಕೊಡಿ, ಆಗುತ್ತಾ?" ಎಂದೆ

"ಏನು ಪತ್ತೆ ಮಾಡಿದಿರಿ, ಡಿಟೆಕ್ಟಿವ್ ಸಾಹೆಬರು?"ಎಂದಳು ನಗುತ್ತಾ... ಲೂಸಿ ಅಲ್ಲ, ಕಿಸಿ ಕಿಸಿ ಎಂದಿಡಬೇಕು ಹೆಸರು ಇವಳಿಗೆ.

"ನಾನು ಪತ್ತೆ ಮಾಡುವುದೆಲ್ಲಿ? ನನ್ನನ್ನೇ ಯಾರೋ ಪತ್ತೆ ಮಾಡುತ್ತಿರುವಂತಿದೆ" ಎಂದು ಆ ಟಾಟಾ ನ್ಯಾನೋ ಕಾರ್ ಲೈಸೆನ್ಸ್ ನಂಬರ್ ಕೊಟ್ಟು ಇದರ ಇದರ ಮಾಲೀಕನ ಪತ್ತೆ ಹಚ್ಚಿಕೊಡಲು ಸಾಧ್ಯವೆ ಎಂದೆ

"ನಮ್ಮ ಕಂಪನಿಗೆ ಆರ್‌ಟಿಓ/ಪೋಲೀಸ್ ಕಡೆ ಎಲ್ಲ ಕಾಂಟ್ಯಾಕ್ಟ್ಸ್ ಇದ್ದೇ ಇರುತ್ತೆ... ಇಲ್ದಿದ್ರೆ ನಮ್ಮ ಲಾಯರ್ ಕೆಲಸ ನಡೆಯೋದು ಹೇಗೆ? ಸರಿ, ನಾಳೆ ಬೆಳಿಗ್ಗೆ ಆಫೀಸ್ ಟೈಮಿನಲ್ಲಿ ಫೋನ್ ಮಾಡಿ, ಹೇಳುತ್ತೇನೆ"ಎಂದಳು ವಿಶ್ವಾಸದಿಂದ.

"ಓ ಕೇ" ಎಂದೆ.

"ಸರಿ, ರಾತ್ರಿ ಊಟಕ್ಕೆ ಏನು ಮಾಡ್ತಿದೀರಿ?" ಎಂದಳು.

"ಗೊತ್ತಿಲ್ಲ, ಹೊರಗೆ ಹೋಗಬೇಕು" ಎಂದೆ.

"ಹೊಟೆಲ್ ರತನ್ ವಿಲಾಸ್‌ಗೆ ಹೋಗಿ, ಚೆನ್ನಾಗಿರತ್ತೆ" ಎಂದಳು

"ಯಾಕೆ, ಆ ಹೋಟೆಲ್ ನಿಮ್ಮ ಮನೆ ರೋಡಿನಲ್ಲಿದೆಯೆ?" ಎಂದೆ ಕಳ್ಳ ಕೊರಮನಂತೆ.

ಒಂದು ಕ್ಷಣ ಮೌನ... ಅವಳ ಮಿದುಳು ಕೆಲಸ ಮಾಡುವುದು ಕೇಳಿಸುತ್ತದೆ!

"ಇದೆ, ಆದರೆ ಆ ರಸ್ತೆ ನಮ್ಮ ಮನೆಯ ಒಳಗೆ ಹೋಗಲ್ಲ" ಅಂದಳು ಜಾಣೆ.

"ಹೋಗಬೇಕಾದರೆ?" ಅಂದೆ ಮುಗುಳ್ನಗುತ್ತಾ... ಛಲ ಬಿಡದ ತ್ರಿವಿಕ್ರಮನಂತೆ ನಾನು.

"ಅದಕ್ಕೆ ಇನ್ನೂ ಸಮಯವಾಗಬೇಕು, ಗುಡ್ನೈಟ್" ಎಂದಿಟ್ಟಳು.

ಸರಿ, ನನ್ನ ಲಾಡ್ಜ್ ಎದುರಿಗಿದ್ದ ವಿಷ್ಣು ಭವನ್‌ನಲ್ಲಿ ಪ್ಲೇಟ್ ಮೀಲ್ಸ್, ಐಸ್ ಕ್ರೀಮ್ ತಿಂದು ವಾಪಸಾದೆ.

ರಾತ್ರಿಯಲ್ಲಿ ಹೇಗೆ ಈ ಕೇಸ್ ಬಗೆ ಹರಿಸುವುದು ಎಂದು ಯೋಚಿಸಲಾರಂಭಿಸಿದ್ದೆ... ಒಂದೆಡೆ, ಕಳೆದು ಹೋದ ಮೂರುವರೆ ದಶಕದ ಹಿಂದಿನ ಮೃದುಲಾರ ಹೆತ್ತ ತಂದೆತಾಯಿಯರ ಪತ್ತೆಯಾಗಬೇಕು... ಇನ್ನೊಂದೆಡೆ ವಿಚಿತ್ರ ಬ್ಲ್ಯಾಕ್ ಮೈಲ್ ಪತ್ರ ಬರೆವ ಇಲ್ಲಿನ ಲೋಕಲ್ ಊರಿನವ... ಅವನಿಗೆ ಗೊತ್ತಿರುವ ಕಹಿಸತ್ಯವೇನು? ಮತ್ತು ಹೇಗೆ...? ನನ್ನ ಮೇಲೆ ಕಣ್ಣಿಟ್ಟಿರುವ ಟಾಟಾ ನ್ಯಾನೋನ ಅಮೆಚೂರ್ ವ್ಯಕ್ತಿ ಬೇರೆ...? ನಿದ್ದೆ ನಿಧಾನವಾಗಿಯೆ ಹತ್ತಿತ್ತು.

5

ಮುಂದಿನ ದಿನ ಬೆಳಿಗ್ಗೆ 10ರ ಒಳಗೆ ರೂಮ್ ಸರ್ವೀಸ್‌ನಲ್ಲಿ ಬ್ರೆಡ್ ಟೋಸ್ಟ್, ಕಾಫಿ ಮುಗಿಸಿ ಹೊರಬಿದ್ದೆ. ಎದುರಿಗಿದ್ದ ಕಾರ್ ಬಾಡಿಗೆ ಏಜೆನ್ಸಿಯಲ್ಲಿ ಒಂದು ನೀಲಿ ಬಣ್ಣದ ಹೊಂಡಾ ಸಿಟಿ ಕಾರ್ ಬಾಡಿಗೆಗೆ ಆರಿಸಿದೆ... ಬೆಂಗಳೂರಿಗಿಂತಾ ದಿನಕ್ಕೆ ಒಂದೂವರೆ ಪಟ್ಟು ಹೆಚ್ಚು ಬೆಲೆ ಹೇಳಿದ. "ಇದು ಟೂರಿಸ್ಟ್ ಸ್ಪಾಟ್ ಅಲ್ಲವಾ ಸರ್?" ಎಂದು ಹಲ್ಕಿರಿದ ಅದರ ಮಾಲಿಕ. ನನ್ನ ದುಡ್ಡೇನಲ್ಲವಲ್ಲ, ಮೃದುಲಾ, ವಿಶ್ವಾಸ್‌ರಂತವರಿಗೆ ಈ ವೆಚ್ಚ ಧೂಳಿನಂತೆ.

ನನ್ನ ಪತ್ರಗಳ ಫೈಲ್ ತೆಗೆದುಕೊಂಡು ರಿಜಿಸ್ಟ್ರಾರ್ ಆಫೀಸ್ ಕಡೆಗೆ ನನ್ನ ಬಾಡಿಗೆ ಹೊಂಡಾ ಕಾರಿನಲ್ಲಿ ಹೊರಟೆ, ನನ್ನ ಮೊದಲ ದಿನದ ದಾಖಲೆ

ವಿಚಾರಣೆಗೆ ರೆಡಿಯಾಗಿ... ಮತ್ತೆ ಹಿಂತಿರುಗಿ ಟಾಟಾ ನ್ಯಾನೋ ಕಾರಿನತ್ತ ನೋಡುವ ಅಗತ್ಯವಿರಲಿಲ್ಲ, ಅವನು ಹಿಂದೆಯೇ ಇರುವನು ಎಂದು ನನಗೆ ಚೆನ್ನಾಗಿ ಗೊತ್ತಿತ್ತು. 'ಸ್ವಲ್ಪ ವಿಷಯ ಗೊತ್ತಾಗಲಿ, ಅವನಿಗೆ ಮಾಡುತ್ತೇನೆ ಶಾಸ್ತಿ' ಎಂದುಕೊಂಡೆ. ನನ್ನ ಕಂಕುಳ ಕೆಳಗಿನ ರಿವಾಲ್ವರ್ ಕೇಸಿನಲ್ಲಿ ಕೋಲ್ಟ್ 0.45 ನನಗೆ ಆತ್ಮವಿಶ್ವಾಸ ನೀಡಿತ್ತು.

ನಾನು ಆಫೀಸಿನ ಕಾರ್‌ಪಾರ್ಕ್‌ನಲ್ಲಿ ನಿಲ್ಲಿಸಿ ಇಳಿಯುವಾಗ ಮತ್ತೆ ನನ್ನ ಮುಂದೆಯೇ ಭರ್ ಎಂದು ಟಾಟಾ ನ್ಯಾನೋ ಹೋಯಿತು, ನಿಲ್ಲಿಸದೇ.

ಅತ್ಯಂತ ಧೂಳು ಹಿಡಿದ ಮಳೆ ನೀರು ಸೋರುವ ಕೋಣೆಯೊಂದರಲ್ಲಿ ಓರ್ವ ಗುಳ್ಳೆ ಮುಖದ ಗುಮಾಸ್ತನಿಗೆ ನನ್ನ ಅಪ್ಲಿಕೇಶನ್ ಕೊಟ್ಟೆ. "ಸೆಕೆಯಾಗುತ್ತಿದೆ ಫ್ಯಾನ್ ಹಾಕು"ಎಂದೆ... ಹಳೆ ಪೇಪರ್ ಕಡತದ ವಾಸನೆ ಬೇರೆ.

"ಫ್ಯಾನ್ ಹಾಕಿದರೆ ಪೇಪರ್ ಹಾರುತ್ತದೆ, ಅದಕ್ಕೆ ಸ್ಪೀಡ್ ಕಂಟ್ರೋಲ್ ಇಲ್ಲ" ಎಂದು ನನ್ನ ಅಪ್ಲಿಕೇಶನ್ ಅನ್ನು ಕಷ್ಟ ಪಟ್ಟು ಓದಿದ. ಇವತ್ತೋ ನಾಳೆಯೋ ರಿಟೈರ್ ಆಗುವ ವಯಸ್ಸಿರಬಹುದು ಇವನಿಗೆ...

"1980ನೇ ವರ್ಷದ್ದಾ...? ಅಷ್ಟು ಅಳೇ ಪೇಪರ್ಸ್‌ಆ? ಏನು ಮಾಡ್ತೀರಿ ಅದನ್ನು ನೋಡಿ?" ಅಂದ.

"ನಾನು ಮ್ಯೂಸಿಯಮ್ ಕಟ್ಟುತ್ತಿದ್ದೇನೆ, ಅಲ್ಲಿ ಚಿನ್ನದ ಫ್ರೇಮ್ ಹಾಕಿ ಅದನ್ನು ಇಡುತ್ತೇನೆ, ನಿನ್ನನ್ನೂ ಕರೆಯುತ್ತೇನೆ, ತೋರಿಸಕ್ಕೆ" ಎಂದೆ. ಕಾನ್ಫಿಡೆನ್ಶಿಯಲ್ ಆಗಿರಲಿ ಎಂದು ಎಷ್ಟೆಲ್ಲ ಸುಳ್ಳು ಹೇಳಬೇಕಲ್ಲ!

ಅವನಿಗೂ ನನ್ನ ಜೋಕ್ ಅರ್ಥವಾಗಲಿಲ್ಲ. ಮುಖ ಸಪ್ಪಗೆ ಮಾಡಿಕೊಂಡು ಒಳಗೆ ಹೋದ..ಒಂದು ಹತ್ತು ಹಳೆ ನುಸಿ ಬಿದ್ದ ಕಂದು ಬಣ್ಣಕ್ಕೆ ತಿರುಗಿದ್ದ ಫೈಲ್ಸ್ ಎತ್ತಲಾರದೇ ಎತ್ತಿಕೊಂಡು ಬಂದು ಒಂದು ಚಿಕ್ಕ ಟೇಬಲ್ ಮೇಲಿಟ್ಟ. ಮೂವತ್ತು ವರ್ಷದ ಧೂಳು ಎದ್ದಿತು...

"ನೋಡಿಕೊಳ್ಳಿ... ಕಾಪಿ ಬೇಕಾದ್ರೆ ಇಲ್ಲಿರೋ ಜೆರಾಕ್ಸ್ ಮೆಶೀನ್ ಕೆಟ್ಟಿದೆ, ಒರಗೋಗ್ಬೇಕು" ಅಂದ... ಸರ್ಕಾರಿ ಆಫೀಸ್!

"ಬೇಡ, ನನ್ನ ತಲೆಯಲ್ಲೇ ಎಲ್ಲ ಪ್ರಿಂಟ್ ಆಗತ್ತೆ" ಎಂದೆ.

ಸುಮ್ಮನೆ ಹೋದ, ನನ್ನ ತಲೆ ಕೆಟ್ಟಿದೆ ಎಂದು ಅವನಿಗೆ ಗ್ಯಾರೆಂಟಿಯಾದಂತಿತ್ತು.

ಸುಮಾರು ಮೂವತ್ತೈದು ವರ್ಷದ ಹಿಂದೆ ಮಾಂಡಿಚೆರ್ರಿಯ ಆಸುಪಾಸಿನಲ್ಲಿ ಮಗುವೊಂದು ಹುಟ್ಟಿತ್ತು, ಬಡವರ ಮಗಳಾಗಿರುವ ಸಾಧ್ಯತೆ ಹೆಚ್ಚು. ಆಗ ಹುಟ್ಟಿದ ಸಮಯ ಅಂದರೆ ಫೆಬ್ರವರಿ–ಮೇ ಅಂತರದಲ್ಲಿ ಎಷ್ಟು ಮಕ್ಕಳು ಹುಟ್ಟಿದವು, ಅದರಲ್ಲಿ ಹೆಣ್ಣು ಮಕ್ಕಳೆಷ್ಟು...? ಅದರಲ್ಲಿ ಹುಡುಕುತ್ತಾ

ಹೋದರೆ ಹೊಸಮನಿ ಎಂಬವರಿಗೆ ದತ್ತು ಕೊಟ್ಟ ಮಗು ಯಾವುದು? ಹೀಗೆ ಆ ಧೂಳು ಬಿದ್ದು, ಮುಟ್ಟಿದರೆ ಹರಿಯುವ ಸ್ಥಿತಿಯಲ್ಲಿದ್ದ ಕಡತಗಳನ್ನು ಒಂದೊಂದಾಗಿ ಪರಿಶೀಲಿಸಲು ನನಗೆ ಅರ್ಧ ದಿನವೇ ಬೇಕಾದೀತು ಎನಿಸಿತು.

ಇವರು ಮೃದುಲಾಗೆ ಮಾತ್ರ ಸಂಬಂಧಿಸಿದ ಪತ್ರಗಳನ್ನು ಆಗಿನ ಕಾಲದವರು ಬೇರೆಯಾಗಿ ಫೈಲ್ ಮಾಡೇ ಇಲ್ಲ!! ನಾನು ಪ್ರತ್ಯೇಕ ಅಪ್ಲಿಕೇಶನ್ ಹಾಕಿದ್ದು ಹುಟ್ಟಿದ್ದ ಎಲ್ಲ ಮಕ್ಕಳ ದಾಖಲೆ ನೋಡಲೆಂದೆ? ಛೆ! ಎನಿಸಿ ಕೆಟ್ಟ ಕೋಪ ಬಂದಿತು, ನಿರಾಸೆಯಾಯೂ ಆಯಿತು... ಏನು ಮಾಡುವುದು, ಎಂದು ಎಲ್ಲ ಕಡತಗಳಲ್ಲಿ ತಾಳ್ಮೆಯಿಂದ ಹುಡುಕಾಡತೊಡಗಿದೆ

ಆ ಸಮಯದಲ್ಲಿ ಹುಟ್ಟಿದ ಮಕ್ಕಳು = 150

ಅವುಗಳಲ್ಲಿ ಹೆಣ್ಣು ಮಾತ್ರ = 58

ಅದರಲ್ಲಿ ದತ್ತು ಪಡೆದ ಮಕ್ಕಳು = ಒಟ್ಟು 15 ಎಂದು ಸಿಕ್ಕಿತು.

ಅದರಲ್ಲಿ ಹೆಣ್ಣು ಮಕ್ಕಳು = ಆರು, ಗಂಡು = ಒಂಬತ್ತು

ಈ ಆರರಲ್ಲಿ ಯಾರು ಎಂದು ಮತ್ತೆ ಇನ್ಡೆಕ್ಸ್ ನೋಡಿ ತಿಂಗಳುವಾರಿಯಾಗಿ ಹುಡುಕುತ್ತಾ ಹೋದೆ...

ಜನವರಿ ಯಾರೂ ಇಲ್ಲ.

ಫೆಬ್ರವರಿಯಲ್ಲಿ ಯಾರೂ ಇಲ್ಲ.

ಮಾರ್ಚ್‌ನಲ್ಲಿ ಎರಡು, ಇಬ್ಬರ ಮಕ್ಕಳ ಹೆಸರೂ ಮೃದುಲಾ ಅಲ್ಲ; ದತ್ತು ತಗೊಂಡವರು ಹೊಸಮನಿಯೂ ಅಲ್ಲ. ಇದಲ್ಲ, ಆದರೂ ನನ್ನ ನೋಟ್ ಬುಕ್‌ನಲ್ಲಿ ವಿವರಗಳನ್ನು ಬರೆದುಕೊಂಡೆ, ಯಾತಕ್ಕೂ ಇರಲಿ ಎಂದು.

ಏಪ್ರಿಲ್‌ನಲ್ಲಿ ಯಾರೂ ಹೆಣ್ಣು ಮಕ್ಕಳು ದತ್ತು ಪಡೆದಿಲ್ಲ...

ಹಾಗಾದರೆ ಮೇ ತಿಂಗಳಲ್ಲಿ ಮಿಕ್ಕ ನಾಲ್ಕು ಹೆಣ್ಣು ಮಕ್ಕಳ ದತ್ತು ಆಗಿರಬೇಕು!! ಎಂದು ಖುಶಿಯಿಂದ ಕೊನೆಗೂ ಯಶಸ್ಸು ದೊರಕಿತೆಂದು ಮೇ ತಿಂಗಳ ಫೈಲ್ ತೆರೆದೆ...

ನನ್ನ ಎದೆ ಧಸಕ್ಕೆಂದಿತು...

ಅದು ಖಾಲಿ ಫೈಲ್, ಒಳಗೆ ಯಾವ ಪತ್ರವೂ ಇಲ್ಲ! ಆ ಫೈಲಿನ ಪಿನ್ ಹಾಗೆಯೇ ಇದೆ, ಆದರೆ ಪತ್ರಗಳೆಲ್ಲ ಕಾಣೆ!

ಯಾರೋ ಬಲವಂತವಾಗಿ ಎಲ್ಲ ಮೇ ತಿಂಗಳ ಮಕ್ಕಳ ದತ್ತು ಪತ್ರಗಳನ್ನು ಹರಿದು ಕದ್ದು ಒಯ್ದಿರುವುದು ಸ್ಪಷ್ಟವಾಗಿ ಕಾಣುತ್ತಿದೆ!

ಕೆಲವೊಮ್ಮೆ ಕೇಸ್‌ಗಳಲ್ಲಿ ನನಗೆ ಹೀಗೆಯೇ... ಎಲ್ಲ ಸುಲಭವಾದದ್ದು, ಮೋಸವಿಲ್ಲದ ಸಾಮಾನ್ಯ ಕೇಸ್ ಎಂದುಕೊಳ್ಳುತ್ತೇನೆ, ಆದರೆ ಹೋಗುತ್ತಾ ಹೋಗುತ್ತಾ ಇಂತಾ ಗಾಬರಿಯಾಗುವ ಘಟನೆಗಳು ಬಿಚ್ಚಿಕೊಳ್ಳುತ್ತವೆ

ಮೂವತ್ತೈದು ವರ್ಷ ಹಿಂದಿನ ಮಕ್ಕಳ ದತ್ತು ಪತ್ರಗಳು ಯಾರಿಗೆ ತಾನೆ ಇಂದು ಕದ್ದಾದರೂ ಬೇಕಾಗುವುದು...?

ಹಾಗೆ ಬೇಕಾಗುವುದು ಎಂದೇ ಇಟ್ಟು ಕೊಳ್ಳೋಣ... ಅವರು ಅಪ್ಲಿಕೇಶನ್ ಹಾಕಿ ಎಲ್ಲ ಮಕ್ಕಳ ಪರವಾಗಿ ಕೇಳಲೂ ಸಾಧ್ಯವಿಲ್ಲ... ಒಬ್ಬರು ಒಂದು ಮಗುವಿನ ರೆಕಾರ್ಡ್ ಮಾತ್ರ ಕೇಳಿರಬೇಕು, ರೂಲ್ಸ್ ಪ್ರಕಾರ...!

ಪೂರ್ತಿ ಕದ್ದಿದ್ದಾರೆ ಅಂದರೆ ಕಳ್ಳನಿಗೂ ಯಾವ ಮಗುವಿನ ರೆಕಾರ್ಡ್ಸ್ ತನಗೆ ಬೇಕೆಂದೇ ಸರಿಯಾಗಿ ತಿಳಿದಿಲ್ಲ...

ನಾನು ಎದ್ದು ಆ ಗುಳ್ಳೆ ಮುಖದ ಗುಮಾಸ್ತನನ್ನು ಕೂಗಿದೆ.

"ಇದರಲ್ಲಿದ್ದ ಪೇಪರ್ಸ್ ಎಲ್ಲ ಯಾರೋ ಕದ್ದೊಯ್ದಿದ್ದಾರಲ್ಲ? ಎಲ್ಲಯ್ಯಾ ಹೋಯ್ತು?" ಎಂದರೆ ಅವನು ಬೇಸರದಿಂದ, "ನಾವೇನು ಮಾಡೋಣ ಸಾಮಿ ಇದಕ್ಕೆ? ಇಲಿ ತಿಂದಿರಬಹುದು ಅಷ್ಟೆ" ಎಂದ ಅದು ಸರ್ವೇ ಸಾಮಾನ್ಯವೆಂಬಂತೆ.. ಅವನ ಪೆನ್ಶನ್ ಏನೂ ಕಟ್ ಮಾಡುವುದಿಲ್ಲವಲ್ಲ, ಅವನಿಗೇನು ತೊಂದರೆ!

"ಇಲಿ ತಿಂದಿಲ್ಲ, ಯಾರೋ ಹರಿದುಕೊಂಡು ಹೋಗಿದ್ದಾರೆ, ನೋಡಿಲ್ಲಿ ಸರಿಯಾಗಿ... ಯಾರು ಬಂದಿದ್ದರು ಈ ವರ್ಷದ ರೆಕಾರ್ಡ್ಸ್ ಕೇಳಲು ಇತ್ತೀಚೆಗೆ...? ಅಂದರೆ ನನಗಿಂತಾ ಮುಂಚೆ...?? ಅವರೇ ಈ ಕೆಲಸ ಮಾಡಿರುತ್ತಾರೆ" ಎಂದು ಉದ್ರಿಕ್ತನಾಗಿ ದಬಾಯಿಸಿದೆ

ಅವನು ನಾನು ಹುಚ್ಚನೆ ಎಂಬಂತೆ ಮತ್ತೆ ಮುಖ ನೋಡಿದ.

"ಇದು ಗವರ್ಮೆಂಟ್ ಆಫೀಸ್ ಸಾಮಿ, ಯಾರು ಬೇಕಾದರೂ ಬರಬಹುದು, ಓಗಬಹುದು..." ಎನ್ನುತ್ತಾನೆ ಭಡವ.

"ನೀನು ಇರಲಿಲ್ಲವೆ ಹೋದ ಸಲ...? ಯಾರಾದ್ರೂ ಈ ಫೈಲ್ ಕೇಳಿದಾಗ?" ಎಂದೆ.

"ಇಲ್ಲ ಸಾಮೀ, ನಾನು ಒಂದು ತಿಂಗಳು ಎಲ್‌ಟಿಸಿ ಓಗಿದ್ದೆ. ಆಗ ಟೆಂಪೊರರಿ ಸ್ಟಾಫ್ ಇದ್ದರು... ಯಾರ್ಯಾಕೆ ಕದಿಯುತ್ತಾರೆ ಬಿಡಿ ಸಾಮಿ...? ಅದೇ ಅರಿದು ಆಳಾಗಿ ಓಗಿರತ್ತೆ... ತುಂಬಾ ಅಳೇದಲ್ವಾ!" ಎಂದ ಅಲಕ್ಷ್ಯದಿಂದ ದೊಡ್ಡ ಜ್ಞಾನಿಯಂತೆ...

"ಹೌದು, ಈ ಆಫೀಸಿನಲ್ಲಿರುವ ಹಳೆಯದನ್ನೆಲ್ಲ ಹರಿದು ಹಾಳು ಮಾಡಬೇಕು, ನಿನ್ನನ್ನು ಮೊದಲುಗೊಂಡು!" ಎಂದು ಕುಪಿತನಾಗಿ ಅಲ್ಲೆ ಕಡತ

ಬಿಸಾಕಿ ಹೊರಬಿದ್ದೆ. ಬಿರ್ರನೆ ಬರುವಾಗ ಒಬ್ಬ ಕೆಲಸದವಳು ನನಗೆ ಏಕ್‌ದಂ ಡಿಕ್ಕಿ ಹೊಡೆದು ತನ್ನ ಕೈಲಿದ್ದ ಕಸಪೊರಕೆ ಕೆಳಗೆತ್ತಿ ಹಾಕಿದಳು, "ಸಾರಿ ಸರ್" ಎಂದು ಗಾಬರಿಯಾಗಿ ಒಳಗೋಡಿದಳು... ಪೊರಕೆ ಸೇವೆಯೂ ಆಯ್ತು ನನಗೆ!

ಎದುರಿನ ಮಲೆಯಾಳಿ ಡಬ್ಬಾ ಅಂಗಡಿಯಲ್ಲಿ ಕುಳಿತು ಒಂದು ಕಾಫಿ ಕೇಳಿದೆ...

"ಕಾಫಿ ಆಗೋಯ್ತು, ಟೀ ಕೊಡ್ಲಾ?"ಅಂದ.

ಇವತ್ತು ನನ್ನ ಒಳ್ಳೆ ದಿನವಲ್ಲ, ಕಾಫಿಗೂ ಗತಿಯಿಲ್ಲ!

"ಸರಿ ಕೊಡು..." ಎಂದೆ.

ಮಲೆಯಾಳಿ ಚೆನ್ನಾಗಿಯೇ ಚಹಾ ಮಾಡಿದ್ದ.

"ಯಾಕೆ, ನೀವು ಬಂದ ಕೆಲ್ಸ ಆಗಲಿಲ್ವಾ? ಈ ಆಫೀಸೇ ಇಷ್ಟು... ಎಷ್ಟೋ ಜನಕ್ಕೆ..." ಅವನು ಏನೋ ಹೇಳುತ್ತಲೇ ಇದ್ದ. ಆದರೆ ನನ್ನ ಗಮನ ಮಾತ್ರ ಮೂಲೆಯಲ್ಲಿ ಮರೆಯಾಗಿ ನನಗಾಗಿ ಕಾಯುತಿರುವ ಟಾಟಾ ನ್ಯಾನೋ ಕಾರಿನ ಮೇಲಿತ್ತು.

ಅದಕ್ಕೆ ತಕ್ಕಂತೆ ನನ್ನ ಮೊಬೈಲ್ ಫೋನ್ ರಿಂಗಾಯಿತು... ಲೂಸಿಯಾ!

"ವಿಜಯ್, ಆ ನ್ಯಾನೋ ಕಾರ್ ನಂಬರ್ ಕೊಟ್ಟಿದ್ದರಲ್ಲ? ಅದರ ವಿಷಯಕ್ಕೆ ಅಂತಾ..."ಎಂದಳು. ಬರೇ ವಿಜಯ್ ಅಂದಿದ್ದಳು, 'ಮಿಸ್ಟರ್' ಇಲ್ಲ... ಶುಭಲಕ್ಷಣ!

"ಅದ್ಯಾರು ಎಂದು ನಾನು ಹೇಳಿದರೆ ನೀವು ನಂಬುವುದೇ ಇಲ್ಲ..." ಎಂದು ರಾಗ ತೆಗೆದಳು

"ಲೂಸಿಯಾ, ನೀವೀಗ ನಾನೇ ಐಶ್ವರ್ಯಾ ರೈ ಅಂದರೂ ನಾನು ನಂಬುವ ಸ್ಥಿತಿಯಲ್ಲಿದ್ದೇನೆ..ಬಹಳ ದುರದೃಷ್ಟಕರ ದಿನ ಇವತ್ತು... ಪ್ಲೀಸ್ ಬೇಗ ಹೇಳಿ!" ಎಂದೆ ಅವಸರ ಪಡುತ್ತಾ.

"ಅವನ ಹೆಸರು ಜನಾರ್ಧನ್ ಎಂದು... ಕಾರ್ ಮೆಕ್ಯಾನಿಕ್ ಆಗಿದ್ದ. 'ಜಾನಿ' ಅಂತಾರೆ ಇಲ್ಲಿ ಎಲ್ಲರೂ ಅವನನ್ನ...., ಈಗಲೂ ಪಾರ್ಟ್ ಟೈಮ್ ಕಾರ್ ರಿಪೇರಿ ಮಾಡ್ತಿರ್ತಾನೆ... ಆ ನ್ಯಾನೋ ಕಾರ್ ಅವನ ಹೆಸರಲ್ಲೇ ರಿಜಿಸ್ಟರ್ ಆಗಿದೆ... ಆದರೆ ಅವನು ಆಫೀಸ್ ಇಟ್ಟಿರುವುದು, 'ಜಾನಿ ಪ್ರೈವೇಟ್ ಡಿಟೆಕ್ಟಿವ್ ಏಜೆನ್ಸಿ' ಅನ್ನೋ ಹೆಸರಿನಲ್ಲಿ. ಆ ಅಡ್ರೆಸ್ 'ಯೆಲ್ಲೋ ಪೇಜಸ್' ನಲ್ಲಿದೆ ಕೂಡಾ" ಎಂದು ಉತ್ಸಾಹದಿಂದ ವಿವರಿಸಿದಳು ಲೂಸಿಯಾ.

ನನಗೆ ಅಂತಾ ಸಂಧರ್ಭದಲೂ ಜೋರಾಗಿ ನಗೆ ಬಂತು.

"ಏಕೆ, ಏನು...?" ಅಂದಳು ಲೂಸಿಯಾ ಅಸಮಾಧಾನದಿಂದ, ತನ್ನ ಬಗ್ಗೆ ನಗುತ್ತಿದ್ದೇನೆಂದು ತಿಳಿದು.

"ನೀವು ಹೇಳಿದ್ದು ನಿಜವಾದರೆ ಅವನಿಗೆ ಪ್ರಪಂಚದ ಅತಿ ಕೆಟ್ಟ ಪತ್ತೇದಾರ ಎನ್ನಬೇಕು... ಅವನಿಗೆ ಗೂಢಚಾರಿ ಕೆಲಸದ ಎರಡಕ್ಷರವೂ ಗೊತ್ತಿಲ್ಲ, ದಡ್ಡಾ!" ಎಂದುತ್ತರಿಸಿದೆ. ಸರಿ, ಅವಳು ಜಾನಿಯ ಅಡ್ರೆಸ್ ಕೊಟ್ಟಳು, ಬರೆದುಕೊಂಡೆ.

"ಇನ್ನು ನಿಮ್ಮಿಷ್ಟ, ನನಗೆ ಕೋರ್ಟ್ ಇದೆ, ಟೈಮಾಯ್ತು...ಬರ್ತೀನಿ..." ಅಂದಳು.

"ಸಾಯಂಕಾಲ ಅಥವಾ ರಾತ್ರಿ ಊಟಕ್ಕೆ ಸಿಗುತ್ತೀರಾ?" ಎಂದೆ. ಆಶಾಜೀವಿಗಳಲ್ಲಿ ನಾನು ಮೊದಲಿಗ.

"ನೋಡೋಣ, ಫೋನ್ ಮಾಡ್ತೀನಿ, ಬೈ..." ಎಂದಿಟ್ಟಳು. ನಾನೀಗ ನನ್ನ ಟಾಟಾ ನ್ಯಾನೋ ಮಿತ್ರನಿಗೆ ಆಟ ಆಡಿಸೋಣವೆಂದಿದ್ದೆ. ಅವನ ಅಡ್ರೆಸ್ ನನ್ನ ಕೈಯಲ್ಲಿತ್ತು. ಅವನ ಆಫೀಸ್ ಪೋಲಿಸ್ ಕಮೀಶನರ್ ಆಫೀಸಿನ ಎದುರಿನ ಬಿಲ್ಡಿಂಗ್ ಅಂತೆ. ಮೊದಲನೇ ಮಹಡಿ... ವಾರೆವ್ಹಾ, ವಿಪರ್ಯಾಸವೇ!

ನಾನು ಹೊಂಡಾ ಕಾರ್ ಹತ್ತಿ ನೇರವಾಗಿ ಅವನ ಆಫೀಸಿಗೆ ಹೋಗಿ ಆ ಬಿಲ್ಡಿಂಗಿನ ಮುಂದೆ ನಿಂತೆ. ಇಳಿದು ಏನೂ ತಿಳಿಯದವನಂತೆ ಅವನ ಮೊದಲನೆ ಮಹಡಿಯ ಆಫೀಸಿಗೆ ನಡೆಯಹತ್ತಿದೆ... ಹಿಂದೆ ಗಾಬರಿಯಾಗಿ ಓಡೋಡಿ ಬರುತ್ತಿದ್ದ... ಕಂಗಾಲಾಗಿರಬೇಕು, ಖಂಡಿತ! ಬೀದೀಲಿ ಹೋಗೋ ಮಾರಿ ಮನೆಗೆ ಬಂತಲ್ಲ ಎಂದು.

"ಹೇ ಮಿಸ್ಟರ್, ಏನು ಬೇಕಿತ್ತು?" ಎಂದು ಗಾಬರಿಯಾಗಿ ಕೇಳಿ, ಕೀಯಿಂದ ಡೋರ್‌ಲಾಕ್ ತೆಗೆದು ಸರ್ರನೆ ಒಳಹೋದ. ಅವನು ಬಾಗಿಲು ಮುಚ್ಚುವ ಮೊದಲು, ನನ್ನ ಕಾಲಿಟ್ಟು ನೂಕಿದೆ,

ಥೊಪ್ಪನೆ ಟೇಬಲ್ ಹಿಂದಿನ ಚೇರ್‌ನಲ್ಲಿ ಕುಳಿತ.

ನಾನೂ ಅವನ ಎದುರಿ ಹೋಗಿ ನಿಂತೆ... ಬರೀ ಟೆಲಿಫೋನ್ ಬೂತಿನಂತಾ ಆಫೀಸ್... ಒಂದೇ ವಿಸಿಟರ್ ಚೇರ್, ಗೋಡೆಯ ಮೇಲೆ ಫಾರಿನ್ ಮೇಕಿನ ಪೋರ್ಶೆ, ಲಾಮ್ಬೋರ್ಗಿನಿ ಕಾರ್‌ಗಳ ಬಣ್ಣದ ವಾಲ್ ಪೇಪರ್ಸ್ ಅಂಟಿದ್ದವು. ಯಾವುದೇ ಅಮೆಚೂರ್ ಮೆಕ್ಯಾನಿಕ್‌ನ ಕನಸುಗಳಂತೆ...

"ನಿನ್ನ ಹೆಸರೇನು, ಯಾಕಿಲ್ಲಿಗೆ ಫಾಲೋ ಮಾಡ್ಕೊಂಡು ಬಂದಿ?" ಅಂತ ಗದರಿದ... ತಾನೇ ನನ್ನನ್ನು ಫಾಲೋ ಮಾಡಿಕೊಂಡು ಬಂದಿದ್ದನ್ನು ಕೂಡಾ ಮರೆತಿದ್ದ.

"ನಾನು ಕೇಳುವ ಪ್ರಶ್ನೆಗಳನ್ನೆಲ್ಲ ನೀನೇ ಉರು ಹೊಡೆದಂತೆ ಕೇಳುತ್ತಿದ್ದೀಯಲ್ಲ ಜಾನಿ!" ಎಂದು ನನ್ನ ಕಂಕುಳ ಕೆಳಗಿನಿಂದ ಕೋಲ್ಟ್ 0.45 ರಿವಾಲ್ವರ್ ತೆಗೆದು ಅದನ್ನು ಕರ್ಚೀಫಿನಲ್ಲಿ ಒರೆಸತೊಡಗಿದೆ...

ಅದನ್ನು ಕಂಡು ಅವನ ಮುಖದಲ್ಲಿ ಭಯ, ಅಚ್ಚರಿ ಎರಡೂ ಒಟ್ಟಿಗೆ ಆಯಿತು.

"ನೋಡಿ, ಮಿಸ್ಟರ್ ವಿ... ವಿಜಯ್, ನೀವ್ಯಾರೋ ನನ...ನನಗೆ ಗೊತ್ತಿಲ್ಲ" ಎಂದು ತೊದಲಿಬಿಟ್ಟ.

ನಾನು ಪಿಸ್ತೂಲನ್ನು ಅವನತ್ತ ಲಘುವಾಗಿ ತಿರುಗಿಸಿದೆ.

"ಆದರೆ ವಿಜಯ್ ಎಂದು ನನ್ನ ಹೆಸರು ಹೇಗೆ ಗೊತ್ತು...? ಜಾನಿ, ನನಗೆ ಸಮಯ ಹಾಳು ಮಾಡಲು ಮನಸ್ಸಿಲ್ಲ... ನಿನ್ನ ಜೀವವನ್ನು ಹಾಳು ಮಾಡಲೂ ಕೂಡಾ" ಎಂದು ಮೆತ್ತಗೆ ಅವನ ಹಣೆಗೆ ರಿವಾಲ್ವರ್ ನಳಿಕೆ ಹಿಡಿದೆ. ಅದರಲ್ಲಿ ಗುಂಡಿಲ್ಲ ಅನ್ನುವುದು ನನಗೆ ಮಾತ್ರ ಗೊತ್ತು.

"ಹೇಳ್ತೀನಿ... ಸ್ವಲ್ಪ ನೀರು ಕುಡೀತೀನಿ... ಬಿಡಿ" ಎಂದ. ಬೆದರಿ ಮುಖ ಬಿಳಿಚಿಕೊಂಡು ಗೋಡೆಯ ಸುಣ್ಣವನ್ನು ಹೋಲುತಿತ್ತು... ಕೋಲ್ಟ್ 0.45 ರಿವಾಲ್ವರ್ ಬಹಳ ಜನಗಳ ಮೇಲೆ ಇಂತಾ ಪ್ರಭಾವವನ್ನು ಬೀರುತ್ತದೆ.

ಅರ್ಧ ಬಾಟಲ್ ಮಿನರಲ್ ನೀರನ್ನು ಗಟಗಟ ಕುಡಿದ, ತಕ್ಷಣ ನೆತ್ತಿ ಹತ್ತಿತು. ಕೆಮ್ಮಹತ್ತಿದ...

ಪಾಪ, ಇವನಿಗೆ ಇಪ್ಪತ್ತೆರಡು ವರ್ಷ ವಯಸ್ಸಿರಬಹುದು, ಅನುಭವವಿಲ್ಲದವರು ಕ್ರೈಮ್ ಲೋಕಕ್ಕೆ ಬರಬಾರದು ನೋಡಿ.

ನಾನು ಎದುರಿಗೆ ಕೂತೆ. ರಿವಾಲ್ವರ್ ಅವನಿಂದ ಎರಡೇ ಅಡಿ ದೂರದಲ್ಲಿತ್ತು...

"ನೀವು ಪ್ರೈವೇಟ್ ಡಿಟೆಕ್ಟಿವ್, ಬೆಂಗಳೂರಿನಿಂದ ಬರುತ್ತಿದ್ದೀರೆಂದು ನನ್ನ ಗರ್ಲ್ ಫ್ರೆಂಡ್ ಹೇಳಿದಳು... ಏನೋ ಮುಖ್ಯ ವಿಷಯ ಇರಬೇಕೆಂದು ಫಾಲೋ ಮಾಡುತ್ತಿದ್ದೇನೆ. ನನಗೆ ಬಿಜಿನೆಸ್ ಕಮ್ಮಿ ನೋಡಿ!" ಎಂದ. ಅರ್ಧ ಸತ್ಯದಂತಿತ್ತು ಅವನ ಮಾತು.

"ಅವಳಿಗೆ ಹೇಗೆ ಗೊತ್ತು?" ರಿವಾಲ್ವರ್ ಮೇಲೆ ಕೆಳಕ್ಕೆ ಆಡುತ್ತಿದೆ.

"ಲೂಸಿಯಾ ಲಾಯರ್ ಮೇಡಮ್ ಆಫೀಸಿನಲ್ಲಿ ಕಸ ಗುಡಿಸುತ್ತಾಳೆ ಅವಳು... ಮೇಡಮ್ ನಿಮ್ಮ ಬಗ್ಗೆ ಮಾತಾಡಿದ್ದು ಕೇಳಿಸಿಕೊಂಡಳು... ಹಿಂದೆ ಹೀಗೆಲ್ಲ ಹೇಳಿ ನನಗೆ ಸ್ವಲ್ಪ ಕೆಲಸ ತಂದುಕೊಟ್ಟಿದ್ದಾಳೆ... ಲಾಯರ್ ಕೆಲಸಕ್ಕೆ ಬಂದವರಿಗೆ ನನ್ನ ಬಳಿಯೂ ಕೆಲಸವಿರತ್ತೆ ಒಮ್ಮೊಮ್ಮೆ... ನಿಮ್ಮ ಲಾಡ್ಜ್ ಪತ್ತೆಹಚ್ಚಿ ನಾನೇ ನಿಮ್ಮನ್ನು ಹಿಂಬಾಲಿಸುತ್ತಿದ್ದೇನೆ... ನನಗೆ ಗೊತ್ತಿಲ್ಲದ್ದು ಈ ಊರಿನಲ್ಲಿ ಏನಪ್ಪ ಕೇಸ್ ಇರಬಹುದು ಸಿಟಿ ಪತ್ತೇದಾರರಿಗೆ ಎಂದು ಕುತೂಹಲ... ಆದರೆ ನೀವು ನಾನು ಫಾಲೋ ಮಾಡುವುದನ್ನು ಹಿಡಿದು ಬಿಟ್ರಲ್ಲ... ಬಹಳ

ಜಾಣರಿರಬೇಕು!" ಎಂದು ಹುಬ್ಬೇರಿಸಿದ, ಇದೊಂದು ದೊಡ್ಡ ಸಾಧನೆಯೆಂಬಂತೆ.

ನಾನು ಗನ್ ಮುಚ್ಚಿಟ್ಟು ನಕ್ಕೆ. "ನಿನ್ನನ್ನೆ? ಒಬ್ಬ ಎಸ್‌ಎಸ್‌ಎಲ್‌ಸಿ ಓದುವ ಹುಡುಗ ಕೂಡಾ ಕಂಡುಹಿಡಿಯಬಹುದು."

ಅವನ ಮುಖ ಪೆಚ್ಚಾಯ್ತು.

"ಅಷ್ಟು ಪೆದ್ದನೇ ನಾನು? ಏನೋ, ನಾನು ಚಿಕ್ಕ ಊರಿನವನು ಸಾರ್, ಎಲ್ಲಿಗೆ ಹೋಗಲಿ?" ಎಂದ ದಯಾಭಿಕ್ಷೆ ಬೇಡುವಂತೆ.

"ಇನ್ನು ಮೇಲೆ ನನ್ನ ಹಿಂದೆ ಬರಬೇಡ, ಅಷ್ಟೆ! ಈ ಊರಲ್ಲ, ಈ ಲೋಕವನ್ನೇ ಬಿಡಬೇಕಾಗುತ್ತದೆ..." ಎಂದು ಎಚ್ಚರಿಸಿ ಅಲ್ಲಿಂದ ಹೊರಬಿದ್ದೆ. ಅವನಿಂದ ಇನ್ನು ಹೆಚ್ಚು ತೊಂದರೆಯಾಗದು ಎಂದು ವಿಶ್ವಾಸವಿತ್ತು.

ಹೊರಗೆ ಬಂದು ಇನ್ನೊಂದು ಡಬ್ಬಾ ಅಂಗಡಿಯಲ್ಲಿ ಬ್ರೆಡ್ ಸ್ಯಾಂಡ್ವಿಚ್ ತಿಂದು ಕಾಫಿ ಕುಡಿದೆ. ಅದರೇಕೋ ಇನ್ನೂ ಮನಸ್ಸಿಗೆ ಈ ತನಿಖೆಯಿಂದ ಅಷ್ಟು ಸಮಾಧಾನವಾಗಲಿಲ್ಲ... ಇಲ್ಲೇನೋ ಮಿಸ್ ಹೊಡೆಯುತ್ತಿದೆ ಅನಿಸಿತು.

ಅಲ್ಲೇ ಹೊರಗಡೆ ಕಾಯೋಣವೆನಿಸಿತು... ಬಿಲ್ಡಿಂಗ್ ಬಾಗಿಲಿಗೆ ಬೆನ್ನು ಮಾಡಿ ಪೇಪರ್ ಓದುತ್ತಾ ಕಾದೆ. ಸ್ವಲ್ಪ ಹೊತ್ತಿನ ನಂತರ ಒಬ್ಬ ಕಪ್ಪು ಯುವತಿ ಒಳಹೋದಳು, ಮತ್ತೈದು ನಿಮಿಷದಲ್ಲಿ ಜಾನಿ ಜತೆ ಮೆಟ್ಟಲಿಳಿದು ಹೊರಗೆ ಬರುತ್ತಿದ್ದಳು... ಅವನ ಗರ್ಲ್ ಫ್ರೆಂಡ್! ಇವಳನ್ನು ನಾನು ಲೂಸಿಯಾ ಆಫೀಸಿನಲ್ಲಿದ್ದಾಗ ಗಮನಿಸಬೇಕಾಗಿತ್ತು, ಆದರೆ ಅವಳು ಬೇಕಂತಲೇ ಕಾಣಿಸಿರಲಿಲ್ಲವೋ ಅಥವಾ ನಾನು ಬರೇ ಲೂಸಿಯಾಳನ್ನೇ ನೋಡುತ್ತಿದ್ದೆನೋ ಗೊತ್ತಿಲ್ಲ... ಆದರೆ ಈ ಊರಿನಲ್ಲೂ ಕೆಲವರು ನನಗಿಂತಾ ಜಾಣರಿದ್ದಾರೆಯೆ? ಎಂದು ಹೊಟ್ಟೆ ಉರಿಯಿತು

"ನಿನಗೆ ಎಷ್ಟು ಹೇಳಿಕೊಟ್ರೂ ಬುದ್ಧಿ ಬರಲ್ಲ ಜಾನಿ... ಅದೇನು ಉದ್ದಾರ ಆಗುತ್ತೀಯೋ?" ಎಂದು ಅವಳು ಅವನ ಮೇಲೆ ಕೋಪಿಸಿಕೊಂಡು ನುಡಿಯುತ್ತಿದ್ದಂತೆ, ಇಬ್ಬರೂ ನನ್ನ ಪಕ್ಕ ಹಾದು ಹೋದರು. ನನ್ನ ಬಗ್ಗೆಯೇ ಮಾತಾಡಿಕೊಳ್ಳುತ್ತಿರಬೇಕು.

"ಸಾರಿ ಕಣೆ! ನಿನ್ನನ್ನು ಇವಾಗ ಊರಾಚೆ ಇರುವ ಮೀನಿನ ಹೋಟೆಲ್‌ಗೆ ಊಟಕ್ಕೆ ಕರೆದುಕೊಂಡು ಹೋಗುತ್ತೀನಿ ಬಾ" ಎಂದು ಪುಸಲಾಯಿಸಿ ಕಾರ್ ಬಳಿಗೆ ನಡೆದ. ನನ್ನನ್ನು ಮತ್ತೆ ಗಮನಿಸಲೇ ಇಲ್ಲ! ಈ ಜಾನಿಗೆ ಪತ್ತೇದಾರಿ ವಿದ್ಯೆ ಹೇಳಿಕೊಡಲು ಯಾರಿಗೂ ಸಾಧ್ಯವಿಲ್ಲ, ಎನಿಸಿತು.

"ಅದೊಂದೆ ನಿನಗೆ ಬಂದ ಒಳ್ಳೆ ಐಡಿಯಾ ಅಂದರೆ!" ಎಂದು ಉತ್ತರಿಸುತ್ತ ಆ ಯುವತಿ ಅವನ ಹಳದಿ ನ್ಯಾನೋ ಹತ್ತಿದಳು. ಅವನ ಕಾರ್ ಅಲ್ಲಿಂದ ಹೊರಟ ಮೇಲೆ ನಾನೂ ಹೊರಟೆ.

6

ನನ್ನ ಬಳಿ ಇದ್ದ ಹೆಣ್ಣು ದತ್ತು ಕೊಟ್ಟವರ ಲಿಸ್ಟ್‌ನಲ್ಲಿ ಮಾರ್ಚ್‌ನಲ್ಲಿ ಎರಡು ತಂದೆತಾಯಿಯರದಿದ್ದವು. ಮೇ ತಿಂಗಳ ಮುಂಚಿನವು, ಮೃದುಲಾದೇ ಅಲ್ಲದಿದ್ದರೂ ಸ್ವಲ್ಪ ಸಮಕಾಲೀನವಾದದ್ದು...ಅವರ ಅಡ್ರೆಸ್ ಅನ್ನು ಟೆಲೆಫೋನ್ ಡೈರೆಕ್ಟರಿ ವಿಚಾರಣೆಯಲ್ಲಿ ಕಂಡು ಹಿಡಿದೆ. ಒಬ್ಬರ ಮನೆ ಶ್ರೀಮತಿ ಶರ್ಮಿಲಾ ವಾಸುದೇವನ್‌ರವರದು, ಅದೇ ಹತ್ತು ನಿಮಿಷಗಳ ದೂರದಲ್ಲಿತ್ತು. ಅವರೊಂದಿಗೆ ಫೋನ್ ಮಾಡಿ ಅಪಾಯಿಂಟ್ಮೆಂಟ್ ಪಡೆದೆ. ಮನೆಯ ಗೇಟ್ ಮುಂದೆ ದೊಡ್ಡ ಬುಲ್ಡಾಗ್ ನಿಂತಿತ್ತು. ಗುರ್ರ್ ರ್ ಎನ್ನುವಂತಿತ್ತು... ನಾನು ಮಿಲಿಟರಿ ಪೋಲೀಸ್‌ನಲ್ಲಿದ್ದಾಗ ಕಲಿತ ಒಂದು ಟ್ರಿಕ್ ಪ್ರಯೋಗಿಸಿದೆ... ಒಂದು ವಿಶೇಷ ಬಗೆಯ ವಿಸಲ್ 'ಸಿಳ್‌ಳ್ಳ್!!' ಎಂದು ಸಿಳ್ಳೆ ಹೊಡೆದೆ...

ಅದು ತಕ್ಷಣ ಮೆತ್ತಗಾಗಿ ಕಿವಿಯಾಡಿಸುತ್ತಾ ನೆಲಕ್ಕೆ ಮಲಗಿತು ಕುಯ್ ಗುಟ್ಟುತ್ತಾ...

"ವಾ, ವಾಟ್ ಅ ಟ್ರಿಕ್! ಅದು ಯಾರಿಗೂ ಬಗ್ಗಲ್ಲ; ಅಂತದರಲ್ಲಿ !!" ಅಂದರು ಬಾಗಿಲಿನಲ್ಲಿ ನಿಂತ ಅರವತ್ತು ವಯಸ್ಸಿನ ದಢೂತಿ ಮಧ್ಯವಯಸ್ಕೆ.

"ಶರ್ಮಿಲಾ ವಾಸುದೇವನ್ ತಾನೆ?" ಅಂದೆ ತೆಪ್ಪಗಾಗಿದ್ದ ಆಕೆಯ ನಾಯಿಯ ಪಕ್ಕದಲ್ಲಿ ಒಳಹೋಗುತ್ತಾ.

"ಹೌದು ಬನ್ನಿ" ಎಂದು ಒಳಕರೆದರು. ಲಕ್ಷಣವಾದ ಶ್ರೀಮಂತರ ಬಂಗಲೆ.

ಅವರ ಕೈಯಲ್ಲಿ ಕುಕರಿ ಪುಸ್ತಕವಿತ್ತು. ಅವರ ಅಡಿಗೆ ಮನೆಯಿಂದ ಘಮಘಮ ವಾಸನೆ ಬರುತಿತ್ತು.

"ನನಗೆ ಊಟ ಅಂದರಿಷ್ಟ. ಹೊಸ-ಹೊಸ ಅಡಿಗೆ ಮಾಡುವುದು ನನ್ನ ಒಳ್ಳೇ ಹಾಬಿ" ಎಂದರು ನನಗೆ ವಿವರಿಸುತ್ತಾ.

ಇಂತಾ ಒಳ್ಳೆ ಹಾಬಿಯಿಂದ ಆಕೆ ದಢೂತಿಯಾಗಿ ಉಬ್ಬಸ ಪಡುವುದು ಎದುರಿಗೇ ಗೋಚರವಾಗುತ್ತಿತ್ತು.

"ನಾನೊಬ್ಬ ಖಾಸಗಿ ಪತ್ತೇದಾರ" ಎಂದ ತಕ್ಷಣವೇ, "ಓಹ್, ಎಷ್ಟು ರೋಮಾಂಚಕ... ಆ ಜೇಮ್ಸ್ ಬಾಂಡ್, ಜೇಸನ್ ಬೌರ್ನ್ ತರಹವೇ...? ಒಳ್ಳೊಳ್ಳೇ ಹೀರೋಯಿನ್ಸ್ ಇರುತ್ತಾರೆ ಅವರ ಜತೆ" ಅಂದರು. ಸಿನೆಮಾ ಟಿ ವಿ ನೋಡಿ ಮಾರುಹೋಗದವರಿಲ್ಲ.

"ನಾನು ಅವರಷ್ಟು ಅದೃಷ್ಟವಂತನಲ್ಲ" ಅಂದೆ.

ಒಳಗಿನಿಂದ ಏಲಕ್ಕಿ ಚಹಾ ತಂದು ಕೊಟ್ಟರು. ಕುಡಿಯುತ್ತಾ, "ನೀವು ಮೂವತ್ತೈದು ವರ್ಷದ ಹಿಂದೆ ಮಗುವನ್ನು ದತ್ತು ಕೊಟ್ಟಿದ್ದು ನಿಜವೇ? ಏಕೆ ಎಂದು ಕೇಳಬಹುದೆ?" ಎಂದೆ.

ಆಕೆಯ ಮುಖ ಸ್ವಲ್ಪ ಸಪ್ಪಗಾಯಿತು. "ಅದನ್ನು ಕೇಳದಿದ್ರೆ ವಾಸಿ, ನಾನು ಆಗ ಹದಿನೆಂಟು ದಾಟಿದ್ದೆ. ಅಪ್ಪನಿಗೆ ಎದುರು ವಾದಿಸಿ ನಾನೊಬ್ಬ ಸೈನಿಕನನ್ನು ಮದುವೆಯಾಗಿದ್ದೆ... ಅವರು ಯುದ್ಧದಲ್ಲಿ ಸತ್ತು ಹೋದ್ರು. ಅಪ್ಪ ನನ್ನನ್ನು ವಾಪಸ್ ಮನೆಗೆ ಬರುವ ಮುನ್ನ ಆ ಮಗುವನ್ನು ಮಕ್ಕಳಿಲ್ಲದ ತಮ್ಮ ತಂಗಿ ಭಾವನಿಗೆ ದತ್ತು ಕೊಡಿಸಿದರು, ನನಗೆ ನಂತರ ಬೇರೆ ಮದುವೆ ಮಾಡಿದರು... ಈಗಿನ ನನ್ನ ಪತಿ ಹೋಗಿಬಿಟ್ಟು ಐದು ವರ್ಷವೇ ಆಯ್ತು... ಈ ಪ್ರಶ್ನೆ ಯಾಕೆ ಈಗ? ನನ್ನ ಮಗಳು ಚೆನ್ನಾಗಿಯೇ ಬೆಳೆಯುತ್ತಿದ್ದಾಳೆ..." ಎಂದರು ನನ್ನ ಮುಖ ನೋಡುತ್ತಾ, ಪ್ರಶ್ನಾರ್ಥಕವಾಗಿ. ನಾನು ಮತ್ತೆ ಇನ್ನೊಂದು ಹೆಸರನ್ನು ಮುಂದಿಟ್ಟೆ

ನನ್ನ ಬಳಿಯಿದ್ದ ಎರಡನೆ ಹೆಸರಿನಾಕೆ ಆಗಿನ ಕಾಲಕ್ಕೆ ಆಕೆಯ ಗೆಳತಿಯೇ ಅಂತೆ. ಹೆಸರು ಶ್ರೀಮತಿ ಸಿವರಾಮನ್ ಎಂದು... ಆಕೆಯೂ ಹೆಣ್ಣು ಮಗು ದತ್ತು ಕೊಟ್ಟ ಅಮ್ಮ. ಆದರೆ ಆಕೆ ಸತ್ತು ಸ್ವಲ್ಪ ವರ್ಷಗಳೆ ಆಗಿತ್ತೆಂದರು.

ಆಗ ನಾನು ವಿಧಿಯಿಲ್ಲದೆ ಕೊನೆಗೆ ಮೃದುಲಾ ಕೇಸ್ ಎತ್ತಿ, ಆಕೆ ಹುಟ್ಟಿದ್ದು ಮೇ ತಿಂಗಳಾದರೂ ಅದಕ್ಕಿಂತಾ ಹತ್ತಿರದ ಮಾಹಿತಿ ನನ್ನಲ್ಲಿಲ್ಲವಾದ್ದರಿಂದ ಏನಾದರೂ ಸುಳಿವು ಸಿಕ್ಕೀತು ಎಂದೇ ನಿಮ್ಮ ಬಳಿಗೆ ಬಂದಿದ್ದೇನೆ ಎಂದೆಲ್ಲ ವಿವರಿಸಬೇಕಾಯಿತು.

"ನಿಮಗೆಲ್ಲ ಆಗಿನ ಕಾಲದಲ್ಲಿ ಯಾವ ಆಸ್ಪತ್ರೆಯಲ್ಲಿ ಹೆರಿಗೆಯಾಗುತ್ತಿತ್ತು?" ಎಂದು ವಿಚಾರಿಸಿದೆ. ಆಗ ಹೆಚ್ಚು ಆಸ್ಪತ್ರೆಗಳಂತೂ ಇರಲಾರದು ಎಂಬಂತೆ.

"ಆಸ್ಪತ್ರೆಯೆ? ಎಲ್ಲಿತ್ತು ಈ ಸುಡುಗಾಡು ಊರಿನಲ್ಲಿ, ಆ ಕಾಲದಲ್ಲಿ? ಒಂದು ಸಣ್ಣ ಕ್ಲಿನಿಕ್‌ನಲ್ಲಿ ಸೂಲಗಿತ್ತಿ ಸುಬ್ಬಮ್ಮ ಅನ್ನೋಳು ನಮಗೆಲ್ಲ ಹೆರಿಗೆ ಮಾಡುತಿದ್ಲು..."

ಸಧ್ಯ! ಒಂದು ಸುಳಿವು !

"ಆಕೆ ಇನ್ನೂ ಬದುಕಿದ್ದಾಳೆಯೆ?"ಎಂದೆ ಕುತೂಹಲದಿಂದ.

"ಇದ್ದಾಳಂತೆ ಇಲ್ಲಿನ ಮೆಂಟಲ್ ಆಸ್ಪತ್ರೆಯಲ್ಲಿ. ಯಾರನ್ನೂ ಮಾತಾಡಿಸುವುದಿಲ್ಲ... ಹುಚ್ಚು ಹಿಡಿದಿದೆ ಅನ್ನುತ್ತಾರೆ" ಎಂದರು, ಇಂತಾ ಹುಚ್ಚಿಯರ ಬಗ್ಗೆ ವಿಚಾರಿಸಲು ಬಂದ ನಾನೆಂತಾ ಹುಚ್ಚನಿರಬೇಕೆಂದು ಆಕೆಯ ಮುಖಭಾವ ಸೂಚಿಸುತಿತ್ತು.

ಕೊನೆಗೆ ತನ್ನ ಹೊಸ ರುಚಿ ಅಡುಗೆ ತಿಂದೇ ಹೋಗಬೇಕೆಂದು ಬಲವಂತ ಮಾಡಿದರು ಆಕೆ... ನನಗೆ ಹೊಟ್ಟೆ ಸರಿಯಿಲ್ಲವೆಂದು ಹೇಳಿ ಧನ್ಯವಾದದೊಂದಿಗೆ

ಅಲ್ಲಿಂದ ಮೆಲ್ಲಗೆ ಹೊರಬಿದ್ದೆ. ನನಗೆ ಹೊಟ್ಟೆ, ತಲೆ ಎರಡೂ ಒಟ್ಟಿಗೆ ಕೆಡಬಾರದು ನೋಡಿ!

ನನ್ನ ಮುಂದಿನ ಹೆಜ್ಜೆ ಅಲ್ಲಿನ ಮಾನಸಿಕ ಆಸ್ಪತ್ರೆಯತ್ತ ಸಾಗಿತ್ತು. ಈಗ ನ್ಯಾನೋ ಕಾರ್ ನನ್ನ ಕಾರಿನ ಹಿಂದಿರಲಿಲ್ಲ, ಆ ಕದ್ದು ಕೇಳುವ ಗರ್ಲ್ ಫ್ರೆಂಡ್ ಜತೆ ಜಾನಿ ಹೊರಟುಹೋಗಿದ್ದನಲ್ಲ!

ನಾನಂದುಕೊಂಡಂತೆಯೇ ನನಗೆ ಅಲ್ಲಿಯ ಮೆಂಟಲ್ ಆಸ್ಪತ್ರೆಯಲ್ಲಿ ರೋಗಿಯ ಬಳಿಗೆ ಪ್ರವೇಶ ಸಿಕ್ಕಲಿಲ್ಲ. ಆದರೆ ಲೂಸಿಯಾ ಹೆಸರನ್ನು ಹೇಳಿ, ಕೊನೆಗೆ ಅವಳಿಂದ ಮುಖ್ಯ ಡಾಕ್ಟರಿಗೆ ಫೋನ್ ಮಾಡಿಸಿ, ಹೇಗೋ ಒಬ್ಬ ನರ್ಸ್ ಮೂಲಕ ಒಳಗೆ ಒಂದು ಸಂದೇಶ ಕಳಿಸಲು ಪುಸಲಾಯಿಸಿದೆ.

“ಮೃದುಲಾ ತರಹ ಹೆಣ್ಣು ಮಗುವಿನ ಕೇಸ್ ನಿನಗೆ ಗೊತ್ತೆ, 1980ರ ಮೇ ತಿಂಗಳಲ್ಲಿ ಹುಟ್ಟಿದ್ದು?” ಎಂದು ಪ್ರಶ್ನೆಯನ್ನು ಒಂದು ಖಾಲಿ ಪೇಪರ್‌ನಲ್ಲಿ ಕೇಳಿ ಕಳಿಸಿದೆ, ಆ ಸೂಲಗಿತ್ತಿಗೆ... ಮೇ ತಿಂಗಳಲ್ಲಿ ಹುಟ್ಟಿದ ನಾಲ್ಕು ಕಂದಗಳಲ್ಲಿ ಒಬ್ಬಳಿಗಾದರೂ ಈಕೆ ಹೆರಿಗೆ ಮಾಡಿರಬಹುದೆಂದು ಗುಮಾನಿ. ಅದೂ ಒಬ್ಬ ಹುಚ್ಚಿಯಿಂದ, ಮೂವತ್ತೈದು ವರ್ಷದ ಹಳೇ ಕೇಸ್ ವಿಚಾರಣೆಗೆ ಸರಿಯಾದ ಉತ್ತರ ಬರಬಹುದೆಂಬ ಬಹಳ ಭರವಸೆಯೇನಿರಲಿಲ್ಲ... ಆದರೆ ನನಗೆ ಅಚ್ಚರಿಯಾಗುವಂತಹ ಉತ್ತರ ಬಂತು.

ನನ್ನ ಚೀಟಿಯಲ್ಲಿ ಹುಚ್ಚಿ ಸುಬ್ಬಮ್ಮ ಉತ್ತರ ಬರೆದು ಕಳಿಸಿದು ಹೀಗೆ:

“ಯಾರನ್ನಾದರೂ ನಂಬಿ, ಆದರೆ ನಂಬೂದರಿಯನ್ನು ನಂಬಬಾರದು”.

ಹಿಂದಿಲ್ಲ, ಮುಂದಿಲ್ಲ... ಒಗಟಿನಂತಿದೆ! ಏನಿದರ ಅರ್ಥ...? ಯಾರು ಈ ನಂಬೂದರಿ, ನಾನೇಕೆ ನಂಬಬಾರದು? ಮೃದುಲಾ ತರಹದ ಹೆಣ್ಣು ಮಗುವಿನ ಬಗ್ಗೆ ಏನಾದರೂ ಹೇಳು ಅಂದರೆ ಹುಚ್ಚಿಯ ಮನಸ್ಸಿನಲ್ಲಿ ಯಾರ ಬಗ್ಗೆ ಈ ಯೋಚನೆ ಬಂದಿರಬಹುದು...? ಈ ಒಗಟು ಮೃದುಲಾದೋ ಅಥವಾ ಮಿಕ್ಕ ಮೂರು ಹೆಣ್ಣು ಮಕ್ಕಳು ಆ ತಿಂಗಳು ಹುಟ್ಟಿದವಲ್ಲ, ಅವರದೋ? ಎಂದು ತಲೆ ಜೇನುಗೂಡಿನಂತೆ ಗುಂಯ್ಗುಡುತ್ತಿರಲು ಅಲ್ಲಿಂದ ಹಿಂತಿರುಗಿ ಹೊರಟೆ.

ಇದೇಕೋ ಈ ಸಮಸ್ಯೆ ಬರುಬರುತ್ತಾ ಜಟಿಲವೇ ಆಗುತ್ತಾ ಹೋಗುತ್ತಿದೆ... ಎಲ್ಲಿಯೂ ಹೊಸ ಬೆಳಕು ಕಾಣುತ್ತಿಲ್ಲ ಎಂದು ಯೋಚಿಸುತ್ತಾ ಯಾವುದೋ ಒಂದು ರಸ್ತೆಗೆ ನಿಧಾನವಾಗಿ ಡ್ರೈವ್ ಮಾಡಿಕೊಂಡು ಬಂದಿದ್ದೆ... ‘ಕಮಲಾನಗರ ನಾಲ್ಕನೇ ಕ್ರಾಸ್’ ಎಂದಿದೆ... ಓಹ್! ಜಾನಿಯ ಮನೆಯ ಅಡ್ರೆಸ್ ಇಲ್ಲಿಯೇ ಎಂದು ಲೂಸಿಯಾ ಹೇಳಿರಲಿಲ್ಲವೇ...? ಅಡ್ರೆಸ್ ತೆಗೆದು ನೋಡಿದೆ,

ಹೌದು!

ಸರಿ, ಇದೊಂದು ಚಾನ್ಸ್ ನೋಡಿಯೇಬಿಡಬೇಕು...

ಆ ರಸ್ತೆಯಲ್ಲಿ ಅವನ ಮನೆ ಹುಡುಕಲು ಕಷ್ಟವೇನಾಗಲಿಲ್ಲ... ಅವನ ಮನೆಯ ಡೋರ್ ಲಾಕ್ ಕೂಡಾ ನನಗೆ ಬೆವರಿಳಿಸಲಿಲ್ಲ. ಖ್ಯಾತ ಪತ್ತೇದಾರನ ಕೈಚಳಕದಲ್ಲಿ ಕದ್ದು ಮುಚ್ಚಿ ಬೀಗ ಮುರಿಯುವುದೂ ಒಂದು. ಒಂದು ಚಿಕ್ಕ ಹೇರ್‌ಪಿನ್ ಮತ್ತು ಎರಡು ನಿಮಿಷಗಳ ಕೆಲಸ! ಸುಲಭವಾಗಿ ಅವನ ಮನೆಯ ಒಳಕ್ಕೆ ಹೋದೆ, ಅವನು ಇನ್ನೂ ಹೆಚ್ಚು ಹೊತ್ತು ತನ್ನ ಗರ್ಲ್‌ಫ್ರೆಂಡ್ ಜತೆಯಲ್ಲೇ ಕಳೆಯಲಿ ಎಂಬ ಆಶಯದಿಂದ.

ಆ ಮನೆಯ ಸಾಧಾರಣ ಹಾಲಿನಲ್ಲಿ ಸರ್ವೇ ಸಾಧಾರಣ ಮನೆಯ ಉಪಕರಣಗಳು... ಹರಿದಿದ್ದ ಸೋಫಾ ಕವರ್, ನೆಲದ ಮೇಲೆ ಅರೆ ಕುಡಿದ ಬಿಯರ್ ಬಾಟಲ್, ಖಾಲಿ ಚಿಪ್ಸ್ ಪ್ಯಾಕೆಟ್... ಮೂಲೆಯಲ್ಲಿ ಸಿಗರೇಟ್ ಪ್ಯಾಕೆಟ್ಸ್ ಕುಪ್ಪೆ.

ಈ ಜಾನಿ ಮಹಾ ಸೋಮಾರಿ ಬೇರೆ, ಪೆದ್ದನಲ್ಲದೇ!

ಹುಡುಕುತ್ತಾ ಹೋದಂತೆ ಬೆಡ್ರೂಮಿನ ಸೈಡ್ ಶೆಲ್ಫಿನಲ್ಲಿ ಹಲವಾರು ಪತ್ರಗಳ ಫೈಲ್ ಕಾಣಿಸಿತು. ಅದರ ಪಕ್ಕದ ಗೋಡೆಯಲ್ಲಿ ಏನೋ ನ್ಯೂಸ್ ಪೇಪರ್ ಕಟಿಂಗ್ಸ್ ಅಂಟಿಸಿದ್ದಾನೆ... ಲೈಟ್ ಹಾಕಿಯೇ ನೋಡಿದೆ...

ನನಗೆ ದಿಗ್ಭ್ರಮೆಯಾಯಿತು.!! ಎಲ್ಲವೂ ನ್ಯೂಸ್ ಪೇಪರ್ಸ್ ಮತ್ತು ಮ್ಯಾಗಝಿನ್ಸ್ ನಲ್ಲಿ ಮೃದುಲಾ ಹೊಸಮನಿ ಬಗ್ಗೆ ಬಂದ ಲೇಖನಗಳ ಭಾಗಗಳೇ... ಆಕೆಯ ಹೆಸರನ್ನು ಕೆಂಪು ಇಂಕಿನಲ್ಲಿ ಸುತ್ತಿದ್ದಾನೆ, ಆಕೆಯ ಚಿತ್ರದ ಮೇಲೆ ಚೆಕ್ ಮಾರ್ಕ್ ಹಾಕಿದ್ದಾನೆ, ಪಕ್ಕದಲ್ಲಿ 'ಪೋಸ್ಟ್ ಮಾಡಿದ ಡೇಟ್ಸ್' ಎಂದು ಬರೆದಿದ್ದಾನೆ... ಅಂದರೆ ಏನಿದರ ಮರ್ಮ?

ಅವನ ಫೈಲ್ಸ್ ಎಲ್ಲ ಕಿತ್ತು, ಅವನ ಕೊಳಕು ಹಾಸಿಗೆಯ ಮೇಲೆ ಹರಡಿದೆ... ಒಂದೊಂದಾಗಿ ಪರೀಕ್ಷಿಸುತ್ತಾ ಹೋದೆ. ಮೊದಲ ಫೈಲ್ಸ್‌ನಲ್ಲಿ ಅವನ ಫೋನ್ ಬಿಲ್ಸ್, ಅಂಗಡಿಗಳ ಬಿಲ್ಸ್ ಮತ್ತು ಆಫೀಸಿನ ಬಾಡಿಗೆ ಕಟ್ಟಿದ್ದರ ರಸೀತಿಗಳು... ಮತ್ತು ಶಾಂತಿ ಎಂಬ ಹೆಣ್ಣಿಗೆ ಕಳಿಸಿದ ಕೆಲವು ಚಿತ್ರಗಳು, ಪತ್ರಗಳ ಕಾಪಿಗಳು... ಮುಖ ನೋಡಿದರೆ ಈಗ ಅವನ ಜತೆಯಲ್ಲಿ ನೋಡಿದ್ದೆನಲ್ಲ, ಅವಳೇ, ಅನುಮಾನವಿಲ್ಲ. ಅದು ಹೋಗಲಿ ಬಿಡಿ...

ಅದರೆ ಎರಡನೆ ಫೈಲಿನಲ್ಲಿ ಬರೀ ಒಬ್ಬ ಲಾಯರ್ ಆಫೀಸಿಗೆ ಕಳಿಸಿದ ಪತ್ರಗಳು ಮತ್ತು ಆ ಆಫೀಸಿನಿಂದ ಇವನಿಗೆ ಬಂದ ಪೇಮೆಂಟ್ಸ್ ರಸೀತಿಗಳು...

ಆ ಲಾಯರ್ ಹೆಸರು ಫರ್ನಾಂಡೆಸ್! ಮೃದುಲಾರ ಸ್ವಂತ ವಕೀಲರು! ನನ್ನ ಕಕ್ಷಿದಾರರೇ!

ಬೆಂಗಳೂರಿನ ಆಫೀಸ್ ಅಡ್ರೆಸ್, ನನಗೆ ಅವರು ಕೊಟ್ಟಿದ್ದ ವಿಸಿಟಿಂಗ್ ಕಾರ್ಡ್‌ನಲ್ಲಿದ್ದಿದ್ದೇ!

ಸುಮಾರು ಎರಡು ಸಲ ಈ ಹಿಂದಿನ ಒಂದೊಂದು ತಿಂಗಳಿಗೆ ಜಾನಿಗೆ ಚೆಕ್ ರೂ. 50,000 ನೀಡಿದ್ದರ ಪುರಾವೆ ಇಲ್ಲಿದೆ... ನನಗೆ ಈಗ ಬೆವರಿಳಿಯಿತು, ಈ ಡಿಸೆಂಬರ್ ರಾತ್ರಿಯಲ್ಲೂ... ತಕ್ಷಣ ಮತ್ತೆಲ್ಲ ಪೇಪರ್ಸ್ ಕಿತ್ತು ಬಿಸಾಕಿದೆ... ಅಲ್ಲಲ್ಲಿ ಕಪ್ಪು ಕೆಂಪು ಅಕ್ಷರದಲ್ಲಿ "ಕಪ್ಪು ನದಿ=??"ಎಂದು ಅರ್ಥ ಬರೆದು ಬಿಟ್ಟಿದ್ದಾನೆ... ಇನ್ನು ಕೆಲವು ರಫ್ ಕಾಗದಗಳಲ್ಲಿ "ಮುಂದಿದೆ___ ಹಬ್ಬ???" ಎಂದು ಯೋಚಿಸಿ ಗೊತ್ತಾಗದೇ ಬಿಟ್ಟಿದ್ದಾನೆ...

ಹಾಗಾದರೆ ಅದೆಲ್ಲ ಇವನೇ ಆ ಬ್ಲ್ಯಾಕ್ ಮೈಲ್ ಪತ್ರಗಳನ್ನು ಬರೆಯಲು ನಡೆಸಿದ ಸಿದ್ಧತೆಗಳು...!! ಅಂದರೆ ಇವನು ಬ್ಲ್ಯಾಕ್ ಮೈಲ್ ಮಾಡಿದಾಗ ಯಾರಿದು ಎಂದು ನಮ್ಮವರಿಗೆ ಗೊತ್ತಿತ್ತು... ಅವನಿಗೆ ಕೇಳಿದಷ್ಟು ಎರಡೂ ಪತ್ರಗಳಿಗೆ 50, 50 ಸಾವಿರ ರೂ ಕೂಡಾ ಕೊಟ್ಟಿದ್ದಾರೆ ಅನಿಸುತ್ತೆ... ಆದರೆ ನನ್ನ ಬಳಿ ಸುಳ್ಳು ಹೇಳಿ ಇಲ್ಲಿಗೆ ಕಳಿಸಿದ್ದಾರೆ!

ಯಾಕೆ?

ನಾನು ಮಹಾ ನ್ಯಾಯ ನೀತಿ ಅನ್ನುವ ಪ್ರಾಣಿ, ಜೋಕ್ ಮಾಡುವುದು ಬಿಟ್ಟರೆ ಅದೊಂದೇ ನನಗೆ ಪರಮ ಪ್ರಿಯವಾಗಿರುವುದು... ನನಗೆ ಮೃದುಲಾ ಕಡೆಯವರ ಮೇಲೆ ಸಿಟ್ಟು ಉಕ್ಕಿತ್ತು... ನನ್ನ ಕಕ್ಷಿದಾರರೇ ಆಗಿ ಬಂದು, ವಿಷಯ ಗುಪ್ತವಾಗಿರಲಿ ಎಂದು ನನ್ನಿಂದ ವಾಗ್ದಾನ ಪಡೆದವರು, ನನ್ನಿಂದಲೇ ಬ್ಲ್ಯಾಕ್‌ಮೈಲರನ್ನು ಗುಪ್ತವಾಗಿಟ್ಟಿದ್ದಕ್ಕೆ...

ಆದರೆ ಇದಕ್ಕೂ ಹೆಚ್ಚಿನ ಶಾಕ್ ನನಗೆ ಕೊನೆಯ ಹಳೆ ಹರಿದ ಪತ್ರಗಳ ಫೈಲಿನಲ್ಲಿ ನೋಡಿದಾಗ ಆಯಿತು. ಹಳೆಯದಾಗಿ ಮಾಸಿಹೋಗಿರುವ ರಿಜಿಸ್ಟ್ರಾರ್ ಆಫೀಸಿನ ಮೇ ತಿಂಗಳ ದತ್ತು ಮಕ್ಕಳ ರೆಕಾರ್ಡ್ಸ್ ಇದರಲ್ಲಿದೆ...

ಇವನ ಬಳಿ! ಹೇಗೆ ಬಂತು...?? ತಾನಂತೂ ಅಪ್ಲಿಕೇಶನ್ ಹಾಕಿರಲಾರ... ಇಲ್ಲವೇ ಕದ್ದಿರಬೇಕು...

ಓಹ್ ಗಾಡ್, ನನ್ನ ತಲೆಯನ್ನು ಮಾರಿದರೆ ಯಾವ ಲ್ಯಾಬ್‌ನವರೂ ತೆಗೆದುಕೊಳ್ಳಲಾರರು... ಬೆಳೆಯದ ಬ್ರೈನ್ ಎಂದು...

ಈಗ ಗೊತ್ತಾಗುತ್ತಿದೆ!!! ನಾನು ಆ ಕೆಲಸದವಳನ್ನು ನೋಡಿದ್ದು ರಿಜಿಸ್ಟ್ರಾರ್ ಆಫೀಸಿನಿಂದ ಹೊರಬರುವಾಗ ಡಿಕ್ಕಿ ಹೊಡೆದಾಗ ಅಲ್ಲವೇ...? ಹೂಂ, ಸಂದೇಹವೆ ಇಲ್ಲ... ಮತ್ತೆ ಜಾನಿ ಅವಳು ನನ್ನ ಗರ್ಲ್ ಫ್ರೆಂಡ್; ಲೂಸಿಯಾ ಆಫೀಸಿನಲ್ಲಿ ನನ್ನ ಬಗ್ಗೆ ಕದ್ದು ಕೇಳಿದ್ದಳು ಅಂದಿದ್ದನಲ್ಲ...? ಹೌದು, ಯಾಕಿರಬಾರದು, ಎರಡು ಆಫೀಸಿಗೂ ಅವಳೇ ಕಸ ಗುಡಿಸುತ್ತಿರಬೇಕು...ಇದು ಚಿಕ್ಕ ಊರು, ಏನಿದೆ ಆಶ್ಚರ್ಯ...?

ಅದಕ್ಕಿಂತ ಹೆಚ್ಚಾಗಿ ಜಾನಿಗೆ ಬ್ಲ್ಯಾಕ್‌ಮೈಲ್‌ನಲ್ಲಿ ಒತ್ತಾಸೆಯಾಗಿ ನಿಂತು, ಅನುಮಾನ ಬಂದ ಮೇ ತಿಂಗಳ ರೆಕಾರ್ಡ್ಸ್ ಕದಿಯಲು ಆ ದರಿದ್ರ ಸರಕಾರಿ

ಆಫೀಸಿನಿಂದ ಅವಳಿಗೆ ಕಷ್ಟವೇನಾದೀತು... ಎಲ್ಲ ಕಡೆ ಕಸ ಗುಡಿಸಿಕೊಂಡು ಬರುವಾಗ...?

ಆದರೆ ಒಂದು ನಿಮಿಷ ತಾಳಪ್ಪಾ, ಪತ್ತೇದಾರಿ ಮೇಧಾವಿ! ಎಂದು ಬುದ್ಧಿ ಹೇಳಿದೆ... ಈ ಜಾನಿಯಂತವನಿಗೆ ಮೃದುಲಾ ಬಗ್ಗೆ ತಿಳಿದಿದ್ದು ಹೇಗೆ, ಮೂವತ್ತೈದು ವರ್ಷದ ಹಿಂದೆ ಮೇ ತಿಂಗಳಲ್ಲೇ ದತ್ತು ಪಡೆದ ಕತೆಯ ವಿವರಗಳು ಎಲ್ಲಿ ಸಿಕ್ಕವು...? ಹೇಗೆ... ಹೇಗೆ?

ಹಾಗಾದರೆ ಅವನು ನಾನು ತಿಳಿದಂತೆ ಪೆದ್ದನಂತೂ ಅಲ್ಲ, ಒಳ್ಳೆ ಪತ್ತೆದಾರನೇ; ಆದರೆ ಕೆಟ್ಟ ದಾರಿ ತುಳಿದಿದ್ದಾನೆ! ನನಗಿಂತ ಒಂದೆರಡು ಹೆಜ್ಜೆ ಮುಂದೆಯೇ ಇದ್ದಾನೆ, ಈ ವಿಚಾರಣೆಯಲ್ಲಿ ಪ್ರಗತಿ ಸಾಧಿಸುವಲ್ಲಿ! ಆದರೆ ನಮ್ಮವರು ಇವನ ಬ್ಲ್ಯಾಕ್‌ಮೈಲಿಗೆ ಒಪ್ಪುವಂತಹ ಸೀಕ್ರೆಟ್ ಏನು ಹೇಳಿರಬಹುದು?

ತಲೆ ಸಿಡಿಯುವಂತಾಯ್ತು... ಮೇ ತಿಂಗಳ ಮಕ್ಕಳ ದತ್ತು ರೆಕಾರ್ಡ್ಸ್ ಎಲ್ಲವನ್ನೂ ಜೇಬಿಗೆ ತುರುಕಿಕೊಂಡೆ... ಮಿಕ್ಕ ಎಲ್ಲ ಪತ್ರಗಳನ್ನು ಕೆದರಿ ಹರಡಿ ಹಾಗೆಯೇ ಎದ್ದು ಬಂದೆ... ಜಾನಿಗೆ ತಿಳಿದರೆ ಹಾಳಾಗಿ ಹೋಗಲಿ ಏನು ಮಾಡಬಲ್ಲ...? ಅವನ ಮನೆಯ ಬಾಗಿಲನ್ನು ಲಾಕ್ ಮಾಡಿ ಹೊರಬಂದೆ...

ಅದೇ ಕ್ಷಣವೇ "ಠಪ್‌ಪ್!" ಎಂದು ನನ್ನ ತಲೆಯ ಹಿಂಭಾಗಕ್ಕೆ ಆ ಪ್ಯಾಸೇಜಿನಲ್ಲಿ ಕಾದು ಕುಳಿತಿದ್ದವನೊಬ್ಬ ಜೋರಾಗಿ ಬಡಿದಿದ್ದ... "ದರಿದ್ರ ಜಾನಿ!" ಎಂದು ಅವನು ಕಿರುಚಿದ್ದು ನನಗೆ ಕಣ್ಕತ್ತಲೆ ಬರುತ್ತಿರುವಂತೆಯೇ ಕೇಳಿಸಿತು. ಅಷ್ಟೇ ನನಗೆ ಜ್ಞಾಪಕವಿರುವುದು; ನನ್ನ ಜಗತ್ತು ಕತ್ತಲಾಗಿತ್ತು, ಕುಸಿದಿದ್ದೆ.

7

ನನಗೆಚ್ಚರವಾದಾಗ, ಜಾನಿ ಮನೆಯ ಬಾಗಿಲಿನಲ್ಲೇ ಬಿದ್ದಿದ್ದೆ, ತಲೆಯಲ್ಲಿ ಬಾಂಬ್ ಸಿಡಿದಂತೆ ನೋಯುತಿತ್ತು... ಮುಖ ಕಿವಿಚಿಕೊಂಡೆದ್ದೆ. ಮುಟ್ಟಿನೋಡಿದರೆ ತಲೆಯ ಹಿಂದೆ ಬೋರೆ ಬಂದಿತ್ತು. ತೂರಾಡುತ್ತಾ ಎದ್ದು ಅತ್ತಿತ್ತ ನೋಡಿದೆ. ಹತ್ತು ನಿಮಿಷಗಳೇ ಕಳೆದಿರಬಹುದು... ಯಾರೂ ಇಲ್ಲ... ಗಾಬರಿಯಿಂದ ನನ್ನ ಜೇಬು ಮುಟ್ಟಿ ನೋಡಿದೆ, ಆ ಎಲ್ಲ ಪತ್ರಗಳು ಅಲ್ಲೇ ಇವೆ...

ನನ್ನ ಮೇಲೆ ದಾಳಿ ಮಾಡಿದವನು ನನ್ನನ್ನೇ ಕತ್ತಲಲ್ಲಿ ಜಾನಿ ಎಂದು ತಪ್ಪು ತಿಳಿದಿರಬಹುದೆಂದು ಅರಿವಾಯಿತು. ಅವನಿಗೆ ಈ ಪತ್ರಗಳು ಬೇಕಿರಲಿಲ್ಲವೆ?

ಏಕೆ? ಅವನು ಜಾನಿಯ ವೈರಿಯೆ? ಅದಕ್ಕೇ ತನ್ನ ತಪ್ಪಿನ ಅರಿವಾಗಿ ನನ್ನನ್ನು ಬಿಟ್ಟು ಹೋದನೆ? ಯಾರು?

ನನ್ನ ಕಾರನ್ನು ಸಿಡಿಯುವ ತಲೆಯಲ್ಲೇ ಕೆಟ್ಟದಾಗಿ ಗೇರ್ ಕದಲಿಸುತ್ತಾ, ವಡ್ಡು ವಡ್ಡಾಗಿ ಡ್ರೈವ್ ಮಾಡುತ್ತಾ, ನನ್ನ ಲಾಡ್ಜಿಗೆ ಬಂದೆ. ಸಂಜೆ ಏಳು ಗಂಟೆಯಾಗುತ್ತಿತ್ತು... ಬೆಡ್ ಮೇಲೆ ಕುಸಿದು ಕುಳಿತು ಬಾಯಿಗೆ ಎರಡು ಸಾರಿಡಾನ್ ಹಾಕಿಕೊಂಡೆ. ಕುಳಿತಲ್ಲೇ ಲೂಸಿಯಾ ಆಫೀಸಿಗೆ ಫೋನ್ ಮಾಡಿದೆ...

ಅವಳೇ ಮೊದಲಿಗೆ "ಹಾಯ್ ವಿಜಯ್, ನಾನಿಂದು ಆಫೀಸಿನಲ್ಲಿ ಲೇಟ್"ಎಂದಳು

"ಗೊತ್ತಾಯಿತು..." ಎಂದೆ ಸ್ವಲ್ಪ ಗಂಭೀರವಾಗಿ. ಅವಳಿಗೆ ಅರಿವಾಗಿರಬೇಕು ನನ್ನ ಮೂಡ್...

"ಯಾಕೆ ಏನಾಯಿತು...? ಏನಾದರೂ ಕಂಡು ಹಿಡಿದ್ರಾ?" ಎಂದಳು ಆಸಕ್ತಿಯಿಂದ.

"ನಿಮಗೆಲ್ಲ ಗೊತ್ತಿದ್ದ ವಿಷಯವನ್ನೇ ಮತ್ತೆ ಕಂಡುಹಿಡಿಯಲು ನನ್ನನ್ನು ಬಾಡಿಗೆಗೆ ತೆಗೆದುಕೊಳ್ಳುವ ಉದ್ದೇಶವಾದರೂ ಏನಿತ್ತು, ಮಿಸ್ ಲೂಸಿಯಾ?"ಎಂದೆ ಕುಪಿತನಾಗಿ. ಇವರ ನಾಟಕಕ್ಕೂ ಮಿತಿ ಬೇಡವೆ?

"ಏನು ಹೇಳುತ್ತಿದ್ದೀರಿ ನೀವು? ನಂಗೇನೂ ಅರ್ಥವಾಗುತ್ತಿಲ್ಲ. ಸರಿಯಾಗಿ ಹೇಳಿ" ಎಂದಳು ರಂಪ ಮಾಡುವ ಮಗುವಿನೊಂದಿಗೆ ತಾಯಿ ಮನವೊಲಿಸುವಂತೆ.

ಉಫ್ಹ್, ಇವಳಿಗೆ ಗೊತ್ತು ಮಾಡಿಸಬೇಕಂತೆ... ಅಪರೂಪಕ್ಕೆ ಬ್ಯಾಗಿನಿಂದ ತೆಗೆದು ಒಂದು ಸಿಗರೇಟ್ ಹಚ್ಚಿಯೇ ಬಿಟ್ಟೆ... ವಿಕ್ರಮ್ ಬೇಡ ಅಂತಾ ಹೇಳಿದ್ದರೆ ಕತ್ತೆ ಬಾಲ!

ನಿಧಾನವಾಗಿ ಅವಳಿಗೆ ಬೆಳಗಿನಿಂದ ನಡೆದುದರ ವರದಿ ನೀಡಿದೆ: ನಾನು ಭೇಟಿ ಮಾಡಿದ ವ್ಯಕ್ತಿಗಳು, ಸರಕಾರಿ ಆಫೀಸಿನಲ್ಲಿ ಕಳೆದುಹೋದ ಮುಖ್ಯವಾದ ಕಡತದ ಪತ್ರಗಳು, ಆ ಹುಚ್ಚು ಹಿಡಿದಿದೆ ಎನ್ನಲಾದ ಸೂಲಗಿತ್ತಿ ಬರೆದ ಒಗಟಿನ ಮಾತು; ಜಾನಿಯ ರೂಮಿನಲ್ಲಿ ಸಿಕ್ಕ ಶಾಕ್ ಆಗುವಂತಾ ದಾಖಲೆ ಪತ್ರಗಳು; ಮೃದುಲಾ – ಫರ್ನಾಂಡೆಸ್ ಜತೆಗೆ ಜಾನಿಯ ವ್ಯವಹಾರ; ಕೊನೆಗೆ ಯಾರೋ ನನ್ನ ತಲೆಗೆ ಬಡಿದು ಬೀಳಿಸಿದ್ದು. ಎಲ್ಲ!

"ಈಗ ನಮ್ಮ ಕೇಸ್ ಓಪನ್ ಆಗಿ ಹರಿದುಬಿದ್ದಿದೆ... ನನಗೆ ಮಾತ್ರ ಯಾಕೋ ಮೋಸ ಮಾಡಿದಿರಿ. ಇನ್ನು ನಾನು ವಾಪಸ್ ಹೋಗ್ತೇನೆ... ಕೆಲಸ ಮಾಡಲಾರೆ!" ಎಂದೆ ಕೊನೆಗೆ ಮುನಿಸಿನಿಂದ.

"ತಾಳಿ, ತಾಳಿ, ವಿಜಯ್... ಮೊದಲನೆಯದಾಗಿ ನಿಮ್ಮ ಮೇಲೆ ದಾಳಿಯಾಗಿ ನಿಮಗೆ ನೋವಾಗಿದ್ದಕ್ಕೆ ನನಗೂ ಬಹಳ ನೋವು, ಕೋಪ ಎರಡೂ ಆಗಿದೆ. ಇದ್ಯಾಕೋ ಸಿವಿಲ್ ಕೇಸಿನಿಂದ ಕ್ರಿಮಿನಲ್ ಕೇಸಿಗೆ ತಿರುಗಿದೆ. ಎರಡನೆಯದಾಗಿ ನಮ್ಮ ಫರ್ನಾಂಡೆಸ್ ಆಫೀಸಿನಿಂದ ಜಾನಿಗೆ ಬ್ಲ್ಯಾಕ್ ಮೈಲ್‌ಗೆ ದುಡ್ಡು ತೆತ್ತಿದ್ದಾಗಲೀ ನನಗಂತೂ ಖಂಡಿತಾ ಗೊತ್ತಿರಲ್ಲಿಲ್ಲ. ಅವನ ಸುಳಿವೇ ನನಗಿರಲಿಲ್ಲ... ಅಂದರೆ, ನಮ್ಮ ಆಫೀಸಿನ ಕಡೆಯಿಂದ, ಅದೂ ನನ್ನ ಗಾಡ್ ಫಾದರ್ ಫರ್ನಾಂಡೆಸ್‌ರಿಂದಲೇ ನನಗೇ ಮೋಸವಾಗಿದೆ ಅಂತಾಯಿತು, ಛೆ!" ಎಂದು ನಿಲ್ಲಿಸಿದಳು ನೊಂದು.

ನನ್ನ ಕಡೆ ಮೌನ.

"ನನ್ನನ್ನು ನಂಬುತ್ತೀರಾ ತಾನೆ, ವಿಜಯ್? ನಿಮ್ಮನ್ನು ಏಮಾರಿಸುವಷ್ಟು ನಾನು ಕೆಟ್ಟವಳೇ? ನಿಮಗೆ ಏಟು ಬಿದ್ದುದಕ್ಕೂ ನಾನೇ ಕಾರಣ ಎನ್ನುತ್ತೀರಾ?"ಎಂದು ಲೂಸಿಯಾ ಖಡಾಖಂಡಿತವಾಗಿ ಕೇಳಿದಾಗ, ನಾನು ಸ್ವಲ್ಪ ಕೋಪ ನುಂಗಿಕೊಂಡು,

"ನೋ, ನಿಮ್ಮನ್ನು ನೋಡಿದರೆ ಹಾಗನಿಸುವುದಿಲ್ಲ" ಎಂದು ರಾಗವೆಳೆದು ನಿಲ್ಲಿಸಿದೆ.

"ಓಹೋ! ನೋಡಿದ್ದೆಲ್ಲ ನಂಬಬಾರದು ಎಂದು ತಾನೆ? ಸರಿ... ನಿಮ್ಮ ವಿಷಯಕ್ಕೇ ಬರೋಣ. ನೀವು ಬಂದ ಕೆಲಸ ಹೇಗೆ ಮುಗಿಯಿತು ಅನ್ನುತ್ತೀರಿ? ಮೃದುಲಾ ಕಡೆ ನೀವು ಅಡ್ವಾನ್ಸ್ ಒಂದು ಲಕ್ಷ ರೂ ಪಡೆದದ್ದು, ಮುಖ್ಯವಾಗಿ ಆಕೆಯ ಹೆತ್ತ ತಂದೆ ತಾಯಿಯರನ್ನು ಇಲ್ಲಿ ಪತ್ತೆ ಹಚ್ಚಲು ತಾನೆ...? ಈಗ ಜಾನಿ ರೂಮಿನಲ್ಲಿ ಸಿಕ್ಕ ಮೇ ತಿಂಗಳ ಮಕ್ಕಳನ್ನು ದತ್ತು ಕೊಟ್ಟವರ-ಪಡೆದವರ ಕುಲ ಗೋತ್ರವೆಲ್ಲ ನಿಮ್ಮ ಕೈಯಲ್ಲೇ ಇದೆಯಲ್ಲ... ಅದನ್ನಾದರೂ ಮಾಡಲ್ಲವೇಕೆ?" ಎಂದಳು ಲೂಸಿಯಾ.

ಸ್ವಲ್ಪ ತಬ್ಬಿಬ್ಬಾದೆ. ಪರವಾಗಿಲ್ಲ, ಈ ಲಾಯರ್ ಚುರುಕಾಗಿಯೇ ಇದ್ದಾಳೆ.

"ಯೋಚಿಸುತ್ತೇನೆ!" ಎಂದು ಜೇಬಿನಲ್ಲಿ ತುರುಕಿದ್ದ ಆ ರೆಕಾರ್ಡ್ಸ್ ಪತ್ರಗಳನ್ನು ಹೊರತೆಗೆದೆ.

"ಸುಮ್ಮನೆ ಒಬ್ಬರೇ ಯೋಚಿಸಬೇಡಿ, ನನ್ನ ಆಫೀಸಿಗೆ ಬನ್ನಿ, ನಾನು ನಿಮಗೆ ಸಾಥ್ ಕೊಡುತ್ತೇನೆ. ಒಟ್ಟಿಗೆ ಕಂಡು ಹಿಡಿಯೋಣ. ಆಗಲಾದ್ರೂ ನಿಮಗೆ ನನ್ನ ಮೇಲೆ ವಿಶ್ವಾಸ ಬರಬಹುದು." ಎಂದಳು ಸ್ವಲ್ಪ ನಿರಾಸೆಯಿಂದ.

ನನಗೆ ಮತ್ತೆ ವಿಶ್ವಾಸ, ಉತ್ಸಾಹವನ್ನು ಆ ಮಾತಿನಲ್ಲಿ ತುಂಬಿ ಕಳಿಸಿದ್ದಳು. ಗುಡ್ ಗರ್ಲ್!

"ನಿನ್ನ ಬಾಗಿಲನ್ನು ತಟ್ಟುವುದರ ಸದ್ದು ಕೇಳಿಸಿತೆ? ಅದು ನಾನೇ ಬಂದೆ ಅಂದುಕೋ!" ಎಂದು ಗಡಿಬಿಡಿಯಿಂದ ಅವಳ ಆಫೀಸಿಗೆ ಒಡನೆಯೇ ಧಾವಿಸಿದೆ.

8

ತನ್ನ ಟೇಬಲ್ ಲ್ಯಾಂಪ್ ಬೆಳಕಿನಲ್ಲಿ ಲೂಸಿಯಾಳ ಕಂಗಳು ನಾ ತಂದ ಕಾಗದ ಪತ್ರಗಳನ್ನೆಲ್ಲ ಕೂಲಂಕಷವಾಗಿ ವ್ಯವಸ್ಥಿತವಾಗಿ ಪರಿಶೀಲಿಸುತ್ತಿವೆ... ನನಗೆ ಎರಡು ಗ್ಲಾಸ್ ಕಾಫಿ, ಬಿಸ್ಕೆಟ್ಸ್ ಎಲ್ಲ ಕೊಟ್ಟು ಉಪಚರಿಸಿ, ನನಗೆ ಸಾಂತ್ವನ ಹೇಳಿ, ಮುಂದಿನ ದಾರಿಯ ಜವಾಬ್ದಾರಿಯನ್ನು ಈಗ ತಾನೇ ಹೊತ್ತಿದ್ದಾಳೆ. ನಂಬಲರ್ಹ ವಿಶ್ವಾಸಿ ಆಕರ್ಷಕ ಯುವತಿ ಇವಳು ಎನಿಸಿತು... ಈ ಸ್ನೇಹ ಮುಂದುವರೆಯುವಂತಾದ್ದೆ? ಎಂದು ಮನ ಉತ್ತರ ಹುಡುಕಿತು.

ಲೂಸಿಯಾ ತನ್ನ ಸಮಯವನ್ನು ತೆಗೆದುಕೊಂಡು ಕೊನೆಗೆ,

"ಇದರಲ್ಲಿ ನಾಲ್ಕು ಹೆಸರುಗಳಿದ್ದಾವೆ, ಮೇ ತಿಂಗಳಲ್ಲಿ ದತ್ತು ಕೊಟ್ಟ ತಂದೆತಾಯಂದಿರು! ನಾವು ಅರ್ಧರ್ಧ ಹಂಚಿಕೊಳ್ಳೋಣ. ನೀವು ಇಬ್ಬರನ್ನು ಖುದ್ದಾಗಿ ಪತ್ತೆ ಹಚ್ಚಿ ಭೇಟಿ ಮಾಡಿ ಅವರೇ ಅಲ್ಲವೇ ಎಂದು ಕಂಡುಹಿಡಿಯರಿ" ಎಂದಳು.

"ಈ ನಾಲ್ವರಲ್ಲಿ ಯಾರಾದರೂ ಗೊತ್ತೆ ನಿನಗೆ ಈ ಊರಿನಲ್ಲಿ?" ಎಂದು ಚೂಯಿಂಗ್ ಗಂ ಬಾಯಿಗೆಸದುಕೊಂಡೆ.

ಲೂಸಿಯಾ ಹೌದೆಂದು ತಲೆಯಲ್ಲಡಿಸಿದಳು, "ಹಾ. ನನಗೆ ಇದರಲ್ಲಿ ನಂಬೂದರಿ ಎನ್ನುವವರ ಮಗಳು ರಚನಾ ಅಂತ, ಇಲ್ಲಿನ ಪೋಲಿಸ್ ಕಮೀಶನರರ ಪತ್ನಿ... ಈ ಪತ್ರಗಳಲ್ಲಿ ನಂಬೂದರಿ ಮನೆಯವರು ಹೆಣ್ಣು ಮಗು ದತ್ತು ಕೊಟ್ಟರು ಅಂತಿದೆ... ಆದರೆ ಯಾಕೋ ಇಲ್ಲಿ ಹೊಸಮನಿಯವರಿಗೆ ಆ ಮಗುವನ್ನು ದತ್ತು ಕೊಟ್ಟರೋ ಇಲ್ಲವೋ ಎಂಬ ಪುರಾವೆಯಿಲ್ಲ... ಈ ರಚನಾ ಮನೆಯವರೇ ಆಗಿದ್ದರೆ ಪ್ರಾಯಶಃ ಈ ವಿಷಯ ಅವರಿಗೆ ಗೊತ್ತಿರಬಹುದು... ಜತೆಗೆ ಆ ಮುದಿ ಸೂಲಗಿತ್ತಿ ಸುಬ್ಬಮ್ಮ ಹೇಳಿದ "ನಂಬೂದರಿಯ ಒಗಟೂ" ಇದಕ್ಕೇ ಬೆರಳು ತೋರಿಸುತ್ತದೆ, ಅವಳು ಅಷ್ಟು ಹುಚ್ಚಿ ಇರಲಾರಳು. ಇದನ್ನು ಮೊದಲು ನೋಡಿ ಇನ್ನೊಂದು ಕೇಸ್ ಕರುಣಾಕರನ್ ದಂಪತಿಗಳದ್ದಂತೆ, ಅವರ್ಯಾರೋ ತಿಳಿಯದು... ಹುಡುಕಿನೋಡಿ"

"ಓಕೇ. ಇನ್ನು ಮಿಕ್ಕ ಎರಡನ್ನು ನೀನು ವಿಚಾರಿಸು, ನಾನು ಇವೆರಡನ್ನೂ ಕೈಗೆತ್ತಿಕೊಳ್ಳುತ್ತೇನೆ" ಎಂದೆ.

"ಅಬ್ಬಾ ಸುಸ್ತಾಯಿತಪ್ಪಾ..." ಎಂದು ತನ್ನ ಕಪ್‌ನಲ್ಲಿ ತಣ್ಣಗಾಗಿದ್ದ ಕಾಫಿಯನ್ನು ಒಂದೇ ಗುಟುಕಿಗೆ ನುಂಗಿ, ತಲೆ ಕೂದಲಲ್ಲಿ ಕೈಯಾಡಿಸಿದಳು... ಅಂತದರಲ್ಲೂ ಚೆನ್ನಾಗಿ ಫ್ರೆಶ್ ಆಗಿಯೇ ಕಾಣುತ್ತಾಳೆ!

"ಹೇಗೂ ನಾಳೆ ಬೆಳಿಗ್ಗೆ ನಾವು ಮೃದುಲಾ ಮತ್ತು ಫರ್ನಾಂಡೆಸ್ ಜತೆ ಮಾತಾಡಿ, ನಮ್ಮ ಪ್ರತಿಭಟನೆ ಹೇಳೋಣ. ಯಾಕೆ ಅಂತ ಅವರು ಹೇಳುವವರೆಗೂ ಬಿಡುವುದು ಬೇಡ... ನನಗೆ ಇಲ್ಲಿ ವಿಡಿಯೋ ಕಾನ್ಫರೆನ್ಸ್ ಕಾಲ್ ಮಾಡುವ ಸೌಕರ್ಯ ಇದೆ. ಬೆಳಿಗ್ಗೆ ಬೇಗ ಬಂದುಬಿಡಿ ಇಲ್ಲಿಗೆ" ಎಂದು ಫೈಲ್ಸ್ ಮುಚ್ಚಿಟ್ಟಳು. ನನ್ನ ಮುಖ ನೋಡುತ್ತಾ "ಈಗ ತಲೆ ತುಂಬಾ ನೋಯುತ್ತಿದೆಯೆ...?" ಎಂದಳು ಕಳಕಳಿಯ ಕಂಗಳಿಂದ.

"ಹೂಂ, ಆದರೆ ಬರೇ ಅವನು ಹೊಡೆದ ಏಟಿನಿಂದಲೇ ಅಂತಲ್ಲ... ನನಗೆ ಹೆಚ್ಚು ಯೋಚಿಸಿದರೂ ತಲೆನೋವು ಬರತ್ತೆ, ಸ್ವಲ್ಪ ಬುದ್ಧಿ ಕಡಿಮೆಯಲ್ಲವೆ?" ಎಂದು ಹುಳ್ಳಗೆ ನಕ್ಕೆ.

ಮುಂದಕ್ಕೆ ಕೈ ಚಾಚಿ ನನ್ನ ಕೈ ತಟ್ಟಿ "ಎಲ್ಲ ಕಂಡುಹಿಡಿಯುವಿರಂತೆ, ಈಗಿನ ಸಮಸ್ಯೆ ನೀವೇ ಪರಿಹರಿಸುತ್ತೀರಿ, ನೋಡಿ... ನಾನಿಲ್ಲವೆ?" ಎಂದಳು ಲೂಸಿಯಾ.

"ಮೈ ಹೂ ನಾ?" ಎಂದೆ ಥೇಟ್ ಶಾರುಖ್ ಖಾನ್ ಸ್ಟೈಲಿನಲ್ಲಿ. ಇಬ್ಬರೂ ನಕ್ಕೆವು.

"ಬನ್ನಿ ಹೋಗೋಣ, ಒಂಬತ್ತಾಗುತ್ತಿದೆ" ಎಂದು ಎದ್ದಳು.

"ಮಧ್ಯಾಹ್ನ ಊಟ ಮಾಡಿದ್ದಿರಿ ತಾನೆ?" ಎಂದಳು ಆಫೀಸಿಗೆ ಬೀಗ ಹಾಕಿ ಹೊರಬರುವಾಗ.

"ಮಾಡಿದ್ದೆ, ಏನೆಂದು ಜ್ಞಾಪಕವಿಲ್ಲ. ನೀವು ಹೊರಡಿ, ನಾನು ಲಾಡ್ಜ್ ಬಳಿ ಮಾಡಿಕೊಳ್ಳುತ್ತೇನೆ" ಎಂದೆ

"ಊಹೂ. ಮನೆಯಲ್ಲಿ ಬೆಳಿಗ್ಗೆ ಚಪಾತಿ ಮತ್ತು ಪಲ್ಯ, ವೆಜಿಟೆಬಲ್ ಪುಲಾವ್ ಮಾಡಿದ್ದೆ, ಪಚಡಿ ಇದೆ... ಎರಡು ಬಾಟಲ್ ಫ್ಯಾಂಟಾ ಇದೆ, ಇಬ್ಬರಿಗೆ ಸಾಕಾಗುತ್ತೆ, ಒಬ್ಬಳಿಗೆ ಜಾಸ್ತಿಯಾಗುತ್ತೆ..." ಎಂದು ತಲೆಯೆತ್ತಿ ನೋಡಿದಳು, ಹಿತವಾದ ಒತ್ತಾಯವಿತ್ತು. ಒಬ್ಬಳೇ ಇದ್ದಾಳೆ, ನನ್ನಂತೆ ಒಂಟಿಜೀವ!

ನನ್ನ ಬಾಡಿಗೆ ಹೊಂಡಾ ಕಾರಿನಲ್ಲಿ ಅವಳ ಕಾರ್ ಹ್ಯುಂಡೈ 10 ಅನ್ನು ಸ್ವಲ್ಪ ಅಂತರ ಬಿಟ್ಟು ಹಿಂಬಾಲಿಸಿದೆ... ಜಾನಿಗಿಂತ ಚೆನ್ನಾಗಿ ಹಿಂಬಾಲಿಸುತ್ತಿದ್ದೇನಲ್ಲ ಎನಿಸಿತು.

ಅವಳಂತೆಯೆ ಚಿಕ್ಕ ಚೊಕ್ಕ ಮನೆ; ಮುಂದೆ ಚಿಕ್ಕ ಗಾರ್ಡನ್, ನಾಯಿ ಇಲ್ಲ... ಒಳಗೆ-ಹೊರಗೆ ಬಿಳಿ ಬಣ್ಣದ ಗೋಡೆಗಳು, ನೀಟಾಗಿ ಚೆನ್ನಾಗಿಟ್ಟುಕೊಂಡಿದ್ದಾಳೆ; ನನ್ನ ಬ್ಯಾಚೆಲರ್ ಗೂಡಿಗಿಂತಾ ವಾಸಿ...

ಸ್ವಲ್ಪ ಹೊತ್ತಿನಲ್ಲೇ ಮೈಕ್ರೋವೇವ್‌ನಲ್ಲಿ ಬಿಸಿ ಮಾಡಿ ಟೇಬಲ್ ಮೇಲೆ ಊಟ ಬಡಿಸಿದಳು.

ಸ್ವಲ್ಪ ನಕ್ಕೆ.

"ಏನು?" ಎಂದಳು.

"ಇವತ್ತೇಕೆ ನನ್ನ ಊಟದ ದಾರಿ ನಿಮ್ಮ ಮನೆಯ ಒಳಗೆ ಬಂದಿತು ಅಂತ..." ಎನ್ನುತ್ತಾ ಗಬಗಬನೆ ತಿಂದೆ... ಎಷ್ಟು ಹಸಿವಾಗಿತ್ತು ಎಂದು ನನಗೇ ಅರಿವಾಗಿರಲಿಲ್ಲ.

"ನಿಮಗೆ ದಾರಿ ತೋರಿಸಿದರೂ, ನಾವು ದಾರಿ ತಪ್ಪುವುದಿಲ್ಲ ಎಂಬ ವಿಶ್ವಾಸ ಬಂತು, ಅದಕ್ಕೇ ಕರೆದೆ" ಎಂದು ಮುಗುಳ್ನಕ್ಕಳು. ಅವಳ ನಗೆಯ ಹೊಳಪು ಸುತ್ತಲಿನ ಬಿಳಿ ಗೋಡೆಗಳನ್ನೂ ಕಪ್ಪುಗಟ್ಟಿಸುವಂತಿತ್ತು.

ಊಟ ಮಾಡುವಾಗ, "ವಾಹ್! ರುಚಿಯಾಗಿದೆ, ಮತ್ತೆ ಕರೆಯುತ್ತೀರಾ?" ಎಂದೆ.

"ಹೀಗೆ ದಿನಾ ಕರೆಯುತ್ತೀನೋ ಇಲ್ವೋ, ಇವತ್ತು ಮನಸ್ಸಾಯಿತು, ಕರೆದೆ" ಎಂದಳು ಹುಷಾರಾಗಿ,

"ಮನಸ್ಸಿನ ಮಾತನ್ನು ಕೇಳಬೇಕು" ಎಂದೆ ಮಾರ್ಮಿಕವಾಗಿ.

"ಆದರೆ ಬುದ್ಧಿ 'ಬೇಡ' ಎಂದು ಎಚ್ಚರಿಸಿದರೆ?"ಎಂಬ ಪ್ರಶ್ನೆ. ಎಷ್ಟಾದರೂ ಲಾಯರ್ ಅಲ್ಲವೆ?

ಈ ಬಾರಿ ಕೈ ಚಾಚಿ ನನ್ನ ಕೈಯಿಂದ ಅವಳ ಕೈ ತಟ್ಟಿದೆ. ಹತ್ತಿಯಂತೆ ಮೃದುವಾಗಿತ್ತು.

"ಮನಸ್ಸಿನ ವಿಷಯದಲ್ಲಿ ಬೇರೆ ಯಾವುದರ ಮಾತೂ ಕೇಳಬಾರದು" ಎಂದೆ.

"ಗುಡ್ ನೈಟ್" ವಿನಿಮಯ ಮಾಡಿಕೊಂಡು ವಿದಾಯ ಹೇಳಿದ್ದೆವು.

ನನ್ನ ಮನದ ಇಂಗಿತ ಅವಳಿಗರ್ಥವಾಯ್ತು ಎಂದುಕೊಂಡೆ... ನನಗಂತೂ ಸ್ಪಷ್ಟವಾಗುತ್ತಿತ್ತು.

9

ಮುಂದಿನ ದಿನ ಒಂಬತ್ತಕ್ಕೆ ಮೃದುಲಾ ಮತ್ತು ಫರ್ನಾಂಡೆಸ್ ಇಬ್ಬರೂ ಅವಳ ಆಫೀಸ್ ರೂಮಿನಲ್ಲಿ ಕಾನ್ಫರೆನ್ಸ್ ಲೈನಿಗೆ ಬಂದರು... ದೊಡ್ಡ ಟಿ.ವಿ. ಪರದೆಯ ಮೇಲೆ ಬಂದ ಫರ್ನಾಂಡೆಸ್, “ಅಬ್ಬಾ, ನಾವು ಕೊಟ್ಟ ದುಡ್ಡಿಗೆ ಮೊದಲ ರಿಪೋರ್ಟ್ ಕೊಡು, ವಿಜಯ್... ಇವತ್ತಾದರೂ!” ಎಂದರು ಮುಖ ಗಂಟಿಕ್ಕಿ. ನೋಡಿದಿರಾ ಈ ಶ್ರೀಮಂತ ಲಾಯರಿನ ದಾಷ್ಟೀಕ!

ನನಗೆ ಕೆಟ್ಟ ಕೋಪ ಬಂದಿತ್ತು. “ಅಂತಾ ರಿಪೋರ್ಟ್ ಕೊಡಬೇಕಾಗಿರುವುದು ನೀವು! ಇಲ್ಲಿಗೆ ಬಂದ ಎರಡೇ ದಿನದಲ್ಲಿ ಹುಚ್ಚನಂತೆ ಊರೆಲ್ಲ ಅಲೆದಿದ್ದೇನೆ. ನನಗೇ ಪ್ರಾಣಾಪಾಯವೂ ಆಗಿದೆ. ಆದರೆ ಕೊನೆಗೆ ನಿಮಗೇ ಗೊತ್ತಿದ್ದ ಮುಖ್ಯ ವಿಷಯವನ್ನೇ ನನಗೆ ಹೇಳದೆಯೇ ಕಳಿಸಿದಿರಿ. ಹಾಗಾಗಿ ನಿಮ್ಮ ಮೋಸ, ಕಪಟ ಬಯಲಾಗಿದೆ”ಎಂದೆ.

“ಯಾವುದು?” ಎಂದರು ಇಬ್ಬರೂ ಒಟ್ಟಿಗೆ, ದನಿಯಲ್ಲಿ ಗಾಬರಿಯಿತ್ತು... ಕಹಿಸತ್ಯ ನೋಡಿ!

“ಜಾನಿ... ಐವತ್ತು ಸಾವಿರ. ಎರಡು ಚೆಕ್, ನೀವು ಕೊಟ್ಟ ಹಣ... ಏನಿದರ ಅರ್ಥ? ಅಷ್ಟು ಸಾಕಲ್ಲ?”

ಟಿ.ವಿ. ಪರದೆಯಲ್ಲಿ ಮೃದುಲಾ ಈಗ ಫರ್ನಾಂಡೆಸ್ ಕಡೆಗೆ ನೋಡಿದರು.

“ನಾನು ಹೇಳಿದೆ ನಿಮಗೆ, ಮುಚ್ಚಿಡುವುದು ಬೇಡ, ವಿಜಯ್ ಕಂಡುಹಿಡಿದೇ ಹಿಡಿಯುತ್ತಾರೆ ಎಂದು... ನೀವು ಕೇಳಲಿಲ್ಲ...” ಎಂದು ಆತನನ್ನು ದೂರಿದಳು.

ಫರ್ನಾಂಡೆಸ್ ಚೇತರಿಸಿಕೊಂಡು, “ಹೌದು, ಆದರೆ ನಾವು ಹಾಗೆ ಮಾಡಲೇಬೇಕಾಯ್ತು. ಅವನು ಆ ಎರಡು ವಿಚಿತ್ರ ಪತ್ರಗಳನ್ನು ಬರೆದು ಕಳಿಸಿದ್ದನಲ್ಲ, ಅನಂತರ ನಮ್ಮ ಆಫೀಸಿಗೆ ಬಂದಿದ್ದ... ನಮ್ಮನ್ನು ಭೇಟಿಯಾದ... ಮೃದುಲಾ ಜನ್ಮದ ಬಗ್ಗೆ ಒಂದು ಭಯಂಕರ ಕಟುಸತ್ಯವನ್ನು ನಮಗೆ ತಿಳಿಸಿದ. ಅದಕ್ಕಾಗಿ ತನಗೆ ಕೇಳಿ–ಕೇಳಿದಾಗ ಹಣ ಕೊಡದಿದ್ದರೆ ಮೃದುಲಾ ಮಾನ ಮರ್ಯಾದೆ ಹೋಗುವಂತಹ ಈ ಅತ್ಯಂತ ಅಪಾಯಕಾರಿಯಾದ ರಹಸ್ಯವನ್ನು ಪತ್ರಿಕೆ–ಮಾಧ್ಯಮಗಳಿಗೆ ಕೊಟ್ಟು ಬಹಿರಂಗ ಮಾಡುತ್ತೇನೆ ಎಂದು ಬೆದರಿಸಿದ. ಮತ್ತು ತಾನು ಬಂದದ್ದಾಗಲೀ, ಹಣ ಪಡೆಯುವ ವಿಷಯವಾಗಲೀ ಯಾರಿಗೂ ಹೇಳಬಾರದೆಂದ... ‘ಒಂದು ಫೋನ್ ಕಾಲ್, ಒಂದು ಫ್ಯಾಕ್ಸ್ ಸಾಕು’ ಎಂದ... ಮೊದಲು ಎರಡು ಕಂತಿನಂತೆ 50 –50 ಸಾವಿರ ಕೇಳಿದ. ಅದು ದೊಡ್ಡ ದುಡ್ಡಲ್ಲ

ನಮಗೆ. ಆದರೆ ನಮಗೆ ಪೂರ್ತಿ ವಿಷಯ ಅವನು ಹೇಳಲೇ ಇಲ್ಲ... ಅದಕ್ಕಾಗಿಯೇ ನಿಮಗಾಗಲಿ, ನನ್ನ ಮಗಳಿನಂತಿರುವ ಲೂಸಿಯಾಗಾಗಲೀ ಏನೂ ಹೇಳದೆ ಎಲ್ಲ ಪತ್ತೆ ಹಚ್ಚಿರೆಂದು ಹೇಳಿ ಸುಮ್ಮನಾದೆವು. ಹೇಗಾದರೂ ಪೂರ್ತಿ ಸತ್ಯ ಹೊರಗೆ ಬರಲಿ ಎಂದು"

"ಕೊನೆಗೂ ಜಾನಿಗೆ ಗೊತ್ತಿದ್ದ ರಹಸ್ಯ ಏನೆಂದು ನಮಗೆ ಹೇಳುತ್ತಿಲ್ಲ ಈ ಫರ್ನಾಂಡೆಸ್! ಎಂತಾ ಚಾಣಾಕ್ಷ ನೋಡಿ." ಎಂದು ಪ್ರತ್ಯುತ್ತರಕ್ಕೆ ಕಾಯದೇ,

"ಮೃದುಲಾ, ನೀವು ನನ್ನ ಕಕ್ಷಿದಾರರು, ನಮ್ಮಿಬ್ಬರ ಮಧ್ಯೆ ಯಾವ ರಹಸ್ಯವೂ ಇರಬಾರದು, ಮುಚ್ಚಿಡಬಾರದು. ಈಗಾಗಲೇ ಈ ಕೇಸ್ ಅಪಾಯಕಾರಿಯಾಗಿದೆ. ನಮಗೆ ಹೇಳಿ. ಏನಂತೆ ಜಾನಿ ನಿಮಗೆ ಹೆದರಿಸಿದ ಆ ಕಟುಸತ್ಯ...? ಯಾಕೆ ನಮ್ಮಿಂದ ಬಚ್ಚಿಟ್ಟಿರಿ... ಇದು ನ್ಯಾಯವೆ?" ಎಂದು ಗಂಭೀರವಾಗಿ ಪ್ರಶ್ನಿಸಿದೆ. ಪತ್ತೇದಾರರಿಗೂ ಕಸುಬಿನ ನೀತಿಯಿರುತ್ತೆ ಎಂದು ಅವರಿಗೆ ಅರಿವಾಗಬೇಕು.

ಎರಡು ಕ್ಷಣ ಮನದಲ್ಲೇ ಯೋಚಿಸಿ ನಿರ್ಧಾರಕ್ಕೆ ಬಂದರು ಮೃದುಲಾ, "ನಾನು ಹುಟ್ಟಿದ್ದು ಅನೈತಿಕವಾಗಿಯಂತೆ... ನಮ್ಮಪ್ಪ ಅಮ್ಮನಿಗೆ ಮದುವೆಯಾಗುವ ಮುಂಚೆ ಅಮ್ಮ ಕದ್ದು ಬಸುರಿಯಾಗಿ ನಾನು ಹುಟ್ಟಿದೆನಂತೆ. ಅವನಿಗೆ ಎಲ್ಲ ವಿವರಗಳೂ ಗೊತ್ತಂತೆ..." ಎಂದು ಬಿಕ್ಕಿದರು.

"ವಾಟ್!!" ಎಂದು ಅಚ್ಚರಿಪಟ್ಟೆವು ನಾವಿಬ್ಬರು. ಇದು ಬಾಂಬೇ ಸರಿ.

ಮೃದುಲಾ ಕಣ್ಣಂಚಿನಲ್ಲಿ ನೀರಾಡುತ್ತಿದೆ, ಆದರೆ ಈಗ ಅದು ಅಭಿನಯವಲ್ಲ.

"ಎಲ್ಲರಿಗೂ ಸಮಾಜದಲ್ಲಿ ನಾನು ದತ್ತು ಪುತ್ರಿ ಅಂತಾ ಮಾತ್ರ ಗೊತ್ತಿತ್ತು, ಅದರ ಹಿಂದಿನ ಕಟು ಸತ್ಯ ಗೊತ್ತಿರಲಿಲ್ಲ, ನನಗೂ ಕೇಳಿ ನಂಬಿಕೆ ಬರಲಿಲ್ಲ... ಆದರೆ ಅವನು ಪೂರ್ತಿ ಸತ್ಯವನ್ನು ನಮಗೆ ತಿಳಿಸಲಿಲ್ಲ... ನಾವು ದುಡ್ಡು ಕೊಡದಿದ್ದರೆ ಅವನು ಮಾಧ್ಯಮಗಳಿಗೆ ಹೇಳಿಬಿಟ್ಟರೆ, ಮುಂದಿನ ದಿನದ ಹೆಡ್–ಲೈನ್ಸ್ ಊಹಿಸಬಲ್ಲಿರಾ? 'ಜನಪ್ರಿಯ ನಟಿ ಒಬ್ಬ ಅನೈತಿಕ ಶಿಶು!', 'ಟಿ.ವಿ.ಯ ಆದರ್ಶ ನಾರೀಮಣಿ, ಅನೈತಿಕ ಶಿಖಾಮಣಿ!!' ಹೀಗೆಲ್ಲ ಪತ್ರಿಕೆ ಮತ್ತು ಟಿವಿ. ಮಾಧ್ಯಮದವರಿಗೆ ಹಬ್ಬವಾಗುತ್ತಿತ್ತು. ನನ್ನ ಮಾನ ಮೂರಾಬಟ್ಟೆಯಾಗುತ್ತಿತ್ತು... ನನ್ನ ಸೀರಿಯಲ್ ನಿಂತು ಲಕ್ಷಾಂತರ ರೂ ನಷ್ಟವಾಗುತಿತ್ತು. ಇದಕ್ಕೆಲ್ಲ ನಾನಾಗಲೀ, ವಿಶಾಲ್ ಕಪೂರ್ ಆಗಲಿ ಸಿದ್ಧವಿರಲಿಲ್ಲ... ಅವನಿಗೆ ಎರಡು ಬಾರಿ ದುಡ್ಡು ಕೊಟ್ಟಿದ್ದೇವೆ ಅಷ್ಟೆ. ನಿಮ್ಮನ್ನು ಕೇಳಿಕೊಳ್ಳುವುದು ಇಷ್ಟೇ. ಇನ್ಮುಂದೆ ನಮಗೆ ಜಾನಿಯ ಕಾಟ ನಿಲ್ಲಬೇಕು ಮತ್ತು ನನ್ನ ಜನ್ಮ ಕೊಟ್ಟ ತಂದೆ ತಾಯನ್ನೂ ನೀವು ಪತ್ತೆ ಹಚ್ಚಿ ಕೊಡಬೇಕು..." ಎಂದು ಒತ್ತಾಯಿಸಿದರು ಮೃದುಲಾ. ಮತ್ತದೇ ಹಳೇ ಬೇಡಿಕೆ...

"ಹಾಗೆ ನಾನು ಕಂಡುಹಿಡಿದರೂ ನೀವೇನು ಮಾಡಬಲ್ಲಿರಿ?" ಎಂದು ಸವಾಲೆಸೆದೆ.

"ಅವನು ಜೈಲಿಗೆ ಹೋದರೆ ಮೊದಲು ಬ್ಲ್ಯಾಕ್‌ಮೈಲ್ ನಿಲ್ಲುತ್ತದೆ. ಆತಂಕ ನಿವಾರಣೆ... ಮತ್ತು ನನ್ನ ಹೆತ್ತ ತಂದೆ ತಾಯಿಗಳು ಸತ್ಯವಾಗಿ ಸಿಕ್ಕಿದರೆಂದರೆ ನಾನು ನಿಜವಾಗಿಯೂ ಎಲ್ಲರ ಮುಂದೆ ಬಹಿರಂಗವಾಗಿ ಅವರನ್ನು ಒಪ್ಪಿಕೊಳ್ಳುತ್ತೇನೆ... ಟಿವಿ–ಪತ್ರಿಕೆಯವರ ಗೋಷ್ಠಿ ಕರೆದು, ಅನುಕಂಪದ ಅಲೆಯನ್ನು ನನ್ನ ಕಡೆಗೆ ತಿರುಗಿಸಿಕೊಳ್ಳುತ್ತೇನೆ. ನಾನೇ ಪಾಸಿಟಿವ್ ಆಗಿ ಅವರಿಗೆ ಹೆಡ್–ಲೈನ್ಸ್ ಕೊಡುತ್ತೇನೆ. ಆಗ ಅವರೇ ಟಿ.ವಿ.ಯಲ್ಲಿದ್ದ ಪಾತ್ರದಂತೆಯೇ ನಾನು ಆದರ್ಶ ವ್ಯಕ್ತಿ ಎನ್ನುತ್ತಾರೆ. ಎಲ್ಲ ಸುಖಾಂತ್ಯವಾಗುತ್ತದೆ. ಇದನ್ನು ನನಗೆ ಸೂಚಿಸಿದ್ದೇ ಈ ಫರ್ನಾಂಡೆಸ್. ನನ್ನ ಪ್ರೊಡ್ಯೂಸರ್, ನಿಮ್ಮ ಗೆಳೆಯ ವಿಶಾಲ್ ಕೂಡಾ ಒಪ್ಪಿದ್ದಾರೆ... ಅದನ್ನೇ ಒಂದು ಎಪಿಸೋಡ್ ಮಾಡಿಬಿಡೋಣ ಎಂದು. ವಾಟ್ ಎನ್ ಐಡಿಯಾ! ಅವರು ಹೇಳಿದ ಮೇಲೆ ಮುಗಿಯಿತು. ಏನಂತೀರಾ...?" ಎಂದರು ಮೃದುಲಾ ಆ ಸಂಕಟದಲ್ಲೂ ಆಶಾಭಾವನೆಯೇ ಮೂರ್ತಿವೆತ್ತಿದಂತೆ.

"ನಾನು ಮೊದಲು ಜೀವ ಸಹಿತ ಬಂದು ನಿಮ್ಮಪ್ಪ ಅಮ್ಮನನ್ನು ಹುಡುಕಿ ಕೊಡುವಂತಾಗಲಿ, ಪತ್ರಿಕಾ ಗೋಷ್ಠಿಗಳ ಬಗ್ಗೆ ಆಗ ಮಾತನಾಡೋಣ" ಎಂದು ನಾನು ಅಲ್ಲೇ ಅವರ ಗಾಳಿಗೋಪುರವನ್ನು ಧರೆಗಿಳಿಸಿದೆ.

"ಡ್ಯಾಡ್" ಎಂದು ಸಾಕು ತಂದೆ ಫರ್ನಾಂಡೆಸ್‌ರನ್ನು ಉದ್ದೇಶಿಸಿ ಲೂಸಿ "ನಾನು ವಿಜಯ್ ಜತೆ ಸೇರಿ ಈ ಕೇಸಿನ ಜವಾಬ್ದಾರಿಯನ್ನು ಹಂಚಿಕೊಳ್ಳುತ್ತಿದ್ದೇನೆ. ನನ್ನ ಜತೆ ಇನ್ನೆಂದಾದರೂ ಈ ತರಹ ಸೀಕ್ರೆಟ್ ಮಾಡಿದರೆ, ನಿಮ್ಮ ಜತೆ ಮಾತಾಡುವುದೂ ಇಲ್ಲ. ಕೆಲಸ ಮಾಡುವುದು ಮೊದಲೇ ಇಲ್ಲ" ಸಣ್ಣ ಗುಡುಗು ಹಾಕಿ ನನ್ನ ಭಾಗಕ್ಕೆ ಸೇರಿದಳು ಲೂಸಿಯಾ.

"ಸರಿಯಮ್ಮ ಲೂಸಿ. ನೀನೂ ವಿಜಯ್ ಇನ್ನು ಜಂಟಿ ಕಾರ್ಯಾಚರಣೆ ಮಾಡಬಹುದು. ಟು ಹೆಡ್ಸ್ ಆರ್ ಬೆಟರ್ ದ್ಯಾನ್ ಒನ್" ಎಂದು ತಲೆಯಿಂದ ದೊಡ್ಡ ಭಾರ ಸಾಗಿ ಹಾಕಿದಂತೆ ನೆಮ್ಮದಿಯಿಂದ ನಿಡುಸುಯ್ದರು ಫರ್ನಾಂಡೆಸ್.

10

ಅವರಿಬ್ಬರೊಂದಿಗೆ ಸಂಭಾಷಣೆ ಮುಗಿದ ನಂತರ, ನಾನು ಲೂಸಿಯನ್ನು ನೋಡಿ ಮುಗುಳ್ನಕ್ಕೆ...

"ಏನದು ನಿಮ್ಮ ನಗುವಿನ ಅರ್ಥ? ಎಂದಳು ಕಳ್ಳಿ, ಮಳ್ಳಿ.

"ಅವರು ಟೂ ಹಾರ್ಟ್ಸ್ ಆರ್ ಬೆಟರ್ ಥ್ಯಾನ್ ಒನ್ ಎನ್ನಲಿಲ್ಲವೆ? ಅದಕ್ಕೇ" ಎಂದೆ, ಆ ಫರ್ನಾಂಡೆಸ್ ಹೇಳಿದ್ದನ್ನು ತಿರುಚುತ್ತಾ.

"ಅವರು ಹಾರ್ಟ್ಸ್ ಅಂದರೋ, ಹಾರ್ಸ್ ಅಂದರೋ ಸರಿಯಾಗಿ ಕೇಳಿಸಲಿಲ್ಲಪ್ಪಾ" ಎಂದು ಕಿಲಕಿಲ ನಗುತ್ತಾಳೆ ಕಿಲಾಡಿ.

"ಇನ್ನು ಮೇಲೆ ನನ್ನ ಪಾರ್ಟ್ನರ್ ಆದ ನಿನ್ನನ್ನು ಬರೇ ಲೂಸಿ ಎಂದೇ ಕರೆಯಾಲಾಗುತ್ತದೆ..." ಎಂದು ಮತ್ತೆ ಅವಳಿಗೆ ಪ್ರತ್ಯುತ್ತರ ನೀಡುವ ಅವಕಾಶ ಕೊಡದೆ ಮುಂದುವರೆಸಿದೆ:

"ಲೂಸಿ, ನಾನೀಗ ರಚನಾ ನಂಬೂದರಿಯನ್ನು ಹುಡುಕಿಕೊಂಡು ಹೋಗುತ್ತೇನೆ... ನಂಬೂದರಿಯನ್ನು ನಂಬಬಾರದು ಎಂದು ಆಕೆ ಹೇಳಿದ್ದನ್ನು ಯಾಕೆ ಅಂದು ನೋಡೇಬಿಡೋಣ..." ಎನ್ನುತ್ತಾ ಸೀಟಿನೆಂದೆದ್ದು ಹೊರಗೆ ಹೊರಟವನು, ತಕ್ಷಣ ನೆನಪಿಗೆ ಬಂದು, "ನಿಮ್ಮ ಕಸ ಗುಡಿಸುವ ಶಾಂತಿ ಬಂದಳೇ...? ಅದೇ, ನಮ್ಮ ಜಾನಿಯ ಗರ್ಲ್ಫ್ರೆಂಡ್?" ಎಂದೆ.

ಆಗ ಲೂಸಿ ಹುಬ್ಬುಗಂಟಿಕ್ಕುತ್ತಾ ಎದ್ದು, "ಹೌದಲ್ಲ...? ಅವಳು ಬಂದರೆ ಜನ್ಮ ಜಾಲಾಡುತ್ತಿದ್ದೆ. ಅರೆಸ್ಟೇ ಮಾಡಿಸಿಬಿಡೋಣವೆಂದಿದ್ದೆ. ಆದರೆ ಇವತ್ತೇಕೋ ಬಂದೇ ಇಲ್ಲ" ಎಂದಳು.

"ಇರಲಿ, ಅವರಿಬ್ಬರನ್ನೂ ಪ್ರತ್ಯೇಕವಾಗಿ ಡೀಲ್ ಮಾಡೋಣ... ಮೊದಲು ಅವರಿಗೆ ತಿಳಿದ ರಹಸ್ಯ ಏನೆಂದು ತಿಳಿದುಕೊಳ್ಳೋಣ, ಅವರಿಗೆ ಸ್ವಲ್ಪ ಅನುಮಾನ ಬಂದರೂ ಪತ್ರಿಕೆಗಳಿಗೆ ಲೀಕ್ ಮಾಡಿ ನಮ್ಮ ಕೆಲಸ ಕೆಡಿಸಿಬಿಡಬಹುದು, ಹುಶಾರಾಗಿರಬೇಕು" ಎಂದೆ.

"ಜಾನಿಗೆ ನೀವೇ ಮೇ ತಿಂಗಳ ಕಾಗದಗಳನ್ನು ಅವನ ಮನೆಯಿಂದ ಕದ್ದಿದ್ದು ಅಂತಾ ಗೊತ್ತಾಗಿಬಿಟ್ಟರೆ?" ಎಂದಳು ಜಾಣೆ.

"ನಾನೇ ಎಂದು ಅವನು ನೋಡಿಲ್ಲ. ಜತೆಗೆ ಅವನಿಗೂ ಯಾರೋ ಒಬ್ಬ ಶತ್ರುವಿದ್ದಾನಲ್ಲ... ಅವನ ಮೇಲೆಯೇ ಜಾನಿಗೆ ಅನುಮಾನ ಬರಬಹುದು" ಎಂದು ತಲೆಯ ಬೋರೆ ಮುಟ್ಟಿಕೊಳ್ಳುತ್ತಾ ಹೊರಬಂದೆ.

ಸಮಯ ಹತ್ತು ಘಂಟೆಯಾಗುತ್ತಿತ್ತು.

ನಾನು, ಲೂಸಿ ಈ ಬೆಳಿಗ್ಗೆ ತಾನೆ ಆಕೆಯ ಆಫೀಸಿನಲ್ಲಿ 'ಯೆಲ್ಲೋ ಪೇಜಸ್' ತಿರುವಿಹಾಕಿ, ಲೋಕಲ್ ಪೇಪರ್ಸ್‌ನಲ್ಲಿ ರಚನಾರ ಮತ್ತು ಕಮೀಶನರ್ ಬಗ್ಗೆ ಓದಿ ತಿಳಿದು ಮತ್ತೂ ಕೆಲವರು ಲೋಕಲ್ ಕಾಂಟ್ಯಾಕ್ಟ್ಸ್ ಅನ್ನುತ್ತಾರಲ್ಲ ಅವರೆಲ್ಲರಿಂದ ಸಂಗ್ರಹಿಸಿದ್ದ ವಿಷಯ ಇಷ್ಟು.

ಈಕೆ ರಚನಾ ರಾಮನ್. ಇಲ್ಲಿನ ಪೋಲಿಸ್ ಕಮೀಶನರ್ ರಾಮನ್‌ರವರ ಪತ್ನಿ. ಊರಿನ ಮಾರ್ಕೆಟ್ ಬೀದಿಯಲ್ಲಿ ಬಣ್ಣದ ಪೆಯಿಂಟಿಂಗ್ಸ್ ಶಾಪ್ ಇಟ್ಟಿದ್ದಾರೆ. ಸ್ವತಃ ಕಲಾವಿದೆಯಂತೆ. ದಿನಾ ಬೆಳಗ್ಗೆ ಹತ್ತೂವರೆಯಿಂದ ಮಧ್ಯಾಹ್ನ 4ರವರೆಗೆ ಅಲ್ಲಿರುತ್ತಾರಂತೆ. ಆಮೇಲೆ ತಮ್ಮ ವಯಸ್ಸಾದ ತಂದೆ ನಂಬೂದರಿಯನ್ನು ನೋಡಿಕೊಳ್ಳಲು ಹೊರಟುಹೋಗುತ್ತಾರಂತೆ. ಆಕೆಯ ಪತಿ ಕಮೀಶನರ್ ಮನೆಯೂ ಪಕ್ಕದಲ್ಲೆ ಇದೆಯಂತೆ.

ಈ ನಂಬೂದರಿಗಳಿಗೆ ಮೃದುಲಾ ತಂದೆತಾಯಿಗಳ ಬಗ್ಗೆ ಏನು ಅಥವಾ ಎಷ್ಟು ತಿಳಿದರಲು ಸಾಧ್ಯ ಎಂಬುದು ಈಗಲೇ ನನಗೆ ಗೊತ್ತಿರಲಿಲ್ಲ. ಸುಬ್ಬಮ್ಮನ ಪ್ರಕಾರ ಚೆನ್ನಾಗಿಯೆ ಗೊತ್ತಿರಬೇಕು!

ಈ 'ರಚನಾ ಪೆಯಿಂಟಿಂಗ್ಸ್ ಶಾಪೀ' ಎಂಬ ಅಂಗಡಿಯಿದ್ದಿದ್ದು ಜನನಿಬಿಡ ರಸ್ತೆಯ ಅಂಚಿನಲ್ಲಿ. ನಾನು ಅದರೆದುರು ಅದೃಷ್ಟವಶಾತ್ ಇದ್ದ ಕಾರ್ಪೊರೇಷನ್ ಕಾರ್‌ಪಾರ್ಕಿನಲ್ಲಿ ಅರ್ಧದಿನದ ಟಿಕೆಟ್ ತೆಗೆದುಕೊಂಡು ಬಂದು, ಪಕ್ಕದ ಡಬ್ಬಿ ಅಂಗಡಿಯಿಂದ ಫ್ಲಾಸ್ಕಿನಲ್ಲಿ ಕಾಫಿ-ಬಿಸ್ಕೇಟ್ಸ್ ಮತ್ತು ಕ್ಯಾಡ್ಬರಿ ಚಾಕಲೇಟ್ಸ್ ತಂದಿಟ್ಟುಕೊಂಡು ನನ್ನ ಕಾರನ್ನು ಅಂಗಡಿಯ ಮುಂಬಾಗಿಲಿಗೆ ಮುಖ ಮಾಡಿ ನಿಲ್ಲಿಸಿ ಕಾಯಲು ಆರಂಭಿಸಿದೆ.

ಕಾಯುವುದು ಎಂಬುದು ಪತ್ತೇದಾರನಿಗೆ ಬೇಕಾದ ಮುಖ್ಯ ಕಲೆ... ಕಾಫಿ-ತಿಂಡಿ ಜತೆಗಿದ್ದರೆ ಸುಮ್ಮನೆ ಕೂತು ಕಾಯುವುದನ್ನು ನನಗೆ ಯಾರೂ ಹೇಳಿಕೊಡಬೇಕಿಲ್ಲ... ನಿದ್ದೆ ಬರಬಾರದು ಅಷ್ಟೆ. ಬಿಸ್ಕೆಟ್ಸ್- ಚಾಕಲೇಟ್ಸ್ ಖಾಲಿ ಮಾಡುತ್ತಾ ಕುಳಿತೆ...

ಹತ್ತೂವರೆ ಹೊತ್ತಿಗೆ ಒಂದು ಮಾರುತಿ ಡಿಜೈರ್ ಕಾರ್ ಆಂಗಡಿಯ ಮುಂದೆಯೇ ನಿಂತಿತು... ಒಬ್ಬರು ಮಧ್ಯವಯಸ್ಕ ಮಹಿಳೆ ಆ ಕಾರಿನಿಂದ ಇಳಿದು ರೋಲಿಂಗ್ ಶಟರ್ಸ್ ಬಳಿಗೆ ಬಂದರು.

ನನಗೆ ಒಂದು ಕ್ಷಣ ಎದೆಬಡಿತ ನಿಂತಂತಾಯಿತು, ಚಾಕಲೇಟ್ ಗಂಟಲಲ್ಲಿ ಸಿಕ್ಕಿಕೊಡಂತಾಯ್ತು...

ಈ ರಚನಾ ನಮ್ಮ ಮೃದುಲಾರ ಪಡಿಯಚ್ಚು!! ಮೃದುಲಾಗೆ ಇನ್ನೂ 15-20 ವರ್ಷವಾದರೆ ಥೇಟ್ ಹೇಗೆ ಇರಬಲ್ಲರು ಎಂದು ಸಾಕಾರವಾದಂತಿದೆ ರಚನಾ-ನಂಬೂದರಿ-ರಾಮನ್‌ರವರ ಮುಖಚರ್ಯೆ. ವ್ಯಕ್ತಿತ್ವ, ಮೈಕಟ್ಟು, ನಡೆ ಎಲ್ಲವೂ ಮೃದುಲಾರನ್ನು ಹೋಲುತ್ತದೆ. ಅಂದರೆ ಈಕೆ ಮೃದುಲಾಗೆ ಅಕ್ಕನೇ ಇರಬೇಕು. ಇಲ್ಲದಿದ್ದರೆ ಅದೇ ರೂಪ-ಲಕ್ಷಣ ಹೇಗೆ ಇರಲು ಸಾಧ್ಯ...?

ಇನ್ನು ಮಿಕ್ಕ ಮೂವರನ್ನು ವಿಚಾರಿಸುವ ಅವಶ್ಯಕತೆ ಇರಲಿಲ್ಲ. ಹಾಗಾಗಿ ತಕ್ಷಣ ಲೂಸಿಗೆ ಫೋನ್ ಮಾಡಿ "ನಿನ್ನ ಕಡೆಯ ತನಿಖೆಯನ್ನು ನಿಲ್ಲಿಸಬಹುದು.

ನನ್ನನ್ನು ಸರಿಯಾಗಿಯೇ ಗೈಡ್ ಮಾಡಿದೆ, ರಚನಾ ಬಗ್ಗೆ..." ಎಂದು ಇಲ್ಲಿ ಕಂಡಿದ್ದನ್ನು ವಿವರಿಸಿದೆ.

"ನೀವು ಒಬ್ಬರೇ ಹೋಗಿ ಆಕೆಯನ್ನು ಭೇಟಿ ಮಾಡಬೇಡಿ, ಒಪ್ಪದಿರಬಹುದು... ನಾನು ಬಂದು ಇದು ಕಾನೂನಿನ ವಿಚಾರ ಎಂದೆಲ್ಲ ಅವರಿಗೆ ವಿವರಿಸಿದರೆ ಅವರು ಸಹಕರಿಸಬಹುದು. ಈಗಲೇ ಹೊರಟೆ" ಎಂದಳು.

ನಾನು ಹೇಳಲಿಲ್ಲವೆ, ದಕ್ಷ ಲಾಯರ್ ಇವಳು.

"ಹೌದು, ಇಬ್ಬರೂ ಆಕೆಯ ಜತೆಗಿನ ಸಂಭಾಷಣೆಗೆ ಪರಸ್ಪರ ಸಾಕ್ಷಿಯಾಗಿರಬಹುದು... ನಿನಗಾಗಿ ಇಲ್ಲೇ ಕಾಯುತ್ತಿದ್ದೇನೆ..." ಎಂದು ಮಾತು ಮುಗಿಸಿ ಅವಳಿಗಾಗಿ ಕಾಯತೊಡಗಿದೆ.

ನಾನು ಯೋಚಿಸತೊಡಗಿದೆ... 'ನಂಬೂದರಿಯನ್ನು ನಂಬಬಾರದು' ಎಂದಿದ್ದಳು ಆ ಸುಬ್ಬಮ್ಮ... ಆದರೇಕೆ ಈಕೆಯ ತಂದೆಯನ್ನು ನಾವು ನಂಬಬಾರದು...? ಮೂವತ್ತೈದು ವರ್ಷದ ಕೆಳಗೆ ನಡೆದ ತನ್ನ ತಂಗಿಯ ಜನ್ಮ, ದತ್ತು ವಿಚಾರವೆಲ್ಲ ಈಕೆಗೆ ತಿಳಿದಿದೆಯೆ? ಮೃದುಲಾಗೆ ಬ್ಲ್ಯಾಕ್‌ಮೈಲ್ ಮಾಡಿದ ಜಾನಿ ಇವರನ್ನೂ ಕಂಡು ಹಿಡಿದಿದ್ದರೆ...? ಅವನು ಇವರಿಗೂ ಸಹಿತಾ...? ಊ-ಹೂ, ಇದಕ್ಕೆಲ್ಲ ಸುಲಭ ಉತ್ತರವೇ ಇಲ್ಲದಾಗಿದೆ.

ಲೂಸಿ ದಡಬಡಾಯಿಸಿಕೊಂಡು ಡ್ರೈವ್ ಮಾಡುತ್ತಾ ಬಂದು ಕಾರನ್ನು 'ಕ್ರೀಚ್' ಎಂದು ನನ್ನ ಪಕ್ಕಕ್ಕೆ ನಿಲ್ಲಿಸಿದಳು... ನಾನೂ ಕಾರಿನಿಂದ ಹೊರಬಂದೆ.

"ಹೀಗೆ ಸ್ಪೀಡಾಗಿ ಬರುವಾಗ ಯಾವುದೇ ಕಾನೂನು ಮುರಿಯಲಿಲ್ಲ ತಾನೆ, ಕಾನೂನು ದೇವತೆ?" ಎಂದು ನಗಾಡಿದೆ.

"ಮುರಿಯಲಿಲ್ಲ, ಸ್ವಲ್ಪ ಬಗ್ಗಿಸಿದೆ..." ಎಂದು ನಕ್ಕು ಹೊರಬಂದಳು.

ತಕ್ಷಣ ಇಬ್ಬರೂ ಆ ಪೆಯಿಂಟಿಂಗ್ಸ್ ಅಂಗಡಿಗೆ ಹೋದೆವು.

ಒಳಗೆ ಗಾಜಿನ ಗೊಡೆಗಳಿಗೆ, ಫ್ರೇಮ್ ಮಾಡಿದ ಹಲವಾರು ರಂಗುರಂಗಿನ ಚಿತ್ರಗಳಿದ್ದವು.

ಮುಖ್ಯವಾಗಿ ಆ ಕರ್ಪೂರಿ ನದಿಯ ಬಳಿ ಸೂರ್ಯಾಸ್ತಮದ ದೃಶ್ಯಗಳು; ಅಲ್ಲೊಬ್ಬ ಕೊಳಲೂದುವ ಹುಡುಗ; ಇಬ್ಬರು ಪ್ರೇಮಿಗಳು ಅಕ್ಕಪಕ್ಕದಲ್ಲಿ ಕುಳಿತಿರುವುದು. ಹೀಗೆ... ಎಲ್ಲವನ್ನೂ ಈಕೆಯೇ ರಚಿಸಿರಬಹುದೆ?

"ಹಲೋ, ನಿಮಗೇನು ಬೇಕು?" ಎಂದವಳತ್ತ ತಿರುಗಿ ನೋಡಿದೆವು... ಲೂಸಿ ಮೊದಲ ಬಾರಿ ಆಕೆಯನ್ನು ನೋಡಿ ಅರೆಕ್ಷಣ ಮೂಕವಿಸ್ಮಿತಳಾದಳು. ನನಗಾದಂತೆಯೆ! ಮೃದುಲಾಗೆ ಅಷ್ಟೊಂದು ಹೋಲಿಕೆಯನ್ನು ಅವಳೂ ನಿರೀಕ್ಷಿರಲಿಲ್ಲ. ಆದರೂ ಸಂಭಾಳಿಸಿಕೊಂಡು ಲೂಸಿ ನುಡಿದಳು:

"ನೋಡಿ, ಮಿಸೆಸ್ ರಾಮನ್, ನಾನೊಬ್ಬ ಸಿವಿಲ್ ಲಾಯರ್; ಲೂಸಿಯಾ ಅಂತ... ಇವರು ನಮ್ಮ ಪತ್ತೆದಾರರು ವಿಜಯ್... ಒಂದು ಹಳೇ ಜನ್ಮ - ದತ್ತು ವಿಚಾರವಾಗಿ ನಿಮ್ಮನ್ನು ಮಾತನಾಡಿಸೋಣ ಎಂದು ನಾವು ಬಂದಿದ್ದೇವೆ... ಪೋಲಿಸ್ ಕಮೀಶನರ್ ಪತ್ನಿಯಾದ ನೀವು ಇಂತದಕ್ಕೆ ಒಪ್ಪುತ್ತೀರಿ, ಸಹಕರಿಸುತ್ತೀರಿ ಎಂದು ನಂಬಿದ್ದೇವೆ..."

ಆಕೆ ಸ್ವಲ್ಪ ಗಾಬರಿಯಾದವಳಂತೆ "ಯಾರ ಜನ್ಮ-ದತ್ತು? ...ನನಗೆ ಹೇಗೆ" ಎನ್ನುವಷ್ಟರಲ್ಲಿ, ಲೂಸಿ ಮತ್ತೆ ಸಾವಧಾನದಿಂದ "ನಾನು ವಿವರಿಸುತ್ತೇನೆ, ತಾಳಿ... ಮೂವತ್ತೈದು ವರ್ಷದ ಹಿಂದೆ ನಿಮ್ಮ ತಾಯಿ ಒಂದು ಹೆಣ್ಣು ಮಗುವನ್ನು ಹೆತ್ತು, ಅದನ್ನು ಬೇರೆ ದಂಪತಿಗಳಿಗೆ ಸಾಕಿಕೊಳ್ಳಲು ದತ್ತು ಕೊಟ್ಟರೆಂದು ನಮಗೆ ತಿಳಿದುಬಂದಿದೆ...ಇದು ನಿಜವೆ? ನಿಮಗೆ ಇದರ ಬಗ್ಗೆ ಏನು ಗೊತ್ತು?" ಎಂದಳು.

ಅಕೆಯ ಮುಖ ತಕ್ಷಣವೆ ವಿವರ್ಣವಾಗಿ ತಮ್ಮ ಎದೆಯನ್ನು ಗಾಬರಿಯಿಂದ ಒತ್ತಿಕೊಂಡರು. "ನಮ್ಮಮ್ಮ? ನನ್ನ ತಂಗಿ? ನನಗೇನೂ ಗೊತ್ತಿಲ್ಲ" ಎಂದು ತೊದಲುತ್ತಾ ತಲೆಯಾಡಿಸಿ ಚಡಪಡಿಸಿದರು, ಯಾವುದೋ ಮರೆತುಹೋದ ಭೂತ ಮತ್ತೆ ಪೀಡಿಸಲು ಬಂದಿತೆಂಬಂತೆ,

ನಾನು ವಿವರಿಸಲು ಮುಂದಾದೆ:

"ನೋಡಿ ನಮ್ಮ ಕಕ್ಷಿದಾರಳು ಈಗ ಜನಪ್ರಿಯ ಚಿತ್ರರಂಗ ಮತ್ತು ಚಿಕ್ಕತೆರೆಯ ನಟಿ. ಆಕೆ ತನ್ನ ಸಾಕು ತಂದೆತಾಯಿಯರಿಂದ ಈ ವಿಷಯ ಅರಿತರಂತೆ... ಅವರಿಗೆ ತಮ್ಮ ಹೆತ್ತಮ್ಮ -ಅಪ್ಪನನ್ನು ನೋಡುವ ಬಯಕೆಯಾಗಿದೆ... ಆ ಕಾಲದಲ್ಲಿ ನಂಬೂದರಿ ಕುಟುಂಬದಲ್ಲೇ ಇಂತಹ ಹೆಣ್ಣುಮಗು ಹುಟ್ಟಿತ್ತೆಂದು ಸೂಲಗಿತ್ತಿ ಸುಬ್ಬಮ್ಮ ಹೇಳಿದರು..."

ಹೊರಗೆ ಜೀಪೊಂದು ಬಿರ್ರನೆ ಬಂದು ನಿಲ್ಲುವ ಸದ್ದಾಯಿತು. ಪೋಲಿಸ್ ಜೀಪ್?

ನಮ್ಮನ್ನು ಗಾಬರಿ ಕಂಗಳಿಂದ ದಿಟ್ಟಿಸಿದರು ರಚನಾ ಕೀಚಲು ದನಿಯಲ್ಲಿ ಬೆದರಿದ ಹರಿಣಿಯಂತಾದ ಆಕೆ "ನಿಮ್ಮನ್ನು ಯಾರು ಕಳಿಸಿದರು? ಹೇಗೆ ಗೊತ್ತಾಯಿತು?"ಎಂದೆಲ್ಲ ತೊದಲಲು ಶುರು ಮಾಡುತ್ತಿರುವಂತೆಯೇ, ದಬದಬನೆ ಕಾಲು ಹಾಕುತ್ತಾ ಪೋಲಿಸ್ ಸಮವಸ್ತ್ರ ಧರಿಸಿದ್ದ ಅಧಿಕಾರಿಯೊಬ್ಬರು ಒಳಗೆ ನುಗ್ಗಿದರು.

"ಅವರಿಗೆ ಏನೂ ಹೇಳಬೇಡ ರಚನಾ... ಕೀಪ್ ಕ್ವೈಟ್..." ಎಂದು ಆತ ಗದರುತ್ತಾ ನಮ್ಮತ್ತ ತಿರುಗಿದರು. ಆತನ ಶರ್ಟ್ ಮೇಲೆ 'ರಾಮನ್, ಕಮಿಶನರ್ ಆಫ್ ಪೋಲೀಸ್' ಬ್ಯಾಡ್ಜ್ ಇದೆ. ಬಕ್ಕತಲೆ, ಸ್ವಲ್ಪ ಬೊಜ್ಜು, ಆಜಾನುಬಾಹು...

ಆದರೆ ಈಗೀಗ ನಿವೃತ್ತಿ ವಯಸ್ಸು ಹತ್ತಿರವಾಗಿದೆ... ಇಷ್ಟನ್ನು ಗ್ರಹಿಸಿದೆ ನನ್ನ ಅನುಭವೀ ಕಂಗಳಿದ.

ನಮ್ಮಿಬ್ಬರತ್ತ ದುರುಗುಟ್ಟಿ ನೋಡುತ್ತಾ ರಾಮನ್

“ನಿಮಗೇನು ಅಧಿಕಾರವಿದೆ ಇಲ್ಲಿಗೆ ಬಂದು ನನ್ನ ಹೆಂಡತಿಯನ್ನು ಪ್ರಶ್ನಿಸಲು? ಯಾರು ಅನುಮತಿ ಕೊಟ್ಟರು?” ಎಂದು ಗುಡುಗಿದರು. ಮಧ್ಯೆ ಬಾಯಿ ಹಾಕಿದ ಲೂಸಿ, “ನಾವು ಕಾನೂನು ಅಧಿಕಾರಿಗಳು... ನಿಮಗೇ ಗೊತ್ತು ಕಮೀಶನರ್, ಸಿವಿಲ್ ಕೇಸಿನಲ್ಲಿ ವಿಚಾರಿಸಲು ಯಾರ ಅನುಮತಿಯೂ ಬೇಕಿಲ್ಲ”ಎಂದಾಗ,

“ನಾನೂ ನಮ್ಮ ಲಾಯರನ್ನು ಕರೆಸುತ್ತೇನೆ, ಅವರೊಂದಿಗೇ ಮಾತಾಡಿ... ಈಗ ಹೊರಡಿ ಇಲ್ಲಿಂದ...!” ಎಂದು ಗದರಿಸಿ, “ನೀನು ಮೊದಲು ಒಳಗೆ ಹೋಗು, ನಿನ್ನ ಜತೆ ಆಮೇಲೆ ಮಾತಾಡುತ್ತೇನೆ” ಎಂದು ಹೆಂಡತಿಯನ್ನು ಅಂಗಡಿಯ ಒಳಕೋಣೆಗೆ ಅಟ್ಟಿದರು.

ಇವರ ಕೋಪಕ್ಕೆ ಬೆದರಿ ಮುಖ ಬಿಳಿಚಿಕೊಂಡ ರಚನಾ ಒಳಗೋಡಿದರು. ಹಾಗೂ ಬೆದರದ ಲೂಸಿ, “ಇದರಲ್ಲಿ ಮುಚ್ಚಿಡುವುದು, ಬಚ್ಚಿಡುವುದು ಏನಿದೆ? ನಿಮಗೆ ಈ ಬಗ್ಗೆ ಗೊತ್ತಿದ್ದನ್ನು ಹೇಳಿದರೆ ನಾವು ಹೋಗುತ್ತೇವೆ...” ಎಂದಳು.

“ನನ್ನ ಹೆಂಡತಿಗೆ ಇದರ ಬಗ್ಗೆ ಏನೂ ಗೊತ್ತಿಲ್ಲ, ನೀವಿನ್ನು ಹೊರಡಬಹುದು!! ಔಟ್!” ಎಂದು ಮುಖ ರಂಗೇರಿ ಸಿಡುಕಿದರು ಕಮೀಶನರ್. ಕ್ಷಣಕ್ಷಣಕ್ಕೂ ಆತನ ಅಸಹನೆ ಕೋಪ ಮಿತಿ ಮೀರುತ್ತಿದೆ.

“ಬಾ ಲೂಸಿ, ನಾವು ಆಮೇಲೆ ಬರೋಣ...” ಎಂದು ನಾನು ಅವರೊಂದಿಗೆ ವಾದ ಮಾಡಲು ಸಿದ್ಧಳಾಗಿದ್ದವಳನ್ನು ಮೆತ್ತಗೆ ಮೊಳಕೈ ಹಿಡಿದು ಅಂಗಡಿಯ ಹೊರತಂದೆ. ‘ಬೀಸೋ ದೊಣ್ಣೆ ತಪ್ಪಿದರೆ’ ಎನ್ನುತ್ತಾರಲ್ಲ, ಅದು ಈಗ ಅನ್ವಯವಾಗುವಂತಿತ್ತು.

“ಬಟ್, ವಿಜಯ್, ಇದಕ್ಕೆ ಅರ್ಥವೇನು? ಯಾರಾದರೂ ಮಾತಾಡಿಸಿದರೆ ಹೀಗೆ ಅಟ್ಟುತ್ತಾರೆಯೆ? ಅಂತಾ ಯಾವುದೇ ಕಾನೂನಿಲ್ಲ” ಎಂದು ಮುಖವುಬ್ಬಿಸಿದಳು ಲೂಸಿ.

“ಕಾನೂನಿನ ಚೌಕಟ್ಟಿನಿಂದ ಹೊರಗೆ ಕೆಲಸ ಮಾಡುವವರಿಗೆ ಅಂತಾ ಉಲ್ಲಂಘನೆ ಸಾಧ್ಯವಿದೆ” ಎಂದು ಸಂತೈಸಿದೆ ನಾನು. ಆದರೆ ಪೋಲೀಸ್ ಕಮೀಶನರ್ ಏನು ಬಚ್ಚಿಡುತ್ತಿದ್ದಾರೆ?

ಕಾರಿನ ಬಳಿ ಬಂದು “ನೋಡು ಲೂಸಿ, ಇದ್ಯಾಕೋ ಕೈ ಮೀರುತ್ತಿದೆ... ನೀನು ತೆಪ್ಪಗೆ ಆಫೀಸಿಗೆ ಹೋಗು... ನಾನು ಸಂಜೆ ನಿನಗೆ ಸಿಗುತ್ತೇನೆ, ನನಗೀಗ ಕೆಲಸವಿದೆ!” ಎಂದು ಅವಳನ್ನು ಅಲ್ಲಿಂದ ಸಾಗಿಹಾಕಿದೆ.

ನಾನು ಮಾಡಿದ ಮುಂದಿನ ಕೆಲಸವೆಂದರೆ ರಚನಾಳ ಅಂಗಡಿಯ ಹಿತ್ತಲನ್ನು ಹುಡುಕಿದ್ದು!

ಅತ್ತಿತ್ತ ನೋಡಿದೆ, ಯಾರೂ ನನ್ನತ್ತ ನೋಡುತ್ತಿಲ್ಲ. ಕಮಿಶನರ್ ಮತ್ತು ರಚನಾರ ಸಂವಾದವನ್ನು ಕದ್ದಾದರೂ ಕೇಳುವುದು ನನಗೆ ಬಹಳ ಅವಶ್ಯಕವಿತ್ತು.

ತಡಮಾಡದೆ ಕಾಂಪೌಂಡ್ ಗೋಡೆಯನ್ನು ಹಾರಿ, ಅಂಗಡಿಯ ಹಿಂದಿನ ರೂಮಿನ ಕಿಟಕಿ ಬಳಿ ಮೆತ್ತಗೆ ಹೊಗಿ ನಿಂತೆ. ಸುತ್ತಲಿನ ಆಫೀಸುಗಳಿಂದ ಯಾರೂ ನನ್ನತ್ತ ನೋಡುತ್ತಿರಲಿಲ್ಲ ಸದ್ಯ...

ಕಿಟಕಿಯಿಂದ ರಾಮನ್‌ರವರ ಏರಿದ ದನಿ ಸ್ಪಷ್ಟವಾಗಿ ಕೇಳಿಬರುತ್ತಿದೆ...

"ನಾನು ಎಷ್ಟು ಸಲ ಹೇಳಿದ್ದೀನಿ... ಇಂತವರು ಬರುತ್ತಲೇ ಇರುತ್ತಾರೆ... ನಮ್ಮ ಹಳೆ ವಿಷಯವನ್ನು ಕೆದಕಲು... ನೀನು ಯಾರಿಗೂ ಆಸ್ಪದ ಕೊಡಬೇಡ ಅಂತ..."

ರಚನಾ ಕ್ಷೀಣ ದನಿಯಲ್ಲಿ: "ಇಲ್ಲ ರೀ, ನಾನು ಭಯಬಿದ್ದೆನೇ ವಿನಾ ಅವರಿಗೆ ಏನೂ ಹೇಳಲಿಲ್ಲ... ಆದರೆ ಈ ವಿಷಯವನ್ನು ಇನ್ನೆಷ್ಟು ವರ್ಷ ಬಚ್ಚಿಡಲಿ... ನನ್ನ ಮನಸ್ಸು ನನ್ನ ಮಗಳಿಗಾಗಿ ಕಾತರಿಸುತ್ತಿದೆ, ಅದು ನಿಮಗೇನು ಗೊತ್ತು...?"

ನನಗೆ ಉಸಿರಾಡಲು ಕಷ್ಟವಾಗುತ್ತಿದೆ... ಯಾವ ಮಗಳು?

ರಾಮನ್ ದಬಾಯಿಸುತ್ತಿದ್ದಾರೆ: "ಯಾಕೆ? ಅವಳು ನನ್ನ ಮಗಳಲ್ಲ ಅಂತಾ ತಾನೆ...? ನೀನು ಅವನು ಆ ಕಾಲದಲ್ಲಿ ತಪ್ಪು ಹೆಜ್ಜೆ ಇಡದಿದ್ದರೆ ನಾವೇಕೆ ಇಷ್ಟು ವರ್ಷ ಇಂತಾ ಸೀಕ್ರೇಟ್ ಗುಪ್ತವಾಗೇ ಇಟ್ಟುಕೊಳ್ಳಬೇಕಾಗಿತ್ತು? ನೋಡು ರಚನಾ, ಮೃದುಲಾ ನಮ್ಮ ಮಗಳಲ್ಲ, ನಮ್ಮ ಪಾಲಿನ ಜನ್ಮ ಶನಿ!! ನನಗೆ ನಿನಗೆ ಹುಟ್ಟಿದ ರಾಜನ್ ಮಾತ್ರವೇ ನಮ್ಮ ಸಂತಾನ. ನೀನು ಅವಳನ್ನು ಮರೆತುಬಿಡು, ನೀನೂ ಅವನೂ, ಜತೆಗೆ ನಿಮ್ಮಪ್ಪ ಮಾಡಿದ ಆ ಕಾಲದ ತಪ್ಪುಗಳಿಗೆ ನಾನು ಜೀವನ ಪರ್ಯಂತ ಈ ಸತ್ಯ ಮುಚ್ಚಿಟ್ಟುಕೊಂಡು ಹೀಗೆ ಬದುಕಬೇಕಾಗಿದೆ... ಅಷ್ಟು ಸಾಲದೆ?"

ಓಹ್!!!, ಅದಕ್ಕೇ ಮೃದುಲಾಗೂ ಈಕೆಗೂ ಅಷ್ಟೊಂದು ಹೋಲಿಕೆಯಿರುವುದು!

ರಚನಾ ಮೃದುಲಾರ ತಾಯಿ! ಅಕ್ಕತಂಗಿಯರೆಂದು ನಾನೂ ಲೂಸಿ ಮೋಸ ಹೋದೆವಲ್ಲ!!!

ಆಗ ರಚನಾ ಅತ್ತು ಬಿಕ್ಕುತ್ತಾ "ನೋಡಿ, ಇನ್ನು ಆ ಜಾನಿ ಬೇರೆ ಬಂದು ಬಂದು ನಮ್ಮನ್ನು ಕಾಡುತ್ತಾನೆ... ಅವನನ್ನಾದರೂ ತಡೆಯಿರಿ ಅಂದರೆ ಅದೂ ನಿಮ್ಮ ಕೈಲಿ..." ಎನ್ನುತ್ತಿದ್ದಂತೆಯೇ

ರಾಮನ್ ಸಿಟ್ಟಿನಿಂದ ಕೂಗುತ್ತಾ "ನನ್ನ ಕೈಲಾಗಲ್ಲ ಅಂತಾ ತಾನೆ? ಪೋಲಿಸ್ ಕಮೀಶನರ್ ಆಗಿಯೂ ನನ್ನ ಕೈ ಕಟ್ಟಿಹಾಕುವಂತಹ ಘಟನೆ ಇದು... ಇಲ್ಲದಿದ್ದರೆ ಅಂತಾ ಚಿಕ್ಕ ಪುಟ್ಟ ಕ್ರಿಮಿನಲ್ಸ್‌ಗಳನ್ನು ನಾನು ಎರಡು ನಿಮಿಷದಲ್ಲಿ ಚಿಟಿಕೆ ಹೊಡೆಯುವಷ್ಟರಲ್ಲಿ ಜೈಲಿಗೆ ತಳ್ತಾ ಇದ್ದೆ" ಎಂದರು.

ರಚನಾ "ಇಲ್ಲಿ ಇವರೂ ಕೇಳುತ್ತಿದ್ದಾರೆ. ಅಲ್ಲಿ ಅವನೂ 25–30 ಸಾವಿರ ಅಂತಾ ಕೇಳುತ್ತಲೇ ಇದ್ದಾನೆ... ಯಾವಾಗ ನನ್ನ ವಿಷಯ ಇಷ್ಟು ವರ್ಷ ಗೋಪ್ಯವಾಗಿದ್ದಿದ್ದು, ಈಗ ಹೊರಗೆ ಬರುತ್ತೇನೋ ಅಂತಾ ಭಯವಾಗ್ತಿದೆ. ಹಾಗೇನಾದರೂ ಆದರೆ ನನಗೂ, ಅವಳಿಗೂ ಇಬ್ಬರಿಗೂ ಮಾನ ಹೋಗುತ್ತದೆ" ಎಂದು ಮತ್ತೆ ಬಿಕ್ಕಳಿಸಿದರು.

ರಾಮನ್ ಗುಟುರು ಹಾಕುತ್ತಾ "ನಿಮಗಲ್ಲ ಕಣೆ, ಮುಂದಿನ ವರ್ಷ ರಿಟೈರ್ ಆದ ಮೇಲೆ ಎಮ್‌ಎಲ್‌ಏ ಚುನಾವಣೆಗೆ ನಿಲ್ಲಬೇಕೂಂತಾ ಇದೀನಲ್ಲ ನಾನು... ನನಗೆ! ನನಗೆ ಮಾನ ಮೂರು ಕಾಸಿಗೆ ಹೋಗುತ್ತೆ ಈ ಊರಲ್ಲಿ. ಅದಕ್ಕೆ ನಾನು ಬಿಡಲ್ಲ..." ಎಂದವರು ಸ್ವಲ್ಪ ದನಿ ತಗ್ಗಿಸಿ "ರಚನಾ, ನೋಡು, ಆ ಜಾನಿಗೆ ಹೇಗೋ ಬುದ್ಧಿ ಕಲಿಸುತ್ತೇನೆ, ಯೋಚಿಸಲು ಬಿಡು. ಅವನಿಂದಲೇ ಅನಿಸುತ್ತೆ ಈ ಲಾಯರ್ರೂ, ಡಿಟೆಕ್ಟಿವ್ವೂ ಇಲ್ಲಿವರೆಗೂ ಹುಡುಕ್ಕೊಂಡು ಬಂದಿದ್ದು...ಇರಲಿ, ನೀನು ಇದರಲ್ಲಿ ತಲೆಯೇ ಕೆಡಿಸಿಕೊಳ್ಳಬೇಡ... ಇಷ್ಟು ವರ್ಷ ಹೇಗಿದ್ದೆಯೊ ಹಾಗೇ ಇದ್ದುಬಿಡು" ಎಂದು ಪತ್ನಿಗೆ ಸಾಂತ್ವನ ಹೇಳಿದರು.

"ಹೂಂ! ಸರಿ..." ಎಂದರು ರಚನಾ. ಬಿಕ್ಕಳಿಕೆ ತಹಬಂದಿಗೆ ಬರುವ ಲಕ್ಷಣಗಳು ಕಂಡುಬಂದವು.

"ಸರಿ, ನಾನಿನ್ನು ಅಪ್ಪನ್ನ ನೋಡಿಕೊಂಡು ಬರ್ತೀನಿ. ಅವರಿಗೆ ಔಷಧಿ, ಹಾಲು ಕೊಟ್ಟು ಬರ್ತೀನಿ" ಎಂದರು ರಚನಾ ಒಂದು ನಿಮಿಷ ತಡೆದು.

ನನ್ನ ತಲೆಯಲ್ಲಿ ಜೇನುಗೂಡು ಕೆದರಿದಂತಿದೆ, ಮಿದುಳು ಗುಂಯ್‌ಗುಡುತ್ತಿದೆ. ಅಲ್ಲಿಂದ ಜಾಗ ಖಾಲಿ ಮಾಡುವುದು ಉಚಿತ ಎಂದರಿತ ನಾನು ಮತ್ತೆ ಕಾಂಪೌಂಡ್ ಗೋಡೆ ಹಾರಿ ಸುರಕ್ಷಿತವಾಗಿ ನನ್ನ ಕಾರ್ ತಲುಪಿ ಲೂಸಿಗೆ ಈ ವಿಷಯ ಹೇಳೋಣವೆಂದು ಕಾತರದಿಂದ ಮೊಬೈಲ್ ಕೈಗೆತ್ತಿಕೊಳ್ಳುವಷ್ಟರಲ್ಲಿ, ಅತ್ತ ರಾಮನ್‌ರವರು ಜೀಪಿನಲ್ಲಿ ಹೋಗುವುದಕ್ಕೂ, ಇತ್ತ ಅಂಗಡಿಗೆ ಬೀಗ ಹಾಕಿಕೊಂಡು, ರಚನಾ ತಮ್ಮ ಕಾರಿನತ್ತ ಹೋಗುವುದಕ್ಕೂ ಸರಿಹೋಯಿತು...

ನಾನು ಬೇಗ ಯೋಚನೆ ಮಾಡಿದೆ. ತನ್ನ ವಯಸ್ಸಾದ ತಂದೆಯನ್ನು ನೋಡಲು ಹೊರಟಳಲ್ಲವೆ...? ಈಕೆಯ ವಯಸ್ಸು ಈಗ 50ರ ಆಜುಬಾಜಿನಲ್ಲಿರಬಹುದು, ಮೃದುಲಾಗೆ ಈಗೀಗ 35 ವರ್ಷ ತುಂಬಿದ್ದು ಗಮನಿಸಿದರೆ, ರಚನಾಗೆ 16ರ ವಯಸ್ಸಿನಲ್ಲೇ ಗರ್ಭಿಣಿಯಾಗಿರಲು ಸಾಧ್ಯ...

ಸಾಮಾನ್ಯವಾಗಿ ನಂಬೂದರಿಗಳು ಬಹಳ ಆಚಾರವಂತರು ಎಂದು ಕೇಳಿದ್ದೆ. ಇದೊಂದು ಅಪ್ರಾಪ್ತ ವಯಸ್ಸಿನ ಅವಿವಾಹಿತ ಯುವತಿಯು ಗರ್ಭಿಣಿಯಾದ ಕತೆ ಎಂದಾಯಿತು... ಆ ಮೃದುಲಾರ ಜನ್ಮ ವಿಚಾರ ಏನೇ ನಡೆದಿದ್ದರೂ ಆ ಕಾಲದಲ್ಲಿ ಈಕೆಯ ಅಪ್ಪ ಅಮ್ಮನೇ ಆ ಮಗುವನ್ನು ದತ್ತು ಕೊಡಿಸಿ ಸಮಾಜದ ಕಂಗಳಿಂದ ಕುಲಗೌರವವನ್ನು ಕಾಪಾಡಿಕೊಂಡಿರಲು ಸಾಧ್ಯ. ಸರಿ, ನಾನು ರಚನಾಳನ್ನು ಹಿಂಬಾಲಿಸುತ್ತಾ ಹೋಗಿ, ಆಕೆಯ ತಂದೆಯ ಮನೆಯನ್ನೂ ಒಮ್ಮೆ ನೋಡಿ ಬಿಟ್ಟರೆ ವಾಸಿ ಎಂದೆನಿಸಿ, ನನ್ನ ಕಾರಿನ ಚಾವಿ ತಿರುಗಿಸಿ ರೆಡಿಯಾದೆ... ರಚನಾ ತಮ್ಮ ಡಿಝೈರ್ ಕಾರನ್ನು ನಡೆಸಲಾರಂಭಿಸಿದಾಗ ನಿಧಾನವಾಗಿ ನಾನೂ ಆ ಕಾರಿನ ಹಿಂದೆ ನಡೆಸಿದೆ.

ಊರಿನ ಜನಜಂಗುಳಿಯಿದ್ದ ಮುಖ್ಯ ರಸ್ತೆ ಬಿಟ್ಟು ಊರಾಚೆಯ ನದಿ ಪಕ್ಕದ ಕಾಲೋನಿಗಳ ಧೂಳಿನ ರಸ್ತೆಗಳಲ್ಲಿ ಸಾಗುತ್ತಿದ್ದೆವು... ಈ ರಸ್ತೆಗಳಲ್ಲಿ ನಾನು ನಿರೀಕ್ಷಿಸುದಕ್ಕಿಂತ ಕಡಿಮೆ ಜನಗಳಿದ್ದುದರಿಂದ ಆಕೆಗೆ ಅನುಮಾನ ಬರದಂತೆ ಕಾರುಗಳ ನಡುವೆ ಅಂತರವನ್ನು ಕಾಪಾಡಿಕೊಂಡಿದ್ದೆ.

ನದಿಗೆ ಅನತಿದೂರದ ಚಿಕ್ಕ ಕೆಂಪು ಹಳದಿ ಬಳಿದ ಗೋಡೆಗಳ ಹಳೆ ಬಂಗಲೆಯ ಮುಂದೆ ಕಾರು ನಿಂತಿತು. ಮನೆಯ ಆವರಣದಲ್ಲಿ ಗಿಡ ಪೊದೆಗಳು ಹುಚ್ಚಾಪಟ್ಟೆ ಬೆಳಿದಿತ್ತು, ಖಂಡಿತಾ ಇದಕ್ಕೆ ಮಾಲಿಯಂತೂ ಇಲ್ಲ... ಈಕೆಯೇ ಇಳಿದು ಗೇಟ್ ತೆಗೆದು ಮತ್ತೆ ಕಾರನ್ನು ಒಳನಡೆಸಿದರು. ಅಲ್ಲಿ ಮತ್ಯಾರೂ ಇಲ್ಲ, ಹಾಗಾದರೆ...

ರಚನಾರ ಕಾರ್ ಮನೆಯ ಪೋರ್ಚ್‌ನಲ್ಲಿ ನಿಲ್ಲಿಸುವುದನ್ನು ನೋಡುತ್ತಾ ನಾನು ಆ ಬಂಗಲೆಯನ್ನು ದಾಟಿ ಮುಂದಿನ ರಸ್ತೆಯ ನಿರ್ಜನ ಮೂಲೆಗೆ ಹೋಗಿ ಕಾರ್ ನಿಲ್ಲಿಸಿದೆ. ವಾಪಸ್ ಆಕೆಯನ್ನು ಫಾಲೋ ಮಾಡಲು ಸುಲಭವಾಗುವಂತೆ... ನಾನು ಕಾರಿನಲ್ಲೇ ಕುಳಿತರೂ ಆ ಮನೆಯ ಮುಂಬಾಗಿಲು ಕಾಣಿಸುತ್ತಿತ್ತು. ಹೊರಗಿನ ಗೇಟ್ ಪಕ್ಕದ ಮಾಸಿಹೋದ ನಾಮ ಫಲಕದಲ್ಲಿ "ಮಾಧವನ್ ನಂಬೂದರಿ, ರೆಟೈರ್ಡ್ ಡಿಸ್ಟ್ರಿಕ್ಟ್ ಕಲೆಕ್ಟರ್" ಎಂದಿದೆ...

ರಚನಾ ಒಳಗೆ ಹೋಗಿದ್ದಾರೆ. ಯಾವಾಗ ಹೊರ ಬರುತ್ತಾರೋ ಎಂದು ಆಕಳಿಸಿದ ನಾನು ಮಿಕ್ಕ ಬಿಸ್ಕೆಟ್ಸ್ ಸೇವಿಸಿ ಫ್ಲಾಸ್ಕ್‌ನಲ್ಲಿದ ಕಾಫಿಯನ್ನು ಕುಡಿಯಲಾರಂಭಿಸಿದೆ... ಓಹ್, ನಾನು ಲೂಸಿಗೆ ಫೋನ್ ಮಾಡಿಯೇ ಇಲ್ಲ ಎನಿಸಿದರೂ ಇರಲಿ, ಇಲ್ಲಿಯ ವಿಷಯವನ್ನೂ ಅರಿತು ಸಂಜೆ ಒಟ್ಟಿಗೇ ವರದಿ ಮಾಡಿದರಾಯಿತು ಎಂದು ಸುಮ್ಮನಾದೆ.

ಅರ್ಧಗಂಟೆ ನಂತರವೇ ಅಲ್ಲಿ ಸ್ವಲ್ಪ ಚಟುವಟಿಕೆ ಶುರುವಾದದ್ದು... ಮೊದಲು ಬಾಗಿಲು ಹಾರುಹೊಡೆದು ರಚನಾ ಹೊರಬಂದರು... ಆಕೆಯ ಮುಖಚರ್ಯೆ, ನಡೆಯುವ ರೀತಿ ನೋಡಿದರೆ ಸ್ವಲ್ಪ ಉದ್ವಿಗ್ನಗೊಂಡಂತಿದೆ...

ಹಿಂದಿನಿಂದ ಸಣ್ಣಗಿನ ಸ್ವಲ್ಪ ಬೆನ್ನು ಬಾಗಿದಂತ ವೃದ್ಧರೊಬ್ಬರು ಆಕೆಯನ್ನು ಮಾತಾಡಿಸುತ್ತಲೇ ಬರುತ್ತಿದ್ದಾರೆ... 'ನಿಲ್ಲು' ಎಂದು ಹೇಳುತ್ತಿರುವಂತಿದೆ... ನಾನು ಬಹಳ ದೂರವಿರುವುದರಿಂದ ಏನೂ ಕೇಳಿಸುತ್ತಿಲ್ಲ...

ಹಳೆಯ ಜೀನ್ಸ್ ಮತ್ತು ಜ್ಯಾಕೆಟ್ ಧರಿಸಿ ವುಲ್ಲನ್ ಮಫ್ಲರ್ ಕಟ್ಟಿದ್ದ ನಂಬೂದರಿಯವರು ವಯೋವೃದ್ಧರು ಎಂಬುದು ನಿಶ್ಚಿತ. ರಚನಾ ಕಾರಿಗೆ ಹತ್ತುವುದನ್ನು ತಡೆಯುತ್ತಾ, ಆಕೆಗೆ ಏನೋ ಸಮಜಾಯಿಷಿ ಮಾಡಹತ್ತಿದರು ನಂಬೂದರಿ... ರಚನಾ ಕುಪಿತಳಾಗಿ ನಿರಾಕರಿಸುತ್ತಿದ್ದರೆ, ಆತ ಇನ್ನೂ ಒತ್ತಾಯಿಸುತ್ತಾ, ಆಕೆಯ ಬೆನ್ನು ಮೇಲೆ ಕೈಯಿಟ್ಟು ಏನೋ ವಿವರಿಸುತ್ತಿದ್ದಾರೆ... ಆಗ

ರಚನಾ ಏಕ್‌ದಂ ಅಪ್ಪನ ಕೈನೂಕಿ, ಸಿಟ್ಟಿನಿಂದ ಕಾರ್ ಹತ್ತಿಯೇ ಬಿಡುತ್ತಾರೆ... ಮುದುಕ ನಂಬೂದರಿಯವರ ಮುಖ ದುಃಖ-ಅವಮಾನದಿಂದ ಕೆಂಪಾಗಿದೆ. ಅವರು ಆಕೆಯ ಕಾರ್ ಹೋಗುವುದನ್ನೇ ದಿಟ್ಟಿಸಿನೋಡಿ ಮನೆಯೊಳಕ್ಕೆ ಹೋದರು. ನಾನು ಕಾಯುತ್ತಲೆ ಇದ್ದೆ. ಆತ ಇನ್ನೈದು ನಿಮಿಷಕ್ಕೆ ಒಂದು ಆಲ್ಸೇಷಿಯನ್ ನಾಯಿಯೊಂದಿಗೆ ಹೊರಬಂದರು. ನದಿಯ ಬದಿಗೆ ವಾಕಿಂಗ್ ಹೊರಟರು. ಇನ್ನು ನನಗೆ ಅಲ್ಲಿರಲು ಯಾವುದೇ ಕಾರಣವಿರಲಿಲ್ಲ ಎನಿಸಿತು...

ನಾನೂ ಲೂಸಿಯ ಆಫೀಸಿನತ್ತ ಕಾರ್ ತಿರುಗಿಸಿ ಹೊರಟೆ. ರಸ್ತೆಯಲ್ಲಿ ಯೋಚಿಸುತ್ತಿದ್ದೇನೆ...

ನಾನು ಒಪ್ಪಿ ಬಂದ ಕೆಲಸದ ಉದ್ದೇಶ ಎರಡು ಬಗೆಯದ್ದು:

ಮೊದಲಾಗಿ ಮೂಲಭೂತ ಸಮಸ್ಯೆಯಾದ ಮೃದುಲಾರ ಹೆತ್ತ ತಂದೆ-ತಾಯಿಗಳ ಅನ್ವೇಷಣೆಯಲ್ಲಿ ಅರ್ಧ ಮಾತ್ರ ಯಶಸ್ಸಾಗಿದೆ: ತಾಯಿ ಸಿಕ್ಕಿದ್ದಾರೆ, ಆದರೆ ತಂದೆಯ ಪತ್ತೆಯಾಗಿಲ್ಲ... ಜತೆಗೆ

ಈ ಹೆತ್ತ ತಾಯಿ ಬೇರೆ ಮದುವೆಯಾಗಿ, ಕಮೀಶನರ್‌ರವರ ಪತ್ನಿಯಾಗಿದ್ದೂ, ಜಾನಿಯಂತಹವನ ಕಪಿಮುಷ್ಟಿಯಲ್ಲಿ ಸಿಕ್ಕಿಬಿದ್ದು, ಅವನ ಬಾಯ್ಮುಚ್ಚಲು ಹಣ ತೆರುತ್ತಿದ್ದಾರೆ. ಕಮಿಶನರ್ ಮತ್ತು ರಚನಾ ಇಬ್ಬರೂ ಈ ಹಳೇ ರಹಸ್ಯವನ್ನು ಯಾವ ಬೆಲೆ ತೆತ್ತಿಯಾದರೂ ಮುಚ್ಚಿಡುವ ಯತ್ನದಲ್ಲಿದ್ದಾರೆ ಎನ್ನುವುದು ಸ್ಪಷ್ಟ. ಅದಕ್ಕೇ ಅವರು ನನ್ನನ್ನೂ, ಲೂಸಿಯನ್ನೂ ಮುಂದೆ ವಿಚಾರಿಸದಂತೆ ಹೊರಗಟ್ಟಿದ್ದಾರೆ...

ಇನ್ನು ಬ್ಲ್ಯಾಕ್‌ಮೈಲ್ ಮಾಡುತ್ತಿದ್ದವನು ಜಾನಿಯೇ ಎಂದು ಗೊತ್ತಾದರೂ ನಾನು ಯಾವುದೇ ಕ್ರಮ ತೆಗೆದುಕೊಳ್ಳಲು ಸಾಧ್ಯವಾಗಿಲ್ಲ... ಏಕೆಂದರೆ ನನ್ನ ಕಕ್ಷಿದಾರ ಮೃದುಲಾ, ಲಾಯರ್ ಫೆರ್ನಾಂಡೆಸ್ ಸದ್ಯಕ್ಕಂತೂ ಯಾವುದೇ

ಕಾನೂನು ಕ್ರಮ ತೆಗೆದುಕೊಳ್ಳಲು ಹಿಂಜರಿಯುತ್ತಿದ್ದಾರೆ. ಅಂದರೆ ಈ ಸಮಸ್ಯೆಯಲ್ಲಿ ಇನ್ನೂ ಒಂದು ತಿಳಿಯದ ಮುಖವಿದೆ. ಇದು ಬರೇ ಅನೈತಿಕವಾಗಿ ಜನಿಸಿದ ಮಗುವನ್ನು ದತ್ತು ಪಡೆದ ಬ್ಲ್ಯಾಕ್‌ಮೈಲ್ ಕೇಸಿನಲ್ಲೇ ಅಂತ್ಯವಾಗುವಂತೆ ಕಾಣುತ್ತಿಲ್ಲ.

ಇನ್ನೇನೋ ಅಡಗಿದೆ, ಬೆಳಕಿಗೆ ಬಂದಿಲ್ಲ... ಇನ್ನು ಕಮೀಶನರ್ ಈಗ ತಾನೆ ತಮ್ಮ ಪತ್ನಿಗೆ ಹೇಳಿದಂತೆ ಅವರೇ ಜಾನಿಯ ಮೇಲೆ ಏನಾದರೂ ಕ್ರಮ ತೆಗೆದುಕೊಂಡರೆ ಮಾತ್ರ ಆ ಕಳೆದುಹೋಗಿರುವ ಮೃದುಲಾರ ತಂದೆಯ ಬಗ್ಗೆ ಬೆಳಕು ಚೆಲ್ಲುವುದು!

ನಾನು ಈ ರೀತಿ ಹೇಳಿದ್ದೆಲ್ಲ ಕೇಳಿ ಲೂಸಿ ತನ್ನ ಆಫೀಸಿನಲ್ಲಿ ಬಹಳವೇ ಅಚ್ಚರಿಪಟ್ಟಳು...

"ವಿಜಯ್, ನನಗನಿಸುವ ಮಟ್ಟಿಗೆ ನಾವು ಮಾಡಿರುವ ಪ್ರಗತಿ ಆಶಾದಾಯಕವಾಗಿಯೇ ಇದೆ... ಮುಂದೇನಾದರೂ ದಾರಿ ಹುಡುಕಿ ರಚನಾ ಸುಮಾರು 16 ವರ್ಷ ತರುಣಿಯಾಗಿದ್ದಾಗ ಯಾವ ಯುವಕನೊಂದಿಗೆ ಸಂಬಂಧ ಬೆಳೆಸಿ ಗರ್ಭಿಣಿಯಾದಳು ತಿಳಿದುಕೊಳ್ಳಬೇಕು... ಅವಳಪ್ಪ ಅಮ್ಮ ಸುಲಭವಾಗಿ ಗರ್ಭಪಾತ ಮಾಡಿಸಿ ಅವರು ಈ ಸಮಸ್ಯೆಯನ್ನು ಅಲ್ಲೇ ಕೊನೆಗೊಳಿಸಬಹುದಾಗಿತ್ತು. ಆದರೂ ಏಕೆ ಆಕೆಗೆ ಗರ್ಭಪಾತ ಮಾಡಿಸದೆ, ಮಗು ಹೆತ್ತು ಕದ್ದು ಮುಚ್ಚಿ ದತ್ತು ಕೊಡುವಂತೆ ಮಾಡಿದರು ಎಂಬುದು ನನಗೆ ಕಾಡುತ್ತಿದೆ..." ಎಂದಳು.

"ಹೌದು ಲೂಸಿ. ನಾನು ಯೋಚಿಸಿ ನೋಡಿದೆ... ಇನ್ನೂ ನಾವು ತಿಳಿದುಕೊಳ್ಳುವುದು, ಬಹಿರಂಗ ಪಡಿಸಬೇಕಾಗಿರುವುದು ಬಹಳವಿದೆ ಎನಿಸುತ್ತಿದೆ... ನನಗೆ ಬಹಳ ಆಯಾಸವಾಗಿದೆ... ನನ್ನ ರೂಮಿನಲ್ಲಿ ಕುಳಿತು ಸ್ವಲ್ಪಹೊತ್ತು ಇದನ್ನೆಲ್ಲ ಒಂದು ವರದಿಯಂತೆ ಬರೆದಿಡುತ್ತೇನೆ... ಬರೆಯುತ್ತ ಬರೆಯುತ್ತಾ ಏನಾದರೂ ಜ್ಞಾನೋದಯವಾಗಬಹುದು... ಆದರೆ ನಿನಗೆ ತಕ್ಷಣ ತಿಳಿಸುತ್ತೇನೆ" ಎಂದೆದ್ದೆ.

ಲೂಸಿ ನನ್ನತ್ತ ಅರ್ಥಗರ್ಭಿತವಾಗಿ ಮುಗುಳ್ನಗುತ್ತಾ, "ಯುರೇಕಾ ಅನ್ನುವಂತೆಯೆ...? ಹಾಗೇನಾದರೂ ನಿಮ್ಮ ಜಾಣ ಬುದ್ದಿಗೆ ಹೊಳೆದರೆ, ನಾಳೆ ಮಧ್ಯಾಹ್ನದ ಊಟದ ಟ್ರೀಟ್ ನನ್ನದು... ಇಲ್ಲಿ ಹೊಸ ಪಂಜಾಬಿ ಢಾಬಾ ಆಗಿದೆ, ಅಲ್ಲಿಗೆ ಹೋಗೋಣ ಎಂದು ಬಹಳ ದಿನದಿಂದ ಯೋಚಿಸುತ್ತಿದ್ದೆ..." ಎಂದು ಅಲ್ಲೇ ನಿಲ್ಲಿಸಿದಳು.

"ಓಕೇ... ನೋಡುವಾ ಗುಡ್ ನೈಟ್!'" ಎಂದು ಹೊರಗೆ ಬಂದೆ. ನನ್ನ ಜಾಣಬುದ್ದಿಗೆ ಎಂದು ಲೂಸಿ ಅಂದಿದ್ದರಲ್ಲಿ ನನಗೇನೂ ಹೆಮ್ಮೆಯಾಗಲೀ, ಸತ್ಯವಾಗಲೀ, ಕಾಣಿಸಲಿಲ್ಲ. 'ಪೆದ್ದುಬುದ್ದಿ'ಗೆ ಎನ್ನಬಹುದಾಗಿತ್ತೇನೋ!

11

ಅಂದು ರಾತ್ರಿ ನಾನು ಹೇಳಿದಂತೆ ಆ ವರದಿಯನ್ನು ಬರೆಯುತ್ತಾ ಹೋದೆ... ಅರ್ಥ ಸಿಗದ ಕೊಂಡಿಗಳಿಗೆ ಪ್ರಶ್ನಾರ್ಥಕ ಚಿನ್ಹೆಯಿತ್ತೆ. ಪ್ರಶ್ನೆಗಳನ್ನು ಅಂಡರ್-ಲೈನ್ ಮಾಡಿದೆ... ಒಮ್ಮೆ ಬರೆದಿದ್ದೆಲ್ಲವನ್ನೂ ಪರಿಶೀಲನೆ ಮಾಡಿದೆ. ಅದರಲ್ಲಿ ನನಗೆ ಎದ್ದು ಕಾಣಿಸಿದ ಪದವೆಂದರೆ: ಜಾನಿ ಜಾನಿ!

ಬೆಳಿಗ್ಗೆಯೆದ್ದು ಕಾಫಿ ತಿಂಡಿ ಮುಗಿಸಿ ಮತ್ತೆ ಸೂಲಗಿತ್ತಿ ಸುಬ್ಬಮ್ಮನನ್ನು ಭೇಟಿಮಾಡಿ ನೊಡೋಣವೆನ್ನಿಸಿತು. ಇನ್ನೇನಾದರೂ ಆಕೆ ಒಗಟಿನಂತೆ ಹೇಳಿಯಾಳೆ? ಹೇಳಿದರೂ ಪರವಾಗಿಲ್ಲ... ನಂಬೂದರಿಯ ಕುಟುಂಬದತ್ತ ಮೊದಲು ಬೆರಳು ತೋರಿಸಿದ್ದು ಆಕೆಯೇ ತಾನೆ...? ಹಾಗಾಗಿ ಇನ್ನೊಂದು ಬಾರಿ ಆಕೆಯಿದ್ದ ಆಸ್ಪತ್ರೆಗೆ ಹೋಗುವುದರಲ್ಲಿ ನನಗೆ ತಪ್ಪೇನೂ ಕಾಣಿಸಲಿಲ್ಲ. ಆನಂತರ ಜಾನಿಯ ಬಳಿ ಹೋಗಿ ಸ್ವಲ್ಪ ಜಾಣತನ ಮತ್ತು ಒತ್ತಡ ಎರಡೂ ಬೆರೆಸಿ ಡೀಲ್ ಮಾಡಿ ಅವನಿಂದ ಬಾಯಿಬಿಡಿಸಿದರೆ ಎಲ್ಲ ತಿಳಿಯಾಗುತ್ತದೆ ಎನಿಸಿತು... ಹೇಗೂ ನನ್ನ ಬಳಿ ನನ್ನ ಕೋಲ್ಟ್ 0.45 ಗನ್ ಭಧ್ರವಾಗಿದೆಯಲ್ಲ! ಆದರೆ ಕಮೀಶನರ್ ಅವನ ಬಳಿ ಹೋಗುವ ಮುಂಚೆ ನಾನು ಅವನಲ್ಲಿಗೆ ಹೋಗಬೇಕು!

ಈ ಬಾರಿ ಮಾನಸಿಕ ಆಸ್ಪತ್ರೆಯಲ್ಲಿ ಮುಖ್ಯ ಡಾಕ್ಟರ್ ಬಳಿ ಲೂಸಿಯ ಹೆಸರು ಹೇಳುವ, ಫೋನ್ ಕಾಲ್ ಮಾಡುವ ಪ್ರಮೇಯ ಬರಲಿಲ್ಲ... ಆ ಹುಚ್ಚಿಯನ್ನು ನೋಡಲು ಬಂದ ಇವನು ಇನ್ನೊಬ್ಬ ಹುಚ್ಚ ಎಂಬಂತೆ ನಗುತ್ತಾ ಡಾಕ್ಟರ್, 'ಈ ಸಲ ನನ್ನ ಪ್ರಶ್ನೆಯೇನು?' ಎಂದು ನೇರವಾಗಿ ಕೇಳಿದರು.

"ನಾನು ಆಕೆಯನ್ನು ನೋಡಿ ಸ್ವಲ್ಪ ಮಾತನಾಡಿಸಬೇಕಲ್ಲ?" ಎಂದೆ, ಒಂದು ಚಿಕ್ಕ ಅವಕಾಶ ಸಿಗುತ್ತೆನೋ ಎಂಬಂತೆ.

" ಸಾರಿ! ಆಕೆಗೆ ಮಾನಸಿಕ ಸ್ವಾಸ್ಥ್ಯವಿಲ್ಲದೆ ಆಲ್ಝಿಮರ್ಸ್ ರೋಗದ ತೊಂದರೆ ಕೂಡಾ ಇದೆ... ಸ್ಪಷ್ಟವಾಗಿ ಯಾರ ಬಳಿಯೂ ಮಾತನಾಡಲಾರಳು... ಅವಳ ಮನದಲ್ಲಿ ಬಂದ ಯೋಚನೆಗಳನ್ನು ತುಂಡು ತುಣುಕಾದರೂ ಬರೆಯಬಲ್ಲಳು. ನೀವು ಅಂದಿನಂತೆ ಪ್ರಶ್ನೆ ಬರೆದುಕೊಡಿ. ಅದೇ ವಾಸಿ... ಆಕೆಗೆ ತೊಂದರೆಯಿಲ್ಲದಿದ್ದರೆ ಉತ್ತರ ಬರೆಯಬಹುದು" ಎಂದರು ಆಕೆಯ ಡಾಕ್ಟರ್.

ಸರಿ, ಒಗಟಿನ ಉತ್ತರವೇ ಗತಿ ಎಂದು ಹೀಗೆ ಒಂದು ಕಾಗದದ ಮೇಲೆ ಬರೆದು ಕೇಳಿದೆ: "ನಂಬೂದರಿ ಮಗಳ ಪ್ರೇಮಿಯಾರು?, ಅವನೆಲ್ಲಿದ್ದಾನೆ?"

ಸ್ವಲ್ಪ ಹೊತ್ತಿನಲ್ಲಿ ಉತ್ತರ ಬಂದಿತ್ತು...

ಡಾಕ್ಟರ್-ನರ್ಸ್ ಇಬ್ಬರೂ ಆ ಚೀಟಿಯನ್ನು ತೆಗೆದುಕೊಂಡು ಬಂದು ಸ್ವಲ್ಪ ಅಚ್ಚರಿಯಿಂದ, "ಮಿ.ವಿಜಯ್ ಈ ಸಲ ಆಕೆ ಅಳುತ್ತಾ ಅಳುತ್ತಾ ಈ ಪದಗಳನ್ನು ಬರೆದರು, ಯಾವತ್ತೂ ಅಷ್ಟು ದುಃಖ ತೋರಿಸಿಲ್ಲ ಆಕೆ. ಇದು ನಿಮಗೇನಾದರೂ ಅರ್ಥವಾಗುತ್ತಾ ನೋಡಿ" ಎನ್ನುತ್ತಾ ಆ ಉತ್ತರವನ್ನು ಕೊಟ್ಟರು.

ನನ್ನ ಪ್ರಶ್ನೆಯ ಕೆಳಗೆ ಬರೆದಿತ್ತು;

"ನದಿಯ ಬದಿಯಲ್ಲಿ ಬಣ್ಣದ ಚಿತ್ರಣ... ಮಿಲನ ದೂರದಿಂದ ಬಂದಿದ್ದ, ಇನ್ನೂ ದೂರಕ್ಕೆ ಹೋಗಿಬಿಟ್ಟ"

ಒಂದು ಕ್ಷಣ ಯೋಚಿಸಿದೆ... ಕೆಲವು ಬಾರಿ ಜೀವನದಲ್ಲಿ ಆರನೆಯ ಇಂದ್ರಿಯಕ್ಕೆ ಕೆಲವು ಅಡಗಿದ್ದ ವಿಚಾರಗಳು ಅರಿವಾಗುತ್ತೆ, ಸ್ಪಷ್ಟವಾಗುತ್ತೆ ಎನ್ನುತ್ತಾರೆ. ಡಾಕ್ಟರತ್ತ ತಲೆಯೆತ್ತಿ ನೋಡಿ, "ನನಗರ್ಥವಾಯ್ತು, ಥ್ಯಾಂಕ್ಸ್" ಎಂದು ಅಲ್ಲಿಂದ ಹೊರಟೆ. ಅವರು ನಾನು ಹೋಗುವುದನ್ನೇ ವಿಚಿತ್ರವಾಗಿ ಗಮನಿಸುತ್ತಿದ್ದರು.

ನನಗೀಗ ಜಾನಿಯ ಬಳಿ ಹೋಗಿ ಮಾತನಾಡುವುದು ಬಹಳ ಮುಖ್ಯವಾಗಿತ್ತು!

ನೇರವಾಗಿ ಗುಂಯ್ಗುಡುತ್ತಿದ್ದ ಮನವನ್ನು ನಿಯಂತ್ರಿಸಿಕೊಂಡೇ ನಾನು ಜಾನಿಯ ಮನೆಯ ಮುಂದೆ ಕಾರ್ ನಿಲ್ಲಿಸಿ ಒಳಹೋದೆ. ಅವನ ಮನೆಯ ಬಾಗಿಲು ಅರೆ ತೆರೆದಿತ್ತು! ತಲೆಯಲ್ಲಿ ಅಪಾಯದ ಗಂಟೆಗಳು ಶುರುವಾಗಿದ್ದವು.

ನನ್ನ ಕೈಯಲ್ಲಿ ತಾನಾಗಿ ತಾನೇ ಕೋಲ್ಟ್ 0.45 ರಿವಾಲ್ವರ್ ಹೊರಬಂದಿತ್ತು, ಈ ಬಾರಿ ಅದರಲ್ಲಿ ಬುಲೆಟ್ಸ್ ಕೂಡಾ ತುಂಬಿಸಿಕೊಂಡು ಬಂದಿದ್ದೆ. ಹಾಲಿನ ಮಧ್ಯೆಯಲ್ಲಿ ಕತ್ತಲಲ್ಲಿ ನೆಲದ ಮೇಲೆ ಜಾನಿಯ ಶೂಗಳು ಮಂಕಾಗಿ ಕಾಣಿಸುತ್ತಿದ್ದವು. ಕಾಲಿಗೆ ಪಿಚಪಿಚ ಎಂದು ಏನೋ ಅಂಟಿಕೊಂಡಂತಾಯಿತು. ಗೋಡೆಯಲ್ಲಿ ಲೈಟ್ ಸ್ವಿಚ್ ತಡಕಾಡಿ ಹುಡುಕಿ ಆನ್ ಮಾಡಿದೆ.

ರಕ್ತ ಕಾಲುವೆಯಂತೆ ಅವನಿಂದ ಹರಿದಿತ್ತು. ಹಾಲಿನ ಮಧ್ಯೆ ಜಾನಿ ಬಿದ್ದಿದ್ದ, ತಲೆ ನನ್ನೆಡೆಗೇ ತಿರುಗಿತ್ತು. ಅವನ ಹಣೆಯ ಮಧ್ಯೆಯಲ್ಲಿ ಒಂದು ಗುಂಡು ಒಳಹೊಕ್ಕಿ ಹಿಂಭಾಗದಿಂದ ಹೊರಬಂದದ್ದು ಕಾಣಿಸುತಿತ್ತು. ಮನೆಯಲ್ಲಿ ಏನೋ ಸುಟ್ಟ ವಾಸನೆ ಬೇರೆ ಬರುತ್ತಿತ್ತು.

ಗಾಬರಿಯಾಗಿ ಕಿಚನ್ ಕಡೆಗೆ ಓಡಿದೆ. ನಾನಂದುಕೊಂಡ ಹಾಗೆಯೆ ಅವನ ಗರ್ಲ್ ಫ್ರೆಂಡ್ ಶಾಂತಿಯ ಹೆಣ ಅಡಿಗೆ ಮನೆಯಲ್ಲಿ ಬಿದ್ದಿತ್ತು. ಅದೇ ಗುಂಡೇಟು, ಹಣೆಯ ಮಧ್ಯೆ... ಉರಿಯುತ್ತಿರುವ ಒಲೆಯಲ್ಲಿ ಸುಟ್ಟುಹೋದ ಅಡಿಗೆಯಿತ್ತು... ನಾನೇ ಗ್ಯಾಸ್ ಒಲೆ ಆರಿಸಿದೆ. ಹಾಲಿಗೆ ಬಂದು ವಿಫಲನಾದವನಂತೆ ಅವನ ಸೋಫಾದಲ್ಲಿ ಕುಸಿದು ಕುಳಿತೆ... ನಾನಿನ್ನು

ಪೋಲಿಸರನ್ನು ಇಲ್ಲಿಗೆ ಕರೆಯಲೇಬೇಕು ಎಂದು ಗೊತ್ತು... ಆದರೆ ಅಷ್ಟರಲ್ಲಿ ಇಲ್ಲಿ ನಡೆದುದನ್ನು ನಾನು ಅರ್ಥಮಾಡಿಕೊಳ್ಳಲೇಬೇಕು ಎನಿಸಿತು.

ಮೊದಲ ನೋಟಕ್ಕೆ ಅವರ ರಕ್ತ, ಗಾಯದ ಸ್ಥಿತಿ ಎಲ್ಲ ನೋಡಿದರೆ ಇವರಿಬ್ಬರನ್ನೂ ಶೂಟ್ ಮಾಡಿದ್ದು ಹಿಂದಿನ ರಾತ್ರಿಯಿರಬೇಕು. ಕೊಲೆ ಮಾಡಲು ಬಳಸಿದ ರಿವಾಲ್ವರ್ ಅಲ್ಲೆಲ್ಲೂ ಕಾಣುತ್ತಿಲ್ಲ...

ಮತ್ತೆ ನಾನು ಎದ್ದು ಅವನ ಬ್ಲ್ಯಾಕ್‌ಮೈಲ್ ಮಾಡಲು ಬಳಸುತ್ತಿದ್ದ ಪತ್ರಗಳ ಫೈಲ್ಸ್ ಎಲ್ಲ ಹುಡುಕಿದೆ... ಎಲ್ಲವನ್ನೂ ಹರಿದು ಚೂರುಚೂರು ಮಾಡಿ ನೆಲದ ಮೇಲೆ ಎಸೆದಿದ್ದಾರೆ...

ಆಗ ನನಗೆ ಎಲ್ಲ ತಿಳಿಯಾಗುತ್ತಾ ಹೋಯಿತು.

ಕೊಲೆಗಾರನಿಗೆ ಬೇಕಾದ ಮೇ ತಿಂಗಳ ಜನ್ಮ ಮತ್ತು ದತ್ತುಪತ್ರಗಳನ್ನು ನಾನು ಅಂದೇ ತೆಗೆದುಕೊಂಡು ಹೋಗಿಬಿಟ್ಟಿದ್ದೆ... ಅದು ಕೊಲೆಗಾರನಿಗೆ ಗೊತ್ತಿರಲಿಲ್ಲ... ಹಾಗಾಗಿ ಅವನೇ ಮೊದಲ ದಿನ ತಾನು ಹೊರಗೆ ಬಂದಾಗ ಕತ್ತಲಲ್ಲಿ ಜಾನಿಯೆಂದು ತಪ್ಪು ತಿಳಿದು ಹೊಡೆದಿದ್ದರೂ, ಆ ಪತ್ರಗಳು ಒಳಗೆ ಎಲ್ಲಿಯೂ ಸಿಗದ್ದು ನೋಡಿ ಅವನ್ನು ಜಾನಿಯೇ ಬಚ್ಚಿಟ್ಟಿದ್ದನೆಂದು ಊಹಿಸಿದ್ದಿರಬೇಕು, ನನ್ನನ್ನು ಕಂಡು ತನ್ನ ತರಹ ಅವನನ್ನು ಭೇಟಿ ಮಾಡಲು ಬಂದವನೆಂದು ಭಾವಿಸಿ, ಪತ್ರಗಳನ್ನು ನನ್ನ ಜೇಬಿನಲ್ಲಿ ಹುಡುಕದೆಯೇ, ಏನೂ ಹಾನಿ ಮಾಡದೆ ಸುಮ್ಮನೆ ಹೊರಟುಹೋಗಿದ್ದಾನೆ. ನನ್ನ ಅದೃಷ್ಟ ಮತ್ತು ಆತನ ತಪ್ಪುಗ್ರಹಿಕೆ ಎರಡೂ ಇದೆ! ಇಲ್ಲದಿದ್ದರೆ ಅಂದು ಆ ಪತ್ರಗಳಿಂದ ನಾನು ನನ್ನ ಜೀವವನ್ನೇ ಕಳೆದುಕೊಳ್ಳಬೇಕಾಗುತ್ತಿತ್ತೋ ಏನೋ...

ನಾನು ಅದೃಷ್ಟವಂತ, ಸರಿ. ಆದರೆ ಜಾನಿ ಮತ್ತು ಅವನ ಪ್ರಿಯತಮೆ ಶಾಂತಿ ಅಂತಹ ಅದೃಷ್ಟವಂತರಾಗಿರಲಿಲ್ಲ... ಅವರು ತಮ್ಮ ಜಾಲದಲ್ಲಿ ತಾವೇ ಬಲಿಯಾಗಿದ್ದರು.

ಹಾಗಾದರೆ ನನ್ನ ಪ್ರಕಾರ ನಿನ್ನೆ ರಾತ್ರಿ ಕೊಲೆಗಾರ ಮತ್ತೆ ಇಲ್ಲಿಗೆ ಬಂದು 'ಆ ಪತ್ರಗಳು, ದುಡ್ಡು ತೆಗೆದುಕೊಂಡ ರಸೀತಿಗಳು ಎಲ್ಲಿ, ಕೊಡು' ಎಂದು ಜಬರಿಸಿ ಕೇಳಿರಬೇಕು. ಜಾನಿ ತನ್ನ ಬ್ಲ್ಯಾಕ್‌ಮೈಲ್ ತ್ಯಜಿಸಲು ಒಪ್ಪುವನೆ...? ಮಾತಿಗೆ ಮಾತು ಬೆಳೆದಿರಬೇಕು ಕೊಲೆಗಾರ ತನ್ನನ್ನು ನೋಡಿಬಿಟ್ಟಿದ್ದರಿಂದ ಜಾನಿಯನ್ನೂ, ಅಲ್ಲೇ ಅವನ ಜತೆಗಿದ್ದ ಶಾಂತಿಯನ್ನೂ ಕೊಂದುಬಿಟ್ಟಿದ್ದಾನೆ... ಆ ಪತ್ರಗಳನ್ನೆಲ್ಲ ಹುಡುಕಿ ಸಿಗದೇ ಹತಾಶನಾಗಿ ಎಲ್ಲವನ್ನೂ ಹರಿದುಹಾಕಿ ಹೋಗಿದ್ದಾನೆ...

ಆದರೆ ಯಾರವನು? ನನ್ನ ಮೇಲೆ ದಾಳಿ ಮಾಡಿದ್ದವನೇ ಆದರೂ ನಾನವನನ್ನು ಅಂದು ನೋಡಕ್ಕಾಗಿರಲಿಲ್ಲ...

ನಾನು ಎಚ್ಚರಿಕೆಯಿಂದ ಜಾನಿಯ ಹಣೆಯನ್ನು ಪರೀಕ್ಷಿಸಿದೆ... ಕೋಲ್ಟ್ 0.38 ಸೈಜಿನ ಬುಲೆಟ್ ಒಳಹೊಕ್ಕಿದೆ ಎಂದೆನಿಸಿತು ಹತ್ತಿರವೆಲ್ಲೂ ಆ ಗುಂಡಿನ ಖಾಲಿ ಕಾರ್ಟ್ರಿಡ್ಜ್ ಸಿಕ್ಕಲಿಲ್ಲ... ಕೊಲೆಗಾರನೇ ಆ ಪುರಾವೆಯನ್ನು ತೆಗೆದುಕೊಂಡು ಹೋಗಿದ್ದಾನೆ ಮರೆಯದೇ!

ಈ ಕೋಲ್ಟ್ 0.38 ರಿವಾಲ್ವರನ್ನು ಪೋಲಿಸರೂ ಉಪಯೋಗಿಸುತ್ತಾರೆ ಎಂದು ನನಗೆ ಗೊತ್ತು... ನನ್ನ ಬಳಿಯಿದ್ದ ಕೋಲ್ಟ್ 0.45ಗಿಂತ ಸ್ವಲ್ಪ ಚಿಕ್ಕದು ಇದು. ಪೋಲಿಸ್ ಸ್ಟಾಕಿನಲ್ಲಿ ಅವು ಸಿಗುತ್ತವೆ...

ಕಮಿಶನರ್ ಬಳಿಯೂ ಇಂತಹ ಒಂದು ರಿವಾಲ್ವರ್ ಇರಲು ಸಾಧ್ಯ...

ನನ್ನ ಮುಖದಲ್ಲಿ ಈ ಯೋಚನೆಯಿಂದ ಬೆವರೊಡೆಯಿತು ಹಾಗಾದರೆ ಕಮೀಶನರ್ ರಾಮನ್ ಮಾಡಬೇಕೆಂದಿದ್ದ ಉಪಾಯ ಇದೇ ಏನು...? ಬೇರೆ ಮಾರ್ಗವಿಲ್ಲದೆ ಬ್ಲ್ಯಾಕ್‌ಮೈಲ್‌ನಿಂದ ತಮ್ಮ ಮನೆಯ ಗೌರವ ಕಾಪಾಡಲು ಜಾನಿ ಮತ್ತು ಶಾಂತಿಯನ್ನು ಅವರೇ ಕೊಂದುಬಿಟ್ಟರೆ?

ನನ್ನ ಮೊಬೈಲ್‌ನಲ್ಲಿ ಆಗಲೇ ಕಮೀಶನರ್ ಫೋನ್ ನಂಬರ್ ದಾಖಲಿಸಿಕೊಂಡಿದ್ದೆ...

ಹೇಗೂ ನಾನು ಈ ಎರಡೂ ಕೊಲೆಗಳ ಬಗ್ಗೆ ಸುದ್ದಿ ಕೊಡಬೇಕಿತ್ತು... ಅ ವಿಷಯವನ್ನು ಪೋಲಿಸ್ ಸ್ಟೇಷನ್ನಿನಲ್ಲಿ ಯಾರಿಗೋ ಹೇಳದೇ ಅವರಿಗೇ ನೇರವಾಗಿ ವರದಿ ಮಾಡಿ ನೋಡಿದೆ.

“ಮೈ ಗಾಡ್! ನಾನಿದನ್ನು ನಿರೀಕ್ಷಿಸಿರಲಿಲ್ಲ... ನಾವು ಈಗಲೆ ಬರುತ್ತೇವೆ... ನೀನೆಲ್ಲೂ ಹೋಗಬೇಡ... ಯಾವ ಸಾಕ್ಷಿ ಪುರಾವೆಯನ್ನೂ ಹಾಳು ಮಾಡಬೇಡ...” ಎಂದರು ಕಮೀಶನರ್.

ಅದೆಲ್ಲ ನನಗೆ ಚೆನ್ನಾಗಿ ತಿಳಿದ ವಿಷಯ ಎಂದೆ... ‘ನಾನಿದನ್ನು ನಿರೀಕ್ಷಿರಲಿಲ್ಲ’ ಎಂದರೇನು...? ತಾನಲ್ಲ ಎಂದೆ...?

ನನ್ನ ಜತೆ ಒತ್ತಾಸೆಯಾಗಿ ಲೂಸಿ ಇದ್ದರೆ ಚೆನ್ನ ಎನಿಸಿತು. ಅವಳಿಗೆ ಫೋನ್ ಮಾಡಿದೆ.

“ಲೂಸಿ, ನಿನ್ನ ಢಾಭಾದಲ್ಲಿ ಕೊಡುತ್ತೇನೆಂದ ಟ್ರೀಟ್ ನನಗೆ ಸದ್ಯಕ್ಕೆ ದೊರೆಯುವಂತಿಲ್ಲ , ನಾನು ತಪ್ಪು ಮಾಡಿಬಿಟ್ಟೆನೆ ಎನಿಸುತ್ತೆ. ಜಾನಿಯನ್ನು ಸಮಯಕ್ಕೆ ಸರಿಯಾಗಿ ಎಚ್ಚರಿಸಲಾಗಲಿಲ್ಲ...” ಎಂದು ಅವಳಿಗೆ ಜಂಟಿ ಕೊಲೆಯ ಎಲ್ಲ ವಿವರಗಳನ್ನೂ ಕೊಟ್ಟೆ.

“ನಾನು ಬರುತ್ತಾ ಇದ್ದೇನೆ, ಅಲ್ಲೇ ಇರಿ...ಎಲ್ಲೂ ಹೋಗಬೇಡಿ” ಎಂದಳು. ಎಂತಾ ಸಂಧರ್ಭದಲ್ಲೂ ಗಾಬರಿಯಿಲ್ಲ, ಹೆಚ್ಚು ಮಾತಿಲ್ಲ. ಭಲೇ!

"ನಾನೆಲ್ಲಿ ಹೋಗುತ್ತೇನೆ? ಪೋಲಿಸರನ್ನು ನಾನೇ ಕರೆಸಿದ್ದೇನೆ... ಬಾ" ಎಂದೆ.

ಪೋಲಿಸ್ ಕಮೀಶನರೇ ಖುದ್ದಾಗಿ ತಮ್ಮ ಇನ್ಸ್‌ಪೆಕ್ಟರ್, ಛಾಯಾಗ್ರಾಹಕ, ಬೆರಳಚ್ಚು ತಜ್ಞ ಮೊದಲುಗೊಂಡು ತಮ್ಮ ಪೂರ್ತಿ ತಂಡವನ್ನು ಕರೆತಂದರು, ಅವರು ಹೆಣಗಳ ಚಿತ್ರಗಳು, ಅದರ ನೆಲದ ಮೇಲಿನ ಪೊಸಿಶನ್‌ನ ಚಿತ್ರ, ಅಲ್ಲಿ ಬಿದ್ದಿದ್ದ ಪತ್ರಗಳ ತುಂಡುಗಳು... ಹೀಗೆ ಎಲ್ಲವನ್ನೂ ತಮ್ಮ ಮಹಜರ್‌ನಲ್ಲಿ ಸೇರಿಸಿದರು.

ಬೆರಳಚ್ಚು ತಜ್ಞರು ನನ್ನ ಕೈ ಬೆರಳ ಗುರುತನ್ನೂ ಕೇಳಿದರು... ನಾನು ಗ್ಯಾಸ್ ಒಲೆ ಮತ್ತು ಸ್ವಿಚ್ ಬಿಟ್ಟು ಬೇರೇನೂ ಮುಟ್ಟಿಲ್ಲವೆಂದೆ.

ನನ್ನನ್ನೇ ದುರುಗಟ್ಟಿ ನೋಡುತ್ತಿದ್ದ ಕಮೀಶನರ್, "ಕೊಡಿ... ಸಾಬೀತಾಗುವವರೆಗೂ ಎಲ್ಲರ ಮೇಲೂ ಸಂಶಯ ಇರುತ್ತೆ... ನೀವು ಕೊಲೆ ಮಾಡಿಲ್ಲ ಎಂದ ಮೇಲೆ ಏಕೆ ಅನುಮಾನ?" ಎಂದು ನನ್ನನ್ನು ಕೆಣಕಿದರು.

"ನನ್ನ ಬಳಿ ಕೋಲ್ಟ್ 0.45 ಇದೆ, ಅದರಲ್ಲಿ ಕೊಲೆ ನಡೆದಿಲ್ಲ. ನಿಮ್ಮ ಬಳಿ 0.38 ಇರಬಹುದಲ್ಲ, ಈ ಕೊಲೆ ಅಂತಹ ಪಿಸ್ತೂಲಿನಲ್ಲೇ ಆಗಿದೆ. ಹಾಗಾದರೆ ನಿಮ್ಮ ಮೇಲೂ ಅನುಮಾನ ಪಡಬಹುದಲ್ಲ ?" ಎಂದು ಸವಾಲೆಸೆದೆ.

"ನಿನಗೆ ಬೇರೆ ರಿವಾಲ್ವರ್ ಪಡೆದಿರಲು ಸಾಧ್ಯವಿಲ್ಲವೆ...? ಬಚ್ಚಿಟ್ಟಿರಬಹುದು ಅದನ್ನು... ನೀನು ಜಾನಿಯ ಬಳಿ ಬಂದು ಹೆದರಿಸಿದ್ದು ಉಂಟು ಎಂದವನು ನನಗೆ ಹೇಳಿದ್ದ... ನಿನಗೆ ಸಾಕಷ್ಟು ಕೊಲ್ಲುವ ಕಾರಣಗಳಿದ್ದವು, ಅವಕಾಶಗಳೂ ಇದ್ದವು..." ಎಂದು ವಾದಿಸಿದರು... ಅವರಿಗೆ ಸದ್ಯಕ್ಕೆ ಯಾರಾದರೂ ಬಲಿಪಶು ಬೇಕಾಗಿತ್ತೇನೋ!

"ನಿಮಗೆ ಅವನು ಗೊತ್ತಿದ್ದ ಎಂದು ಹೇಳುತ್ತೀರಿ. ನಿಮಗೆ ಅವನನ್ನು ಕೊಲ್ಲಲು ನನಗಿಂತಾ ಹೆಚ್ಚಿನ ಪ್ರಮುಖ ಕಾರಣಗಳಿತ್ತಲ್ಲ, ಅದು ನನಗೆ ತಿಳಿಯದು ಎಂದುಕೊಂಡಿದ್ದೀರಾ? ಇದಕ್ಕೆ ಲೂಸಿಯೂ ಸಹಾ ಸಾಕ್ಷಿ" ಎಂದು ಅವರ ಮುಖವನ್ನು ಗಮನಿಸಿದೆ.

"ಶಟಪ್! ಈ ಊರಿನಿಂದಲೇ ನಿಮ್ಮನ್ನು ಓಡಿಸಬೇಕಾಗುತ್ತೆ" ಎಂದು ಬೇರೇನೂ ತೋಚದೆ ಗುಡುಗಿದರು.

ಲೂಸಿಯಿದ್ದವಳು, "ಸರ್, ಕೊಲೆಗೆ ಉಪಯೋಗಿಸಿದ ಗುಂಡುಗಳ ಬ್ಯಾಲಿಸ್ಟಿಕ್ ರಿಪೋರ್ಟ್ ಬರಲಿ, ನಿಮಗನುಮಾನವಿದ್ದರೆ ನಮ್ಮ ಮೇಲೆ ಕೇಸ್ ದಾಖಲಿಸಿ ಕ್ರಮ ತೆಗೆದುಕೊಳ್ಳಿ" ಎಂದು ಶಾಂತವಾಗಿ ಉತ್ತರಿಸಿದಳು.

'ನಮ್ಮ ಮೇಲೆ' ಎಂದಳು, ಇಬ್ಬರನ್ನೂ ಸೇರಿಸಿ! ಲೂಸಿ ತನ್ನನ್ನೂ, ನನ್ನನ್ನೂ ಒಂದೇ ಎಂದು ಭಾವಿಸಿದ್ದಾಳೆ! ನನ್ನ ರೊಟ್ಟಿ ಜಾರಿ ತುಪ್ಪಕ್ಕೆ ಬೀಳುತ್ತಾ ಇದೆ!

ನಾವು ಅಲ್ಲಿಂದ ಹೊರಡುವಾಗ, ಕಮೀಶನರ್ ಕಡೆಗೆ ಒಂದು ಕೊನೆಯ ಬಾಣ ಬಿಟ್ಟೆ:

"ಆ ಮೇ ತಿಂಗಳ ಪೇಪರ್ಸ್ ನನ್ನ ಬಳಿಯೇ ಇದ್ದವು. ಕೊಲೆಗಾರ ಅದನ್ನು ಹುಡುಕಿದರೂ ಸಿಕ್ಕಲಿಲ್ಲ..."

ಕಮೀಶನರ್ ಮುಖವನ್ನು ದಿಟ್ಟಿಸಿ ನೋಡಿದೆ... ಅವರಿಗೆ ನಾನು ಆಡಿದ ಮಾತಿನ ತಲೆ ಬುಡವೇ ಅರ್ಥವಾಗಲಿಲ್ಲ, ಪಾಪ. ಸ್ವಲ್ಪ ಪ್ರತಿಕ್ರಿಯೆ ಇದ್ದರೂ ನಾನು ಹಿಡಿದುಬಿಡುತ್ತಿದ್ದೆ.

ಕೊಲೆಗಾರ ಅವರಲ್ಲವೇ ಅಲ್ಲ ಹಾಗಾದರೆ!

12

ಆಫೀಸಿಗೆ ಮರಳುತ್ತಲೇ ಕೂಲಾದ ಹವಾನಿಯಂತ್ರಿತ ಕೊಟಡಿಯಲ್ಲಿ ಕುಳಿತ ತಕ್ಷಣ, ಲೂಸಿ "ಕಾಫಿ ಬೇಕಲ್ಲವೇ?" ಎಂದಳು. ಅದಲ್ಲವೇ ಮಾತು!

"ಕಾಫಿ ಕುಡಿದು ಯಾವುದೋ ಯುಗವೇ ಆಯಿತು... ಕೊಡು, ಕೊಡು. ಈ ತೂಕಡಿಸುವ ಮಿದುಳಿಗೆ ಚಾಲನೆ ಕೊಟ್ಟು ಬೇಗ ಈ ಕೇಸಿನ ಪರಿಹಾರ ಹುಡುಕೋಣ" ಎಂದೆ.

"ಇನ್ಯಾರಾದರೂ ಪ್ರಾಣ ಬಿಡುವ ಮುಂಚೆ ಅಂತಲೆ?" ಎಂದಳು ಕಾಫಿ ಬಗ್ಗಿಸುತ್ತಾ.

"ಇನ್ಯಾರೋ ಅಲ್ಲ ಲೂಸಿ, ನನ್ನ ಪ್ರಾಣ!" ಎಂದೆ.

"ವಿಜಯ್, ಶಟಪ್!" ಎಂದಳು ತಕ್ಷಣ ಭಾವೋದ್ವೇಗದಿಂದ.

ಅವಳ ಕಂಗಳನ್ನು ನೋಡಿದೆ. ನನಗೆ ಅಷ್ಟು ಆಶ್ವಾಸನೆ ಸಾಕಾಗಿತ್ತು. ಆದರೂ ಅವಳಿಗೆ ತಿಳಿಹೇಳುವುದು ಅವಶ್ಯಕವಿತ್ತು.

"ಲೂಸಿ, ನಾವಿಲ್ಲಿ ಕಳ್ಳ-ಪೋಲೀಸ್ ಆಟವಾಡುತ್ತಿಲ್ಲ... ಇಲ್ಲಿ ನಿಜಕ್ಕೂ ಅಪಾಯವಿದೆ... ಹಲವು ದಶಕಗಳಿಂದ ಕಾಪಾಡಿಕೊಂಡು ಬಂದ ರಹಸ್ಯವನ್ನು ನಾವು ಬಯಲು ಮಾಡಲು ಹೊರಟಿದ್ದೇವೆ ಇದರಲ್ಲಿ ಈ ಊರಿನ ಹಲವು ಮಂದಿಯ ಮಾನ-ಅವಮಾನ, ಗೌರವ, ಹಣ ಎಲ್ಲ ಅಡಗಿದೆ. ಆಗಲೇ ಇಬ್ಬರನ್ನೂ ಯಾರೋ ಕೊಂದಿದ್ದಾರೆ. ಆದರೆ ನನಗೆ ಇಂತಹ ಜೀವನ ಹೊಸದಲ್ಲ. 0.45 ರಿವಾಲ್ವರ್ ಸದಾ ನನ್ನ ಬಳಿಯಿರುತ್ತೆ... ಸುಮಾರು

ಕೇಸ್‌ಗಳಲ್ಲಿ ನನಗೆ ಇಂತದೇ ಪರಿಸ್ಥಿತಿಗಳು ಎದುರಾಗಿವೆ" ಎಂದೆ ಅವಳನ್ನೇ ಗಮನಿಸುತ್ತಾ.

"ನಿಮ್ಮ ಜತೆ ಇರಬೇಕಾದರೆ ಮುಂದೆ ಇದಕ್ಕೆಲ್ಲ ನಾನು ಹೊಂದಿಕೊಳ್ಳಬೇಕು ಅಂತಾ ತಾನೆ?" ಎಂದಳು ನನ್ನ ದೃಷ್ಟಿಗೆ ದೃಷ್ಟಿ ಸೇರಿಸುತ್ತಾ ಲೂಸಿ... ಎಂತಾ ಸೂಕ್ಷ್ಮಗ್ರಾಹಿ!

"ಮುಂದಿನ ವಿಷಯವನ್ನು ಈ ಕೇಸ್ ಬಗೆಹರಿಸಿದ ನಂತರ ಯೋಚಿಸೋಣ, ಬಿಡು" ಎಂದು ನಾನು ಮತ್ತೆ ಕೇಸಿನ ತನಿಖೆಗೆ ವಾಪಸ್ ಬರುತ್ತಾ "ಈ ಸುಬ್ಬಮ್ಮ ಬರೆದ ಉತ್ತರ 'ನದಿಯ ಬದಿ ಚಿತ್ರಣ, ಮಿಲನ' ಅಂದರೇನಿರಬಹುದು ಲೂಸಿ?" ಎಂದೆ.

ಲೂಸಿ ಜಾಣನಗೆ ಬೀರುತ್ತಾ ತಲೆ ಕುಣಿಸಿ "ಇದನ್ನು ನೀವಾಗಲೇ ಪತ್ತೆ ಹಚ್ಚಿದ್ದೀರಿ, ವಿಜಯ್, ಸುಮ್ನೆ ನನ್ನನ್ನು ಪರೀಕ್ಷಿಸುತ್ತಿದ್ದೀರಾ? ಇರಲಿ, ಆ ಕಾಲದಲ್ಲಿ 16 ವರ್ಷದ ನವಯುವತಿ ರಚನಾ ನಂಬೂದರಿ ಪೆಯಿಂಟಿಂಗ್ ಹವ್ಯಾಸವಿದ್ದವಳು. ಈ ಕರ್ಪೂರಿ ನದಿಯ ಬದಿಯಲ್ಲಿ ಚಿತ್ರ ಬರೆಯಲು ಹೋಗುತ್ತಿದ್ದಳೆನಿಸುತ್ತೆ. ಅಲ್ಲಿ ಈ ಕೊಳಲೂದುವ ಯುವಕನ ಪರಿಚಯವಾಗಿ ಇಬ್ಬರೂ ಪ್ರೀತಿಸಿರಬೇಕು..." ಎಂದಳು.

"ಕರೆಕ್ಟ್, ಲೂಸಿ! ಆಕೆಯ ಅಂಗಡಿಯಲ್ಲಿದ್ದ ಆ ಕೊಳಲೂದುವ ಯುವಕನ ಪೆಯಿಂಟಿಂಗ್ಸ್ ನೋಡಿದ್ದುದರಿಂದ ನನಗೆ ಆಗಲೇ ಅನುಮಾನವಿತ್ತು" ಎಂದು ಮುಂದೆ ಹೇಳು ಎಂದು ಸೂಚಿಸಿದೆ.

"ಅವನು ಬಡವರ ಮನೆಯ ಹುಡುಗನಿರಬೇಕು, ವಿಜಯ್... ಆದರೂ ಕಲಾಪ್ರೇಮಿಗಳಾದ ಈ ಯುವಜೋಡಿ ಯಾರ ಭಯವೂ ಇಲ್ಲದೆ ಒಂದಾದರು ಅನಿಸತ್ತೆ ರಚನಾ ಅಪ್ರಾಪ್ತ ವಯಸ್ಸಿನಲ್ಲಿ ಬಸುರಾದಳು" ಎಂದು ಲೂಸಿ 'ಹೇಗಿದೆ ನನ್ನ ಉತ್ತರ ' ಎನ್ನುವಂತೆ ನೋಡಿದಳು.

"ಯಾರೋ ಬಡವರ ಹುಡುಗನಲ್ಲ, ಲೂಸಿ. ಶ್ರೀಲಂಕಾ ದ್ವೀಪದಿಂದ ಬಂದ ನಿರಾಶ್ರಿತರ ಕ್ಯಾಂಪಿನಲ್ಲಿದ್ದ ಒಬ್ಬ ಬಡ ತಮಿಳು ಯುವಕ ಎಂದು ನಾವು ಊಹಿಸಬಹುದು" ಎಂದು, ಮುಂದೆ ಯೋಚಿಸು ಎನ್ನುವಂತೆ ನೋಡಿದೆ.

ಲೂಸಿ ನನ್ನ ಪ್ರಶ್ನೋತ್ತರದ ಕಾಗದವನ್ನೇ ದಿಟ್ಟಿಸಿ ನೋಡುತ್ತಿದ್ದಳು "ದೂರದಿಂದ ಬಂದವನು ಎನ್ನುವುದಕ್ಕೆ ಇದು ಸರಿ ಹೋಗುತ್ತದೆ. ಶ್ರೀಲಂಕಾದಿಂದ! ಕರೆಕ್ಟ್! ಆಮೇಲೆ ಮುಂದೆ ಬರೆದಿರುವುದು: ಇನ್ನೂ ದೂರಕ್ಕೆ ಹೋಗಿಬಿಟ್ಟ, ಹಾಗಂದರೇನು, ವಿಜಯ್...?"

ನಾನು ಸುಮ್ಮನೆ ಮುಗುಳ್ನಕ್ಕೆ. "ನೀನೇ ಹೇಳು ಲೂಸಿ, ಜಾಣೆಯಲ್ಲವೆ?" ಎಂದೆ.

ಎರಡು ಕ್ಷಣ ನೀರವ ಮೌನ.

ಲೂಸಿ ಗಾಬರಿಯಿಂದ ನನ್ನತ್ತ ನೋಡಿದಳು: "ಅಂದರೆ ಅವನನ್ನು ಕೊಂದುಬಿಟ್ಟರೆ ವಿಜಯ್...? 'ಇನ್ನೂ ದೂರ' ಎಂದರೆ ವಾಪಸ್ ಬಾರದ ಜಾಗಕ್ಕೆ ಹೋಗಿಬಿಟ್ಟ ಅಂತಲ್ಲವೇ?" ಎಂದು ಕಣ್ಣು ಮಿಟುಗಿಸದೇ ನನ್ನತ್ತ ನೋಡಿ "ಓಹ್, ಹಾಗಾದರೆ ಇದೇ ಏನು ನಂಬೂದರಿ ಕುಟುಂಬದ ಬಹಿರಂಗವಾಗಬಾರದ ರಹಸ್ಯ?" ಎಂದು ಉಸುರಿದಳು.

ನಾನು ಒಪ್ಪುತ್ತಾ "ಹೌದು, ಲೂಸಿ... ಮೃದುಲಾ ಹೆತ್ತಮ್ಮ ರಚನಾ ಮಾತ್ರ ಈಗ ಬದುಕಿದ್ದಾಳೆ... ಅವಳ ತಂದೆಯನ್ನು ಆಗಲೇ ಕೊಂದುಬಿಟ್ಟಿದ್ದರು ಪಾಪ, ಆ ಸುಬ್ಬಮ್ಮನಿಗೆ ಅಂತಾ ಹುಚ್ಚು ಹಿಡಿದಿಲ್ಲ, ಅಲ್ಲವೆ? ಎಷ್ಟೋ ತಲೆ ಸರಿಯಿರುವವರಿಗಿಂತ ಚೆನ್ನಾಗಿಯೇ ಹಳೆ ಕತೆಯನ್ನು ಜ್ಞಾಪಿಸಿಕೊಂಡೇ ನಮಗೆ ಉತ್ತರಿಸಿದ್ದಾಳೆ" ಎಂದೆ, ಇದು ಕೇಸಿನ ನಿರ್ಣಾಯಕ ಘಟ್ಟವೆನ್ನುವಂತಹ ಸ್ಥಿತಿ ಎಂದು ತೋಚಿತು.

"ಹಾಗಾದರೆ ಆ ಯುವಕನನ್ನು ಕೊಂದಿದ್ದು ಯಾರು? ರಚನಾಗೆ ಗರ್ಭಪಾತ ಮಾಡಿಸ್ಲಿಲ್ಲ ಯಾಕೆ...? ಮತ್ತು ಜಾನಿ-ಶಾಂತಿಯನ್ನು ಯಾರು ಕೊಂದರು?" ಎಂದು ತಲೆಕೆರೆದುಕೊಂಡಳು ಲೂಸಿ.

ನಾನು ಗಡಿಯಾರ ನೋಡಿಕೊಂಡೆ: "ಹನ್ನೊಂದು ಗಂಟೆಯಾಗುತ್ತಿದೆ, ಲೂಸಿ ಇದಕ್ಕೆಲ್ಲ ರಚನಾ ಮಾತ್ರವೇ ಉತ್ತರಿಸಲು ಸಾಧ್ಯ... ಬಾ, ಹೋಗೋಣ" ಎಂದೆ.

ಅವಳು ತಲೆಯೆತ್ತಿ ನನ್ನತ್ತ ನೋಡಿ ಬೇರೆ ದಾರಿಯೇ ಇಲ್ಲ ಎಂದು ಅರಿವಾದವಳಂತೆ ತಲೆಯಾಡಿಸಿದಳು.

13

ನಾವು ರಚನಾರ ಅಂಗಡಿಗೆ ಹೋದಾಗ ಆಕೆ ಒಬ್ಬರೇ ಇದ್ದರು. ನಮಗೀಗ ಬಹಳ ವಿಷಯಗಳು ಗೊತ್ತಿದ್ದರಿಂದ ಒಂದು ಹೊಸ ವಿಶ್ವಾಸವಿತ್ತು, ಈ ಬಾರಿಯ ವಿಚಾರಣೆಯಲ್ಲಿ.

ಮತ್ತೆ ಲೂಸಿ ಮತ್ತು ನನ್ನನ್ನು ನೋಡಿ ಆಕೆ ಸ್ವಲ್ಪ ವಿಚಲಿತರಾದರೂ, ಹೋದ ಬಾರಿಯಂತೆ ಗಾಬರಿಯಾಗಲಿಲ್ಲ... ಏನೋ ಒಂದು ಸೋತು ಗೆದ್ದ ಶಾಂತಿಯಿತ್ತು ಆಕೆಯ ಮುಖದಲ್ಲಿ.

"ಬನ್ನಿ, ಕುಳಿತುಕೊಳ್ಳಿ" ಎಂದು ಒಳರೂಮಿಗೆ ಕರೆದೊಯ್ದರು...ಏಸಿ ಹಾಕಿದ್ದ ಒಂದು ಟೇಬಲ್ ಮತ್ತು ಮೂರು ಕುರ್ಚಿಯಿದ್ದ ಸಣ್ಣ ಕೋಣೆ. ಅಲ್ಲಿ ಹಳೆ ಪೆಯಿಂಟಿಗ್ಸ್, ಕ್ಯಾನ್‌ವಾಸ್‌ಗಳು, ಒಂದು ಕಂಪ್ಯುಟರ್ ಮತ್ತು ಕೆಲವು ಅಕೌಂಟ್ಸ್ ಲೆಡ್ಜರ್‌ಗಳು ಸುತ್ತಲೂ ಹರಡಿ ಬಿದ್ದಿದ್ದವು. ಇದು ಅವರ ಲೆಕ್ಕ-ಪತ್ರ ಮತ್ತು ಉಗ್ರಾಣದ ಕೋಣೆ ಇರಬೇಕು ಎನಿಸಿತು.

ಲೂಸಿ ಮೊದಲ ಹತ್ತು ನಿಮಿಷ ನಮಗೆ ಗೊತ್ತಿದ್ದ ಮೃದುಲಾ ಸಂಬಂಧಿತ ವಿಷಯವನ್ನೆಲ್ಲ ವಿವರಿಸಿದ ನಂತರ, ರಚನಾ ಏನೂ ಹೇಳದೆ ತೆಪ್ಪಗೆ ನೆಲ ನೋಡುತ್ತಾ ಯೋಚಿಸುತ್ತಾ ಕೂತರು. ಆಕೆ ತನ್ನ ಆಂತರಿಕ ಗೊಂದಲಗಳೊಂದಿಗೆ ಹೋರಾಡುತ್ತಿದ್ದರೆಂದು ನಮಗೆ ಅರಿವಾಯಿತು.

"ನೀವು ಮಿಕ್ಕ ವಿಷಯಗಳನ್ನೆಲ್ಲ ಹೇಳುವುದಾದರೆ ಈ ಸಮಸ್ಯೆ ಬಗೆಹರಿದು ಮೃದುಲಾಗೂ, ನಿಮಗೂ ಪುನರ್ಮಿಲನವಾಗುವ ಅವಕಾಶವೂ ಇರುತ್ತೆ" ಎಂದು ನಾನು ಕುಮ್ಮಕ್ಕು ನೀಡಿದೆ.

ಕೊನೆಗೆ ನಿಟ್ಟುಸಿರು ಬಿಟ್ಟು ಏನೋ ನಿರ್ಧರಿಸಿದವರಂತೆ ರಚನಾ ಆರಂಭಿಸಿದರು: "ಹೌದು ವಿಜಯ್... ನೀವು ಹೇಳುವುದು ಸರಿಯಾಗೇ ಇದೆ. ಇನ್ನು ನಾನು ನನ್ನನ್ನೇ ಸುಡುತ್ತಿರುವ ಸತ್ಯವನ್ನು ಹೇಳಿಯೇ ಬಿಡುತ್ತೇನೆ. ಅಪ್ಪ ಆಗ ಸುಮಾರು ನಲವತ್ತು ವರ್ಷ ವಯಸ್ಸಿನವರು, ನಾನೊಬ್ಬಳೇ ಮಗಳು, 17 ವರ್ಷ ವಯಸ್ಸು.

ಮೊದಲಿಂದಲೂ ಅಪ್ಪನಿಗೆ ಮುಂಗೋಪ ಹೆಚ್ಚು. ಈ ಪ್ರದೇಶಕ್ಕೆಲ್ಲ ತಾವೇ ಡಿಸ್ಟ್ರಿಕ್ಟ್ ಕಲೆಕ್ಟರ್ ಎಂಬ ಒಣದರ್ಪ ಬೇರೆ... ನನ್ನನ್ನೂ ಅಮ್ಮನನ್ನೂ ಬಹಳ ಹದ್ದುಬಸ್ತಿನಲ್ಲಿ ಇಟ್ಟುಕೊಳ್ಳಲು ಯಾವಾಗಲೂ ಪ್ರಯತ್ನಿಸುತ್ತಿದ್ದರು. ನನ್ನ ಮೇಲೆ ಪ್ರೀತಿಯಿತ್ತಾದರೂ, ಉಸಿರು ಕಟ್ಟಿಸುವಂತಹ ವಾತಾವರಣ ಮನೆಯಲ್ಲಿ ನಿರ್ಮಿಸಿದ್ದರು... ಅಮ್ಮನಿಗಂತೂ ವಿಧಿಯಿಲ್ಲ, ಸುಮ್ಮನಿರುತ್ತಿದ್ದಳು. ನನಗೋ ಮೊದಲೇ ನಿಸರ್ಗ, ಸಂಗೀತ, ಪೆಯಿಂಟಿಂಗ್ ಇಂತಹ ಕಲೆಯ ಕಡೆಗೆ ಒಲುಮೆಯಿತ್ತು... ನೀವು ಪ್ರಾಯಶಃ ಅಪ್ಪನನ್ನು ನೋಡಿರಬೇಕಲ್ಲ, ಅದೇ ನಾವಿದ್ದ ಮನೆ, ಕಪೂರಿ ನದಿಯ ಬದಿಯಲ್ಲಿ... ನಾನು ಅ ವಯಸ್ಸಿನಲ್ಲಿ ಬಹಳ ಒಂಟಿತನ, ಬೇಸರವನ್ನು ಅನುಭವಿಸುತ್ತಿದ್ದೆ... ಅಪ್ಪ ಮನೆಯಲ್ಲಿಲ್ಲದ ಸಮಯದಲ್ಲಿ ಆ ನದಿ ದಡಕ್ಕೆ ಸ್ವಲ್ಪ ಮನಃಶಾಂತಿಗಾಗಿ ಸುತ್ತಾಡಿ, ಹಾಗೇ ಏನಾದರೂ ಚಿತ್ರ ರಚಿಸಲು ಹೋಗುತ್ತಿರುತ್ತಿದ್ದೆ... ಶ್ರೀಲಂಕಾದಿಂದ ನಮ್ಮ ದೇಶಕ್ಕೆ ಓಡಿಬಂದ ತಮಿಳು ನಿರಾಶ್ರಿತರೂ ಆಗ ಅಲ್ಲೇ ಕ್ಯಾಂಪ್ ಮಾಡಿಕೊಂಡು ಮೀನು ಹಿಡಿಯಲು ನದಿಗೆ ಬರುತ್ತಿದ್ದರು... ನಾನು ದಿನಾಲೂ ಪೆಯಿಂಟಿಂಗ್ ಮಾಡುವುದನ್ನು ನೋಡಿದ ಒಬ್ಬ ನನ್ನ ವಯಸ್ಸಿನ ಯುವಕ ನನ್ನನ್ನು ಸಮೀಪಿಸಿದ... ಅವನ ಹೆಸರು ಕಣ್ಣನ್ ಎಂದು. ಅವನು ನನ್ನ ಪಕ್ಕದಲ್ಲಿ ಕುಳಿತು ಸುಶ್ರಾವ್ಯವಾಗಿ ಕೊಳಲು ನುಡಿಸುತ್ತಿದ್ದರೆ ನನಗೆ ಬಹಳೇ ಪ್ರಿಯವಾಗುತ್ತಿತ್ತು,

ಪಾಪ, ಅವನ ಅಪ್ಪ ಅಮ್ಮ ಇಬ್ಬರೂ ತಾಯ್ನಾಡಿನ ಗಲಭೆಯಲ್ಲೇ ಸತ್ತು ಅವನು ತಬ್ಬಲಿಯಾಗಿ ರಾತ್ರೋರಾತ್ರಿ ಕದ್ದು ದೋಣಿಯಲ್ಲಿ ಇಲ್ಲಿಗೆ ಓಡಿ ಬಂದಿದ್ದ... ಅದೂ ಇದೂ ಮಾತಾಡುತ್ತಾ ಅವನು ಅಲ್ಲಿ ಕೊಳಲು ನುಡಿಸುವುದೂ ನಾನು ಪೆಯಿಂಟಿಂಗ್ ಮಾಡುತ್ತಾ ನಗುನಗುತ್ತಾ ಸಮಯ ಕಳೆಯುವುದೂ ಅಭ್ಯಾಸವಾಗಿಬಿಟ್ಟಿತು.

ನನ್ನ ಒಂಟಿತನ ಬೇಸರ ಕಳೆಯಲು ನನಗೊಬ್ಬ ಸಮವಯಸ್ಕ, ಸಮಮನಸ್ಕ ಸಂಗಾತಿ ಸಿಕ್ಕನೆಂದು ನಾನು ಬಹಳ ಸಂತಸ ಪಡುತ್ತಿದ್ದೆ. ಅಪ್ಪ ಅತ್ತ ಹೋಗುತ್ತಲೂ, ನನಗೆ ಸ್ಕೂಲ್ ಮುಗಿದ ಕೂಡಲೇ ಅಮ್ಮನಿಗೆ ಹೇಳಿ ಪೆಯಿಂಟಿಂಗ್ ಹೆಸರಿನಲ್ಲಿ ನಾವಿಬ್ಬರೂ ನಿರ್ಜನವಾದ ನದಿ ತೀರದಲ್ಲಿ ಒಂಟಿಯಾಗಿರುತ್ತಿದ್ದೆವು. ಆಗ ನಮಗೆ ಹದಿಹರೆಯದ ವಯಸ್ಸು. ಎಲ್ಲ ಆ ಪ್ರಕೃತಿಯಿಚ್ಛೆಯಂತೆ ನಾವು ಒಬ್ಬರನ್ನೊಬ್ಬರು ಪ್ರೇಮಿಸಿದೆವು... ನನಗೂ ತಿಳುವಳಿಕೆ ಕಮ್ಮಿ. ಅವನೂ ಓದಿದವನಲ್ಲ. ಹಾಗಾಗಿ ನಾವು..." ಎಂದಾಕೆ ಸಂಕೋಚದಿಂದ ನಿಲ್ಲಿಸಿದರು.

"ಅರ್ಥವಾಯ್ತು ಹೇಳಿ, ನಾವೆಲ್ಲ ವಯಸ್ಕರೇ ಇಲ್ಲಿರುವುದು..." ಎಂದು ಲೂಸಿ ಪ್ರೋತ್ಸಾಹಿಸಿದಳು.

ರಚನಾಗೆ ಆ ಮಧುರ ಕಾಲವೇ ಕಣ್ಣಲ್ಲಿ ಕಟ್ಟಿದಂತೆ ತೋರುತ್ತಿತ್ತು: "ಸರಿ, ನಾನು ಗರ್ಭಿಣಿ ಎಂದು ನನಗೆ ತಿಳಿಯಲು ಮೂರು ತಿಂಗಳಾದವು... ಅಮ್ಮನು ಅಪ್ಪನ ಬಳಿ ಎಂದೂ ಏನೂ ಮುಚ್ಚಿಟ್ಟವಳಲ್ಲ... ನನ್ನ ವಿಷಯ ತಿಳಿದ ರಾತ್ರಿ ಅಪ್ಪ ಭೂಮಿ–ಆಕಾಶ ಒಂದು ಮಾಡಿದರು... ನಮ್ಮ ನಂಬೂದರಿ ಕುಲಗೌರವಕ್ಕೆ ಧಕ್ಕೆಯಾಯಿತೆಂದೂ, ಅದೂ ಒಬ್ಬ ತಮಿಳು ನಿರ್ಗತಿಕನಿಂದ ಎಂದು ಅವರಿಗೆ ಕೋಪ ಸಿಡಿದೆದ್ದಿತು... ನನಗೆ ಸಿಕ್ಕಾಪಟ್ಟೆ ಹಂಟರ್ ತೆಗೆದುಕೊಂಡು ಹೊಡೆದರು... ನನಗೆ ವಿಪರೀತ ಪೆಟ್ಟಾಯಿತು, ಅಮ್ಮ ನನ್ನ ಮೈ ಮೇಲೆ ಬಿದ್ದು "ನಿಲ್ಲಿಸಿ, ನಿಲ್ಲಿಸಿ" ಎಂದು ಬೇಡಿಕೊಂಡಳು. ಅಪ್ಪನ ಬೆಸ್ಟ್ ಗೆಳೆಯ ಅಂದರೆ ಆಗ ಇಲ್ಲಿನ ಪೋಲಿಸ್ ಇನ್ಸ್‌ಪೆಕ್ಟರ್ ಶ್ರೀನಿವಾಸನ್, ದಿನಾಲೂ ಬಂದು ಹೋಗಿ ಮಾಡುವವರು ಅವರು ಅಪ್ಪ ನನ್ನನ್ನು ಚಚ್ಚುತ್ತಿದ್ದಾರೆ ಎಂಬ ವಿಷಯ ಕೇಳಿ ಓಡೋಡಿ ಬಂದರು... ಅವರ ಸಲಹೆಯ ಮೇಲೆ ನನ್ನನ್ನು ಡಾಕ್ಟರ್ ಸೋಮನ್ ಎಂಬವರ ಬಳಿ ಕರೆದೊಯ್ದರು, ಅಲ್ಲಿ ಅವರು, ಅವರ ನೌಕರಿಯಲ್ಲಿದ್ದ ಒಬ್ಬ ಸೂಲಗಿತ್ತಿ ಸುಬ್ಬಮ್ಮ, ಇವರಿಬ್ಬರು ಮಾತ್ರವೇ ನಮಗೆ ತಿಳಿದವರೂ, ರಹಸ್ಯ ಬಾಯಿ ಬಿಡದವರೂ ಇದ್ದಿದ್ದು. ಆದರೆ ಅಪ್ಪನಿಂದ ಬಿದ್ದ ಹೊಡೆತಗಳಿಂದ ನನಗೆ ಗರ್ಭದಲ್ಲಿ ಏನೋ ಊನವಾಗಿ ಬಿಟ್ಟಿತಂತೆ... 'ಇವಳಿಗೀಗ ಗರ್ಭಪಾತ ಮಾಡಲಾಗುವುದಿಲ್ಲ, ಜೀವಕ್ಕೇ ಅಪಾಯ' ಎಂದೂ ನನ್ನ ಮಗುವಿನ ಹೆರಿಗೆ ಆಗಲೇಬೇಕೆಂದೂ ಡಾಕ್ಟರ್ ಹೇಳಿಬಿಟ್ಟರು."

"ಇದರಿಂದ ಅಪ್ಪನ ಕೋಪ ಮತ್ತೆ ತಾರಕಕ್ಕೇರಿತು... ನನಗೆ ಮದುವೆಗೆ ಮುಂಚೆಯೇ ಮಗುವಾಗುವುದನ್ನು ತಡೆಯಲು ಆಗಲಿಲ್ಲವಲ್ಲ ಎಂಬ ಕುಲಗೌರವಕ್ಕಾದ ಅವಮಾನ ಅವರನ್ನು ರಾಕ್ಷಸರನ್ನಾಗಿಸಿತು. ಮನೆಯಿಂದ ಬಿರ್ರನೆ ಒಂದು ರಿವಾಲ್ವರ್ ತೆಗೆದುಕೊಂಡು ನದಿಯ ತೀರಕ್ಕೆ ಹೋದರು... ಅವರಿಗೆ ಬಡಪಾಯಿ ಕಣ್ಣನ್ನನ್ನು ಹುಡುಕಲು ಕಷ್ಟವೇನಾಗಲಿಲ್ಲ... ಅವನು ನಾವು ದಿನಾ ಸೇರುತಿದ್ದ ನಿರ್ಜನ ಸ್ಥಳದಲ್ಲೇ ಕೊಳಲೂದುತ್ತಾ ಸಿಕ್ಕಿದನಂತೆ. ಏನೇನು ವಾಗ್ವಾದವಾಯಿತೋ ನನಗೆ ತಿಳಿಯದು. ಅಲ್ಲೇ ಅವನನ್ನು ಅಪ್ಪ ಗುಂಡಿಟ್ಟು ಕೊಂದರು. ನಂತರ ತಾವು ಮಾಡಿದ್ದ ಅಪರಾಧದ ಅರಿವಾಗಿ ಹೆದರಿ ಗೆಳೆಯ ಪೋಲಿಸ್ ಇನ್ಸ್‌ಪೆಕ್ಟರ್ ಶ್ರೀನಿವಾಸನ್‌ರವರ ಸಹಾಯ ಕೇಳಿದರು... ಇಬ್ಬರೂ ಸೇರಿ ಆ ಹೆಣದ ಕಾಲಿಗೆ ಕಲ್ಲು ಕಟ್ಟಿ ಕರ್ಪೂರಿ ನದಿ ಆಳವಾಗಿದ್ದಲ್ಲಿ ಹೋಗಿ ಬಿಸಾಕಿ ಬಂದರು..."

ಆಗಿನ ಕಾಲದಲ್ಲಿ ನಡೆದ "ಆನರ್ ಕಿಲ್ಲಿಂಗ್" (ಗೌರವಕ್ಕಾಗಿ ಹತ್ಯೆ) ಇದು! ಆದರೆ ಈ ಕೇಸಿಗೆ ಇನ್ಸ್‌ಪೆಕ್ಟರ್ ಅವರೇ ಐ.ಓ. (ಇನ್ವೆಸ್ಟಿಗೇಟಿಂಗ್ ಆಫೀಸರ್), ಅಪ್ಪನೇ ಆಗ ಕಲೆಕ್ಟರ್! ಇಬ್ಬರೂ ಸೇರಿ ಅವನ ಕೊಲೆಯನ್ನೂ ತನಿಖೆಯೇ ಮಾಡದೇ ಮುಚ್ಚಿಹಾಕಿಬಿಟ್ಟರು... ಇದರ ಶಾಕ್‌ನಿಂದ ನನಗೆ ಮತ್ತೆ ಎರಡು ದಿನಾ ಜ್ಞಾನವೇ ಇರಲಿಲ್ಲ. ಸುಬ್ಬಮ್ಮನಿದ್ದ ಪಕ್ಕದ ಹಳ್ಳಿಯ ಮನೆಯೊಂದರಲ್ಲಿ ನನ್ನನ್ನೂ ಅಮ್ಮನನ್ನೂ ಗುಪ್ತವಾಗಿಟ್ಟು ನನಗೆ ಅಲ್ಲಿಯೇ ಹೆರಿಗೆ ಮಾಡಿಸಿದರು... ಫೆಬ್ರವರಿ 14, ವ್ಯಾಲೆನ್ಟೈನ್ಸ್ ಡೆ,, ಅದೇ ಆ ಮಗು ಹುಟ್ಟಿದ ದಿನ...ಎಂತಾ ವಿಪರ್ಯಾಸ, ನೋಡಿದಿರಾ."

"ಮಗುವಿಗೆ ಮೂರು ತಿಂಗಳು ತುಂಬುತ್ತಿರುವಂತೆಯೇ ಈ ಊರಿಗೆ ಬಂದಿದ್ದ ಪ್ರವಾಸಿಗಳಾದ ಹೊಸಮನಿ ದಂಪತಿಗಳಿಗೆ ನನ್ನ ಮಗುವನ್ನು ದತ್ತು ಕೊಟ್ಟುಬಿಟ್ಟರು...ಇದೆಲ್ಲ ಅವರವರು ಗುಪ್ತವಾಗಿ ಮಾತನಾಡಿಕೊಂಡು ನಡೆಸಿದ್ದು. ನನ್ನ-ಅಮ್ಮನ ಮಾತು ಕಿಂಚಿತ್ತೂ ನಡೆಯಲಿಲ್ಲ. ಇನ್ನೆಂದೂ ನಾವು ಈ ಬಗ್ಗೆ ಯಾರೂ ಮಾತನಾಡಬಾರದೆಂದು ಅಪ್ಪ ವಚನ ತೆಗೆದುಕೊಂಡರು.

ಅಂತೂ ನನ್ನ ಪಾಲಿಗೆ ಕರ್ಪೂರಿ ನದಿ ಕಪ್ಪು ನದಿಯಾಗಿತ್ತು... ನಾನು ಜೀವನವೆಲ್ಲ ಕಣ್ಣನ್‌ನೊಂದಿಗೆ ಕಳೆದ ಮಧುರ ಕ್ಷಣಗಳನ್ನು ಮೆಲುಕು ಹಾಕುತ್ತಲೇ ಇದ್ದೇನೆ... ಅವೇ ಈ ಪೆಯಿಂಟಿಂಗ್ಸ್ ಅನ್ನು ಇನ್ನೂ ಜೀವಂತವಾಗಿಟ್ಟಿವೆ" ಎಂದು ಭಾವುಕರಾಗಿ ಕಣ್ಣೊರೆಸಿಕೊಂಡರು ರಚನಾ...

ನಾನೆಂದೆ: "ಆ... ಮತ್ತೆ ನಿಮ್ಮ ಈಗಿನ ಪತಿ ರಾಮನ್ ಅವರು?'

ನನ್ನತ್ತಲೇ ನೋಡುತ್ತಾ ರಚನಾ ನುಡಿದರು... "ನೀವೇನಾದರೂ ಇನ್ಸ್‌ಪೆಕ್ಟರ್ ಶ್ರೀನಿವಾಸನ್‌ರವರ ಫೋಟೋ ನೋಡಿದ್ದಿದ್ದರೆ ಖಂಡಿತಾ ಹೋಲಿಕೆ ಹೇಳಿಬಿಡುತ್ತಿದ್ದಿರಿ, ನನ್ನ-ಮೃದುಲಾ ಬಗ್ಗೆ ಹಿಡಿದಿರಲ್ಲ ಹಾಗೆ! ಶ್ರೀನಿವಾಸನ್‌ರವರ ಮಗನೇ ನನ್ನ ಗಂಡ ರಾಮನ್! ಅಪ್ಪನ ಮಾತಿಗೆ ಎದುರು ಹೇಳದೇ ನನ್ನ

ಕುತ್ತಿಗೆಗೆ ಮುಂದಿನ ಎರಡು ವರ್ಷದಲ್ಲಿ ತಾಳಿ ಕಟ್ಟಿದ್ದರು. ಅಪ್ಪ ಮತ್ತು ಮಾವ ಮಾತನಾಡಿಕೊಂಡು ಈ ರಹಸ್ಯ ನಮ್ಮಿಬ್ಬರ ಮನೆ–ಮನೆಯಲ್ಲೇ ಇರಲೆಂದು ಸಂಚು ಮಾಡಿ ನಡೆಸಿದ್ದ ಮದುವೆ ಇದು. ಆದರೆ, ಹಾಗೆ ನೋಡಿದರೆ ನನ್ನ ಗಂಡ ರಾಮನ್ ಬಹಳೇ ವಿಶಾಲ ಮನಸ್ಸಿನವರು, ನನ್ನ ರಹಸ್ಯವನ್ನು ತಮ್ಮ ಇಡೀ ಜೀವನದ ಉದ್ದೇಶವೆಂಬಂತೆ ಕಾಪಾಡಿ ನೋಡಿಕೊಂಡರು... ಅಪ್ಪನಂತೆಯೇ ತಾವೂ ಪೋಲಿಸ್ ವೃತ್ತಿಗೆ ಸೇರಿ ಮುಂದೆ ಬಂದರು.

ಈಗ ಎರಡೇ ವರ್ಷದ ಹಿಂದೆ ಅವರಿಗೆ ಕಮೀಶನರ್ ಪದವಿ ದೊರಕಿದ್ದು, ನನಗೆ ಹತ್ತು ವರ್ಷಗಳ ನಂತರ ಮತ್ತೆ ಮಗ ರಾಜನ್ ಹುಟ್ಟಿದ. ಈಗ ಅವನು ಮೆಡಿಕಲ್ ಓದಲು ಚೆನ್ನೈನಲ್ಲಿದ್ದಾನೆ" ಎಂದು ಹೇಳಿ ಅವರು ಶಾಂತರಾದರು. ಆಕೆಗೆ ಹಲವು ದಶಕಗಳ ಅಪರಾಧಿ ಪ್ರಜ್ಞೆಯ ಭಾರ ಇಳಿದಂತಾಗಿತ್ತು. ನಾವು ಆಕೆ ಹೇಳಿದ್ದನೆಲ್ಲ ಅರಗಿಸಿಕೊಳ್ಳುತ್ತಿದ್ದೆವು.

"ಹಾಗಾದರೆ ಇಷ್ಟೆಲ್ಲ ಜಾಗ್ರತೆ ವಹಿಸಿ ಕಾಪಾಡಿಕೊಂಡು ಬಂದಿದ್ದ ನಿಮ್ಮ ರಹಸ್ಯ ಈ ಜಾನಿಯಂತಹವನಿಗೆ ತಿಳಿದಿದ್ದಾದರೂ ಹೇಗೆ?" ಎಂದೆ, ನನ್ನ ಮನಸ್ಸಿನಲ್ಲಿ ಕೊರೆಯುತ್ತಿದ್ದ ಆ ಪ್ರಶ್ನೆಯನ್ನು ಮುಂದಿಟ್ಟು.

ರಚನಾ ನಿಟ್ಟುಸಿರಿಟ್ಟು ಹೇಳಿದರು...

"ಹೂಂ; ಅದೊಂದು ಕಡಿಮೆಯಾಗಿತ್ತು, ನಮ್ಮ ದುರದೃಷ್ಟಕರ ಬಾಳಿನಲ್ಲಿ... ಈ ಜಾನಿ ನಿಮಗೇ ಗೊತ್ತಿದ್ದಂತೆ ಈ ಊರಿನಲ್ಲಿ ಒಬ್ಬ ಕಾರ್ ಮೆಕ್ಯಾನಿಕ್... ಅಪ್ಪ ತಮ್ಮ ಹಳದಿ ಟಾಟಾ ನ್ಯಾನೋ ಕಾರನ್ನು ಅವನ ಬಳಿ ಒಮ್ಮೆ ಸರ್ವೀಸಿಗಾಗಿ ಬಿಟ್ಟಿದ್ದರು, 'ಮನೆಗೆ ತಂದು ಬಿಡಪ್ಪ' ಎಂದಿದ್ದರು, ಅಪ್ಪನಿಗೀಗ ಎಪ್ಪತ್ತೈದು ವರ್ಷ... ಒಂದು ನಾಯಿ ಬಿಟ್ಟರೆ ಅಲ್ಲಿ ಬೇರೆ ಕಂಪನಿಯಿಲ್ಲ... ಅಮ್ಮ ತೀರಿಕೊಂಡು ಹತ್ತು ವರ್ಷವೇ ಆಯಿತು... ನಾನಾಗಾಗ ಹೋಗಿ ಹಾಲು ಔಷದಿ ಕೊಟ್ಟುಬರುತ್ತಿರುತ್ತೇನೆ. ಆದರೆ ನನ್ನ ಗಂಡ ರಾಮನ್ ಎಂದೋ ಒಮ್ಮೊಮ್ಮೆ ಅಪ್ಪನ ಬಳಿಗೆ ಹೋಗಿ ಒಟ್ಟಿಗೇ ಬಿಯರ್ ಕುಡಿದು ಬರುತ್ತಿರುತ್ತಾರೆ. ಅಂತಾ ಸಂಧರ್ಭಗಳಲ್ಲಿ ಅಪ್ಪ ಮತ್ತು ಇವರು ಹಳೆಯದ್ದನ್ನೆಲ್ಲ ಮೆಲುಕು ಹಾಕುತ್ತಿರುತ್ತಾರೆ, ಒಮ್ಮೊಮ್ಮೆ ಜಗಳವೂ ಆಗುತ್ತದೆ... ಅಂತದ್ದೇ ಒಂದು ದಿನ ಈ ಜಾನಿಯು ಅಪ್ಪನ ಕಾರ್ ಸರ್ವೀಸ್ ಮಾಡಿ ವಾಪಸ್ ಬಿಡಲು ಅಪ್ಪನ ಮನೆಗೆ ಹೋಗಿದ್ದಾನೆ... ಅಲ್ಲಿ ಇವರಿಬ್ಬರೂ ಕುಡಿದ ಅಮಲಿನಲ್ಲಿ ಹಳೆಯ ವಿಷಯಗಳನ್ನೆಲ್ಲ ಹಿಡಿದು ವಾದ ಮಾಡಿಕೊಳ್ಳುತ್ತಿದ್ದರಂತೆ... ಅದನ್ನು ಇವನು ಕದ್ದು ಕೇಳಿಸಿಕೊಂಡು ಬಿಟ್ಟಿದ್ದಾನೆ... ಅವನಿಗಾಗಲೇ ಈ ದುರ್ಬುದ್ಧಿ ಮೊಳಕೆಯೊಡೆದಿದೆ. ಆಮೇಲೆ ಹಲವು ದಿನಗಳ ಕಾಲ ಜಾನಿಯು ಅಪ್ಪನ ದೋಸ್ತಿ ಮಾಡಿದ್ದಾನೆ. ಅವರಿಗೆ ಹೆಂಡ ಕುಡಿಸಿ, ತಾನೂ ಅವರೊಂದಿಗೆ ಕುಡಿದು, ನಿಧಾನವಾಗಿ ಮತ್ತಿನಲ್ಲಿದ್ದ ಅಪ್ಪನಿಂದ ಎಲ್ಲವನ್ನೂ ತಿಳಿದುಕೊಂಡುಬಿಟ್ಟಿದ್ದಾನೆ.

ಹೊಸಮನಿಗಳಿಗೆ ದತ್ತು ಕೊಟ್ಟ ಮಗುವೇ ಮೃದುಲಾ ಎಂಬ ಜನಪ್ರಿಯ ಚಿತ್ರ-ಟಿವಿ ನಟಿ ಎಂದು ತಿಳಿದ ಅವನು ನಮ್ಮೆಲ್ಲರಿಗೂ ಯಶಸ್ವಿಯಾಗಿ ಗಾಳ ಹಾಕಿದ್ದಾನೆ. ಜತೆಗೆ ಆ ಕಾಲದಲ್ಲಿ ಕಣ್ಣನ್‌ನನ್ನು ಅಪ್ಪ ಕೊಲೆಮಾಡಿದ್ದೂ ತಿಳಿದಿದ್ದು ಅವನಿಗೆ ಇನ್ನೊಂದು ಅಸ್ತ್ರವಾಯ್ತು. ಅಂತೂ ನಾವೆಲ್ಲರೂ ಅವನ ಕಪಿಮುಷ್ಟಿಗೆ ಸಿಕ್ಕಿಬಿಟ್ಟೆವು...

ಮೊದಮೊದಲು ಅಪ್ಪನ ಹತ್ತಿರ ಬೆದರಿಸಿ ಅವರ ಟಾಟಾ ನ್ಯಾನೋ ಕಾರನ್ನು ತನ್ನ ಹೆಸರಿಗೆ ಮಾಡಿಸಿಕೊಂಡ. ಅದನ್ನೇ ನೀವು ನೋಡಿದ್ದು. ನಂತರ ನನ್ನ ಬಳಿ ಮೂರು ನಾಲ್ಕು ಬಾರಿ 25-30 ಸಾವಿರ ರೂ. ನನಗೆ ಬೆದರಿಸಿ ತೆಗೆದುಕೊಂಡಿದ್ದಾನೆ. ಆಮೇಲೆ ಅವನಿಗೆ ಆ ಶಾಂತಿ ಎಂಬ ಲವರ್ ಬೇರೆ ಮುಖ್ಯವಾದ ದಾಖಲೆ ಪತ್ರಗಳನ್ನು ಆಫೀಸಿನಿಂದ ಕದ್ದು ತಂದು ಕೊಟ್ಟ ಮೇಲೆ ಇನ್ನೂ ದುರಾಸೆ ಹೆಚ್ಚಾಯಿತು. 'ಇವರು ಯಾವ ಮಹಾ ಕೊಡುವುದು...? ದೊಡ್ಡ ಕುಳಕ್ಕೇ ಕೈ ಹಾಕೋಣ'ವೆನಿಸಿರಬೇಕು; ಮೃದುಲಾಗೂ ಬೆದರಿಕೆ ಪತ್ರ ಹಾಕಿ ಹೀಗೆ ತನ್ನ ಜಾಲಕ್ಕೆ ಬೀಳಿಸಿಕೊಂಡ" ಎಂದು ಮುಗಿಸೆದ್ದರು ರಚನಾ, ಹೊರಗಿನ ಅಂಗಡಿಗೆ ಹೋಗಲು.

ಅದರ ನಂತರದ ಕತೆ ನಮಗೆ ತಿಳಿದಿತ್ತು. ಆದರೆ ನಾನವರನ್ನು ತಡೆದೆ: "ಅದಕ್ಕೇ ನಿಮ್ಮ ಗಂಡ ಬೇಸತ್ತು, ಈ ಜೀವನ ಪರ್ಯಂತ ಎಲ್ಲರೂ ಒಂದು ರಹಸ್ಯಕ್ಕಾಗಿ ಇಷ್ಟು ಬೆಲೆ ತೆರುವುದು ಬೇಡ ಎಂದು ಜಾನಿಯನ್ನು ಕೊಂದುಬಿಟ್ಟರು ಅಲ್ಲವೇ?" ಎಂದೆ... ನನಗೆ ಅವರ ಮೇಲೆ ಸಂದೇಹ ಕಡಿಮೆಯಾಗಿದ್ದರೂ ಇನ್ನೂ ಆ ವಿಷಯ ದೃಢಪಡುವುದು ಅವಶ್ಯಕವಿತ್ತು.

ಆಗ ಮೊದಲ ಬಾರಿಗೆ ರಚನಾಗೆ ನಮ್ಮ ಮೇಲೆ ಅತ್ಯಂತ ಕೋಪ ಬಂದಿತ್ತು:

"ನೆವರ್! ಅವರೆಂದೂ ಅಂತಹ ಕಾರ್ಯ ಮಾಡಿರುವುದಿಲ್ಲ... ನಿಮಗವರ ಗುಣ ಗೊತ್ತಿಲ್ಲ... ಅವರಿಗೆ ಅಪರಾಧಿಗಳನ್ನು ಹಿಡಿಯುವುದು ಮಾತ್ರ ಗೊತ್ತಿದೆ, ಅಪರಾಧ ಮಾಡುವುದಲ್ಲ" ಎಂದು ಖಡಾಖಂಡಿತವಾಗಿ ನುಡಿದರು.

ಸರಿ, ಅಲ್ಲಿಗೆ ಈ ವಿಚಾರ ಮುಗಿದ ಅಧ್ಯಾಯ ಎಂದೆನಿಸಿ ಕೊನೆಗೆ ಆಕೆಯನ್ನೇ ಉದ್ದೇಶಿಸಿ ಕೇಳಿದೆ:

"ಮತ್ತೆ ನೀವು...? ನೀವು ಕೊಂದಿರಬಹುದಲ್ಲ...? ನಿಮಗಂತೂ ಜಾನಿಯನ್ನು ಕೊಲ್ಲಲು ಎಲ್ಲ ಉದ್ದೇಶಗಳೂ ಇದ್ದವು" ಎಂದೆ.

ರಚನಾ ಒಮ್ಮೆ ವಿಷಾದದ ನಗೆ ಚೆಲ್ಲಿದರು ಅಷ್ಟೇ...

"ಹಾಗೆ ಮಾಡಿದ್ದರೆ ಚೆನ್ನಾಗಿರುತ್ತಿತ್ತು, ನಿಜಕ್ಕೂ ಚೆನ್ನಾಗಿರುತ್ತಿತ್ತು, ಎಲ್ಲರಿಗೂ!" ಎಂದು ಪಿಸುನುಡಿದಿದ್ದರು.

ಇನ್ನೇನು ನಾವು ಎದ್ದು ಹೊರಡೋಣವೆಂದಿದ್ದೆವು... ಅದೇ ಕ್ಷಣದಲ್ಲಿ ಕಮೀಶನರ್ ರಾಮನ್ ರೂಮಿನೊಳಗೆ ಕಾಲಿಟ್ಟಿದ್ದರು!

ಸೊಂಟದ ಮೇಲೆ ಕೈಯಿಟ್ಟು ಹುಬ್ಬುಗಂಟಿಕ್ಕಿ, ಹೆಂಡತಿಯತ್ತ ನೋಡುತ್ತಾ ಸಿಡಿದರು:

“ಓಹೋ, ಎಲ್ಲ ಹೇಳಿಬಿಟ್ಟೆ ತಾನೆ ಇವರಿಗೆ? ನಾನು ಬರುವುದು ಸ್ವಲ್ಪ ತಡವಾಯಿತು ಅಷ್ಟೇ... ನಾನಂದುಕೊಂಡಿದ್ದೆ, ಹೀಗೇ ಆಗುತ್ತದೆಂದು”.

14

ಅವರು ಮತ್ತೆ ತಮ್ಮ ಪತ್ನಿಯನ್ನು ತರಾಟೆಗೆ ತೆಗೆದುಕೊಳ್ಳುವ ಮುನ್ನ ನಾನು ಮಧ್ಯಪ್ರವೇಶ ಮಾಡಿದೆ:

“ಕಮೀಶನರ್, ಅವರೆಲ್ಲ ಹೇಳಿ ಮುಗಿದಿದೆ... ಹಾಗೆ ನೋಡಿದರೆ ಇನ್ನು ನೀವು ಆಕೆಯ ರಹಸ್ಯದ ಭಾರ ಹೊರುವ ಅಗತ್ಯವೇ ಇಲ್ಲ... ಮೂವತ್ತೈದು ವರ್ಷಗಳ ಹಿಂದೆ ನಿಮ್ಮ ನಮ್ಮ ಕೈಗೆ ನಿಲುಕದೇ ನಡೆದುಹೋದ ವಿಷಯವನ್ನು ಬಿಟ್ಟು ಮುಂದಾಗಬೇಕಾಗಿರುವುದರತ್ತ ಗಮನಿಸೋಣ... ಏನಂತೀರಾ?” ಎಂದೆ ಧೈರ್ಯವಾಗಿ.

ಕಮೀಶನರ್ ರಾಮನ್ ಮುಖದಲ್ಲಿ ಹಲವಾರು ಭಾವನೆಗಳು ತಾಕಲಾಟ ಮಾಡುತ್ತಿದವು... ಕೋಪ, ನಿರಾಸೆ, ಅಸಹಾಯಕತೆ ಮತ್ತು ತಾನೆಲ್ಲೋ ಸೋತೆನೆಂಬ ಅಳುಕು... ಅವರು ಮಿದುಳು ನಡೆಯುವುದೂ ಕೇಳಬಲ್ಲಂತಹ ಮೌನವಿತ್ತು ಕೋಣೆಯಲ್ಲಿ ಕೆಲಕಾಲ. ಹಲವಾರು ವರ್ಷಗಳ ದ್ವಂದ್ವವನ್ನು ಬಗೆಹರಿಸಿಕೊಂಡು ಮನಸ್ಸು ತಿಳಿಯಾಗಲು ಸ್ವಲ್ಪ ಸಮಯ ಬೇಕಿದ್ದುದು ಸಹಜವೇ.

ಅವರು ನೆಲದತ್ತಲೇ ನೋಡುತ್ತಿದ್ದವರು ನಿಡುಸುಯ್ದು ಉತ್ತರಿಸಿದರು:

“ಹೂಂ... ಬಿಡಿ... ನಾನಂದು ಮಾವನ ಜತೆ ಕುಡಿದ ಅಮಲಿನಲ್ಲಿ ಜೋರು ದನಿಯಲ್ಲಿ ಆ ಬಗ್ಗೆಯೆಲ್ಲ ಕೆದಕಿ ಕೆದಕಿ ವಾದಿಸದಿದ್ದರೆ... ಜಾನಿ ಅದೇ ಸಮಯಕ್ಕೆ ಬರದೆ ಇದ್ದಿದ್ದರೆ, ಈ ಹೊಸ ಗಂಡಾಂತರವೂ ಬರುತ್ತಿರಲಿಲ್ಲ...”

ಲೂಸಿ ತಲೆಯಾಡಿಸುತ್ತ “ಹಾ, ಗಂಡಾಂತರ ಆದದ್ದು ಕೊನೆಗೆ ಜಾನಿಗೇ ತಾನೆ? ಮತ್ತು ದುರದೃಷ್ಟವಶಾತ್ ಕಾಕತಾಳೀಯವಾಗಿ ಅವನೊಂದಿಗಿದ್ದ ಯುವತಿ ಶಾಂತಿಗೆ... ಅದರ ಬಗ್ಗೆ ಏನು ನಡೆಯುತ್ತಿದೆ ಸರ್...? ಆ ಕೊಲೆಗಳ ಬ್ಯಾಲಿಸ್ಟಿಕ್ ರಿಪೋರ್ಟ್ ಏನಾದರೂ ಬಂತೆ?” ಎಂದಳು

ಲೂಸಿಯಂತಹ ಚುರುಕು ಬುದ್ಧಿಯ ಲಾಯರೊಂದಿಗೆ ವ್ಯವಹರಿಸುವುದು ಎಷ್ಟು ಕಷ್ಟ ಎಂದು ಅರಿವಾದವರಂತೆ ಕಮೀಶನರ್ ಅವಳತ್ತ ದಿಟ್ಟಿಸುತ್ತಾ,

“ಹೂಂ. ಬಂತು. ಈಗ ತಾನೇ... ಅವೆರಡೂ ಶವಪರೀಕ್ಷೆ ಮಾಡಿದ ವೈದ್ಯಾಧಿಕಾರಿ ಹೇಳುವ ಪ್ರಕಾರ, ವಿಜಯ್ ಹೇಳಿದಂತೆ ಅದು 0.38 ಕೋಲ್ಟ್ ರಿವಾಲ್ವರ್‌ನಿಂದಲೇ ಹೊಡೆದ ಗುಂಡುಗಳು ಎಂದು ದೃಢಪಟ್ಟಿದೆ” ಎಂದು ನಿರಾಸೆಯಿಂದ ಕೈ ಚೆಲ್ಲಿದರು, ಅವರಿಗೆ ಹತ್ತಿರದ ಬಲಿಪಶು ಸಿಕ್ಕಲಿಲ್ಲವೆಂಬಂತೆ. ನನ್ನದು ಆ ರಿವಾಲ್ವರ್ ಅಲ್ಲವಲ್ಲ!

“ಅಂತಾ ಎಷ್ಟು ರಿವಾಲ್ವರ್‌ಗಳು ಈ ಊರಿನಲ್ಲಿದ್ದವು ಎಂಬ ದಾಖಲೆಗಳು... ಗನ್ ರಿಜಿಸ್ಟರ್ ಅಥವಾ ಲಾಗ್ ಏನಾದರೂ ನಿಮ್ಮಲ್ಲಿದೆಯೆ?” ಎಂದೆ ನಾನು ಮುಂದುವರೆಯುತ್ತಾ.

ರಾಮನ್ ತಮ್ಮ ಗನ್ ಹೋಲ್ಡರನ್ನು ಮುಟ್ಟಿ ತೋರಿಸುತ್ತಾ, “ಒಂದು ರಿವಾಲ್ವರ್ ನನ್ನದೇ ಇದೆ... ನನ್ನ ಪೋಲಿಸ್ ಸರ್ವೀಸ್ ರಿವಾಲ್ವರ್... ಬಹಳ ವರ್ಷಗಳಿಂದ ನನ್ನ ಬಳಿಯಿದೆ...” ಎಂದು ನನ್ನ ಮುಖ ನೋಡಿದರು, ‘ನನ್ನನ್ನು ಇನ್ನೂ ಅನುಮಾನಿಸುವೆಯೋ?’ ಎಂಬಂತೆ.

ನನಗೆ ಅವರ ಜತೆ ಮುಖಾ-ಮುಖಿ ಸಾಕಾಗಿಹೋಗಿತ್ತು.

“ನೀವಲ್ಲದೇ...? ಬೇರೆ ಯಾರದಿತ್ತು, ಚೆಕ್ ಮಾಡಿ ಹೇಳಬಲ್ಲಿರಾ?” ಎಂದು ಮಾತ್ರ ಪ್ರಶ್ನಿಸಿದೆ.

ಕಮೀಶನರ್ ರಾಮನ್ ಮುಖ ಸೊಟ್ಟಗೆ ಮಾಡಿಕೊಂಡು, “ಹೂಂ... ಮಾಡಲೇಬೇಕಾಗುತ್ತಲ್ಲ...? ಹಳೆಯ ರೆಕಾರ್ಡ್ಸ್ ಎಲ್ಲ ತೆಗೆದು ನೋಡಬೇಕು... ಅಂತಹ ಯಾವುದಾದರೂ ದಾಖಲೆಯಿದೆಯೇ ಎಂದು... ವಾಪಸ್ ಆಫೀಸಿಗೆ ಹೋಗಬೇಕಾಗುತ್ತದೆ...” ಎಂದು ಎದ್ದರು.

ಹೊರಡುವ ಮುನ್ನ ಮತ್ತೆ ಪತ್ನಿಯತ್ತ ತಿರುಗಿ, “ಇನ್ನು ನೀನು ಇವರ ಜತೆ ಮಾತನಾಡಿ, ಮೃದುಲಾ ಜತೆ ಹೇಗೆ ಭೇಟಿ ಮಾಡುತ್ತೀಯೊ, ಏನು-ಎತ್ತ ಎಂದು ವಿಚಾರಿಸಿಕೋ... ಇನ್ನು ನನ್ನದೇನೂ ಇಲ್ಲ...” ಎಂದು ಬಹಳ ಕಷ್ಟದಿಂದ ಗಿಳಿಯನ್ನು ಪಂಜರದಿಂದ ಬಿಡುಗಡೆ ಮಾಡುತ್ತಿರುವಂತೆ ಹೇಳಿ ಹೊರಟರು.

ಅವರು ಹೋದನಂತರ ನಾವು ಸ್ವಲ್ಪ ಹೊತ್ತು ರಚನಾ ಜತೆ ಮನಬಿಚ್ಚಿ ಮಾತಾಡುವಂತಹ ಅವಕಾಶವಿತ್ತು. ಸಂಕ್ಷಿಪ್ತವಾಗಿ ಹೇಳಬೇಕೆಂದರೆ ‘ಮೃದುಲಾಗೆ ಇಷ್ಟವಿದ್ದರೆ ಆಕೆಯೇ ಇಲ್ಲಿಗೆ ಬರಲಿ... ತಾವು ಬೆಂಗಳೂರಿಗೆ ಹೋದರೆ ಸುಮ್ಮನೆ ಮಾಧ್ಯಮಗಳಿಗೆಲ್ಲ ತಿಳಿದು ಅನವಶ್ಯಕ ಪ್ರಚಾರವಾದೀತು, ಅದರಿಂದ ಅವಳಿಗೇ ಮುಜುಗುರ’ ಎಂದು ರಚನಾ ಸಲಹೆಯಿತ್ತರು... ಲೂಸಿ ಅದನ್ನು ಮೃದುಲಾ ಮತ್ತು ಫರ್ನಾಂಡೆಸ್‌ಗೆ ತಿಳಿಸುವುದಾಗಿ ನುಡಿದರು.

ಲೂಸಿ ಅಲ್ಲಿಂದಲೇ ಮೃದುಲಾ ಮತ್ತು ಫರ್ನಾಂಡೆಸ್‌ಗೆ ಫೋನ್ ಹಚ್ಚಿದ್ದಳು... ಮೃದುಲಾಗೆ ಈ ವಿಷಯ ತಿಳಿದ ನಂತರದ ಮೃದುಲಾರ ಉದ್ವೇಗದ ದನಿ ಪಕ್ಕದಲ್ಲಿ ಕುಳಿತಿದ್ದ ನನಗೂ ಕೇಳಿಸುವಷ್ಟು ಜೋರಾಗಿತ್ತು... 'ನಾಳೆಯೇ ಬಂದು ಅಮ್ಮನನ್ನು ನೋಡಿ ಹೋಗುತ್ತೇನೆ, ಒಂದು ದಿನದ ಶೂಟಿಂಗ್ ಹಾಳಾದರೂ ಚಿಂತೆಯಿಲ್ಲ' ಅಂದಳು.

ಫರ್ನಾಂಡೆಸ್ ಕೂಡಾ ರಚನಾ ಮತ್ತು ಕಮೀಶನರ್ ಇಬ್ಬರನ್ನೂ ಭೇಟಿ ಮಾಡಲು ಆಸಕ್ತರಾಗಿದ್ದರು. ಅವರಾಗಲೇ ಇದಕ್ಕೆಲ್ಲ ವಿಶಾಲ್ ಕಪೂರನ ಆಶೀರ್ವಾದ ಪಡೆದಂತಿತ್ತು. ಇದರ ಮೇಲೆಯ ಅವರ ಧಾರಾವಾಹಿಯ ಒಂದು ಕಂತು ಮಾಡುವಂತಿದ್ದರೂ ನನಗೆ ಅಚ್ಚರಿಯಾಗುವಂತಿರಲಿಲ್ಲ... ಸದ್ಯ ನನ್ನನ್ನು ಅದರಲ್ಲಿ ಸೇರಿಸಿಕೊಳ್ಳದಿದ್ದರೆ ಸಾಕು! ಎಂದುಕೊಂಡೆ.

ಮೃದುಲಾ ನಾಳೆ ಬಂದರೂ ಬರಬಹುದೆಂದು ಅವರಿಗೆ ತಿಳಿಸಿ ನಾವು ಅಲ್ಲಿಂದ ತೆರಳಿದ್ದೆವು... ಸುಮಾರು ರಾತ್ರಿ ಎಂಟಾಗುತ್ತಿತ್ತು.

ಅವಳ ಕಾರ್ ಹತ್ತಿ ಹೊರಡುವಾಗ ಲೂಸಿ "ಇವತ್ತು ಪಂಜಾಬೀ ಢಾಬಾಗೆ ಹೋಗಲು ಸರಿಯಾದ ದಿನವೇ?" ಎಂದು ಹುಬ್ಬೇರಿಸಿದಳು, ನಾನು ಊಟ ಕೊಡಿಸುತ್ತೇನೋ ಎಂಬಂತೆ.

"ಇದರಲ್ಲಿ ನನ್ನ ಘನಂದಾರಿ ಸಾಧನೆಯೇನಿಲ್ಲ... ಹಾಗೆ ನೋಡಿದರೆ ಮೃದುಲಾಗೇ ಈ ಊಟದ ಬಿಲ್ ಸಲ್ಲಬೇಕು"ಎಂದೆ ಮೊಂಡಾಟ ಮಾಡುತ್ತಾ.

"ಊಟದ ಬಿಲ್ ಮೃದುಲಾ ಲಾಯರ್ ಕೊಡುತ್ತಾಳಂತೆ... ಆದರೆ ಟಿಪ್ಸ್ ಆದರೂ ನೀವು ಕೊಡುವಿರಾ, ಜಿಪುಣ ಮಹಾಶಯ?"ಎಂದು ಛೇಡಿಸಿದಳು.

ಇವಳು ಹೇಳುತ್ತಿದ್ದ ಷೇರ್-ಏ-ಪಂಜಾಭಿ ಡಾಬಾ ಊರಿನ ಹೆದ್ದಾರಿಯಿಂದ ಅನತಿ ದೂರದಲ್ಲಿತ್ತು. ಒಳಹೊರಗೂ ಹಳ್ಳಿಮನೆಯ ಶೈಲಿಯಲ್ಲಿ ಅಲಂಕರಿಸಿತ್ತು.

ಊಟದ ಆರ್ಡರ್ ತೆಗೆದುಕೊಳ್ಳಲು ಬಂದ ಸರದಾರ್ಜೀಗೆ ಲೂಸಿಯೇ ಬಟರ್ ನಾನ್, ಎರಡು ತರಹ ಕರ್‍ರಿ, ಘೀ ರೈಸ್, ಲಸ್ಸಿ ಮುಂತಾದ ಆರ್ಡರನ್ನು ಪಟಪಟನೆ ಇತ್ತಳು... "ನಿಮ್ಮ ಸೆಲೆಕ್ಶನ್ ಚೆನ್ನಾಗಿದೆ. ಇಂತಹ ಊಟ ಮಾಡಿದ ಮೇಲೆ ನೀವು ಮಾತಾಡುವುದಕ್ಕೆ ಆಗಲ್ಲ ನೋಡಿ!" ಎಂದು ಆ ಸರದಾರ್ಜಿ ವೈಟರ್ ಅವಳನ್ನು ಉಬ್ಬಿಸಿದ.

"ಮನಮೋಹನ್ ಸಿಂಗ್ ತರಹವೆ?" ಎಂದೆ... ನಮ್ಮ ಮಾಜಿ ಪ್ರಧಾನಿಯ ಮೌನ ನಡವಳಿಕೆಯನ್ನು ನೆನೆಪಿಸಿಕೊಳ್ಳುತ್ತಾ. ಸರದಾರ್ಜಿಗೆ ಆ ಜೋಕ್ ಅರ್ಥವಾಗಲಿಲ್ಲವೇನೋ, ವಿಚಿತ್ರವಾಗಿ ನೋಡಿ ಹೋದ. ಅದಕ್ಕೆ ಲೂಸಿ ನನ್ನ ಮುಖ ನೊಡಿ ಮುಸಿಮುಸಿ ನಕ್ಕಳು.

"ನಿಮ್ಮ ಸೆನ್ಸ್ ಆಫ್ ಹ್ಯುಮರ್ ಮತ್ತೆ ಫೈಲಾಯಿತು!" ಎಂದು ಅಣಕಿಸಿದಳು.

"ನನ್ನ ಸೆನ್ಸ್ ಆಫ್ ಲವ್' ಸೋಲುವುದಿಲ್ಲ ತಾನೆ?"ಎಂದೆ ಆತಂಕವಾದವನಂತೆ.

"ಅದೂ ಈ ಕೇಸ್ ಮುಗಿದ ಮೇಲೆ ಹೇಳುತ್ತೇನೆ!" ಎಂದಳು. ಅವಳದು ಮೊದಲೇ ಕೆಂಚ ಆಂಗ್ಲೋ ಇಂಡಿಯನ್ ಮುಖ... ನಾಚಿಕೆ ಮತ್ತು ಮನದ ತುಮುಲವೂ ಸೇರಿ ಅವಳ ಮುಖ ಇನ್ನೂ ಹೆಚ್ಚು ಕೆಂಪೇರಿತ್ತು. ನನಗೆ ಅದಕ್ಕಿಂತಾ ಹೆಚ್ಚಿನ ಉತ್ತರ ಬೇಕಿರಲಿಲ್ಲ.

ಸೊಗಸಾದ ಊಟ ಮತ್ತು ನಮ್ಮ ಉಲ್ಲಾಸದ ಸಂಭಾಷಣೆಯಲ್ಲಿ ಸ್ವಲ್ಪ ಈ ಕೇಸಿನ ಒತ್ತಡದಿಂದ ಅಲ್ಪ ವಿರಾಮ ಸಿಕ್ಕಿದಂತಿತ್ತು...

ಆದರೆ ಮರಳಿ ಹೊರಟಾಗ ಲೂಸಿಯ ಮೊಬೈಲ್ ಫೋನ್ ರಿಂಗಾಯ್ತು... ಮೃದುಲಾ 'ನಾಳೆ ಬೆಳಿಗ್ಗೆ ಫರ್ನಾಂಡೆಸ್ ಜತೆ ಇಲ್ಲಿಗೆ ಬರುವುದನ್ನು' ಹೇಳಲು ಕರೆ ಮಾಡಿದ್ದರು.

ಲೂಸಿ ನನ್ನತ್ತ ತಿರುಗಿ, "ಆದ್ದರಿಂದ ನಾಳೆ ನಾನು ಅವರ ಜತೆ ಬಹಳ ಬಿಝಿಯಾಗಿರುತ್ತೇನೆ... ನೀವು...?" ಎಂದು ರಾಗವೆತ್ತಿದಳು.

"ನಮ್ಮಂತಹ ಪತ್ತೇದಾದರರಿಗೆ ಸಮಯವೆಲ್ಲಿರುತ್ತದೆ? ನಾನೂ ಬಿಝಿಯೆ!" ಎಂದು ಹೆಗ್ಗಳಿಕೆಯ ಮಾತಾಡಿದೆ...

ಆದರೆ ಎಷ್ಟು ಬಿಝಿಯಾಗಿಬಿಡುತ್ತೇನೆ ಎಂಬ ಅರಿವಿರಲಿಲ್ಲ ಆಗ ನನಗೆ.

15

ರಾತ್ರಿ ಮಲಗಿದ್ದರೂ ನಿದ್ದೆಹತ್ತಲಿಲ್ಲ. ಜಾನಿ ಮತ್ತು ಅವನ ಪ್ರಿಯತಮೆ ಶಾಂತಿಯ ಕೊಲೆಗಳು ನನ್ನ ಕಣ್ಣಿಗೆ ಕಟ್ಟಿದಂತಾಗಿ "ನೀನು ನಮ್ಮನ್ನು ಉಳಿಸಲು ಆಗುತ್ತಿರಲಿಲ್ಲವೇ" ಎಂದು ಚುಚ್ಚಿ ಚುಚ್ಚಿ ಕೇಳಿದಂತಾಯಿತು. ಕಡೇ ಪಕ್ಷ ಅವರ ಕೊಲೆಗಾರನನ್ನಾದರೂ ನಾನು ಪತ್ತೆ ಹಚ್ಚಿ ಕಾನೂನಿಗೆ ಕೊಡಬೇಕೆಂಬ ಛಲ ಹುಟ್ಟಿತು.

ಮುಂದಿನ ದಿನ ಬೆಳಿಗ್ಗೆ ನಾನು ಕಾಫಿ ತಿಂಡಿ ಮುಗಿಸುತ್ತಿರುವಾಗಲೇ ಲೂಸಿಯ ಕರೆ ಬಂದಿತ್ತು. ಮೃದುಲಾ ಮತ್ತು ಫರ್ನಾಂಡೆಸ್ ಆಗಲೇ ಬೆಳಿಗ್ಗೆ

ವಿಮಾನದಲ್ಲಿ ಬಂದಿಳಿದರೆಂದೂ ತಾನು ತಾಯಿ ಮಗಳ ಭಾವುಕ ಪುನರ್ಮಿಲನಕ್ಕೆ ರಚನಾಳ ಮನೆಗೆ ಹೋಗುತ್ತಿರುವೆನೆಂದೂ ತಿಳಿಸಲು.

"ನೀವೂ ಬರಬಹುದಲ್ಲ?" ಎಂದಳು.

ನಾನು ಜಾನಿ-ಶಾಂತಿಯ ಕೊಲೆಗಾರ ಸಿಕ್ಕುವವರೆಗೂ ದುಡಿಯುತ್ತೇನೆಂದೂ, ಇಲ್ಲದಿದ್ದರೆ ನನ್ನ ಮನಸ್ಸಾಕ್ಷಿ ಒಪ್ಪುವುದಿಲ್ಲವೆಂದೂ ಹೇಳಿದೆ.

ಅದಾಗಿ ಹತ್ತು ನಿಮಿಷದಲ್ಲಿ ಕಮೀಶನರ್ ರಾಮನ್ ನನ್ನ ಮೊಬೈಲ್‌ಗೆ ಕರೆ ಮಾಡಿದರು.

"ವಿಜಯ್, ಇನ್ನೊಂದು ಕೋಲ್ಟ್ 0.38 ರಿವಾಲ್ವರಿನ ಪತ್ತೆಯಾಯ್ತು... ಅದು ನಮ್ಮ ತಂದೆಗೆ ಪೋಲೀಸ್ ಸರ್ವೀಸಿನಲ್ಲಿ ಕೊಟ್ಟಿದ್ದು..." ಎಂದು ನಿಲ್ಲಿಸಿದರು.

"ಹಾಗಾದರೆ ಅದನ್ನು ಅವರು ಪೋಲೀಸ್ ಇಲಾಖೆಗೆ ವಾಪಸ್ ಕೊಟ್ಟಿದ್ದಿರಬೇಕು, ಇಲ್ಲವೇ ನಿಮ್ಮ ಮನೆಯಲ್ಲೇ ಇರಬಹುದು..." ಎಂದೆ.

"ನೋಡಿ, ಅದೇ ವಿಚಿತ್ರ ಎನ್ನುವುದು... ಅವರು ಹಾಗೆ ಮಾಡಿಯೇ ಇಲ್ಲ. ಇಲಾಖೆಗೆ ವಾಪಸ್ ಕೊಟ್ಟ ದಾಖಲೆಯೂ ಇಲ್ಲ, ಇತ್ತ ಮನೆಯಲ್ಲಿಯೂ ಖಂಡಿತಾ ಇಲ್ಲ" ಎಂದರು ಇದೊಂದು ಅರ್ಥವಾಗದ ಒಗಟು ಎಂಬಂತೆ.

"ನಿಮಗೆ ಈ ಬಗ್ಗೆ ಖಚಿತವಾಗಿ ಗೊತ್ತೆ?" ಎಂದೆ, ನನ್ನ ಎದೆ ಡವಗುಟ್ಟುತಿತ್ತು.

"ಹೌದು. ನಾನು ನೋಡಿರುವ ಹಾಗೆ, ಅಪ್ಪ ನಿವೃತ್ತರಾದ ಮೇಲೆ ಎಂದೂ ನಮ್ಮ ಮನೆಯಲ್ಲಿ ಅವರ ರಿವಾಲ್ವರ್ ಇದ್ದದ್ದು ನಾ ಕಾಣೆ. ಯಾವತ್ತಿನಿಂದ ಅದು ಕಾಣೆಯಾಗಿತ್ತೋ ಗೊತ್ತಿಲ್ಲ." ಇಬ್ಬರೂ ನಮ್ಮೆದುರಿಗಿದ್ದ ಸತ್ಯವನ್ನು ಅರಿತು ಎರಡು ಕ್ಷಣ ಸ್ತಂಭೀಭೂತರಾದೆವು.

"ಇದರ ಅರ್ಥ ಏನೆಂದು ನಿಮಗೆ ಗೊತ್ತಾಯಿತು ತಾನೆ?" ಎಂದೆ ನಾನು ಉದ್ವೇಗದಿಂದ.

ಎಷ್ಟಾದರೂ ಕಮೀಶನರ್ ಅಲ್ಲವೆ ಅವರು!

"ಗೊತ್ತಾಯಿತು, ವಿಜಯ್! ನಾನೂ ಬರುತ್ತೇನೆ ಅಲ್ಲಿಗೆ, ಒಟ್ಟಿಗೇ ಹೋಗೋಣ..." ಎಂದು ದೃಢವಾಗಿ ನುಡಿದರು.

"ಬೇಡ ಕಮೀಶನರ್... ನೀವೀಗ ನಿಮ್ಮ ಹೆಂಡತಿ ಮತ್ತು ದತ್ತುಪುತ್ರಿಯ ಮಿಲನವನ್ನು ನೋಡಿಕೊಳ್ಳುತ್ತಿರಿ... ಸ್ವಲ್ಪ ನನಗೆ ಹೋಗಿ ಮಾತನಾಡಲು ಅವಕಾಶ ಕೊಡಿ... ಅರ್ಧ ಗಂಟೆ ಬಿಟ್ಟು ಅಲ್ಲಿಗೆ ಬಂದು ಬಿಡಿ..." ಎಂದು ಕೋರಿದೆ.

"ಹಾಗೆಯೇ ಆಗಲಿ... ನಾನಲ್ಲಿಗೆ ಬಂದೇ ಬರುತ್ತೇನೆ, ನೀವು ಜೋಪಾನವಾಗಿರಿ" ಎಂದು ಕಾಲ್ ಮುಗಿಸಿದರು.

ನಾನು ನನ್ನ ಲಾಡ್ಜ್‌ನಿಂದ ತರಾತುರಿಯಿಂದ ಹೊರಬಿದ್ದೆ.

ಕೆಲವು ಕೇಸ್‌ಗಳಲ್ಲಿ ಹೀಗೇ ನೋಡಿ; ಎಲ್ಲ ಸಂಬಂಧಿತ ಸಾಕ್ಷಿಗಳನ್ನೂ ನಾನು ವಿಚಾರಿಸಿಬಿಟ್ಟಿದ್ದೇನೆಂದು ಊಹಿಸಿರುತ್ತೇನೆ, ಆದರೆ ಯಾವುದೋ ಒಬ್ಬ ಅತ್ಯಂತ ಪ್ರಮುಖ ವ್ಯಕ್ತಿಯನ್ನು ಭೇಟಿಯೂ ಆಗಿರುವುದಿಲ್ಲ. ಅಂತದೇ ತಪ್ಪನ್ನು ಈ ಬಾರಿಯೂ ಮಾಡಿರಬಹುದೆಂಬ ಅನುಮಾನ ಬಲವಾಗಿತ್ತು.

ಕೇವಲ ಐದೇ ನಿಮಿಷಗಳಲ್ಲಿ ಅವರ ಮನೆ ತಲುಪಿದ್ದೆ.

ನದಿಯ ಬದಿಯ ಮನೆ ಎಂದಿನಂತೆ ಖಾಲಿ ಮತ್ತು ನಿರ್ಜನವಾಗಿ ಕಾಣುತ್ತಿತ್ತು.

ಅಲ್ಸೇಶಿಯನ್ ನಾಯಿ ಇರಬಹುದಾದುದನ್ನೂ ಲೆಕ್ಕಿಸದೆ ನಾನು ನಂಬೂದರಿಯ ಮನೆಗೆ ನುಗ್ಗಿದೆ. ನಾಯಿಯನ್ನು ಹಿಂದೆ ಕಟ್ಟಿದ್ದರೆಂದು ಕಾಣುತ್ತೆ... ಅದು ಅಂದು ನನಗೆ ಅಡ್ಡಿ ಮಾಡಲಿಲ್ಲ...

ಅಲ್ಲಿ ಅಡ್ಡಿಪಡಿಸಲು ಮನೆಯ ಮಾಲಿಕನೇ ಇರಲಿಲ್ಲ ಎಂದು ನನಗೆ ಐದೇ ನಿಮಿಷಗಳಲ್ಲಿ ಒಂದು ಸುತ್ತು ಎಲ್ಲ ಕೋಣೆಗಳನ್ನು ಸುತ್ತುವಷ್ಟರಲ್ಲಿ ಅರಿವಾಗಿಬಿಟ್ಟಿತ್ತು.

ಮನೆಯ ಲಿವಿಂಗ್ ರೂಮಿನ ಮಧ್ಯದ ಮೇಜಿನ ಮೇಲೆ ಎರಡು ವಸ್ತುಗಳಿದ್ದವು.

ಒಂದು ಬಿಳಿ ಕಾಗದದ ಪತ್ರ ಮತ್ತು ಅದರ ಮೇಲೆ ಗಾಳಿಗೆ ಹಾರಿಹೋಗದಂತೆ ಗಟ್ಟಿ ಮರಳಿನ ಗಂಟು ಕಟ್ಟಿದ ಚೀಲ... ತಲೆಗೆ ಹೊಡೆದರೆ ಮೂರ್ಛೆ ಬರುವಂತದ್ದು! ನನ್ನ ತಲೆಗೆ ಆಗಲೇ ರುಚಿ ತೋರಿರುವಂತಹದು!

ನಾನು ಆ ಮರಳಿನ ಚೀಲವನ್ನು ಬದಿಗಿಟ್ಟು ಪತ್ರವನ್ನು ಬೇಗ ಓದತೊಡಗಿದೆ:

"ಎಲ್ಲರಿಗೂ ನನ್ನ ಕೊನೆಯ ನಮಸ್ಕಾರ... ಈ ಪತ್ರವನ್ನು ಓದುವ ಹೊತ್ತಿಗಾಗಲೇ ನೀವೆಲ್ಲರೂ ಹುಡುಕುತ್ತಿದ್ದ ಆ ಕ್ರೂರ ಅಪರಾಧಿ ನಾನೇ ಎಂದು ತಿಳಿದುಬಿಟ್ಟಿರುತ್ತದೆ... ಇನ್ನು ನಿಮ್ಮೆಲ್ಲರ ಮುಂದೆ ಎಲ್ಲ ವಿಷಯಗಳನ್ನೂ ಬಹಿರಂಗಪಡಿಸಿ ಹೊರಟುಹೋಗುತ್ತಿದ್ದೇನೆ.

ಅಂದು ನನಗೆ ನನ್ನ ಮಗಳು ಅವನ ಮಗುವನ್ನು ಹೆರಬೇಕಾದ ಕಳಂಕ ಹೊರುವುದು ಖಚಿತವಾದ ಮೇಲೆ ಆ ತಮಿಳು ಯುವಕ ಕಣ್ಣನ್‌ನನ್ನು ಕೊಲ್ಲಬೇಕೆಂಬ ಉದ್ದೇಶ ಹುಟ್ಟಿದ್ದು ನನ್ನ ಪಾಲಿಗೆ ಸಹಜವೇ ಆಗಿತ್ತು... ನಾನು ನಮ್ಮ ನಂಬೂದರಿ ಸಂಪ್ರದಾಯ, ಮರ್ಯಾದೆಯ ಬಗ್ಗೆ ಅತ್ಯಂತ

ಗೌರವವಿಟ್ಟುಕೊಂಡಿದ್ದವನು... ಅಹಂಕಾರವೆಂದಾದರೂ ಅನ್ನಿ. ಅಂತದರಲ್ಲಿ ನನ್ನ ಮಗಳನ್ನು ಆ ಕುಲಗೆಟ್ಟ ಯುವಕ ಹಾಳು ಮಾಡಿದ್ದನೆಂಬ ರೋಷ ಹೆಚ್ಚಾಗಿ ಸೇಡಿಗಾಗಿ ಒಂದು ಯೋಜನೆ ಮಾಡಿದೆ.

ನನ್ನ ದುಷ್ಟ ಉದ್ದೇಶಕ್ಕಾಗಿ ನನ್ನ ಗೆಳೆಯನಾದ ಪೋಲೀಸ್ ಇನ್ಸ್‌ಪೆಕ್ಟರ್ ಶ್ರೀನಿವಾಸನ ಬಳಿಯಿದ್ದ 0.38 ಪೋಲಿಸ್ ಸರ್ವಿಸ್ ರಿವಾಲ್ವರ್ ಅನ್ನು ಕದ್ದೆ. ಅವನಿಗೆ ತಿಳಿಯದಂತೆಯೆ ನಾನು ಅಂದು ದುಃಖ ನುಂಗಲೆಂದು ವಿಸ್ಕಿ ಕುಡಿಯುತ್ತಾ ಕುಳಿತಿದ್ದಾಗ ಅವನು ನನಗೆ ಕಂಪನಿ ಕೊಡಲೆಂದು ಬಂದಿದ್ದ... ಅವನು ಅಮಲಿನಲ್ಲಿರುವಾಗ ನಾನು ಅವನ ರಿವಾಲ್ವರನ್ನು ಕದ್ದು ಬಚ್ಚಿಟ್ಟುಬಿಟ್ಟೆ. ನಂತರ ಅವನ ಜತೆಯೇ ಸೇರಿ ಅದನ್ನು ಅಲ್ಲಿ ಇಲ್ಲಿ ಹುಡುಕಾಡುವ ನಾಟಕವನ್ನು ಮಾಡಿದೆ...

ಮುಂದಿನ ದಿನ ನನ್ನ ಮಗಳಿಗೆ ಹೊಡೆದೂ, ಬಡಿದೂ ಹಿಂಸೆ ಕೊಟ್ಟು, ಅವಳ ಪ್ರೇಮಿಯನ್ನು ಹುಡುಕುತ್ತ ಸೇಡಿನ ಮೃಗದಂತೆ ನದಿಯ ಬದಿಗೆ ಹೋದೆ.

"ನೀವು ಅವಳ ಅಪ್ಪನಲ್ಲವೆ?" ಎಂದು ಮರಳ ಮೇಲೆ ಕೊಳಲೂದುತ್ತಿದ್ದ ಕಣ್ಣನ್ ಎದ್ದ.

"ನಿಮ್ಮಪ್ಪ ಯಾರೋ, ಭಡವಾ?" ಎಂದು ಕೂಗಿದೆ...

"ಗೊತ್ತಿಲ್ಲ, ಸತ್ತು ಹೋದರು..." ಎಂದವನಿಗೆ ಅವನು ಮುಂದೆ ಹೇಳಿದ ಮಾತೇ ಅವನ ಸಾವಿಗೆ ಕಾರಣವಾಯಿತು ಎಂದು ಕಾಣುತ್ತೆ.

"ನೀವೇನೂ ಯೋಚಿಸಬೇಡಿ ಸರ್. ನಿಮ್ಮ ಮಗಳನ್ನು ನಾನೇ ಮುಂದೆ ಮದುವೆಯಾಗುತ್ತೇನೆ... ಅವಳಿಗೂ ಹೇಳಿದ್ದೇನೆ, ಒಪ್ಪಿದ್ದಾಳೆ" ಎಂದುಬಿಟ್ಟ... ಕೇವಲ ಹದಿನೇಳು ವರ್ಷವಯಸ್ಸಿನ ತಮಿಳು ನಿರಾಶ್ರಿತರ ಯುವಕ, ನನ್ನ ಮೈನರ್ ಮಗಳನ್ನು ಮದುವೆಯಾಗುವ ಯೋಚನೆಯನ್ನೂ ಮಾಡಿದ್ದಾನೆ!! ಇವನನ್ನು ಇಲ್ಲೆ ಮುಗಿಸಲೇಬೇಕು ಎಂಬ ಕ್ರೋಧ ಉಕ್ಕಿಬಂದು ಆ ಕ್ಷಣವೇ ಅವನನ್ನು ಆ ಪೋಲಿಸ್ ರಿವಾಲ್ವರಿಂದ ಗುಂಡಿಟ್ಟು ಸಾಯಿಸಿದೆ...

ನಂತರ ನನಗೆ ನಾನು ಮಾಡಿದ ಅಪರಾಧದ ಅರಿವಾಗಿ, ತಣ್ಣನೆಯ ಬೆವರಿಳಿಯಿತು...

ಹೆಣವನ್ನು ಅಲ್ಲೇ ಬಿಟ್ಟು ನನ್ನ ಗೆಳೆಯ ಶ್ರೀನಿವಾಸನ ಬಳಿಗೆ ಓಡೋಡಿ ಹೋಗಿ ಮಾಡಿದ್ದನ್ನೆಲ್ಲ ತಿಳಿಸಿದೆ... ಅವನಿಗೂ ನಾನು ಕುಲಗೌರವಕ್ಕಾಗಿ ಹತ್ಯೆ ಮಾಡಿದ್ದು ಸರಿಯೆ ಅನಿಸಿತು... ಆಗಿನ ಕಾಲದ ರೀತಿ-ರಿವಾಜು ಆ ರೀತಿಯೇ ಇತ್ತು...

"ನನ್ನ ಪಿಸ್ತೂಲೇನಾಯ್ತು ... ಹೆಣ ಸಿಕ್ಕರೆ ನನ್ನ ಮೇಲೇ ಬರುತ್ತೆ" ಎಂದು ಹೆದರಿದ. ನಾನದನ್ನು ಮತ್ತೆ ಬಚ್ಚಿಟ್ಟಿದ್ದೆ. ನನ್ನ ಮನಸ್ಸಿನಲ್ಲಿ ಯಾವತ್ತೋ ಯಾವುದೋ ವಿಪತ್ತು ಬಂದರೆ ರಕ್ಷಣೆಗೆ ಇರಲಿ ಎಂಬ ಆಲೋಚನೆಯಿತ್ತು!

"ಅದನ್ನು ನಾನು ನದಿಗೆ ಎಸೆದುಬಿಟ್ಟೆ, ನೀನು ನಿನ್ನ ಇಲಾಖೆಗೆ ಕಳೆದುಹೋಯಿತೆಂದು ಹೇಳು!" ಎಂದು ಸೂಚಿಸಿದೆ. ಆದರೆ ಅವನು ನನ್ನ ಮಾತು ನಂಬಿದ.

"ಈ ಗನ್ ರಿಜಿಸ್ಟರ್... ಮತ್ತೆಲ್ಲ ದಾಖಲೆಗಳು ನನ್ನ ಬಳಿಯೆ ಇವೆ... ನಾನು ಈ ವಿಷಯ ಮುಚ್ಚಿ ಹಾಕಿಬಿಡುತ್ತೇನೆ, ಯಾರಿಗೂ ಗೊತ್ತಾಗುವುದಿಲ್ಲ... ಆದರೆ ನಾವು ಮೊದಲು ಆ ಹುಡುಗನ ಹೆಣವನ್ನು ಸಾಗಿಸಿಬಿಡಬೇಕು" ಎಂದ.

ನಾನೂ – ಅವನೂ ಸೇರಿ ನದಿಯ ಆಳವಾದ ಭಾಗಕ್ಕೆ ಅವನ ಹೆಣ ಕೊಂಡೊಯ್ದು, ಕಾಲುಗಳಿಗೆ ಕಲ್ಲು ಕಟ್ಟಿ ಎಸೆದುಬಿಟ್ಟೆವು... ಯಾರೂ ನಮ್ಮನ್ನು ನೋಡಲಿಲ್ಲ... ಮನೆಯಲ್ಲಿ ನಾನು ಹೆಂಡತಿ ಮಗಳಿಗೆ ಹೇಳಿ ಅವರಿಬ್ಬರನ್ನೂ ಬಾಯಿ ಬಿಡದಂತೆ ಪ್ರಮಾಣ ಮಾಡಿಸಿಕೊಂಡೆ; ಇಲ್ಲದಿದ್ದರೆ ನಾನು ಜೈಲು ಪಾಲಾದರೆ ಗತಿಯೇನು ಎಂದು ಭಯಪಟ್ಟು ಅವರೂ ಸುಮ್ಮನಾದರು.

ನಮ್ಮ ಪರಿಚಯದ ಡಾ ಸೋಮನ್ ಮಾತಿನ ಮೇಲೆ, ಸೂಲಗಿತ್ತಿಯನ್ನಿಟ್ಟು ಮಗಳ ಹೆರಿಗೆ ವ್ಯವಸ್ಥೆ ಮಾಡಿದ್ದೆವು. ಆ ಸುಬ್ಬಮ್ಮನಿಗೆ ನನ್ನ ಮೇಲೆ ಮೊದಲಿನಿಂದ ಅನುಮಾನ... ಮೃದುಲಾಗೆ ಎಷ್ಟು ಹೇಳಿದರೂ ಕೇಳದೆ ಒಮ್ಮೆ ಆಕೆ "ಅಪ್ಪನೇ ಅವನನ್ನು ಕೊಂದರು!" ಎಂದು ಅವಳಿಗೆ ಹೇಳಿಬಿಟ್ಟಳೆಂದು ಕಾಣುತ್ತೆ... ಸದ್ಯ! ಅವಳೇ ಸ್ವಲ್ಪ ವರ್ಷದ ನಂತರ ತಲೆಕೆಟ್ಟು ಅರೆ ಹುಚ್ಚಿಯಾದಳು. ಅವಳಿಂದ ಇನ್ನ್ಯಾವ ವಿಷಯವೂ ಯಾರಿಗೂ ತಿಳಿಯುವ ಆಸ್ಪದವಿಲ್ಲ. ಇಲ್ಲದಿದ್ದರೆ ಅವಳನ್ನು ನಾನೇ ಕೊಲ್ಲಬೇಕಾಗುತ್ತಿತ್ತು.

ನನ್ನ ಸ್ನೇಹಿತ ಶ್ರೀನಿವಾಸನ್ ಖುದ್ದಾಗಿ ಆಗ ಪಾಂಡಿಚೆರ್ರಿಗೆ ಟೂರ್ ಮೇಲೆ ಬಂದಿದ್ದ ಹೊಸಮನಿ ದಂಪತಿಯನ್ನು ನನ್ನ ಬಳಿ ಕರೆತಂದ. ಅವರಿಗೆ ಮಗುವನ್ನು ನಮ್ಮದೇ ಎಂದು ಹೇಳಿ ನಾನು, ನನ್ನ ಹೆಂಡತಿ ಪತ್ರಗಳಿಗೆ ಸಹಿ ಮಾಡಿದೆವು, ರಚನಾಗೆ ಸ್ವಲ್ಪವೂ ತಿಳಿಯದ ಹಾಗೆ!

ನಾವು ಈ ರಹಸ್ಯ ಮನೆ–ಮನೆಯಲ್ಲೇ ಉಳಿಯಲೆಂದು ಶ್ರೀನಿವಾಸನ್ ಮಗ ರಾಮನ್‌ಗೆ ರಚನಾಳನ್ನು ಕೊಟ್ಟು ಮದುವೆ ಮಾಡಿದೆವು.

ಹಲವಾರು ವರ್ಷಗಳೇ ಉರುಳಿದವು. ನಾನು ಮಾಡಿದ ಆ ಕೊಲೆ ನನ್ನ ಮನಸ್ಸಿನಲ್ಲೇ ಕೊರೆಯುತ್ತಿತ್ತೇ ವಿನಾ ಯಾರಿಗೂ ಹೇಳುವಂತೆಯೇ ಇರಲಿಲ್ಲ... ಆಗಾಗ ಮೊಮ್ಮಗಳ ನೆನಪು ಬರುತ್ತಿದ್ದುದು ನಿಜ. ಆಕೆ ಹೊಸಮನಿ ಕುಟುಂಬದಲ್ಲಿ ಬೆಳೆದು ಮುಂದೆ ಟಿವಿಯಲ್ಲಿ ಯಲ್ಲಿ ಜನಪ್ರಿಯ ತಾರೆ ಮೃದುಲಾ ಆಗಿದ್ದು ನಾನು, ರಚನಾ ರಾಮನ್ ಮೆಚ್ಚಿದೆವಾದರೂ ಯಾರಿಗೂ ಹೇಳಿಕೊಳ್ಳಲಾಗಲಿಲ್ಲ. ಇದು ರಚನಾಗೆ ಮಾತ್ರ ಸದಾ ನೋವು ತಂದ ವಿಷಯ.

ಆದರೆ ಇತಿಹಾಸ ಮರಳುತ್ತದೆ ಎನ್ನುವುದು ಸುಳ್ಳಾಗಲಿಲ್ಲ. ಸುಮಾರು ಆರು ತಿಂಗಳ ಕೆಳಗೆ ಯಾವುದೋ ಅಮಲಿನ ಗಳಿಗೆಯಲ್ಲಿ ನಾನು ಮತ್ತು ರಾಮನ್

ನಮಗೆ ತಿಳಿಯದೆಯೇ ಜಾನಿಯಂತಹ ಮೋಸಗಾರ ಯುವಕನ ಕಿವಿಗೆ ಈ ರಹಸ್ಯವನ್ನು ತಲುಪಿಸಿಬಿಟ್ಟಿದ್ದೆವು...

ಈಗಾಗಲೆ ಅವನು ನನ್ನನ್ನೂ, ರಚನಾ ರಾಮನ್‌ರನ್ನೂ, ಕೊನೆಗೆ ಏನೂ ತಿಳಿಯದೇ ನಮ್ಮೆಲ್ಲರಿಂದ ದೂರವೇ ಬೆಳೆದಿದ್ದ ನನ್ನ ಮೊಮ್ಮಗಳನ್ನೂ ಬಿಡದೇ ಬ್ಲಾಕ್‌ಮೈಲ್ ಜಾಲದಲ್ಲಿ ಬೀಳಿಸಿಕೊಂಡಿದ್ದ, ಅವನು ಹಣ ಪೀಕಿಸುವುದಲ್ಲದೇ ನಮಗೆ ಬೆದರಿಸಿ ಮಾನಸಿಕ ಚಿತ್ರಹಿಂಸೆ ನೀಡುತ್ತಿದ್ದ... ಕೊನೆಗೆ ನನಗೆ ಸಾಕುಸಾಕಾಗಿ ಈ ಜಾನಿಯನ್ನು ಬೆದರಿಸಿ ಅಥವ ಹೊಡೆದುರುಳಿಸಿ ಅವನ ಬಳಿಯಿದ್ದ ಪತ್ರಗಳನ್ನೆಲ್ಲ ವಾಪಸ್ ತಂದುಬಿಟ್ಟರೆ ಈ ಅನಿಷ್ಟ ವ್ಯವಹಾರವನ್ನೇ ಮುಗಿಸಬಹುದೆಂದೆನಿಸಿತು... ಅಂದಿನ ದಿನ ಈ ಚಿಕ್ಕ ಮರಳಿನ ಚೀಲದ ಆಯುಧವನ್ನು ಕೈಯಲ್ಲಿರಲಿ ಎಂದು ಇಟ್ಟುಕೊಂಡು ಅವನ ಮನೆಗೆ ಹೋಗಿದ್ದೆ... ಮನೆಯಿಂದ ಕತ್ತಲಲ್ಲಿ ಹೊರಬಂದವನು ಜಾನಿಯಲ್ಲದೇ ಮತ್ತಿನ್ಯಾರಿರುವರು ಎಂಬ ಧೈರ್ಯದಿಂದ ಅದನ್ನು ಆ ಪತ್ತೆದಾರನ ತಲೆಗೆ ಬೀಸಿದ್ದೆ... ದುಡುಕಿ ತಪ್ಪಾಗಿಬಿಟ್ಟಿತು ಆದರೂ 'ಅಂತಾ ಅಪಾಯವೇನಿಲ್ಲ, ಪುಟ್ಟ ಗಾಯ' ಎಂದು ಸುಮ್ಮನಾಗಿ ಒಳಗೆ ಹೋಗಿ ಪತ್ರಗಳಿಗಾಗಿ ಹುಡುಕಿದೆ... ಸಿಕ್ಕಲಿಲ್ಲ. ಅಂದರೆ ಜಾನಿ ಅದಕ್ಕೂ ಮುಂಚೆಯೇ ಆ ಪತ್ರಗಳನ್ನೆಲ್ಲ ಎಲ್ಲೋ ಬಚ್ಚಿಟ್ಟಿಯೇ ಬಿಟ್ಟಿದ್ದ ಎಂದು ಊಹಿಸಿಕೊಂಡು ಮನೆಗೆ ಹಿಂತಿರುಗಿದೆ.

ಆಮೇಲೆ ಮನೆಗೆ ಬಂದ ಮೇಲೆ ಯೊಚಿಸಿ ನೋಡಿದೆ... ನನಗೆ ಹೊಳೆಯಿತು, ಅಯ್ಯೋ! ಆ ಪತ್ತೇದಾರರ ಜೇಬಿನಲ್ಲಿ ನೋಡಲಿಲ್ಲವಲ್ಲ ಎಂದು! 'ನನಗೆ ವಯಸ್ಸಾಗುತ್ತಿದೆ, ಎಲ್ಲ ಮರೆಯಹತ್ತಿದ್ದೇನೆ... ತಪ್ಪು ಮಾಡುತ್ತಿದ್ದೇನೆ' ಎಂದು ನನ್ನನ್ನೇ ಹಳಿದುಕೊಂಡೆ. ಕೊನೆಗೆ ಮೊನ್ನೆಯೊಮ್ಮೆ ರಚನಾ ಮನೆಗ ಬಂದಾಗ ನನ್ನ ಬಳಿ ತುಂಬಾ ದುಃಖಿಸಿದಳು... 'ನನ್ನ ಇಡೀ ಜೀವನವನ್ನೇ ಹಾಳುಗೆಡವಿದೆ, ಅಪ್ಪಾ' ಎಂದು ನನ್ನನ್ನು ವಿಧ-ವಿಧವಾಗಿ ಚುಚ್ಚಿ ನುಡಿದಳು. 'ನಿನ್ನಿಂದಾಗಿ ನಾನು ಹುಡುಕಿಕೊಂಡು ಬಂದಿರುವ ನನ್ನ ಕಳೆದುಹೋದ ಮಗಳನ್ನು ಭೇಟಿಯಾಗುವ ಅವಕಾಶ ಸಹ ಇಲ್ಲವಾಯಿತು' ಎಂದು ದೂಷಿಸಿ ಹೊರಟುಹೋದಳು.

ನಾನು ಆಗಲೇ ನಿರ್ಧರಿಸಿದೆ.

'ನಾನು ಹಿಂದೆ ಮಗಳ ಬಾಳು ಹಸನಾಗಲಿ ಎಂದು ತಪ್ಪಾಗಿ ಒಂದು ಕೊಲೆಮಾಡಿದ್ದೆ... ಇಂದು ಅದೇ ಕಾರಣಕ್ಕಾಗಿ ಸರಿಯಾದ ಇನ್ನೊಂದು ಕೊಲೆಯನ್ನು ಮಾಡಬೇಕಾದರೂ ಸೈ! ನಾನು ಮಾಡಿದ ಆ ಪಾಪಕ್ಕೆ ಪ್ರಾಯಶ್ಚಿತ್ತವೆಂಬಂತೆ ಜಾನಿಯನ್ನು ಮುಗಿಸಿ ಇದಕ್ಕೆಲ್ಲ ಇತಿಶ್ರೀ ಹಾಡಿ ಹೋಗಿಬಿಡುತ್ತೇನೆ' ಎಂದು ನಿರ್ಧರಿಸಿ ನಾನು ಮೂರೂವರೆ ದಶಕಗಳಿಂದ ಬಚ್ಚಿಟ್ಟಿದ್ದ ಶ್ರೀನಿವಾಸನ್‌ನ ರಿವಾಲ್ವರನ್ನು ಹೊರತೆಗೆದೆ... ಗುಂಡುಗಳು ಇದ್ದವು, ಕೆಲಸ ಮಾಡುತ್ತದೆ ಎಂಬ ವಿಶ್ವಾಸ ಬಂತು...

ಆದರೆ ಅವನ ಮನೆಗೆ ಹೋದಾಗ ಆಗಿದ್ದೇ ಬೇರೆ... ಅಲ್ಲಿ ಅವನ ಜತೆಗೆ ಆ ಹುಡುಗಿ ಶಾಂತಿಯನ್ನು ಕಂಡು ನನ್ನ ಮನಸ್ಸು ಸ್ವಲ್ಪ ಬದಲಾಯಿಸಿತು... ಇವರನ್ನು ಕೊಲ್ಲುವುದು ಬೇಡ ಎನಿಸಿ ಇಬ್ಬರಿಗೂ ಇನ್ನಿಲ್ಲದಂತೆ ತಿಳಿಹೇಳಿದೆ... ನನ್ನ ಯಾವ ಬುದ್ಧಿ ಮಾತಿಗೂ ಅವರು ಬಗ್ಗಲಿಲ್ಲ... 'ಆ ಪತ್ರಗಳನ್ನು ನನಗೆ ಕೊಟ್ಟುಬಿಡಿರೆಂದು, ನಾನು ನಿಮ್ಮನ್ನು ಪೋಲಿಸಿಗೆ ಹಿಡಿದು ಕೊಡುವುದಿಲ್ಲವೆಂದು' ಹೇಳಿದೆ... ಇಬ್ಬರೂ ನನ್ನನ್ನು ಹುಚ್ಚನೆಂಬಂತೆ ನೋಡಿ ಅಪಹಾಸ್ಯ ಮಾಡಿ ನಕ್ಕರು... ಅಲ್ಲದೇ ಆ ಯುವತಿ ಶಾಂತಿ ಬಂದು ನನ್ನ ಹಿಂದೆ ನಿಂತು ನನ್ನ ಕೈಗಳನ್ನು ಕಟ್ಟಿಹಾಕುವೆನೆಂದು ಬೆದರಿಸಿದಾಗ, ನಾನು ಅವಳ ಹಿಡಿತದಿಂದ ಬಿಡಿಸಿಕೊಂಡೆ... ಮತ್ತದೇ ಹಳೇ ರೋಷ ನನ್ನ ಮನದಲ್ಲಿ ಉಕ್ಕಿತ್ತು... ಸರ್ರನೆ ರಿವಾಲ್ವರ್ ತೆಗೆದು ಜಾನಿಯನ್ನು ಹತ್ತಿರದಿಂದಲೇ ತಲೆಗೆ ಗುಂಡಿಟ್ಟು ಕೊಂದುಬಿಟ್ಟೆ... ತಪ್ಪಿಸಿಕೊಂಡು ಕಿಚನ್ನಿಗೆ ಓಡಿಹೋದ ಶಾಂತಿಯನ್ನೂ ಬಿಡಲಿಲ್ಲ, ಅವಳನ್ನೂ ಅಲ್ಲೇ ಕೊಂದುಬಿಟ್ಟೆ. ಕೊನೆಗೂ ನನಗೆ ಆ ಬ್ಲ್ಯಾಕ್‌ಮೈಲ್‌ಗಾಗಿ ಬಳಸುತ್ತಿದ್ದ ಪತ್ರಗಳು ಸಿಗಲೆ ಇಲ್ಲ... ನನ್ನ ಎಲ್ಲ ಪ್ರಯತ್ನಗಳು ವಿಫಲವಾಗಿದ್ದವು... ನಾನು ಸೋತೆನೆಂದು ನನಗೆ ಅರಿವಾಯಿತು.

ಇನ್ನು ಆ ಪತ್ತೇದಾರ ಮತ್ತು ಆತನ ಜತೆಗಾತಿ ಲಾಯರ್ ಲೂಸಿ ಮಿಕ್ಕೆಲ್ಲವನ್ನು ಪತ್ತೆ ಹಚ್ಚಿ ರಾಮನ್‌ನನ್ನೂ ಕರೆದುಕೊಂಡು ಇಲ್ಲಿಗೆ ಬಂದೇಬರುತ್ತಾರೆ. ರಾಮನ್‌ಗೆ ನನ್ನನ್ನು ಅರೆಸ್ಟ್ ಮಾಡಲು ಮನಸ್ಸು-ಧೈರ್ಯ ಇರುವುದಿಲ್ಲ, 'ತಾನೂ ಸಹಾ ಜಾನಿಗೆ ರಹಸ್ಯ ಬಾಯಿಬಿಟ್ಟುದರಲ್ಲಿ ಶಾಮೀಲಿದ್ದೆನಲ್ಲ' ಎಂದು ಅವನಿಗೆ ಅಳುಕು ಬರುತ್ತದೆ...

ಇನ್ನು ನಾನು ಬದುಕಿದ್ದರೆ ಎಲ್ಲರಿಗೂ ತೊಂದರೆಯೇ ಹೆಚ್ಚು... ನನಗೂ ಈ ಜೀವನ ಸಾಕುಸಾಕಾಗಿದೆ.

ನಾನು ನದಿಯ ಬಳಿ ಯಾವಾಗಲೂ ಸೂರ್ಯಾಸ್ತಮ ನೋಡುವಾಗಲೆಲ್ಲ ಆ ದಿಗಂತದಲ್ಲಿ ಒಮ್ಮೆ ಮುಳುಗಿಹೋಗಬೇಕೆಂಬ ಯೋಚನೆ ಬರುತ್ತಿರುತ್ತದೆ... ನನ್ನ ಮಗಳು ಮಾಡುತ್ತಿದ್ದ ಪೆಯಿಂಟಿಂಗ್, ಅವರ ಪ್ರೇಮ, ಆ ಯುವಕನ ಕೊಲೆ ಎಲ್ಲ ಅಲ್ಲಿಯೇ ನಡೆದದ್ದು. ನಾನು ಈ ರಿವಾಲ್ವರನ್ನು ತೆಗೆದುಕೊಂಡು ಅಲ್ಲಿಗೆ ಹೋಗುತ್ತಿದ್ದೇನೆ... ನನ್ನೊಂದಿಗೆ ಅದೂ ಕಾಣೆಯಾಗಿಬಿಟ್ಟರೆ ಈ ಪ್ರಕರಣವೆಲ್ಲ ಸುಖಾಂತ್ಯವಾಗುತ್ತದೆ ಎನಿಸುತ್ತಿದೆ. ಇನ್ನು ಬೇರ್ಯಾವ ದಾರಿಯೂ ಇಲ್ಲ... ಈ ಮುದುಕನನ್ನು ಸಾಧ್ಯವಾದರೆ ಕ್ಷಮಿಸಿಬಿಡಿ ರಚನಾ, ರಾಮನ್, ನೀವೆಲ್ಲ ಒಂದೇ ಸಂಸಾರದಂತೆ ಸುಖವಾಗಿದ್ದರೆ ಸಾಕು

– ಮಾಧವನ್ ನಂಬೂದರಿ

ನನಗೆ ಎರಡು ಕ್ಷಣ ಇದೆಲ್ಲವನ್ನು ಅರಗಿಸಿಕೊಳ್ಳಲೂ ಸಮಯವಿರಲಿಲ್ಲ.

ನಾನು ಅಕ್ಕಪಕ್ಕದಲ್ಲಿ ನೋಡಿದೆ... ಆತ ಕುಡಿದಿದ್ದ ಹಾಲಿನ ಲೋಟ ಮೇಜಿನ ಮೇಲೆಯೆ ಇನ್ನೂ ಬೆಚ್ಚಗಿತ್ತು ಹಾಗಾದರೆ ಅವರು ಮನೆಯಿಂದ ಹೊರಟು ಜಾಸ್ತಿ ಸಮಯವಾಗಿರಲಾರದು!! ಆತನನ್ನು ಆತ್ಮಹತ್ಯೆಯಿಂದ ರಕ್ಷಿಸಬೇಕೆಂದು ನನ್ನ ಮನಸ್ಸಾಕ್ಷಿ ನುಡಿಯುತಿತ್ತು. ಆ ಮೇಜಿನ ಮೇಲೆಯೆ ಆ ಪತ್ರವನ್ನು ಬಿಟ್ಟು ಹುಚ್ಚನಂತೆ ವೇಗವಾಗಿ ಮನೆಬಿಟ್ಟು ಹೊರಕ್ಕೆ ಓಡಿದೆ... ನದಿಯ ಬದಿಯ ಮರಳಿನಲ್ಲಿ ಕಾಲುಗಳು ಕುಸಿಯುತ್ತಿದ್ದರೂ ಗಮನಿಸದೇ ಧಾಪುಗಾಲು ಹಾಕುತ್ತಾ ನದಿ ತಲುಪಿ ನೋಡಹತ್ತಿದೆ.

ಅದೋ! ಏರಿಳಿಯುತ್ತಿರುವ ನದಿಯ ಅಲೆಗಳ ನಡುವೆ ಆತ ಎದ್ದು ಬಿದ್ದೂ ನಡೆದುಹೋಗುತ್ತಿರುವ ದೃಶ್ಯ ಕಾಣಿಸಿತು. ತಡಮಾಡದೇ ನದಿಗೆ ಧುಮುಕಿದೆ... ಯಾವಾಗ ನಡೆಯುವುದನ್ನು ನಿಲ್ಲಿಸಿದೆನೋ, ಈಜಹತ್ತಿದ್ದೆನೋ ನನಗೇ ಗೊತ್ತಿಲ್ಲ... ನೀರಿಳಿಯುವ ನನ್ನ ಕಣ್ಮುಂದೆ ದೂರದೂರಕ್ಕೆ ಕೊಚ್ಚಿಕೊಂಡು ಹೋಗುತ್ತಿರುವ ನಂಬೂದರಿಯ ಆಕೃತಿ ಕಾಣಿಸಿತು. ಅದರ ಮೇಲೆ ಮಾತ್ರ ನನ್ನ ನಿಗಾ ಇತ್ತು. ಒಮ್ಮೆ ಹಿಂದೆ ತಿರುಗಿ ನೋಡಿದಾಗ ಲೂಸಿ- ರಚನಾ- ರಾಮನ್ ಸಹ ದಡಕ್ಕೆ ಓಡಿ ಬರಹತ್ತಿದ್ದು ಕಾಣುತ್ತಿತು.

ನಾನು ಏದುಸಿರು ಬಿಡುತ್ತಾ ವೇಗವಾಗಿ ನಂಬೂದರಿಯ ಅಕೃತಿಯತ್ತ ಈಜಹತ್ತಿದ್ದೆ... ನದಿಯ ಅಲೆಗಳ ಭೋರ್ಗರೆತ ಹೆಚ್ಚುತ್ತಿದ್ದು, ನಾವು ಸಮುದ್ರದ ಸಂಗಮದತ್ತ ಸಾಗುತ್ತಿದ್ದೇವೆಂಬುದನ್ನು ನೆನೆಪಿಸುತ್ತಿತ್ತು. ನೀರು ಎದೆ ಮಟ್ಟ ಮುಟ್ಟಿ ಅಲೆಗಳ ಸೆಳೆತ ಭಯಂಕರವಾಗಿತ್ತು.

ಆಗೊಮ್ಮೆ ಸ್ವಲ್ಪ ನನ್ನ ಮಾತು ಕೇಳಲು ಆತನಿಗೆ ಕೊನೆಯ ಅವಕಾಶ ಇದೆ ಎನಿಸಿದಾಗ, ನಾನು ಎದೆ ಮಟ್ಟದ ನೀರಿನಲ್ಲಿ ನಿಂತು ಆತನತ್ತ ಅರಚಿದೆ: "ನಿಲ್ಲಿ ಸಾರ್!!, ಮುಂದೆ ಹೋಗಬೇಡಿ, ನಾನು ನಿಮ್ಮನ್ನು ರಕ್ಷಿಸುತ್ತೇನೆ... ಅಲ್ಲೇ ನಿಲ್ಲಿ ಪ್ಲೀಸ್!!" ಎಂದು... ನನ್ನ ಧ್ವನಿ ಆ ಅಲೆಗಳ ಬೊಬ್ಬಿರಿಯುವ ಸದ್ದಿನಲ್ಲಿಯೂ ಅವರ ಕಿವಿ ಮುಟ್ಟಿರಲು ಸಾಧ್ಯ... ಅದಕ್ಕೇ ಆತ ಮೊದಲ ಬಾರಿಗೆ ಹಿಂತಿರುಗಿ ನನ್ನನ್ನು ನೋಡಿದರು. ಅವರ ಕಂಗಳಲ್ಲಿ ಅದೇನೋ ಅಲೌಕಿಕ ಶಾಂತಿಯಿದ್ದಂತೆ ನನಗೆ ಭಾಸವಾಯಿತು... ಆದರೆ ಮರುಕ್ಷಣವೇ ಇನ್ನೊಂದು ದೊಡ್ಡ ಅಲೆ ಏರಿ ಬಂದು ನಂಬೂದರಿಯವರನ್ನು ಪೂರ್ಣವಾಗಿ ತನ್ನ ಆಳಕ್ಕೆ ಸೆಳೆದುಕೊಂಡು ಹೋಗಿಬಿಟ್ಟಿತ್ತು.

ನಾನು ನಿರಾಸೆಯಿಂದ "ಓಹ್‌ಹ್‌ಹ್!"ಎಂದು ಕೂಗಿದ್ದೆ... ಆದರೆ ಈ ಬಾರಿ ನನ್ನ ದನಿಯನ್ನು ಕೇಳಿಸಿಕೊಳ್ಳುವವರು ಯಾರೂ ಇರಲಿಲ್ಲ... ಸುತ್ತಲೂ ಎಲ್ಲೆಲ್ಲೂ ನೀರು, ಆದರೆ ಮನಸ್ಸು ಮಾತ್ರ ಖಾಲಿಯಾಗಿ ಒಣಗಿತ್ತು.

ದಡಕ್ಕೆ ನಿಧಾನವಾಗಿ ಈಜುತ್ತಾ ವಾಪಸ್ ತಲುಪಿದಾಗ ಲೂಸಿ ನನ್ನ ಬಳಿ ಧಾವಿಸಿ ಬಂದು, ನೆಂದು ತೊಪ್ಪೆಯಾಗಿ ತೂರಾಡುತ್ತಿದ್ದ ನಾನು ಆಯ ತಪ್ಪಿ ಬೀಳದಂತೆ ಭದ್ರವಾಗಿ ಹಿಡಿದುಕೊಂಡಳು...

ರಚನಾ ಕಣ್ಣಲ್ಲಿ ನೀರಿತ್ತು, ಅಲ್ಲಿಯೂ ಭೋರ್ಗರೆವ ಭಾವನೆಗಳಿದ್ದವು.

“ಈ ಕಪ್ಪು ನದಿ ಅಪ್ಪನನ್ನೂ ನುಂಗಿಬಿಡ್ತು” ಎಂದಳು ಕ್ಷೀಣ ದನಿಯಲ್ಲಿ. ಆಗ ರಾಮನ್ ಆಕೆಯ ಭುಜವೊತ್ತಿ ಸಂತೈಸಿತ್ತಾ “ಮೃದುಲಾ ಮನೆಯಲ್ಲಿ ಕಾಯುತ್ತಿದ್ದಾಳೆ, ಬಾ” ಎಂದರು...

ಆಕೆ ಕಣ್ಣೊರೆಸಿಕೊಂಡು ಪತಿಯ ಮುಖ ನೋಡಿದರು. ಕಂಗಳಿಂದ ದುಃಖದ ಕಾರ್ಮುಗಿಲು ಸರಿದು ಹೊಳಪಾಯಿತೋ ಎನಿಸಿತು.

ಮೃದುಲಾ ಮತ್ತು ಫರ್ನಾಂಡೆಸ್ ಈಗ ನಂಬೂದರಿ ಮನೆಯಲ್ಲೇ ನಮಗಾಗಿ ಕಾಯುತ್ತಿದ್ದರು. ಅವರಿಗೋ ಈಗ ಎಲ್ಲ ಒಂದೊಂದೇ ತಿಳಿಯಾಗುತಿತ್ತು... ಅವರ ಮನದ ಭಾವನೆಗಳೂ, ಅಭಿಪ್ರಾಯಗಳೂ ಇನ್ನು ಹಸಿಯಾಗಿದ್ದವು. ಹಾಗಾಗಿ ಮೂಕವಿಸ್ಮಿತರಾಗಿದ್ದರು!

ಫರ್ನಾಂಡೆಸ್ ನನ್ನ ಕೈ ಒತ್ತಿ ಕಣ್ಣಲ್ಲಿಯೇ ತಮ್ಮ ಕೃತಜ್ಞತೆಯನ್ನು ಸೂಚಿಸುತ್ತಿದ್ದರು:

“ನೀವು ನಾವಂದುಕೊಂಡಿದ್ದಿಕ್ಕಿಂತಾ ಹೆಚ್ಚು ಚೆನ್ನಾಗಿ ನಮ್ಮ ಕೆಲಸ ಮಾಡಿಕೊಟ್ಟಿರಿ... ಪ್ರಾಣವನ್ನೂ ಲೆಕ್ಕಿಸದೆ ಕರ್ತವ್ಯ ಮಾಡಿದಿರಿ. ಬಹಳ ಚತುರರಪ್ಪಾ ನೀವು!” ಎಂದರು.

ನಾನು ಪ್ರತ್ಯುತ್ತರವಾಗಿ ಜೊರಾಗಿ ನಕ್ಕೆ. “ಇದೇ ಮೊದಲ ಬಾರಿಗೆ ಯಾವ ಅಪರಾಧಿಯನ್ನೂ ಹಿಡಿಯದೆಯೇ ಕೇಸ್ ಯಶಸ್ವಿಯಾಗಿ ಮುಗಿದುಹೋಗಿದ್ದು!!” ಎಂದೆ. ರಚನಾರನ್ನು ಅಪ್ಪಿಕೊಂಡಿದ್ದ ಮೃದುಲಾ, ಇತ್ತ ಬಂದು ನನ್ನ ಮತ್ತು ಲೂಸಿಯ ಕೈ ಕುಲಕಿದರು.

“ನಮಗೆ ನಮ್ಮ ಸಂಸಾರವನ್ನೇ ಒಂದು ಮಾಡಿಕೊಟ್ಟಿರಿ... ನಿಜವಾಗಿಯೂ ಇದೇ ‘ಸುಂದರ ಸಂಸಾರ’, ನನ್ನ ಸೀರಿಯಲ್ ಅಲ್ಲ!!”ಎಂದರು.

“ವಿಜಯ್, ನಿಮಗೆ ಇದಕ್ಕಾಗಿ ಒಂದು ದೊಡ್ಡ ಬೋನಸ್ ಕೊಡಿಸುತ್ತೇನೆ, ಊರಿಗೆ ವಾಪಸ್ ಹೋಗಿ” ಎಂದರು ಫರ್ನಾಂಡೆಸ್. ಶ್ರೀಮಂತ ಲಾಯರಿಗೆ ಈ ಕೇಸಿಗೆ ನಾ ಪಡೆದ ಫೀಸ್ ಕಳಪೆಯೆನಿಸಿರಬೇಕು!

“ದೊಡ್ಡ ಬೋನಸ್ ನನಗೆ ಇಲ್ಲಿಗೆ ಬಂದಾಗಲೇ ಸಿಕ್ಕಿತು, ಸಾರ್...” ಎಂದುಬಿಟ್ಟೆ,

ಫರ್ನಾಂಡೆಸಿಗೆ ಅರ್ಥವಾಗಲಿಲ್ಲ, ಕಣ್ಣುಕಣ್ಣು ಬಿಟ್ಟರು... ಆದರೆ ಮೃದುಲಾಗೆ ತಕ್ಷಣ ಅರ್ಥವಾಗಿತ್ತು

“ಗುಡ್ ಚಾಯ್ಸ್!!” ಎಂದಷ್ಟೇ ಹೇಳಿ ಮುಗುಳ್ನಕ್ಕು ನಮ್ಮಿಬ್ಬರನ್ನೂ ಬಿಟ್ಟು ಮನೆಯವರತ್ತ ನಡೆದರು.

16

ಮುಂದಿನ ದಿನ ಕೆಲವು ಮಹತ್ವದ ಬೆಳವಣಿಗೆಗಳು ಅಲ್ಲಿದ್ದ ಎಲ್ಲರ ಜೀವನದಲ್ಲೂ ನಡೆದವು.

ಕಮೀಶನರ್ ರಾಮನ್ ಬೆಳಿಗ್ಗೆಯೇ ತಮ್ಮ ರಾಜೀನಾಮೆಯಿತ್ತು ತಮ್ಮ ಕೈ ಕೆಳಗಿನ ಅಸಿಸ್ಟೆಂಟ್ ಕಮೀಶನರಿಗೆ ತಮ್ಮ ಸ್ಥಾನವನ್ನು ತೆರವು ಮಾಡಿಕೊಟ್ಟರು. ತಾವು ಸತ್ಯವನ್ನು ಮುಚ್ಚಿಟ್ಟು ಹಳೆಯ ಕೊಲೆ ಅಪರಾಧವನ್ನು ಮಾಡಿದ್ದ ಮಾವನನ್ನು ಅರೆಸ್ಟ್ ಮಾಡದ ಲೋಪಕ್ಕೆ ಮತ್ತು ಬ್ಲ್ಯಾಕ್‌ಮೈಲ್ ಮಾಡುತ್ತಿದ್ದ ಜಾನಿಯನ್ನೂ ಗುಪ್ತವಾಗಿಟ್ಟಿದ್ದ ಕಾರಣಗಳಿಗೆ ತಮ್ಮ ಮೇಲೆ ಕೇಸ್ ಜರುಗಿಸುವಂತೆ ವಿನಂತಿಸಿಕೊಂಡರು. ಆಗ ನಾನೂ ಅಲ್ಲೇ ಇದ್ದೆ.

ಬಹಳ ವರ್ಷಗಳಿಂದ ಈ ಪ್ರಾಮಾಣಿಕ ಅಧಿಕಾರಿಯನ್ನು ನೋಡಿದ್ದ ಅವರ ಅಸಿಸ್ಟೆಂಟ್ ಸಪ್ಪಗೆ ನಗುತ್ತಾ ಹೇಳಿದ್ದು ಇಷ್ಟೆ:

'ಜಾನಿಯೂ ಇಲ್ಲ, ಅವನನ್ನು ಕೊಲೆ ಮಾಡಿದ ನಂಬೂದರಿಯೂ ಇಲ್ಲ... ಆ ಕೇಸಿನ ದಾಖಲೆಗಳನ್ನು ಕದ್ದ ಶಾಂತಿಯೂ ಇಲ್ಲ... ಕೊಲೆ ಮಾಡಿದ್ದ ಆಯುಧವೂ ಇಲ್ಲ. ಹಾಗಾಗಿ ಈ ಕೇಸಿನಲ್ಲಿ ಯಾವುದೇ ಹುರುಳಿಲ್ಲ... ಇದು ಕೇವಲ ನೇರವಾದ ಆತ್ಮಹತ್ಯೆ ಕೇಸ್. ಓಪನ್ ಎಂಡ್ ಶಟ್ ಎನ್ನುವಂತೆ. ಇದರಲ್ಲಿ ನಿಮ್ಮ ಅಪರಾಧವೇನೂ ಇಲ್ಲ' ಎಂದು ಕೇಸ್ ಫೈಲನ್ನು ಪಕ್ಕಕ್ಕಿಟ್ಟನು. ಇನ್ನು ಅದು ನಾನು ನೋಡಿದ್ದ ರಿಜಿಸ್ಟ್ರಾರ್ ಆಫೀಸ್ ತರಹದ ಒಂದು ಹಳೆ ಕಡತಗಳ ಕೋಣೆಗೆ ಸೇರಿ ಬೆಚ್ಚಗೆ ಮಲಗಲಿದೆ ಎಂದು ಭಾವಿಸಿದೆ.

ಮೃದುಲಾ ತಾನು ಅಮ್ಮನನ್ನು ಕರೆದುಕೊಂಡು ಬೆಂಗಳೂರಿಗೆ ಹೋಗಿ ಅಲ್ಲಿ ಪತ್ರಿಕಾಗೋಷ್ಠಿ ನಡೆಸುವೆ, ಕಳಿಸಿಕೊಡಿ ಎಂದೂ ರಾಮನ್‌ಗೆ ಕೋರಿದರು... ಅದರಲ್ಲಿ ರಾಜಕೀಯಕ್ಕೆ ಇನ್ನೇನು ಇಳಿದು ನಿರಾಶ್ರಿತರ ಪುನರ್ವಸತಿಯನ್ನೇ ಮುಖ್ಯ ಭೂಮಿಕೆ ಮಾಡಿಕೊಳ್ಳಬೇಕೆಂದಿದ್ದ ತನಗೆ ಲಾಭವೇ ಆಯಿತು ಎಂದರಿತ ರಾಮನ್ ತಕ್ಷಣ ಒಪಿದ್ದರು.

ಚಿಕ್ಕ ತೆರೆಯ ಟಿಆರ್‌ಪಿ., ಪ್ರಚಾರ ಮತ್ತು ಜನಪ್ರಿಯತೆಯೆ ಆಧಾರವಾಗಿದ್ದ ಆ ಬಣ್ಣದ ಲೋಕದಲ್ಲಿ ಇವೆಲ್ಲ ಸಹಜವೇ ಆಗಿತ್ತು...

ಇದಕ್ಕಿಂತ ಇನ್ನು ಸಹಜ ಮತ್ತು ಪ್ರಿಯವಾದ ಘಟನೆಯೆಂದರೆ ಲೂಸಿ ಸ್ವಲ್ಪ ದಿನಗಳ ಕಾಲ ತನ್ನ ಮಾಂಡಿಚೆರ್ರಿ ಆಫೀಸಿನಿಂದ ಹೊರಬಂದು ಬೆಂಗಳೂರಿಗೆ ಶಿಫ್ಟ್ ಆಗಿ ಅಲ್ಲಿ ಮೃದುಲಾ ಮತ್ತು ರಚನಾಗೆ ಸಂಬಂಧಿಸಿದ ಕಾನೂನು ಸಹಾಯಗಳನ್ನು ಮಾಡಲೆಂದು ಸ್ವತಃ ಬಹಳ ಬಿಝಿಯಿದ್ದ

ಫರ್ನಾಂಡೆಸ್ ಅವಳಿಗೆ ಹೇಳಿದರು. ಅದಕ್ಕೆ ಲೂಸಿ ಒಪ್ಪಲೇಬೇಕಾಯಿತು. ಅದೇ ರೊಟ್ಟಿ ಜಾರಿ ತುಪ್ಪಕ್ಕೆ ಬೀಳಲಿದೆ ಎಂದಿದ್ದೆನಲ್ಲ, ಹಾಗೆ!

ಅಂದು ಸಂಜೆ ನಾನಿಳಿದಿದ್ದ ಲಾಡ್ಜಿನ ಬಿಲ್ ತೆತ್ತು, ಕಾರನ್ನು ಬಾಡಿಗೆ ಅಂಗಡಿಗೆ ವಾಪಸ್ ನೀಡಿ ಹೊರಬಂದಾಗ, ಸುಯ್ಯನೆ ಲೂಸಿಯ ಹ್ಯುಂಡೈ ಕಾರ್ ನನ್ನ ಪಕ್ಕವೇ ಬಂದು ನಿಂತಿತು.

ಕಾರಿನಿಂದ ಹೊರಬಂದ ಲೂಸಿ ನನ್ನ ಕೈಗೆ ಕಾರಿನ ಕೀ ಕೊಟ್ಟು, "ಇಲ್ಲಿಂದ ಬೆಂಗಳೂರಿನ ದಾರಿ ನನಗೆ ಗೊತ್ತಿಲ್ಲವಲ್ಲ?" ಎಂದು ಚೇಷ್ಟೆಯ ದೃಷ್ಟಿ ಬೀರುತ್ತಾ ನುಡಿದಳು.

ನಾನು ಕಾರ್ ಹತ್ತಿದೆ, ನನ್ನ ಕಂಕುಳಲ್ಲಿ ಕೊರೆಯುತ್ತಿದ್ದ ರಿವಾಲ್ವರ್ ಹೋಲ್ಸ್ಟರ್ ಅನ್ನು ಹಿಂದಿನ ಸೀಟಿನಲ್ಲಿ ನಮ್ಮ ಬ್ಯಾಗುಗಳ ಜತೆಗೆ ಎಸೆದೆ. ಸದ್ಯದಲ್ಲಿ ಅದಕ್ಕೆ ಕೆಲಸವಿರಲಾರದು ಎಂದು.

ಕಾರ್ ಸ್ಟಾರ್ಟ್ ಮಾಡುತ್ತ, "ಲೂಸಿ, ದಾರಿ ಗೊತ್ತಿಲ್ಲವೆನ್ನುತ್ತೀಯಲ್ಲ...? ಅಲ್ಲಿ ಎಲ್ಲಿ ಇಳಿದುಕೊಳ್ಳುತ್ತೀಯಾ, ಯಾರ ಜತೆ ಇರುತ್ತೀಯಾ?" ಎಂದೆ ಮುಗ್ಧನಂತೆ. ನನಗೆ ಬೇಕಿದ್ದ ಉತ್ತರವೇ ಬರುತ್ತದೆಯೆ ಎಂದು ನಿರೀಕ್ಷಿಸುತ್ತಾ!

ಲೂಸಿ ಭುಜ ಕುಣಿಸುತ್ತಾ ನಿರಾತಂಕದಿಂದ "ಅದಕ್ಕೇನು...? ನನಗೆ ತುಂಬಾ ಹತ್ತಿರದವರೊಬ್ಬರಿದ್ದಾರೆ, ಅವರು ನನಗೆ ಎಲ್ಲ ವ್ಯವಸ್ಥೆ ಮಾಡಿಕೊಡುವರು" ಎಂದಳು.

ಕಾರ್ ಊರು ಬಿಟ್ಟು ಸೇತುವೆಯತ್ತ ಸಾಗುತ್ತಿತ್ತು.

ನಾನು "ಯಾರು, ಫರ್ನಾಂಡೆಸ್ ಅಂಕಲ್ ತಾನೆ?" ಎಂದೆ ಸ್ಪಷ್ಟೀಕರಣ ಕೇಳುತ್ತ.

"ಹೌದು. ಆದರೆ ಅವರು ಹೇಳಿದ ಜಾಗದಲ್ಲೇ ಯಾವಾಗಲೂ ಇರಬೇಕಿಲ್ಲ... ಆಗಾಗ ನಿಮ್ಮನ್ನೂ ಬಂದು ನೋಡುತ್ತಿರಬಹುದು!" ಎಂದು ನನ್ನ ಪಕ್ಕೆ ತಿವಿದು, "ಈಗ ತೃಪ್ತಿಯಾಯಿತೆ?" ಎಂದು ತುಂಟಿಯಂತೆ ನಕ್ಕಳು. ಅವಳ ಕೆನ್ನೆಯ ಗುಳಿಗಳಲ್ಲಿ ಎರಡು ನಕ್ಷತ್ರಗಳು ಮಿನುಗಿದಂತೆನಿಸಿತು.

ನಾವು ಸೇತುವೆ ಮೇಲೆ ಬಂದಾಗ ಬೆಳದಿಂಗಳು ದಟ್ಟವಾಗಿ ಹಬ್ಬಿ ಕಾರಿನಲ್ಲಿ ಇಣುಕಿತ್ತು ಲೂಸಿಯ ಅಮೃತಶಿಲೆಯಂತಹ ಕೈಗಳ ಮೇಲೆ ಹಾಲು ಸುರಿದಂತೆ.

ಒಮ್ಮೆ ತಿರುಗಿ ನೋಡಿದಾಗ ಕೆಳಗೆ ಕರ್ಪೂರಿ ನದಿಯ ತೆರೆಗಳ ಮೇಲೆ ಚಂದ್ರ ಬಿಂಬ ತೇಲುತ್ತಿತ್ತು.

ನಾವು ಮತ್ತೆ ಹಿಂತಿರುಗಿ ನೋಡಲಿಲ್ಲ.

– ಮುಗಿಯಿತು –

ಸುವರ್ಣ ಕರಾವಳಿ

ಪೀಠಿಕೆ:

ಆಕ್ರಾ, ಘಾನಾ ದೇಶದ ರಾಜಧಾನಿ, ಆಫ್ರಿಕಾ

3–ಎ ಚಾರ್ಟರ್ಡ್‌ಎಂಬ ಹೆಸರಿನ ಸರಕು ಸಾಗಿಸುವ ಬೋಯಿಂಗ್ 747 ಫ್ರೈಟರ್ ವಿಮಾನ ಅಲ್ಲಿನ ಏರ್–ಪೋರ್ಟಿನಲ್ಲಿ ಸಿದ್ಧವಾಗಿ ನಿಂತಿದೆ. ಅದರ ಭಾರ, ಪ್ರಯಾಣಿಕರು, ಇತರ ವಿವರಗಳನ್ನು ಪರಿಶೀಲಿಸಿದ ಕಪ್ಪನೆಯ ಕಸ್ಟಮ್ಸ್ ಅಧಿಕಾರಿ ರೇಮನ್, ಅದರ ಒಡೆಯ ಮತ್ತು ಪೈಲಟ್ ಆದ ಅಶ್ವಿನ್ ಮುಖ ನೋಡಿ ಒಮ್ಮೆ ಮುಗುಳ್ನಕ್ಕ.

"ಅರೆ, ಅಶ್ವಿನ್... ಈ ವಿಮಾನ ಸುಮಾರು 200 ಟನ್ ಭಾರ ಸಾಗಣೆ ಮಾಡತಕ್ಕದ್ದು... ಇವತ್ತು ಅರ್ಧ ಲೋಡಿನಲ್ಲೇ ಹೋಗುತ್ತಿದ್ದೀರಾ? ಬರೀ ಸ್ಕ್ರ್ಯಾಪ್ ಮೆಟೀರಿಯಲ್ಸ್ ತಗೊಂಡು...? ಅದೂ ಇಂಡಿಯಾಗೆ...?" ಎಂದು ಹುಬ್ಬೇರಿಸಿದ,

ಅಶ್ವಿನ್ ಕೂಡಾ ಮುಗುಳ್ನಕ್ಕು ಅವನಿತ್ತ ಪತ್ರಗಳಲ್ಲಿ ಸಹಿ ಹಾಕಿ ಉತ್ತರಿಸಿದ,

"ಇಲ್ಲಿನ ಪರಿಸ್ಥಿತಿ ನಿಮಗೆ ಗೊತ್ತಿದೆ, ರೇಮನ್, ಯಾವ ಕ್ಷಣ ಬಂಡಾಯವೇಳುತ್ತಾರೋ, ಯಾವಾಗ ರಕ್ತಪಾತವಾಗುತ್ತೋ... ಯಾರು ಹೇಳಬಲ್ಲರು...? ಈ ಬಾರಿ ಲೋಡ್ ಕಡಿಮೆಯಿದ್ದರೂ ಮನೆಯವರನ್ನೆಲ್ಲಾ ಇಂಡಿಯಾಗೆ ಕರೆದೊಯ್ಯುತ್ತಿದ್ದೇನೆ. ಮತ್ತೆ ಈ ದೇಶಕ್ಕೆ ವಾಪಸ್ ಬರುವ ಚಾನ್ಸ್ ಕಡಿಮೆ!" ಎಂದು ತುಟಿಯುಬ್ಬಿಸಿ ವೈಟಿಂಗ್ ಲೌಂಜಿನಲ್ಲಿ ಕುಳಿತಿದ್ದ ತನ್ನ ಪತ್ನಿ ಅನುಪಮಾ ಮತ್ತು ಮೂರು ವರ್ಷ ವಯಸ್ಸಿನ ಅಖಿಲ್ ಇಬ್ಬರನ್ನೂ ತೋರಿಸಿದ. ಬರಲು ಕೈ ಮಾಡಲು, ಅವರೆದ್ದು ಅವನತ್ತ ಸರಸರನೆ ಬಂದರು.

ರೇಮನ್ ತನ್ನ ಬಿಳಿ ಹಲ್ಲಗಳನ್ನು ಪ್ರದರ್ಶಿಸಿ ನಕ್ಕ, "ಅಶ್ವಿನ್, ಅನುಪಮಾ, ಅಖಿಲ್... ಅದಕ್ಕೇ ನಿಮ್ಮ ವಿಮಾನಕ್ಕೆ 3–ಎ ಎಂಬ ಹೆಸರು, ರೈಟ್...? ಓಕೆ... ಬಾನ್ ವಾಯೇಜ್!" ಎಂದು ಅವರ ಕೈಕುಲುಕಿ ಹಾರೈಸಿದ. ವಿಮಾನದ ಕೋ–ಪೈಲಟ್ ರಾಡ್ರಿಗ್ಸ್ ಆಗಲೇ ಕ್ಯಾಬಿನ್ ಏರಿ ಕುಳಿತಿದ್ದ.

ಈ ನಾಲ್ಕು ಜನ ಇದ್ದ 3–ಎ ವಿಮಾನ ಅನತಿ ಸಮಯದಲ್ಲೇ ಆಕಾಶಕ್ಕೇರಿತು.

ಆಗ ರೇಮನ್ ತನ್ನ ಮೊಬೈಲ್ ತೆಗೆದು ಯಾರೊಂದಿಗೋ ಅವಸರವಸರವಾಗಿ ಮಾತನಾಡಲಾರಂಭಿಸಿದ.

1

ಆರು ತಿಂಗಳ ನಂತರ, ಕರ್ನಾಟಕ–ಗೋವಾ ಗಡಿ:

ಉತ್ತರ ಕನ್ನಡದ ಕಾರವಾರ ನೌಕಾನೆಲೆ (ನೇವಲ್ ಬೇಸ್) ಕಡೆಗೆ ಎಡಪಲ್ಲಿ–ಪನ್ವೇಲ್ ಎನ್.ಎಚ್. 17 ಹೆದ್ದಾರಿಯಲ್ಲಿ ಸಾಧಾರಣ ವೇಗದಲ್ಲಿ ಒಂದು ನೇವಲ್ ಪೊಲೀಸರ ವ್ಯಾನ್ ಚಲಿಸುತ್ತಿದೆ.

ಅದರಲ್ಲಿದ್ದ ಕ್ಯಾಪ್ಟನ್ ಸಾತ್ವಿಕ್ ಅರಸ್ ತನ್ನ ಕೈಕೋಳವನ್ನೊಮ್ಮೆ, ಎದುರಿಗಿದ್ದ ಚಿಕ್ಕ ಬೆಂಚಿನಲ್ಲಿ ಕುಳಿತು ತನ್ನನ್ನು ಕರೆದೊಯ್ಯುತ್ತಿದ್ದ ಇಬ್ಬರು ಪೋಲೀಸ್ ಪೇದೆಗಳನ್ನೊಮ್ಮೆ ಪರಿಶೀಲಿಸಿದ.

ಹತ್ತು ನಿಮಿಷದಲ್ಲಿ ಹತ್ತನೆ ಬಾರಿ ಆತಂಕದಿಂದ ಹೊರಗಿಣುಕಿ ಆಚೆ ನೋಡಿದ. ಸಮಯ ಸಂಜೆ ಐದಾಗುತ್ತಿದೆ... ಇನ್ನೇನು ತಾನು ಇಳಿಯುವ ಸಮಯ ಬಂದೇಬಿಟ್ಟಿತು ಎಂದು ಖಚಿತವಾಯಿತು. ತಾವು ಗೋವಾದ ಪೋಲೆಮ್ ಬೀಚ್ ಗಡಿ ದಾಟಿ ಕರ್ನಾಟಕದ ಸೀಮೆಯನ್ನು ತಲುಪಿ ಇದೀಗ ಸರಿಯಾಗಿ ಐದು ನಿಮಿಷವಾಗಿತ್ತು.

ಒಮ್ಮೆ ಸರಿಯೆಂಬಂತೆ ಅವರಿಬ್ಬರತ್ತ ತಲೆಯಾಡಿಸಿ ಮುಗುಳ್ನಕ್ಕು ತನ್ನ ಕೈ ನೀಡಿದ... ಮೊದಲನೆ ಪೇದೆ ಮರುಮಾತಿಲ್ಲದೆ ಅವನ ಕೈಕೋಳವನ್ನು ತನ್ನ ಜೇಬಿನಲ್ಲಿದ್ದ ಕೀಲಿಕೈ ಬಳಸಿ ತೆಗೆದ. ಕೈಗಳು ಬಿಡುವಾಗುತ್ತಿದ್ದಂತೆಯೇ ಅವರಿಬ್ಬರನ್ನೂ ಉದ್ದೇಶಿಸಿ "ಸಾರಿ ಬ್ರದರ್ಸ್" ಎನ್ನುತ್ತಾ ಆ ಸ್ಟೀಲಿನ ಕೈಕೋಳವನ್ನು ಮುಷ್ಟಿಯಲ್ಲಿ ಬಿಗಿದು ಅವರಿಬ್ಬರ ತಲೆಯತ್ತ ಜೋರಾಗಿ ಎರಡು ಬಾರಿ ಲಾಟಿಸಿದ... ಅವನ ಏಟಿಗೆ ತತ್ತರಿಸಿ ಹಾ! ಎಂದು ಕೂಗಿ ತಮ್ಮ ರಕ್ತ ಒಸರುತ್ತಿದ್ದ ಹಣೆಯನ್ನು ಒತ್ತಿಕೊಂಡು ಇಬ್ಬರೂ ವ್ಯಾನಿನ ನೆಲಕ್ಕೆ ಬಿದ್ದರು. ಸರಕ್ಕನೆ ಎದ್ದ ಸಾತ್ವಿಕ್ ತಮ್ಮ ಮತ್ತು ಡ್ರೈವರ್ ಮಧ್ಯೆ ಇದ್ದ ಚಿಕ್ಕ ಗೋಡೆಗೆ ಕೈ ಬಡಿದು ಕಿಂಡಿಯ ಮೂಲಕ ಡ್ರೈವರಿಗೆ "ಇನ್ನು ನೀನು ಸ್ಟಾಪ್ ಮಾಡಬಹುದು..." ಎಂದ.

ಕೆಳಕ್ಕೆ ಬಿದ್ದಿದ್ದ ಪೇದೆಯೊಬ್ಬನ ಗನ್ ಎತ್ತಿಕೊಂಡು ಅದರಲ್ಲಿದ್ದ ಬುಲೆಟ್ಸ್ ಹೊರತೆಗೆದು ಜೇಬಿನಲ್ಲಿ ತುಂಬಿಕೊಂಡ. ವ್ಯಾನ್ ಜರ್ಕ್ ಕೊಟ್ಟು ನಿಲ್ಲುತ್ತಿದ್ದಂತೆಯೇ ಬಾಗಿಲು ತೆಗೆದು ಹೊರಕ್ಕೆ ಜಿಗಿದು ಡ್ರೈವರ್‌ನ ಕಿಟಕಿಯ ಬಳಿ

ಹೋದ. ಅಲ್ಲಿ ಸ್ವಲ್ಪ ಮುಗುಳ್ನಗುತ್ತಿದ್ದ ಡ್ರೈವರಿಗೆ, "ನಮ್ಮ ಬೇಸ್‌ನಲ್ಲಿ ಕೇಳಿದಾಗ ಇಂತಾ ಸ್ಪಾಟಿನಲ್ಲಿ ವ್ಯಾನ್ ನಿಲ್ಲಿಸಲು ನಮ್ಮ ಪೇದೆಗಳು ಹೇಳಿದರು, ನಿಲ್ಲಿಸಿದೆ... ಕ್ಯಾಪ್ಟನ್ ಸಾತ್ವಿಕ್ ನನಗೆ ಹೊಡೆದು ತಪ್ಪಿಸಿಕೊಂಡರು ಅನ್ನು... ಆಯಿತೆ?" ಎಂದ ಗಂಭೀರವಾಗಿ.

ಡ್ರೈವರ್ ಕಕ್ಕಾಬಿಕ್ಕಿಯಾಗಿ ಹುಬ್ಬೇರಿಸಿ, "ನನಗೆ ಹೊಡೆದು ಅಂದರೆ...?" ಎನ್ನಲು, ಮತ್ತೊಮ್ಮೆ "ಸಾರಿ ಬ್ರದರ್" ಎಂದ ಸಾತ್ವಿಕ್ ಮತ್ತದೇ ರೀತಿಯಲ್ಲಿ ಕೈಯಲ್ಲಿದ್ದ ಕೈಕೋಳವನ್ನು ಅವನ ತಲೆಯತ್ತ ಬೀಸಿದನು.

"ಹಾ, ವಾಟ್...?" ಎನ್ನುತ್ತಾ ಗಾಯಗೊಂಡ ಡ್ರೈವರ್ ತನ್ನ ಪಕ್ಕದ ಸೀಟಿಗೆ ಮುಲುಗುತ್ತಾ ಒರಗಿದ...

"ಚೆನ್ನಾಗಿ ನಟಿಸುತ್ತಾರೆ, ಪರವಾಗಿಲ್ಲ... ಆದರೆ, ಪಾಪ, ಗಾಯಗಳು ನಂಬುವಂತೆಯೇ ಆಯಿತು..." ಎಂದುಕೊಳ್ಳುತ್ತಾ ಸಾತ್ವಿಕ್ ಅಕ್ಕಪಕ್ಕ ನೋಡಿದನು.

ಡ್ರೈವರ್ ಸರಿಯಾದ ನಿರ್ಜನ ಸ್ಪಾಟಿನಲ್ಲೇ ಹೆದ್ದಾರಿಗೆ ಮರೆಯಾಗಿಸಿ ವ್ಯಾನ್ ನಿಲ್ಲಿಸಿದ್ದ. ತಾನಿನ್ನು ಈ ಮರಗಳ ನೆರಳಿನಲ್ಲೇ ರಸ್ತೆ ಬದಿಯಲ್ಲಿ ಓಡಬೇಕು, ಅರ್ಧ ಗಂಟೆಯ ನಂತರ ಇದೇ ಹೆದ್ದಾರಿಯಲ್ಲೇ ತನಗೆ ಮುಂದಿನ ಸುಳಿವು ಸಿಗಲಿದೆ ಎಂದು ಅವನು ಓಡಲಾರಂಭಿಸಿದ... ಕೆಲವೇ ಕ್ಷಣಗಳಲ್ಲೇ ಅವನು ಹೆದ್ದಾರಿಯಿಂದ ಮರೆಯಾಗಿಬಿಟ್ಟ. ಬುಲೆಟ್ಸ್‌ಗಳನ್ನು ಮಧ್ಯೆ ಒಂದೆಡೆ ಸಿಕ್ಕಿದ ಹಾಳು ಬಾವಿಗೆ ಎಸೆದ.

ಕ್ಯಾಪ್ಟನ್ ಸಾತ್ವಿಕ್ ಅರಸ್ ಮೂವತ್ತೊಂದು ವರ್ಷ ವಯಸ್ಸಿನ ಆರಡಿ ಎತ್ತರದ ಪ್ರಬಲ ವ್ಯಕ್ತಿತ್ವದ ಯುವಕ. ನೇವಲ್ ಅಕಾಡೆಮಿಯಿಂದ ಅತ್ಯುತ್ತಮ ಫಲಿತಾಂಶ ಪಡೆದು ಬಂದ ಕಳೆದ ಹತ್ತು ವರ್ಷಗಳಲ್ಲೇ ಜತೆಯವರನ್ನು ಹಿಂದೆ ಹಾಕಿ, ಕ್ಯಾಪ್ಟನ್ ಪದವಿಗೇರಿದವ. ಸದ್ಯಕ್ಕೆ ಸಬ್‌ಮೆರೀನ್ ವಿಭಾಗವಲ್ಲದೆ, ನೌಕಾಪಡೆಯ ಗುಪ್ತಚರ ವಿಭಾಗದಲ್ಲೂ ಎಲ್ಲರಿಗೂ ಬೇಕಾದವ...

ಹಿಂದಿನ ವಾರವಷ್ಟೇ ನೇವಿ ಬೇಸ್‌ನಲ್ಲಿ ತನ್ನ ಚೀಫ್ ಶಶಾಂಕ್ ಪಾಟೀಲ್ ನಡೆಸಿದ್ದ ಹೈ-ಲೆವೆಲ್ ಮೀಟಿಂಗಿನ ಪ್ರಕಾರವೇ ಇದುವರೆಗೂ ನಡೆದಿದೆ...ಎಲ್ಲರ ಸಹಕಾರವೂ ಸಿಕ್ಕಿದೆ... ಇನ್ನು ತನ್ನ ಮೇಲೆ ಹೆಚ್ಚು ಜವಾಬ್ದಾರಿ ಮತ್ತು ಅಪಾಯಕಾರಿ ಕರ್ತವ್ಯ ನಿರ್ವಹಣೆಯಿದೆ. ಅದನ್ನು ಮಾಡುವುದರಲ್ಲಿ ಸಾತ್ವಿಕ್‌ಗೆ ಭಯವಾಗಲೀ, ಅಪನಂಬಿಕೆಯಾಗಲೀ ಇರಲಿಲ್ಲ... ಕೇವಲ ಕುತೂಹಲವಲ್ಲದೇ ಒಂದು ಖಾಸಗಿ ಕೌಟುಂಬಿಕ ಕಾರಣವೂ ಅವನನ್ನು ಈ ಆಪರೇಶನ್ನಿನಲ್ಲಿ ಹುರಿದುಂಬಿಸಿ ಮುನ್ನುಗ್ಗಿಸುತ್ತಿದೆ...

'ಅದನ್ನೆಲ್ಲಾ ಯೋಚಿಸಲು ಈಗ ಸಮಯವಲ್ಲ' ಎಂದು ಓಡುತ್ತಲೇ ತಲೆ ಕೊಡವಿಕೊಂಡನು... ಶರ್ಟ್ ಬಿಚ್ಚಿ ಕತ್ತಿಗೆ ಕಟ್ಟಿಕೊಂಡನು. ಅಬ್ಬಾ! ಸಮುದ್ರದ ಬದಿಯ ತೇವಾಂಶದ ಸೆಕೆ! ಅವನ ನೇವಿ ಬೂಟ್ಸ್ ಚರಪರನೆ ಮರಗಿಡದ

ಎಲೆಗಳು, ಪೊದೆಗಳನ್ನು ಮೆಟ್ಟುತ್ತಾ ದೌಡಾಯಿಸುತ್ತಿದೆ... ಅತಿ ವೇಗವೇನೂ ಬೇಕಿಲ್ಲ... ಅವರಿಬ್ಬರೂ ಪೇದೆಗಳು ಮತ್ತು ಡ್ರೈವರ್ ಎದ್ದೇಳಲೂ ಹದಿನೈದು ನಿಮಿಷ ಬೇಕೆಂದು ಲೆಕ್ಕ ಹಾಕಿದ್ದ, ಜತೆಗೆ ಅವರು ನೇರವಾಗಿ ಕಾರವಾರ ಬೇಸ್‌ಗೆ ಹೋಗಿ ರಿಪೋರ್ಟ್ ಮಾಡಿಕೊಳ್ಳಲು ನೇಮಿಸಲಾಗಿತ್ತು, ತನ್ನ ಹಿಂದೆ ಅಟ್ಟಿಸಿಕೊಂಡು ಬರಲು ಅಲ್ಲವಲ್ಲಾ...

ಯಾವಾಗಲೂ ಪರಿಶ್ರಮ ಪಟ್ಟು ದೇಹದಾರ್ಢ್ಯವನ್ನು ಕಾಪಾಡಿಕೊಂಡು, ಫಿಟ್ ಆಗಿರುತ್ತಿದ್ದ ಸಾತ್ವಿಕ್‌ಗೆ ಈ ಓಟ ಒಂದು ಸವಾಲೆನಿಸುತ್ತಿಲ್ಲ... ಉಟ್ಟ ಬಟ್ಟೆ ಬಿಟ್ಟರೆ ಅವನ ಬಳಿ ಬೇರೊಂದಿಲ್ಲ, ಯಾವುದೇ ಆಯುಧ, ವಯರ್ ಲೆಸ್ಸ್, ಮೊಬೈಲ್ ಫೋನ್...? ಊಹೂಂ! ಯಾವ ಬಂಧಿಯ ಬಳಿ ಇದೆಲ್ಲಾ ಇರುತ್ತದೆ? ಎಲ್ಲಾ ನೈಜವಾಗಿಯೇ ಇರಬೇಕೆಂದು ನಿರ್ಧರಿಸಿದ್ದ ತಮ್ಮವರು ತನ್ನ ಜೇಬಿನಲ್ಲಿದ್ದ ಪರ್ಸಿನಲ್ಲಿ ತನ್ನ ಹೊಸ ಐಡಿ, ಐನೂರು ರುಪಾಯಿ ಚಿಲ್ಲರೆ ಮತ್ತು ತಿರುಪತಿ ವೆಂಕಟರಮಣನ ಚಿತ್ರ ಮಾತ್ರ ಇಟ್ಟು ಕಳಿಸಿದ್ದರು... 'ಗೋವಿಂದಾ, ಇನ್ನೇನು ಐದು ನಿಮಿಷಕ್ಕೆ ತನಗೆ ಮಾಡಿದ್ದ ಪೂರ್ವ ನಿಯೋಜನೆಯ ಪ್ರಕಾರ ಸಿಗಬೇಕಾದವರು ಸಿಕ್ಕಲಿ; ಎಲ್ಲಾ ಸರಿ ಹೋಗಲಪ್ಪಾ...' ಎಂದುಕೊಳ್ಳುತ್ತಾ ಒಮ್ಮೆ ಮರಗಳ ನಡುವೆ ನಿಂತು ಹೆದ್ದಾರಿಯತ್ತ ಕಣ್ಣು ಹಾಯಿಸಿದನು. ದೂರದಲ್ಲೆಲ್ಲೋ ಒಂದು ಕಾರು ಬರುವ ಸದ್ದಾಗುತ್ತಿದೆ. ನೆಲದ ಮೇಲೆ ಬಿದ್ದಿದ್ದ ಕಲ್ಲಿನಿಂದ ತನ್ನ ಹಣೆಗೆ ಒಮ್ಮೆ ಜಜ್ಜಿಕೊಂಡನು... ಹಾ! ಎಂದು ಚೀರಿ ಮುಗ್ಗರಿಸಿ ಪಕ್ಕದ ಮುಳ್ಳು ಬೇಲಿಯ ಮೇಲೆ ಬೇಕಂತಲೇ ಬಿದ್ದು ಹೊರಳಿದನು... ಹೀಗೆ ತಲೆ ಮತ್ತು ದೇಹಕ್ಕಾದ ಎರಡು ಬಗೆಯ ಗಾಯದ ನೋವಿನಿಂದ ಜೋರಾಗಿ ನರಳಿದವನು 'ತಾನೂ ಸರಿಯಾದ ಸಮಯದಲ್ಲಿ ಅಕಸ್ಮಾತ್ ಮೂರ್ಛೆ ಹೋಗಿಬಿಟ್ಟರೆ?'' ಎಂದು ಆತಂಕ ಪಟ್ಟು ಮತ್ತೆ ಎದ್ದು ಕೂತನು.

ಮರದ ಕೊಂಬೆಗೆ ಅಂಟಿಕೊಂಡಿದ್ದ ಒಂದು ಅಳಿಲು ಇವನತ್ತ ನೊಡುತ್ತಿದ್ದುದು "ಇವನ್ಯಾರೋ ಹುಚ್ಚನಿರಬೇಕು, ಇಂಥಾ ಸಹವಾಸವೇ ಬೇಡ..." ಎನ್ನುವಂತೆ ಗಾಬರಿಯಿಂದ ಮೇಲಕ್ಕೋಡಿತು.

ಹೆದ್ದಾರಿಗೆ ಏಳುಬೀಳುತ್ತಾ ಅಡ್ಡ ಬಂದವನು, ವಿರುದ್ಧ ದಿಕ್ಕಿನಲ್ಲಿ ಚಲಿಸುತ್ತಿದ್ದ ಹೊಂಡಾ ಕ್ರಾಸೋವರ್-ಸಿಆರ್‌ವಿ ಕಾರಿನ ಡ್ರೈವರಿಗೆ ಗಾಬರಿಯಾಗುವಂತಹ ಸ್ಥಿತಿಯಲ್ಲೇ ಕಂಡುಬಂದ.

ಕಿರ್ರ್! ಎಂಬ ಸದ್ದಿನಿಂದ ದಿಗಿಲಾದ ಅದರ ಮಹಿಳಾ ಡ್ರೈವರ್ ಕಾರನ್ನು ಇವನ ಮುಂದೆಯೇ ಬ್ರೇಕ್ ಒತ್ತಿ ನಿಲ್ಲಿಸಿದಳು... ಏದುಸಿರು ಬಿಡುತ್ತಿದ್ದ, ಮೈಯೆಲ್ಲಾ ರಕ್ತಸಿಕ್ತವಾಗಿದ್ದ ಸಾತ್ವಿಕ್‌ನನ್ನು ಕಿಟಕಿಯ ಬಳಿ ಕಂಡ ಆ ಯುವತಿ "ಯಾರು ನೀನು...?" ಎಂದು ಚೀರಿದಳು.

"ಪ್ಲೀಸ್, ನನ್ನನ್ನು ರಕ್ಷಿಸಿ, ನಾನು ಇಂಡಿಯನ್ ನೇವಿ ಆಫೀಸರ್ ಸಾತ್ವಿಕ್... ನನ್ನನ್ನು ದೇಶದ್ರೋಹಿಗಳು ಅಟ್ಟಿಸಿಕೊಂಡು ಬರುತ್ತಿದ್ದಾರೆ... ಕ್ವಿಕ್!" ಇಂಗ್ಲೀಷಿನಲ್ಲಿ ನುಡಿದು ತನ್ನ ಹೊಸ ಐಡಿಯನ್ನು ಆಕೆಯ ಕಿಟಕಿಯ ಗಾಜಿನಲ್ಲಿ ತೋರಿಸಿದ.

"ಸಾತ್ವಿಕ್ ಅರಸ್, ಕ್ಯಾಪ್ಟನ್, ಸಬ್‌ಮೆರೀನ್ಸ್, ವೆಸ್ಟರ್ನ್ ಕಮಾಂಡ್" ಎಂಬ ಇಂಡಿಯನ್ ನೇವಿಯ ಐಡಿ ಗಾಜಿಗೆ ಪಟಪಟನೆ ಬಡಿಯಿತು.

ಸುಮನಾ ನಾಯಕ್ ಎಂಬ ಹೆಸರಿನ 25ರ ಆ ಯುವತಿ ನಿವೃತ್ತ ನೇವಿ ಕಮಾಂಡೋರ್ ವಿಶ್ವನಾಥ್ ನಾಯಕ್‌ರವರ ಏಕೈಕ ಪುತ್ರಿ. ಇದನ್ನು ಕಂಡು ಅವಳ ಮನಸ್ಸಾಕ್ಷಿ ಜಾಗೃತವಾಯಿತು. ಅವನ ಗಡಿಬಿಡಿಯನ್ನರಿತು ಮರುಮಾತಿಲ್ಲದೇ ತಕ್ಷಣ ತನ್ನ ಪಕ್ಕದ ಬಾಗಿಲು ತೆರೆದಳು.

ಆದರೆ ಸಾತ್ವಿಕ್ ತಕ್ಷಣ ಕಾರಿನ ಹಿಂದಿನ ಡೋರ್ ತೆರೆದುಕೊಂಡು ದೊಪ್ಪನೆ ಹಿಂದಿನ ಸೀಟಿನಲ್ಲಿ ಅಡಗಿ ಕುಳಿತ. ತಲೆಮರೆಸಿಕೊಳ್ಳುವವನಂತೆ ಮಲಗಿ "ಕ್ವಿಕ್, ನಿಮ್ಮ ಮನೆಗೇ ಹೋಗಿ, ಬೇರೆಲ್ಲಾದರೂ ಹೋಗಬೇಡಿ... ಅದೋ, ಅವರು ಬರಹತ್ತಿದ್ದಾರೆ..." ಎಂದು ಅವಸರಪಡಿಸಿದ.

ಕಿರ್ರ್ ಎಂದು ಗೇರ್ ಬದಲಿಸುತ್ತಾ ಕಾರನ್ನು ವೇಗವಾಗಿ ನಡೆಸಿದಳು ದಿಟ್ಟೆ.

"ನಿಮ್ಮನ್ನು ಆಮೇಲೆ ವಿಚಾರಿಸಿಕೊಳ್ಳುವೆ, ಮೊದಲು ಆ ಹಿಂಬಾಲಕರನ್ನು ಮಣ್ಣು ಮುಕ್ಕಿಸುತ್ತೇನೆ, ಡೋಂಟ್ ವರಿ!!" ಎಂದಳು ಸಮಯಪ್ರಜ್ಞೆ ಮೆರೆದ ಸುಮನಾ, ಬೇಗನೇ ನಾಲ್ಕನೇ ಗೇರಿಗೆ ಸರಿದು.

ಅವಳ ಪಾದ ಆಕ್ಸಲರೇಟರನ್ನು ಚಚ್ಚಿತು.

ಹೊಂಡಾ ಸಿಆರ್‌ವಿ ತನ್ನ ಸ್ವಾಭಿಮಾನವೇ ಸವಾಲಿಗಿದೆಯೆಂಬಂತೆ ಹೆದ್ದಾರಿಯಲ್ಲಿ ನಾಗಾಲೋಟದಿಂದ ಮುನ್ನುಗ್ಗಿತು. ಆಕೆಗೆ ರೇರ್-ವ್ಯೂ ಕನ್ನಡಿಯಲ್ಲಿ ಯಾವುದೋ ಹಳೇ ಜೀಪು ಕಾಣಿಸುತ್ತಿವೆ.

"ಬರುತ್ತಿದ್ದಾರಾ?" ಎಂದ ಗಾಬರಿಯ ಧ್ವನಿಯಲ್ಲಿ ಸಾತ್ವಿಕ್, ಬೇಕೆಂತಲೇ... ಅವನಿಗೆ ಗೊತ್ತಿತ್ತು. ಒಂದು ನೇವಿ ಜೀಪ್‌ನಲ್ಲಿ ತನ್ನನ್ನು ಹಿಂಬಾಲಿಸುವ ನಾಟಕವೂ, ತಾನು ಈ ಕಾರ್ ಹತ್ತಿದ ಒಡನೆಯೇ ಶುರುವಾಗಿದೆ ಎಂದು.

"ಓಹ್ ಅವರಾ...?" ನೋ ಪ್ರಾಬ್ಲೆಮ್... ನನ್ನ ಕಾರ್ ಓಟಕ್ಕೆ ಆ ಡಬ್ಬಾ ಜೀಪ್ ಯಾವ ಸರಿಸಾಟಿ?" ಎಂದು ಜಂಬದಿಂದ ನುಡಿದ ಯುವತಿಯನ್ನು ತಲೆಯೆತ್ತಿ ಮೊದಲ ಸಲ ಪರೀಕ್ಷಿಸಿದ ಸಾತ್ವಿಕ್.

ಸುಮಾರು ಐದಡಿ ಎಂಟಿಂಚು ಇರಬಹುದಾದ ಸಪೂರ ಮೈಯಿನ ಲಕ್ಷಣವಾದ ಮುಖದ ವಿಶ್ವಾಸಾರ್ಹ ಕಂಗಳ ಯುವತಿ ಸುಮನಾ. ಗುಂಗುರು ತಲೆ ಕೂದಲನ್ನು ಭುಜಕ್ಕೆ ಕಟ್ ಮಾಡಿಕೊಂಡಿದ್ದಾಳೆ... ನೀಲಿ ಮಾಸಿದ ಜೀನ್ಸ್ ಮತ್ತು ಬಿಳಿ ಟಾಪ್ ಧರಿಸಿದ್ದಾಳೆ. ಡ್ಯಾಶ್ ಬೋರ್ಡಿನಲ್ಲಿ ಪುಟ್ಟ ಪಿಂಕ್ ಸ್ಯಾಟಿನ್

ವ್ಯಾನಿಟಿ ಪರ್ಸ್ ಮತ್ತು ರೇ-ಬ್ಯಾನ್ ಕನ್ನಡಕ ಇವೆ. ಸ್ಟಿಯರಿಂಗ್ ಹಿಡಿದಿದ್ದ ಅವಳ ಹಾಲ್ಬಿಳುಪಿನ ಕೈಗಳು ಸ್ಥಿರವಾಗಿವೆ. ನೀಳವಾದ ಬೆರಳುಗಳಲ್ಲಿ ಒಂದು ಮುತ್ತಿನ ಉಂಗುರ ಮಿನುಗುತ್ತಿದೆ. ಕಾರ್ ನೇರವಾಗಿ 120 ಕಿಮೀ ವೇಗ ದಾಟಿ ಹೋದದ್ದು ಸ್ಪೀಡೋಮೀಟರ್ನಲ್ಲಿ ಕಾಣುತ್ತಿದೆ.

ಸಾತ್ವಿಕ್ ಗಮನಿಸುತ್ತಿದ್ದಂತೆ, ಅವಳ ಮುಖದಲ್ಲಿ ಗೆಲುವಿನ ಮಂದಹಾಸ ಮಿಂಚಿ ಹೋಯಿತು... ಅವಳಿಗೆ ತಾನು ಒಳ್ಳೇ ಡ್ರೈವರ್ ಎಂಬ ಸ್ವಾಭಿಮಾನವೂ ಕಾರಣವಿರಬಹುದು ಎನಿಸಿತು. ಅದೂ ಸಾಧ್ಯವೂ ಇದೆ, ತಾನು ಅವಳ ಬಗ್ಗೆ ಓದಿದ್ದ ಡಾಸ್ಸಿಯರ್ ಪ್ರಕಾರ ಆಕೆ ಚಿಕ್ಕ ಪುಟ್ಟ ಕಾರ್ ರೇಸಿನಲ್ಲೂ ಮಣಿಪಾಲ್ ಕಾಲೇಜಿನಲ್ಲಿ ಓದುತ್ತಿದ್ದಾಗ ಭಾಗವಹಿಸಿ ಗೆದ್ದಿದ್ದುಂಟು. ಮಣಿಪಾಲ ಅಂದರೆ ಕನ್ನಡ ಬರಬಹುದಾ...?

ಸ್ವಲ್ಪ ದೂರ ಕಾರ್ ಅತಿ ವೇಗದಲ್ಲೇ ಸಾಗಿದೆ. ಕಾರಿನ ಅಲುಗಾಟ ಮತ್ತು ಎಂಜಿನ್ನಿನ ಶ್ರಮ ಸಾತ್ವಿಕ್‌ಗೆ ಅರಿವಾಗುತ್ತಿದೆ... ಹಿಂದೆ ಬಿದ್ದಿದ್ದ ಜೀಪಿನ ಲೈಟುಗಳು ದೂರ ದೂರವಾಗುತ್ತಿರುವುದು ಅವಳಲ್ಲಿ ಇಮ್ಮಡಿ ಉತ್ಸಾಹ ತುಂಬಿದಂತಿದೆ... ಮರೆತು ಹೋಗಿದ್ದ ಕಾರ್ ರೇಸಿನ ಉತ್ತೇಜಕ ಕ್ಷಣಗಳು ಅವಳ ನೆನಪಿಗೆ ಬಂದವೇನೋ!

"ಯೆಸ್, ಐ ಡಿಡ್ ಇಟ್...!" ಎಂದು ಹರ್ಷದಿಂದ ಕೂಗಿ ಮುಷ್ಟಿಯಿಂದ ಸ್ಟಿಯರಿಂಗ್ ವೀಲ್ ಕುಟ್ಟಿದಳು ಒಮ್ಮೆ. ಅವಳು ಜೀಪನ್ನು ಹಿಮ್ಮೆಟ್ಟಿಸಿಬಿಟ್ಟಿದ್ದಳು! ಆಗಲೇ ಧೈರ್ಯ ಬಂದವನಂತೆ ಹಿಂದಿನ ಸೀಟಿನಲ್ಲಿ ಸಾತ್ವಿಕ್ ಕೂಡಾ ಎದ್ದು ಕುಳಿತ.

ಸುಮನಾ ನಾಯಕ್‌ಗೆ ತಿಳಿಯದಂತೆ ಆಕೆಯನ್ನು ದಿನಾಲೂ ಹಿಂಬಾಲಿಸಿ ಅವಳ ದಿನಚರಿಯನ್ನು ಪತ್ತೆಹಚ್ಚಿದ್ದು ಆ ಜೀಪಿನಲ್ಲಿದ್ದ ಇಬ್ಬರು ಅನುಭವೀ ನೇವಿ ಪೊಲಿಸ್ ಅಧಿಕಾರಿಗಳೇ. ಇಲ್ಲದಿದ್ದರೆ ಅವಳು ಕರ್ನಾಟಕದ ಗಡಿಯಲ್ಲಿದ್ದ ತಿಲ್ಮತಿ ಬೀಚ್ ಬಳಿಯಿದ್ದ ಒಂದು ಅನಾಥ ಮಕ್ಕಳ ಆಶ್ರಮದಲ್ಲಿ ತನ್ನ ಕೆಲಸ ಮುಗಿಸಿಕೊಂಡು ಇದೇ ಹೊತ್ತಿನಲ್ಲಿ ಹೆದ್ದಾರಿಯಲ್ಲಿ ಈ ಸ್ಥಳವನ್ನು ಪಾಸ್ ಮಾಡುತ್ತಾಳೆಂದು ಖಚಿತವಾಗಿ ತಾನು ಹೇಗೆ ಇಲ್ಲಿ ಕಾದಿರಲು ಸಾಧ್ಯವಿತ್ತು...? ಅವಳು ಈ ರೇಸಿನಲ್ಲಿ ಗೆಲ್ಲಲೆಂದೇ ತಾನೇ ಆ ಜೀಪು ಸಹಿತಾ ತಾನಾಗೇ ವೇಗವನ್ನು ಕಡಿಮೆ ಮಾಡಿಕೊಂಡು ಹಿಂದೆ ಬಿದ್ದಿದ್ದು...? ಇಲ್ಲದಿದ್ದರೆ ಆ ನೇವಿ ಜೀಪನ್ನು ಓಡಿಸುತ್ತಿದ್ದವರು ಐದೇ ನಿಮಿಷಗಳಲ್ಲಿ ಸುಮನಾಳ ವ್ಯಾನನ್ನೂ ಹಿಮ್ಮೆಟ್ಟಿಸಬಲ್ಲವರಾಗಿದ್ದರು ಎಂದೂ ಅವನಿಗೆ ಗೊತ್ತು. ಆದರೆ ಎಲ್ಲರೂ ತಂತಮ್ಮ ಪಾತ್ರವನ್ನೂ ಸರಿಯಾಗೇ ಮಾಡುತ್ತಿದ್ದಾರೆ ಎಂದು ಚಿಕ್ಕ ಮುಗುಳ್ನಗೆ ತಂದುಕೊಂಡ...

2

ತಾನು ನೇವಿ ವ್ಯಾನ್‌ನಿಂದ ತಪ್ಪಿಸಿಕೊಂಡು ಬಂದ ಸ್ಥಳವನ್ನು ದಾಟಿ ಆಗ ತಾನೇ ಕಾರ್ ಇನ್ನೂ ಮುಂದಕ್ಕೆ ಹೋಗಿತ್ತು. ಆಕೆ ಚಲಿಸುತ್ತಿದ್ದ ದಿಕ್ಕು ಕರ್ನಾಟಕದಿಂದ ಗೋವಾ ಕಡೆಗಿದೆ.

"ಸ್ವಲ್ಪ ಕಾರ್ ನಿಲ್ಲಿಸಿ..." ಎಂದವನೇ ಕಾರ್ ಹಿಂದಿನ ಸೀಟಿನಿಂದ ಇಳಿದು ಅವಳ ಪಕ್ಕದಲ್ಲಿ ಬಂದು ಕುಳಿತ. ಮತ್ತೆ ಹೊರಟಿತು ಕಾರ್.

"ನೌ ಟೆಲ್ ಮಿ... ಇದೆಲ್ಲಾ ಏನು?" ಎಂದಳು ಸುಮನಾ ಇವನತ್ತ ಕತ್ತು ಕೊಂಕಿಸಿ, ಅಸಹನೆಯಿಂದ.

"ನಿಮಗೆ ಕನ್ನಡ ಬರುತ್ತಾ?" ಎಂದ ಕನ್ನಡದಲ್ಲಿ

ಅಚ್ಚರಿಯಾದರೂ ತೋರಿಸಿಕೊಳ್ಳದೇ, "ಓಹ್, ಚೆನ್ನಾಗಿ ಬರತ್ತೆ... ಹೇಗೆ ಊಹಿಸಿದಿರಿ?" ಎಂದಳು ಸ್ಪಷ್ಟವಾಗಿ.

"ಈ ಭಾಗದಲ್ಲಿ ಎಲ್ಲರಿಗೂ ಕೊಂಕಣಿ, ಕನ್ನಡ ಬರುತ್ತಲ್ಲಾ ಅದಕ್ಕೇ ಕೇಳಿದೆ..." ಎಂದ ಸರಳವಾಗಿ.

ಸುಮನಾ ನಿಟ್ಟುಸಿರಿಟ್ಟಳು, "ಅರೆ, ಪ್ರಶ್ನೆ ಕೇಳಿದ್ದು ನಾನು ಮೊದಲು... ನನಗೆ ಉತ್ತರ ಹೇಳಿ!"

"ನಾನು ನೇವಿ ಪೋಲಿಸರಿಂದ ತಪ್ಪಿಸಿಕೊಂಡು ಬರುತ್ತಿದ್ದೇನೆ...ಅದೇ ಸತ್ಯ!" ಎಂದನು ಸಾತ್ವಿಕ್. ಇದನ್ನು ಆಕೆ ವಿಚಾರಿಸಿದರೆ ಹೇಗೂ ಗೊತ್ತಾಗೇ ಆಗುತ್ತದೆ ಎಂದು ಸತ್ಯವನ್ನೇ ಹೇಳಿದ.

"ಆದರೆ ನಾನೇನೂ ತಪ್ಪು ಮಾಡಿರಲಿಲ್ಲ...ಆದರೂ... !" ಎಂದು ತನ್ನ ಮುಗ್ಧ ದನಿಯಲ್ಲಿ ನಾಟಕ ಶುರು ಮಾಡಿದ.

"ವಾಟ್?" ಎಂದಳು ಸುಮನಾ, ಗಾಬರಿಯಿಂದ, "ನೀವೊಬ್ಬ ತಲೆತಪ್ಪಿಸಿಕೊಂಡಿರುವ ಅಪರಾಧಿಯೆ...? ಎಂತಾ ಕೆಲಸ ಮಾಡಿಬಿಟ್ಟೆ ನಾನು!"

"ಛೆ ಛೇ... ಹಾಗನ್ನಬೇಡಿ... ಹೆಚ್ಚೇನೂ ಇಲ್ಲ... ಒಬ್ಬ ಅಡ್ಮಿರಲ್ ಮೇಲೆ ಗುಂಡು ಹಾರಿಸಿದ್ದೆ ಅಷ್ಟೆ... ಅವರಿಗೆ ತಗುಲಲಿಲ್ಲ... ಬೇಕಂತಲೆ ಮಿಸ್ ಆಗಲಿ

ಎಂದು ಸುಮ್ಮನೆ... ಹೆದರಿಸಲು ಹೊಡೆದಿದ್ದೆ!" ಎಂದ ಇದ್ಯಾವ ದೊಡ್ಡ ತಪ್ಪು ಎಂಬಂತೆ.

ಅವಳು ಕಿರ್ ಎಂದು ಬ್ರೇಕ್ ಹಾಕಿ ಕಾರ್ ನಿಲ್ಲಿಸಿದಳು ಒಂದು ಬದಿಗೆ... ಧುಮುಗುಟ್ಟುತ್ತಿರುವ ಮುಖದಿಂದ ದುರುಗುಟ್ಟಿ ನೋಡುತ್ತಾ ಕೂಗಿದಳು, "ಗೆಟ್ ಔಟ್...ಇನ್ನೊಂದು ಕ್ಷಣ ನನ್ನ ಕಾರಿನಲ್ಲಿರಬೇಡಿ...ಹೂಂ!"

"ನೋಡಿ ಸುಮನಾ ನಾಯಕ್‌ರವರೇ... ನನಗೆ ಗೊತ್ತು ನಿಮ್ಮ ತಂದೆಯೂ ದೊಡ್ಡ ಕಮಾಡೋರ್ ಆಗಿದ್ರು... ನಿಮ್ಮ ಹೆಸರು ಇಲ್ಲಿ ಜನಪ್ರಿಯ..."

ಅವಳು ಅವನ ಮಾತಿನಿಂದ ಸ್ವಲ್ಪ ತಬ್ಬಿಬ್ಬಾದಳು... ಅವಳು ತೊದಲಿದಳು, "ನನ್ನ ಹೆಸರು...? ಅಪ್ಪ... ಇದೆಲ್ಲಾ ಹೇಗೆ ಗೊತ್ತಾಯ್ತು ನಿಮಗೆ?"

"ನಿಮ್ಮ ಆರ್.ಸಿ. ಬುಕ್ ಕಾರ್ಡ್ ಇಲ್ಲೇ ಇದೆ ನೋಡಿ... ಹೆಸರು, ಅಡ್ರೆಸ್ ಎಲ್ಲಾ ಕಾಣುತ್ತೆ" ಎಂದು ಡ್ಯಾಶ್ ಬೋರ್ಡಿನಲ್ಲಿಟ್ಟಿದ್ದ ಅವಳ ಎಲೆಕ್ಟ್ರಾನಿಕ್ ಕಾರ್ಡ್ ತೋರಿಸಿದ. "ನೀವು ಕೆಲಸ ಮಾಡುವ ಎನ್ ಜಿ ಓ ನಡೆಸುವ ಅನಾಥಾಲಯದ ಮಕ್ಕಳು, ನಮ್ಮ ಕಾರವಾರ್ ನೇವಲ್ ಬೇಸ್‌ನಲ್ಲಿ ಈ ವರ್ಷ ದೀಪಾವಳಿಗೆ ಬಂದಿರಲಿಲ್ಲವೆ...? ಪ್ರೋಗ್ರಾಮ್ ಕೊಟ್ಟಿದ್ದರು..." ಇದೆಲ್ಲಾ ಸತ್ಯ ಎಂದು ಸಾತ್ವಿಕ್‌ಗೆ ಚೆನ್ನಾಗಿಯೇ ಗೊತ್ತಿತ್ತು, "ಆಗ ಆ ಮಕ್ಕಳ ಜತೆ ಬಂದಿದ್ದ ನಿಮ್ಮನ್ನೂ ನೋಡಿದ್ದೆ!"

"ಬಟ್... ಬಟ್..." ಎಂದಳು, ಅವನು ಇಳಿದರೆ ಸಾಕೆನ್ನುವಂತೆ. ಅವಳಿಗೆ ದಿಗ್ಭ್ರಮೆ, ಗಾಬರಿ ಎರಡೂ ಆಗುತ್ತಿದೆ.

"ನೋಡಿ ಮೇಡಮ್, ನಾನು ಒಬ್ಬ ಅಬಲೆ ಸ್ತ್ರೀಯನ್ನು ಒಬ್ಬ ಮುದಿಯ ಅಡ್ಮಿರಲಿನಿಂದ ರಕ್ಷಿಸಲು ಹೀಗೆ ಮಾಡಿದೆ... ಇನ್ನು ನೀವು ಇಳಿ ಅಂದರೆ ಇಳಿಯುತ್ತೇನೆ, ಬೇಕಾದರೆ..." ಎಂದು ಪೀಠಿಕೆ ಹಾಕಿದ. ಅವಳು ಅವನೆಣಿಸಿದಂತೆ ಆ ಮಾತು ಕೇಳಿ ತೆಪ್ಪಗಾದಳು.

ಅವಳು ಈ ರೀತಿ ತರಲೆ ಮಾಡಿದರೆ, ತಾನು ಬಲ ಪ್ರದರ್ಶನ ಮಾಡಿಯಾದರೂ ಅವಳ ತಂದೆಯ ಮನೆತಲುಪುವುದು ಈ ಮಿಷನಿಗೆ ಅತ್ಯವಶ್ಯಕ ಎಂದು ಬೇಸ್‌ನಲ್ಲಿ ವಾಗ್ದಾನ ಕೊಟ್ಟೂ ಇದ್ದ... ಆದರೆ ಕೊನೆಯ ಅಸ್ತ್ರವಾಗಿ ಮಾತ್ರ!

ಹತ್ತೇ ನಿಮಿಷಗಳಲ್ಲಿ ತನ್ನ ಮನೆಯ ಯುವ ಕೆಲಸದವಳ ಮೇಲೆ ಪಕ್ಕದ ಮನೆಯ ಮುದಿ ಅಡ್ಮಿರಲ್ ಶಾ ಕಾಕದೃಷ್ಟಿ ಹಾಕಿ ಕಿರುಕುಳ ಕೊಟ್ಟಿದ್ದೂ, ತಾನೆಷ್ಟು ಎಚ್ಚರಿಕೆ ಕೊಟ್ಟರೂ ಕಿವಿಗೆ ಹಾಕಿಕೊಳ್ಳದ ಅಡ್ಮಿರಲ್ ಮೇಲೆ ಕೊನೆಗೊಮ್ಮೆ ಆ ಯುವತಿಯನ್ನು ಬಿಡಿಸಲು ಗುಂಡು ಹಾರಿಸಿ ರಕ್ಷಿಸಬೇಕಾಗಿದ್ದುದನ್ನೂ ಯಥಾವತ್ತಾಗಿ ತಮ್ಮ ಬೇಸ್‌ನಲ್ಲಿ ಬಾಯಿಪಾಠ ಮಾಡಿಸಿ ಕೊಟ್ಟಂತೇ ಹೇಳಿದಾಗ ಸುಮನಾ ಆಸಕ್ತಿಯಿಂದ ಕೇಳಿಸಿಕೊಂಡಳು. ಅವನೆಣಿಸಿದಂತೆ ಹೆಣ್ಣಾದ ಅವಳಿಗೆ

ಈ ಕತೆ ಮನಮುಟ್ಟಿತು. ಅವರು ತನ್ನನ್ನು ಕೋರ್ಟ್ ಮಾರ್ಷಲ್ ಮಾಡಲು ಮನೆಯಿಂದ ಬೇಸ್‌ಗೆ ಕರೆದೊಯ್ಯುತ್ತಿದ್ದಾಗ ವ್ಯಾನಿನಲ್ಲಿ ಸಾಹಸ ಮಾಡಿ ತಪ್ಪಿಸಿಕೊಂಡು ಹೆದ್ದಾರಿಗೆ ಬಂದನೆಂದು ಹೇಳಿ ಮುಗಿಸಿದ. ಆ ವೇಳೆಗಾಗಲೇ ಅವನ ಕತೆಯನ್ನು ಅವಳು ನಂಬಿಬಿಟ್ಟಿದ್ದಳು. ಅವನ ತಪ್ಪು ಇದರಲ್ಲಿ ಇಲ್ಲವೆಂದು ಅವಳಿಗೆ ಮನವರಿಕೆಯಾಯಿತು... ಸಹಕರಿಸಲು ಮುಂದಾದಳು.

"ಹಾಗಾದರೆ ಮುಂದೇನು?" ಎಂದಳು ಯೋಚಿಸುತ್ತಾ,

"ನಿಮ್ಮ ತಂದೆ ಹೇಗೂ ಇಲ್ಲಿನ ಆಯಿಲ್ ವೆಲ್ ರಿಗ್ ಕಾಂಟ್ರ್ಯಾಕ್ಟ್ ತೆಗೆದುಕೊಂಡು ಕೆಲವು ಸಮುದ್ರದಡಿಯ ಕೆಲಸಗಳನ್ನು ಮಾಡುತ್ತಿರುತ್ತಾರೆ... ನನ್ನನ್ನೂ ಅಂತಹ ಯಾವುದಾದರೂ ಅಂಡರ್-ವಾಟರ್ (ಜಲಾಂತರ) ಕೆಲಸದಲ್ಲಿ ಉಪಯೋಗಿಸಿಕೊಂಡರೆ ಈ ಹಗರಣದ ಬಿಸಿ ಇಳಿಯುವವವರೆಗೆ ಇದ್ದು ಹೋಗುತ್ತೇನೆ... ಬೇರೆ ವ್ಯವಸ್ಥೆಗೂ ಸಮಯ, ಉಪಾಯವಾದರೂ ಬೇಕಲ್ಲವೆ...? ತಾತ್ಕಾಲಿಕವಾಗಿಯೇ ಸಾಕು... ಆಗಬಹುದೆ?" ಎಂದನು

ಅವಳ ಮುಖ ಅವನೆಣೆಸಿದಂತೆಯೇ ಗಂಭೀರವಾಯಿತು. ತಂದೆಯ ಈ ಕೆಲಸದಿಂದ ತನಗೇನೋ ಅಷ್ಟು ಸಮಾಧಾನವಿಲ್ಲದ ತರಹ!

ಸರಕಾರಿ ಓ ಎನ್ ಜಿ ಸಿ ದಾಖಲೆಗಳ ಪ್ರಕಾರ ನಿವೃತ್ತ ಕಮಾಡೋರ್ ವಿಶ್ವನಾಥ್ ನಾಯಕ್ ವಿಎನೆಸ್ ಆಯಿಲ್ ಡ್ರಿಲ್ಲಿಂಗ್ ಕೋ ಎಂಬ ಗುತ್ತಿಗೆಯ ಕಂಪನಿ ತೆರೆದು ಎರಡು ವರ್ಷಗಳಿಂದ ಬಾಂಬೆ ಹೈ ಮುಂತಾದ ಅರಬ್ಬೀ ಸಮುದ್ರದ ಪಶ್ಚಿಮ ಕರಾವಳಿ ಪ್ರದೇಶದಲ್ಲಿ ತೈಲ ಮೂಲಗಳನ್ನು ಪತ್ತೆಹಚ್ಚಿ ತೈಲಬಾವಿ ತೋಡುವ ಕಾರ್ಯವನ್ನು ಮೊದಮೊದಲು ಚೆನ್ನಾಗಿಯೇ ಮಾಡುತ್ತಿದ್ದರು. 'ಬ್ಲ್ಯಾಕ್ ಗೋಲ್ಡ್ ' ಅಥವಾ 'ಕಪ್ಪು ಬಂಗಾರ' ಎಂದೇ ಉದ್ಯಮದಲ್ಲಿ ಕರೆಯುವ ತೈಲದ ವ್ಯವಹಾರದಲ್ಲಿ ನಷ್ಟದ ಮಾತೇ ಇಲ್ಲ, ಲಾಭವೇ ಲಾಭ... ಕೆಲವು ತಿಂಗಳ ಮುಂಚೆ.....

ಅವನ ಯೋಚನಾ ಲಹರಿಯನ್ನು ಕತ್ತರಿಸುತ್ತ ಉತ್ತರಿಸಿದಳು, "ಅಪ್ಪನ ವರ್ಕ್ ಬಗ್ಗೆ ಹೆಚ್ಚು ನನಗ್ಗೊತ್ತಿಲ್ಲ... ಎಂತೆಂಥದೋ ಬಗೆಯ ಜನ ಬಂದು ಹೋಗುತ್ತಿರುತ್ತಾರೆ... ಅವರ ಪರಿಚಯವೂ ನನಗಿಲ್ಲ... ನಾನಾಯಿತು, ನನ್ನ ಎನ್‌ಜಿಓ ದಲ್ಲಿ ಪುಟ್ಟ ಅನಾಥ ಮಕ್ಕಳ ಕೆಲಸವಾಯಿತು... ಹಾಗಾಗಿ..." ಎಂದು ಆಕ್ಷೇಪಣೆ ಎತ್ತುತ್ತಲೇ ಹೋದಳು.

"ಸುಮನಾ, ನೀವು ಕಾರ್ ಸ್ಟಾರ್ಟ್ ಮಾಡಿ ದಯವಿಟ್ಟು ನಿಮ್ಮ ಮನೆಗೆ ಕರೆದೊಯ್ಯುವ ಉಪಕಾರ ಮಾಡಿ, ಮೊದಲು... ಅಲ್ಲಿ ತಲುಪಿದ ಮೇಲೆ ನನ್ನ ಹಣೆಬರಹ... ಅವರಿಗೆ ಎಲ್ಲಾ ಹೇಳಿಬಿಡುತ್ತೇನೆ... ಆಮೇಲೆ ಅವರು ನನ್ನನ್ನು ಮತ್ತೆ ನೇವಿ ಪೊಲೀಸರಿಗೆ ಒಪ್ಪಿಸಿದರೂ ಸೈ... ನಿಮಗೆ ತೊಂದರೆ

ಕೊಡುವುದಿಲ್ಲ... ಆದರೆ ದಯವಿಟ್ಟು ಹೀಗೆ ನಡು ಹೆದ್ದಾರಿಯಲ್ಲಿ ನಿಲ್ಲಿಸಬೇಡಿ. ನಮಗೆ ಅಪಾಯ ತಪ್ಪಿದ್ದಲ್ಲ... ಪ್ಲೀಸ್" ಎಂದನು ಪ್ರಾಮಾಣಿಕ ದನಿಯಿಂದ.

ನಿಟ್ಟುಸಿರಿಟ್ಟವಳಿಗೆ ಅದು ಸರಿಯೆಂದು ತೋರಿತು.

ಗೇರ್ ಬದಲಿಸುತ್ತಾ ಹೆದ್ದಾರಿಯಲ್ಲಿಂದ ತನ್ನ ಮನೆಯ ದಿಕ್ಕಿಗೆ ಚಿಕ್ಕ ರಸ್ತೆಯನ್ನೊಂದನ್ನು ಹಿಡಿದಳು ಸುಮನಾ.

ಆಕೆಯ ಮನೆ ಅತ್ಯಂತ ನಿರ್ಜನವಾದ, ಕೆಲವು ಲೋಕಲ್ ಜನರಿಗೆ ಮಾತ್ರವೇ ತಿಳಿದ ಲೋಲಿಯೆಂಎಂಬ ಗೋವಾ ಕರಾವಳಿಯ ಊರಿನ ಬಳಿಯಿತ್ತು. ಅಲ್ಲಿನ ಕಾಡಿನ ಗುಡ್ಡದ ಪ್ರಶಾಂತ ವಾತಾವರಣದಲ್ಲಿ ವಿಶ್ವನಾಥ್ ನಾಯಕ್ ತಮ್ಮ ಸುಂದರ ಬಂಗಲೆ, ತೋಟ, ಇತ್ಯಾದಿ ಕಟ್ಟಿಕೊಂಡಿದ್ದರು. ಈಗ ಅವರ ಬಿಜ಼ಿನೆಸ್ ಆದ ತೈಲಬಾವಿ ತೋಡುವ ಹುಡುಕಾಟವೂ ಆ ಬೀಚಿನ ಆಸುಪಾಸಿನಲ್ಲೇ ಕೇಂದ್ರೀಕೃತವಾಗಿದೆಯೆಂದೂ ನೇವಿ ಬೇಸ್‌ನಲ್ಲಿ ಸಾತ್ವಿಕ್‌ನ ಬಾಸ್ ಶಶಾಂಕ್ ಪಾಟೀಲ್ ಅವನಿಗೆ ವಿವರಿಸಿದ್ದರು. ಸ್ವಲ್ಪ ಅತ್ತಿತ್ತ ಸರಿದರೂ ನೂರು ಕಿಮೀ ಒಳಗೇ ಕರ್ನಾಟಕದ ಗಡಿಯ ಮಜಲಿ ಬೀಚ್ ಸಿಕ್ಕಿಬಿಡುತ್ತದಂತೆ. ಆದರೆ ಅವರಿಗೆ ಸಮುದ್ರ ಮಧ್ಯದಲ್ಲಿರುವಾಗ ಈ ಭೂನಕ್ಷೆ ಮತ್ತು ರಾಜ್ಯದ ಸೀಮಾರೇಖೆಗಳ ಸಮಸ್ಯೆ ಇರುವುದಿಲ್ಲ, ಅವರಿಗೆ ಯಾವ ಅಂಕೆಯೂ ಇರುವುದಿಲ್ಲ ಎಂದೆಲ್ಲಾ ಅವರು ತಿಳಿಸಿದ್ದರು... ತಾನಂತೂ ಇದೆಲ್ಲವನ್ನು ಒಮ್ಮೆ ಸರಿಯಾಗಿ ಪರಿಶೀಲಿಸಿದರೆ ಮಾತ್ರ ಈ ಮಿಶನ್ ಯಶಸ್ವಿಯಾದೀತು... 'ಅದಕ್ಕೆಲ್ಲಾ ಅಲ್ಲಿ ಒಬ್ಬ ವ್ಯಕ್ತಿ ಮಾತ್ರ ತನ್ನ ಸಹಾಯಕ್ಕೆ ಬರಬಲ್ಲ, ಒತ್ತಾಸೆಯಾಗಿರಬಲ್ಲ... ಅವನು...' ಎಂದು ಯೋಚಿಸುತ್ತಿರುವಂತೆಯೇ, ಮತ್ತೆ ಸುಮನಾ ಮಾತಾನಾಡಿ, "ಅಪ್ಪ ತುಂಬಾ ಕೋಪಿಷ್ಠ, ಏನಾದರೂ ಅನ್ನಬಹುದು. ನೀವು ಮೊದಲು ಸುಮ್ಮನಿರಿ; ಅದು ಅವರ ವಿಸ್ಕಿ ಮಾತನಾಡುತ್ತಿರುತ್ತದೆ... ಅವರೇ ತಣ್ಣಗಾಗುತ್ತಾರೆ. ಅಲ್ಲದೇ ಅವರ ಭಾಗದ ತತ್ವಜ್ಞಾನಿ, ಮಿತ್ರ, ಪಾಲುದಾರನಾಗಿ ಬಂದು ಸೇರಿದ್ದಾನಲ್ಲಾ ಆ ಸೇನಾನಿ, ಅವನೂ ಏನಾದರೂ ಕೊಂಕು ಹೇಳಿಯೇ ಹೇಳುತ್ತಾನೆ... ಹಹ್!" ಎಂದು ಉದ್ಗರಿಸಿದಳು

ಈ ಸೇನಾನಿ ಎಂಬಾತ ಆಕೆಯ ಒಳ್ಳೆಯ ಮಿತ್ರನಂತೂ ಆಗಿರಲಾರ ಎಂದು ಸ್ಪಷ್ಟವಾಗಿ ಸಾತ್ವಿಕ್‌ಗೆ ತಿಳಿದುಹೋಯಿತು.

3

ಈಗ ಆ ಚಿಕ್ಕ ಟಾರ್ ರಸ್ತೆ ಕಚ್ಚಾ ರಸ್ತೆಯಾಗಿ ಬದಲಾಗಿತ್ತು... ಇತ್ತೀಚೆಗೆ ಹೆಚ್ಚಿನ ಮಳೆಯಾಗಿಯೋ ಏನೋ ಅಲ್ಲಲ್ಲಿ ಕೊಚ್ಚೆ ಹೆಚ್ಚಾಗಿ ಕಾರ್

ನಿಧಾನವಾಗಿಯೇ ಚಲಿಸುತಿತ್ತು... ಸಾತ್ವಿಕ್‌ಅಂತೂ ಅಕ್ಕಪಕದಲ್ಲಿ ಸೊಂಪಾಗಿ ಬೆಳೆದಿದ್ದ ಒಂದು ತೆಂಗಿನಮರಕ್ಕೂ ಇನ್ನೊಂದಕ್ಕೂ ವ್ಯತ್ಯಾಸ ತಿಳಿಯದವನಂತೆ ಆಕೆಯ ಮೇಲೆ ಪೂರ್ಣ ನಂಬಿಕೆಯಿಟ್ಟು ಕೂತಿದ್ದ. ಈ ರಸ್ತೆಗಳೆಲ್ಲಾ ಸುಮನಾಗೆ ಮನದಟ್ಟಾಗಿರಲು ಸಾಧ್ಯ. ತನ್ನ ಮನೆಗೆ ಹೋಗಿ ಬರುವ ದೈನಂದಿನ ದಾರಿ ತಾನೆ...

ಅವನ ನಂಬಿಕೆ ಹುಸಿಯಾಗುವಂತೆ ರಸ್ತೆಯ ಅಡ್ಡದಾರಿಯೊಂದರಿಂದ ದುಡಮ್ಮನೆ ಒಂದು ಹೊಳೆಯುವ ಕಪ್ಪು ಬಣ್ಣದ ಫ್ಲೋರ್ಡ್ ಎಂಡೆವರ್ ವ್ಯಾನ್ ಸುಮನಾಳ ಕಾರಿಗೆ ಅಡ್ಡಬಂತು. ಅದನ್ನು ನಿರೀಕ್ಷಿಸಿರದ ಕಾರಣ ಸುಮನಾ ಸಾವರಿಸಿಕೊಂಡು ಕ್ಷಣಾರ್ಧದಲ್ಲಿ ಬ್ರೇಕ್ ಒತ್ತಲು, ಧೂಳು ಮತ್ತು ಕೊಚ್ಚೆಯಲ್ಲಿ ಸಿಕ್ಕಿದ ಚಕ್ರಗಳು ತಿರುಗುತ್ತಾ ಅವಳ ಹೊಂಡಾ ಕ್ರಾಸೋವರ್ ಆ ಫ್ಲೋರ್ಡ್ ವ್ಯಾನಿಗೆ ಕೇವಲ ಆರಿಂಚು ದೂರದಲ್ಲಿ ನಿಂತಿತು.

"ವಾಟ್ ದ..." ಎಂದು ಶಪಿಸಲು ಹೋದ ಸುಮನಾ ವ್ಯಾನಿನಿಂದ ಇಳಿದ ನೀಲಿ ಸೂಟ್ ಧರಿಸಿದ ಅರೆಬಕ್ಕ ತಲೆಯ ದೃಢಕಾಯದ ವ್ಯಕ್ತಿಯನ್ನು ಕಂಡು, 'ಓಹ್' ಎಂದು ಹುಬ್ಬೇರಿಸಿದಳು.

"ನಮಗಾಗಿ ಸ್ವಾಗತ ಸಮಿತಿ ಬಂದಿದೆ ಅನಿಸುತ್ತೆ..." ಎಂದು ಅಂತದರಲ್ಲೂ ಒಣನಗೆ ಚೆಲ್ಲಿ ಉದ್ಗರಿಸಿದ ಸಾತ್ವಿಕ್.

"ಅಪ್ಪನ ಹೊಸ ಸೆಕ್ಯುರಿಟಿ ಆಫೀಸರ್... ಹಮೀದ್ ಅಲಿ ಅಂತ..." ಎಂದು ಗುರುತಿಸಿದಳು ಸುಮನಾ ಎಂಜಿನ್ ಆರಿಸುತ್ತಾ.

"ಮತ್ತು ಅವನ ಬಂಟರು, ಯುದ್ಧಕ್ಕೆ ಸಿದ್ಧರಾಗಿ ಬಂದಿದ್ದಾರೆ..." ಎಂದ ಹಮೀದ್ ಅಲಿಯ ಹಿಂದೆಯೇ ಇಳಿದ ಇಬ್ಬರು ರಿವಾಲ್ವರ್ ಹಿಡಿದ ಗನ್ಮೆನ್‌ಗಳನ್ನು ಗಮನಿಸಿ.

"ಓಹ್... ಇವನು ಅಪ್ಪನಿಗೆ ಇದನ್ನು ರಿಪೋರ್ಟ್ ಮಾಡುತ್ತಾನೆ..." ಎಂದು ಗೊಣಗಿದಳು ಸುಮನಾ.

ಸಾತ್ವಿಕ್ ತನ್ನ ಪಕ್ಕದ ಡೋರ್ ತೆಗೆಯುತ್ತಾ, "ಸರಿ, ನನ್ನ ಗುಟ್ಟು ರಟ್ಟಾಗಿದೆ ಅನಿಸತ್ತೆ... ನಾನೇ ಅವರನ್ನು ಸ್ವಾಗತಿಸುತ್ತೇನೆ..." ಎಂದು ಇಳಿದ.

ಆಗ ತಕ್ಷಣ ಹತ್ತಿರ ಬರುತ್ತಿದ್ದ ಹಮೀದ್ ಅಲಿಯ ಕೈಯಲ್ಲಿ ಎಲ್ಲಿಂದಲೋ ಕೋಲ್ಟ್ 0.38 ರಿವಾಲ್ವರ್ ಹುಟ್ಟಿಕೊಂಡಿತು...

"ಹ್ಯಾಂಡ್ಸ್ ಅಪ್!" ಎಂದು ಕಣ್ಣು ಕಿರಿದಾಗಿಸಿ ರಿವಾಲ್ವರನ್ನು ಇವನತ್ತ ಬೆದರಿಸುವಂತೆ ಆಡಿಸಿದ ಆ ಚೀಫ್ ಸೆಕ್ಯುರಿಟಿ ಆಫೀಸರ್.

ಸಾತ್ವಿಕ್ ಕೈ ಮೇಲೆತ್ತುತಿರುವಂತೆಯೇ,

"ಹಮೀದ್, ಏನಿದೆಲ್ಲಾ...?" ಎನ್ನುತ್ತಾ ಸುಮನಾ ಕೂಡಾ ಕಾರಿಳಿದು ಹತ್ತಿರ ಬಂದಳು.

"ನೀವು ಇತ್ತಕಡೆ ಇರಿ ಮೇಡಮ್" ಎಂದು ಆಕೆಯ ಕೈ ಹಿಡಿದು ತನ್ನ ಬದಿಗೆ ಸೆಳೆದುಕೊಂಡ "ಆತ ಬಹಳ ಅಪಾಯಕಾರಿ ಅಪರಾಧಿ... ಅಕಸ್ಮಾತ್ ನಿಮಗೆ ಏಟು ಬಿದ್ದಾತು....."

"ಅವನ ಮೈ ಮೇಲೆ ಆಯುಧಗಳನೇದಾರೂ ಇದ್ದರೆ ಚೆಕ್ ಮಾಡಿ" ಎಂದು ತನ್ನ ಬಂಟರಿಗೆ ಸೂಚಿಸಿದವ, "ನಿಮಗೇನೂ ಹಾನಿಯಾಗಲಿಲ್ಲ ತಾನೆ ಅವನಿಂದ?" ಎಂದನು ಹಮೀದ್ ಸುಮನಾಳನ್ನು ಉದ್ದೇಶಿಸಿ.

ಅವಳು ಇಲ್ಲವೆಂದು ತಲೆಯಾಡಿಸಿ ಮೂಕವಿಸ್ಮಿತಳಾಗಿ ನೋಡುತ್ತಿದ್ದಳು. ಸಾತ್ವಿಕ್ ಬಳಿ ಯಾವುದೇ ಆಯುಧವಿಲ್ಲವೆಂದು ಬಂಟರು ದೃಢಪಡಿಸಿದರು.

"ನಾನೇ ನಿಮ್ಮ ಮನೆಗೆ ಬರುತ್ತಿದ್ದೆ. ಅಷ್ಟರಲ್ಲೇ ರಸ್ತೆ ಮಧ್ಯೆ ನಿಲ್ಲಿಸಿ...?" ಎಂದು ತುಟಿಯುಬ್ಬಿಸಿದ ಸಾತ್ವಿಕ್ ಮಹಾ ಸಭ್ಯಸ್ಥನ ದನಿಯಲ್ಲಿ.

"ನೀವು ಬರುತ್ತೀರಿ, ಸ್ವಾಮಿ..." ಎಂದು ಗಹಗಹಿಸಿ ನಕ್ಕ ಹಮೀದ್, "ಎಲ್ಲೆಂದರಲ್ಲಿ ಇಳಿದು, ಯಾರ ಕಾರಲ್ಲಾದರೂ ಹತ್ತಿ, ಯಾವಾಗ ಬೇಕಾದರೂ ಬರುತ್ತೀರಿ... ಹಾಗೆ ಬರಲು ಇದೇನು ನಿಮ್ಮ ಮಾವನ ಮನೆಯೆ?"

"ನಾನು ಕೆಲಸ ಹುಡುಕಿಕೊಂಡು ಬಂದ ಅಭ್ಯರ್ಥಿ ಅಷ್ಟೆ! ನಾನ್ಯಾರೆಂದು ನಿಮಗೆ..." ಎನ್ನುತ್ತಾ ವಿವರಿಸಹೋದ ಸಾತ್ವಿಕ್.

"ಚೆನ್ನಾಗಿ ಗೊತ್ತು... ಕ್ಯಾಪ್ಟನ್ ಸಾತ್ವಿಕ್ ಅರಸ್, ಇಂಡಿಯನ್ ನೇವಿ, ಕಾರವಾರ ಬೇಸ್... ದೊಡ್ಡ ಆಫೀಸರರ ಕೊಲೆ ಯತ್ನ ಮಾಡಿ ಪೋಲಿಸರಿಂದ ಪರಾರಿಯಾಗಿ, ಸುಮನಾಗೆ ಒತ್ತಡ ಹಾಕಿ ಇಲ್ಲಿಯವರೆಗೂ ಕರೆತಂದ ಮಹಾನುಭಾವ... ಇನ್ನೇನಾದರೂ ಮರೆತೆನೆ?" ಎಂದು ಕುಹಕವಾಡಿದ ಹಮೀದ್.

"ಹಮೀದ್ ಅವರೂ ಮೊದಲು ಡಿಫೆನ್ಸ್‌ನಲ್ಲಿದ್ದವರು... ಅವರಿಗೆ ಇನ್ನೂ ಕಾಂಟ್ಯಾಕ್ಟ್ಸ್ ಇದೆ... ನೀವೇನಾದರೂ ನನಗೆ ಸುಳ್ಳು ಹೇಳಿದ್ದರೆ..." ಎಂದು ಸ್ವಲ್ಪ ಚೇತರಿಸಿಕೊಂಡಿದ್ದ ಸುಮನಾ ಅವನತ್ತ ತೋರು ಬೆರಳಾಡಿಸಿದಳು.

"ಹಾಗಾದರೆ ನನ್ನನ್ನು ಮತ್ತೆ ಪೋಲಿಸರಿಗೆ ಒಪ್ಪಿಸುತ್ತೀರಿ ಅನ್ನಿ..." ಎಂದ ಸಾತ್ವಿಕ್ ಕೈಯಿಳಿಸುತ್ತಾ.

"ಅದು ನನ್ನ ಬಾಸ್, ಕಮಾಡೋರ್ ನಾಯಕ್‌ಗೆ ಬಿಟ್ಟಿದ್ದು... ಜತೆಗೆ ಸೇನಾನಿ ಸರ್ ಏನು ಹೇಳುತ್ತಾರೋ ಗೊತ್ತಿಲ್ಲ... ಅದಕ್ಕಾಗಿ ಮೊದಲು ಅವರ ಬಳಿ ನಿಮ್ಮನ್ನು ಒಪ್ಪಿಸುತ್ತೇನೆ, ನಿರ್ಧಾರ ಅವರದು... ನಡೆಯಿರಿ ಹೋಗೋಣ... " ಎಂದು ಸಾತ್ವಿಕ್‌ನನ್ನು ತನ್ನ ಫೋರ್ಡ್ ವ್ಯಾನಿಗೆ ತನ್ನ ರಿವಾಲ್ವರ್

ನೆರಳಿನಲ್ಲಿಯೇ ಕರೆದೊಯ್ದ ಹಮೀದ್, "ನೀವು ನಿಮ್ಮ ಕಾರಲ್ಲಿ ನಮ್ಮ ಹಿಂದೆ ಬನ್ನಿ" ಎಂದು ಸುಮನಾಗೆ ಸೂಚಿಸಿದ ನಂತರ, ಎರಡೂ ವಾಹನಗಳು ಕಡಿದಾದ ರಸ್ತೆಯಲ್ಲಿ ಕಮಾಡೋರ್‌ರವರ ಬಂಗಲೆಯತ್ತ ಸಾಗಿದವು.

ಬೀಚ್ಗೂ ಮುನ್ನ ಚಿಕ್ಕ ತಿರುವಿದ್ದ ಕಡೆ ಫೋರ್ಡ್ ಕಾರು 4–ವೀಲ್ ಡ್ರೈವ್‌ನಲ್ಲಿ ಸುಲಭವಾಗಿ ಏರುತ್ತಾ ದಿಬ್ಬದ ಎತ್ತರವನ್ನು ನಿಭಾಯಿಸಿತು. ಆಗಸದಲ್ಲಿ ಮೋಡ ಮುಚ್ಚಿಕೊಂಡು ಮಳೆಯ ಸೂಚನೆಯಿತ್ತು.

ಅಡಿಕೆ ಮತ್ತು ತೆಂಗಿನ ತೋಟಗಳ ನಡುವಿನಿಂದ ಒಂದು ಹಸಿರು ಬಣ್ಣದ ಹೂವಿನ ಕುಶಲ ಕಲೆ ಮಾಡಿದ ಸ್ಟೀಲ್ ಗೇಟು ಅವರನ್ನು ಸ್ವಾಗತಿಸಿತು. ಇವರ ವಾಹನಗಳನ್ನು ಮೊದಲೇ ಗಮನಿಸಿದ್ದ ಗಾರ್ಡ್ಸ್ ತಮ್ಮ ಕ್ಯಾಬಿನ್ನಿಂದ ವಿದ್ಯುತ್ ಚಾಲಿತ ಗೇಟನ್ನು ಸರಿಯಾದ ಸಮಯಕ್ಕೆ ತೆರೆದಿಟ್ಟರು.

ಪೋರ್ಚುಗೀಸ್ ಕಾಲದ ಕಣ್ಣು ಕೋರೈಸುವ ಬಿಳಿ ಬಣ್ಣ ಬಳಿದ ಗೋಡೆಗಳ, ಶುಭ್ರ ಗಾಜಿನ ಕಿಟಕಿಗಳ, ಹಳೆಯದಾದರೂ ಚೆನ್ನಾಗಿ ನೋಡಿಕೊಂಡ, ಎರಡು ಅಂತಸ್ತಿನ ಬಂಗಲೆಯ ಪೋರ್ಟಿಕೋ ಅವರಿಗೆ ಎದುರಾಯಿತು. ಡ್ರೈವ್–ವೇ ಎರಡೂ ಬದಿಯಲ್ಲಿ ಬಿಳಿ ಮತ್ತು ಹಳದಿ ಗುಲಾಬಿಯ ಗಿಡಗಳು ಹೂ ತುಂಬಿ ಸುಂದರವಾಗಿ ಕಂಡವು.

"ಇದರಲ್ಲಿ ಸುಮನಾರ ಕೈವಾಡವೇ ಇರಬೇಕು... ನಿಮ್ಮಂತಹ ವಡ್ಡರ ಕೈಲಾಗದ ಕೆಲಸ..." ಎಂದು ಅದನ್ನು ಗಮನಿಸಿ ಟಿಪ್ಪಣಿ ಮಾಡಿದ ಸಾತ್ವಿಕ್, ಪಕ್ಕದಲ್ಲಿ ಅದುವರೆಗೂ ಮಾತಾಡದೇ ತೆಪ್ಪಗೆ ಕುಳಿತಿದ್ದ ಹಮೀದ್‌ಗೆ. ಅವನು ಆಗಲೂ ಸೊಲ್ಲೆತ್ತಲಿಲ್ಲ, ಆದರೆ ಆತನ ರಿವಾಲ್ವರ್ ಮಾತ್ರ ಇನ್ನೂ ಅವನ ಪಕ್ಕೆಗೆ ಜೋರಾಗಿ ಒತ್ತಿತು. ಹಿಂದಿನ ಸೀಟಿನಲ್ಲಿದ್ದ ಗಾರ್ಡ್ಸ್ ತಮಗೆ ಅವನ ಟೀಕೆಯ ಅರ್ಥವೇ ಆಗದವರಂತಿದ್ದರು.

ಅವರು ಇಳಿಯುವ ಹೊತ್ತಿಗೆ ಸರಿಯಾಗಿ ಮೋಡ ಬಿರಿದು 'ಧೋ' ಎಂದು ಮಳೆ ಸುರಿಯಲಾರಂಭಿಸಿತು.

ಅದನ್ನು ಲೆಕ್ಕಿಸದೇ ಸಾತ್ವಿಕ್, ಹಮೀದ್ ಮತ್ತು ಗಾರ್ಡ್ಸ್ ಇಳಿದರು...

"ಮೇಡಮ್ ಇಲ್ಲಿ ಬನ್ನಿ... ನೆನೆಯಬೇಡಿ..." ಎನ್ನುತ್ತಾ ಯೂನಿಫಾರಂ ಹಾಕಿದ್ದ ಬೋಡ ತಲೆಯ ಒಬ್ಬ ನೌಕರ ಕೊಡೆ ಹಿಡಿದು ಸುಮನಾಳ ಕಾರಿನ ಬಳಿಗೆ ಓಡಿಬಂದನು.

ಇವರ ಕಡೆಗೆ ಅಂತಾ ಆತಿಥ್ಯವೇನೂ ಬರದ ಕಾರಣ, ಸಾತ್ವಿಕ್, "ನನಗೆ ಮಳೆಯಲ್ಲಿ ನೆನೆದರೆ ಶೀತ ನೆಗಡಿ ಅಗುವುದಿಲ್ಲ, ನಿಮಗೆ?" ಎಂದು ಹಮೀದ್ ಕಡೆಗೆ ಮತ್ತೆ ಚಟಾಕಿ ಹಾರಿಸಿದನು.

ಅವನ ಹಾಸ್ಯಕ್ಕೂ ಯಾರೂ ಬೆಲೆಕೊಡಲಿಲ್ಲ... ಅವನ ಬೆನ್ನಿಗೆ ರಿವಾಲ್ವರ್ ಚುಚ್ಚುತ್ತಾ ದಬದಬನೆ ಮನೆಯತ್ತ ತಳ್ಳಿದರು ಅಷ್ಟೇ.

ಚೆನ್ನಾಗಿ ಗಾಳಿಯಾಡುವ ಬಿಳಿ ಸಿಲ್ಕ್ ಕರ್ಟನ್ಸ್ ಹಾಕಿದ್ದ ಎತ್ತರ ತಾರಸಿಯುಳ್ಳ ದೊಡ್ಡ ವೆರಾಂಡಕ್ಕೆ ಕಾಲಿಟ್ಟರು. ಹೊಳೆಯುವ ಅಮೃತಶಿಲೆಯ ನೆಲದ ಟೈಲ್ಸ್ ಮುಸ್ಸಂಜೆ ಕತ್ತಲಲ್ಲಿ, ಮನೆಯೊಳಗಿನ ದೀಪಗಳ ಬೆಳಕಿನಲ್ಲಿ ಮಿರಮಿರ ಮಿಂಚುತ್ತಿದ್ದವು.

ಸಾತ್ವಿಕ್‌ಗೆ ತಿಳಿದಂತೆ ಕಮಾಡೋರ್ ವಿಶ್ವನಾಥ್ ನಾಯಕ್ ಬಳಿ ಸುಮಾರು 50 ಕೋಟಿಯ ಬಿಜಿನೆಸ್, ಅದಕ್ಕಿಂತ ಹೆಚ್ಚಿನ ಬೆಲೆ ಬಾಳುವ ಆಸ್ತಿ ಪಾಸ್ತಿ ಎಲ್ಲಾ ಇತ್ತು. ಅವರ ಸ್ಥಿತಿಗತಿಗೆ ತಕ್ಕ ಮನೆಯ ವಾತಾವರಣವೇ ಅನಿಸಿತು.

ಅವನತ್ತ ಸಪ್ಪಗೆ ನೋಡುತ್ತಾ ಸುಮನಾ ಬಟ್ಲರ್ ಜತೆ ಒಳಗೆ ಹೋದಳು, ನಾನೇನು ಮಾಡಲಿ ಎಂಬಂತೆ.

"ನೀವು ಇಲ್ಲೇ ಇರಿ. ನಾನು ಕಮಾಡೋರ್ಗೆ ಹೇಳಿ ಬರುತ್ತೇನೆ..." ಎಂದು ಸಾತ್ವಿಕ್‌ಗೆ ಕಣ್ಣು ಕೆಕ್ಕರಿಸಿ ಹೇಳಿದ ಹಮೀದ್,

"ಜಮೀರ್, ಶಿವೂ..." ಎಂದು ತನ್ನಿಬ್ಬರು ಗಾರ್ಡ್ಸ್‌ಗೆ ಹುಷಾರ್ ಮಾಡಿದ. "ಈ ಮನುಷ್ಯನಿಗೆ ಸ್ವಲ್ಪವೂ ಚಾನ್ಸ್ ಕೊಡಬೇಡಿ..."

ಅವನು ಒಳಹೋದ ಕೂಡಲೇ ರಿವಾಲ್ವರ್‌ಗಳನ್ನು ಹಿಡಿದಿದ್ದ ಗಾರ್ಡ್ಸ್‌ಗೆ ಮುಗುಳ್ನಕ್ಕ ಸಾತ್ವಿಕ್,

"ನಿಮ್ಮ ಬಾಸ್ಗೆ ಬಿ.ಪಿ. ಜಾಸ್ತಿ ಎಂದು ಕಾಣುತ್ತೆ... ನಾನೆಂತಹ ಸಾಧು ಪ್ರಾಣಿ... ನೋಡಿ, ನನಗೇ ಪೋಲೀಸರು ಹೇಗೆ ಹೊಡೆದಿದ್ದಾರೆ. ನೀವು ಆರಾಮಾಗಿರಿ, ನಿಮ್ಮ ಕೆಲಸ ಹೋಗುವಂತದೇನೂ ಮಾಡುವುದಿಲ್ಲ..." ಎಂದ. ಅವನ ಮಾತಿಗೆ ಮುಗುಳ್ನಕ್ಕರಾದರೂ ಅವರು ತಮ್ಮ ಗನ್ಸ್ ಇಳಿಸಲಿಲ್ಲ. ಇವರ ನಂಬಿಕೆ ಗಳಿಸುವುದು ತನಗೆ ಒಳ್ಳೆಯದು ಎಂದುಕೊಂಡ.

ಸ್ವಲ್ಪ ಸಮಯದ ನಂತರ ಬರೇ "ಹೂಂ!" ಎಂಬ ಸದ್ದಿನಿಂದ ಒಳಕರೆದ ಹಮೀದ್.

ಸುಮಾರು ಅರವತ್ತು ವರ್ಷ ವಯಸ್ಸಿನ ಕಮಾಡೋರ್ ನಾಯಕ್ ತಾನು ಅವರ ಹಳೆ ನೇವಿ ಫೈಲಿನಲ್ಲಿ ಕಂಡಿದ್ದ ಮಾಸಿದ ಭಾವಚಿತ್ರಕ್ಕಿಂತ ಚಿಕ್ಕವರಾಗಿಯೇ ಕಂಡರು. ತಲೆಕೂದಲು ಮಾತ್ರ ಅದಕ್ಕಿಂತ ಅರ್ಧ ಖಾಲಿಯಾಗಿತ್ತು. ರೋಸ್-ವುಡ್ ಮರದ ಗೋಡೆಗಳಿದ್ದ ಸ್ಟಡಿ ರೂಮಿನಲ್ಲಿ ತಾರಸಿಯೆತ್ತರದ ಗಾಜಿನ ಪುಸ್ತಕದ ಕಪಾಟುಗಳಲ್ಲಿ ನೂರಾರು ವರ್ಷಗಳ ಹಳೆಯ ನೌಕಾಪಡೆ ವಿಷಯದ ಪುಸ್ತಕಗಳಿದ್ದವು. ನೆಲಕ್ಕೆ ಅದೇ ಬಣ್ಣದ ಕಾರ್ಪೆಟ್ ಹಾಕಿದ್ದರು. ಮಹಾಗನಿ ಮರದ ಹೊಳೆಯುವ ಟೇಬಲ್ ಮೇಲೆ ಒಂದು ಲ್ಯಾಂಪ್ ಉರಿಯುತಿತ್ತು. ಅದರ ಹಿಂದೆ ಕುಳಿತಿದ್ದ ನಾಯಕ್ ತಮ್ಮ ಪೈಪಿನಲ್ಲಿ ತಂಬಾಕು ಸರಿಯಾಗಿ ಉರಿಯುತ್ತಿದೆಯೇ ಎಂದು ಪರೀಕ್ಷಿಸುತ್ತಿದ್ದರು, ತಮ್ಮ ಕಡುನೀಲಿ ಇಸ್ತ್ರಿಮಾಡಿದ ಕೋಟಿನ ಮೇಲೆ ಬಿದ್ದಿದ್ದ ಪುಡಿಯನ್ನು ಕೊಡವಿಕೊಂಡೆದ್ದರು.

ಮುಂದೆ ಬಂದು ಕೈ ಚಾಚಿ ಮುಗುಳನಗುತ್ತಾ, "ಕ್ಯಾಪ್ಟನ್ ಅರಸ್, ಇನ್ನೂ ಒಳ್ಳೆಯ ಸಂಧರ್ಭಗಳಲ್ಲಿ ನಿಮ್ಮನ್ನು ಭೇಟಿಯಾಗಿದ್ದರೆ ಚೆನ್ನಾಗಿತ್ತು. ಇರಲಿ... ಭಾರತೀಯ ನೇವಿ ಪಾಲಿಗೆ ಅಪರಾಧಿ, ಆದರೆ ಈ ಮಾಜಿ ನೇವಿ ಅಧಿಕಾರಿಯ ಮನೆಯ ಅತಿಥಿ... ಎಂಥ ವಿಚಿತ್ರ" ಎಂದು ಅವನ ಕೈ ಕುಲುಕಿದರು. ಅವರ ನಾಟಕೀಯ ಮಾತುಗಳಿಗೆ ಅವನು ಮಾರು ಹೋಗಲಿಲ್ಲ.

"ಕಮಾಡೋರ್, ಒಂದು ಗ್ಲಾಸ್ ನೀರು ಸಿಗುತ್ತದೆಯೇ?" ಎಂದ ತನ್ನ ಅವಸ್ಥೆ ಬಗ್ಗೆ ಅವರ ಗಮನ ಸೆಳೆಯಲು.

ಅವರು ಹುಬ್ಬೇರಿಸಿದರು, ನೋವಾದಂತೆ ಮುಖ ಮಾಡಿ, "ಅಫ್ ಕೋರ್ಸ್... ನೀವು ತುಂಬಾ ಗಾಯಗೊಂಡಿದ್ದೀರಿ. ಬಾತ್ ರೂಮಿಗೆ ಹೋಗಿ ಮೈಕೈ ತೊಳೆದುಕೊಂಡು ಬನ್ನಿ... ಆಮೇಲೆ ಡ್ರಿಂಕ್ಸ್ ಕುಡಿಯುತ್ತಾ ಮಾತನಾಡುವಾ!" ಎಂದರು.

ತನ್ನ ಹಿಂದೆಯೇ ಕೈಯಲ್ಲಿ ಗನ್ಸ್ ಹಿಡಿದಿದ್ದ ಬಿಗು ಮುಖದ ಹಮೀದ್ ಮತ್ತವನ ಗಾರ್ಡ್ಸ್ ಕಡೆ ನೋಡಿ, "ಪರವಾಗಿಲ್ಲ, ನಿಮ್ಮ ಈ ಹೈ-ಕ್ಲಾಸ್ ಜೈಲಿನಲ್ಲಿ ಇದೆಲ್ಲಾ ಉಂಟೆ?" ಎಂದು ಬೇಕೆಂತಲೇ ಟೀಕಿಸಿದ

ಕಮಾಡೋರ್ ನಾಯಕ್ ಅವನ ಟೀಕೆಗೆ ಸ್ಪಂದಿಸಿ, "ಹಮೀದ್ ಐ ಥಿಂಕ್, ನಾವು ಅವರಿಗೆ ಸ್ವಲ್ಪ ಸ್ವಾತಂತ್ರ್ಯ ಕೊಡಬಹುದು. ನೀವು ಗನ್ ಇಳಿಸಿ, ಅವರು ಫ್ರೆಶ್ ಆಗಲಿ, ಮುಂದಿನ ವ್ಯವಸ್ಥೆ ಯೋಚಿಸುವಾ... ಸೇನಾನಿಗೂ ಇಲ್ಲಿಗೇ ಬರಹೇಳಿ" ಎಂದರು.

'ವಾಹ್, ಆಜ್ಞೆ ಕೊಡುವ ಸ್ಟೈಲನ್ನು ಇಂಥ ಹಳೇ ಅಧಿಕಾರಿಗಳಿಂದಲೇ ಕಲಿಯಬೇಕು' ಎಂದುಕೊಂಡ ಸಾತ್ವಿಕ್ ಬಾತ್-ರೂಂನತ್ತ ತೆರಳಿದ.

ಅರ್ಧ ಗಂಟೆಯ ನಂತರ ಸ್ನಾನ ಮಾಡಿ, ಹಣೆಗೆ ಬ್ಯಾಂಡ್-ಏಯ್ಡ್ ಹಚ್ಚಿ, ಬಾತ್-ರೋಬ್ ಧರಿಸಿದ ಸಾತ್ವಿಕ್ ಅದೇ ಸ್ಟಡಿ ರೂಮಿಗೆ ಬಂದಾಗ ಅಲ್ಲಿ ಹಮೀದ್ ಇರಲಿಲ್ಲ. ಬದಲಾಗಿ ಒಬ್ಬ ಮುಖದ ಮೇಲೆ ಬಿಜ಼ಿನೆಸ್ಮನ್ ಎಂಬ ಲೇಬಲ್ ಹಚ್ಚಿಕೊಳ್ಳದೆಯೇ ಹಾಗೆ ಕಾಣುವ ಮಧ್ಯವಯಸ್ಸಿನ, ಬ್ರೌನ್ ಸೂಟ್ ಧರಿಸಿದ ಗೋಲ್ಡ್ ರಿಮ್ ಕನ್ನಡಕದ, ಸ್ವಾರ್ಥವೇ ಮನೆಮಾಡಿದಂತಹ ಮುಖಭಾವದ ಗೆಡ್ಡೆಕಂಗಳ ವ್ಯಕ್ತಿಯೊಬ್ಬ ನಾಯಕ್‌ರ ಎದುರು ಕುಳಿತಿದ್ದ. ಅವನ ಪಕ್ಕ ಜೀನ್ಸ್ ಪ್ಯಾಂಟ್ ಮತ್ತು ಬಿಗಿ ಟೀ-ಶರ್ಟ್ ಧರಿಸಿ, ದೊಡ್ಡ ರಿವಾಲ್ವರ್ ಜೇಬಿನಲ್ಲಿ ಇಟ್ಟುಕೊಂಡಿದ್ದ ಪೈಲ್ವಾನ್ ದೇಹದ ಬಾಡಿಗಾರ್ಡ್ ನಿಂತಿದ್ದ. ಅವರಿಬ್ಬರೂ ಇವನನ್ನು ಸಂಶಯಾಸ್ಪದ ನೋಟ ಬೀರುತ್ತ ಗಮನಿಸಿದರು.

ಅವರೆಲ್ಲಾ ಜಾನಿ ವಾಕರ್ ವಿಸ್ಕಿ ಗುಟುಕರಿಸುತ್ತಿದ್ದರು. ಸಾತ್ವಿಕ್ ತನಗೆ ನಿಂಬೆ ರಸದ ಗ್ಲಾಸ್ ಸಾಕೆಂದ. ಆಲ್ಕೋಹಾಲ್ ಅಮಲು ಮತ್ತು ತಲೆಯೇಟು ಸೇರಿದರೆ

ತನ್ನ ಬುದ್ದಿ ಸ್ವಾಧೀನ ತಪ್ಪೀತು ಎನಿಸಿತ್ತು ಅವನಿಗೆ... ಅದು ಈಗ ಬಹಳ ಅವಶ್ಯಕವೂ ಆಗಿತ್ತು.

ಕಮಾಡೋರ್ ನಾಯಕ್ ಎದ್ದು ಪರಿಚಯ ಮಾಡಿಸಿಕೊಡುತ್ತಾ, "ಕ್ಯಾಪ್ಟನ್, ನನ್ನ ಬಿಜಿನೆಸ್ ಪಾರ್ಟ್ನರ್ಸ್ ಆಗಿರುವ ಮಿ॥ ರಾಯ್ ಸೇನಾನಿ ಮತ್ತವರ ಅಸಿಸ್ಟೆಂಟ್ ಟೋನಿ ಇವರನ್ನು ಮೀಟ್ ಮಾಡಿ... "ಎಂದಾಗ ಬೆವೆತ ಕೈಯಿಂದ ಅವನ ಕೈ ಕುಲುಕಿದ ಸೇನಾನಿ, ತಲೆಯಾಡಿಸಿ, ಹಲೋ ಎನ್ನುತ್ತಾ. ಟೋನಿ ಎಂಬಾತ ಹುಬ್ಬುಗಂಟಿಕ್ಕಿ ಗುಟುರು ಹಾಕಿದ ಅವನತ್ತ ತಿರುಗಿದಾಗ, ಅಷ್ಟೇ.

"ಇವರು ಕ್ಯಾಪ್ಟನ್ ಸಾತ್ವಿಕ್ ಅರಸ್, ಭಾರತೀಯ ನೌಕಾಪಡೆಯ ತಲೆತಪ್ಪಿಸಿಕೊಂಡ ಅಪರಾಧಿ..." ಕಮಾಡೋರ್ ಎನ್ನುತ್ತಿರಲು.

ಸಾತ್ವಿಕ್ ಹುಳ್ಳಗೆ ನಕ್ಕು, "ಅದನ್ನೇನು, ನನ್ನ ಕ್ವಾಲಿಫಿಕೇಶನ್ಸ್ ಎನ್ನುವಂತೆ ಜಂಬದಿಂದ ಹೇಳುತ್ತೀರಲ್ಲಾ..." ಎಂದನು.

ಆಗ ಒಮ್ಮೆ ಅವನನ್ನು ಆಪಾದಮಸ್ತಕ ನೋಡಿದ ಸೇನಾನಿ ಸ್ವಲ್ಪ ಕರ್ಕಶ ದನಿಯಲ್ಲಿ ನುಡಿದ, "ನಿಮ್ಮ ಹಾಸ್ಯಕ್ಕೆ ಇದು ಸಮಯವಲ್ಲ... ನೀವೆಂತಹ ಅಪಾಯಕಾರಿ ವ್ಯಕ್ತಿ ಎಂದು ನೇವಿ ಪೋಲಿಸರು ಈಗಾಗಲೇ ಸುತ್ತಮುತ್ತಲ ಎಲ್ಲರಿಗೂ ಎಚ್ಚರಿಕೆ ಕೊಟ್ಟಿದ್ದಾರೆ... ನಮ್ಮ ಒಂದೇ ಒಂದು ಮಾತಿಗೆ ಅವರು ಇಲ್ಲಿಗೇ ಬಂದಾರು... ನಿಮಗೆ ಧೀರ್ಘಕಾಲ ಬಂಧನದ ಶಿಕ್ಷೆ ಕಾದಿರುತ್ತೆ, ತಿಳಿದಿರಲಿ..."

"ಕ್ಯಾಪ್ಟನ್, ನನಗಿನ್ನೂ ನೇವಿಯವರ ಗುಪ್ತ ಸಂದೇಶಗಳು ಬರುತ್ತಲೇ ಇರುತ್ತವೆ..." ಎಂದು ಕಮಾಡೋರ್ ಮುಂದುವರೆಸಿದರು ದೂರುವ ದನಿಯಲ್ಲಿ, "ನೀವು ನನ್ನ ಮುಗ್ಧ ಮಗಳ ತಲೆಕೆಡಿಸಿ, ಸಹಕರಿಸಲು ಒತ್ತಾಯಿಸಿದ್ದು, ಅವಳೂ ವೇಗಮಿತಿಯನ್ನು ದಾಟಿ ಕಾರನ್ನು ರೇಸ್ ಮಾಡುತ್ತಾ ನಿಮ್ಮನ್ನು ಪಾರು ಮಾಡಿಸಿದ್ದು... ಇವನ್ನೆಲ್ಲಾ ನನ್ನ ನೇವಿಯ ಮಿತ್ರರು ಆಗಲೇ ವಿವರಿಸಿದ್ದಾರೆ... ತಕ್ಷಣವೇ ನಾನು ಹಮೀದ್ರನ್ನು ಅವಳ ರಕ್ಷಣೆಗಾಗಿ ಕಳಿಸಬೇಕಾಯಿತು, ನಿಮ್ಮನ್ನೂ ನಮ್ಮ ಕಸ್ಟಡಿಗೆ ತೆಗೆದುಕೊಳ್ಳಲು..."

"ನಿಮ್ಮ ಮುಗ್ಧ ಮಗಳ ತಲೆಕೆಡಿಸಿ 'ಓಡಿಬಂದೆ' ಎಂದ ನಿಮ್ಮ ನೇವಿಯವರು ನಾನೇನೂ ಅಂತಹ ಅಪರಾಧ ಮಾಡಿರಲಿಲ್ಲ ಎನ್ನಲಿಲ್ಲವೆ...?" ಎಂದ ಸಾತ್ವಿಕ್ ಕುಹಕದ ದನಿಯಲ್ಲಿ... ಅವರಿಗೆ ಎಷ್ಟು ತಿಳಿದಿದೆ ಎಂದು ಅವನಿಗೆ ಗೊತ್ತಾಗಲೇಬೇಕಿತ್ತು.

"ಕ್ಯಾಪ್ಟನ್, ನೀವು ಮಹಾ ಸೋಮಾರಿ ಮತ್ತು ಕರ್ತವ್ಯಭ್ರಷ್ಟರಾಗಿದ್ದೀರಿ ಎಂದು ರಿಪೋರ್ಟ್ ಕೊಟ್ಟಿದ್ದಕ್ಕೆ ಸಿಟ್ಟಾಗಿ, ಆ ಅಡ್ಮಿರಲ್ ಶಾ ರವರ ಮೇಲೆ ಗುಂಡು ಹಾರಿಸಿ ಅವರ ತಲೆಗೆ ಏಟು ಬಿದ್ದು ನೇವಿ ಆಸ್ಪತ್ರೆಯಲ್ಲಿ ಚಿಂತಾಜನಕ

ಸ್ಥಿತಿಯಲ್ಲಿದ್ದಾರೆ ಎಂದು ಗೊತ್ತಾಯಿತು... ಹಾಗಿದ್ದೂ ನೀವು ಕಂಡಕಂಡವರಿಗೆ 'ಅವರಿಗೆ ಗುಂಡೇ ಬಿದ್ದಿಲ್ಲ' ಎಂದು ಭಂಡತನದ ಹೇಳಿಕೆ ಕೊಡುತ್ತಾ ತಿರುಗುತ್ತೀರೆಂದು ಅವರು ವಿವರವಾಗಿ ಹೇಳಿದರು... ನನ್ನನ್ನು ಪರೀಕ್ಷಿಸಬೇಡಿ, ನನಗೆ ಸತ್ಯ ಗೊತ್ತಾಗಿದೆ..." ಎಂದು ಮುಖವುಬ್ಬಿಸಿ ವಾದಿಸಿದರು ಕಮಾಡೋರ್ ನಾಯಕ್.

ಸಧ್ಯ, ಬದುಕಿದೆ! ಎಲ್ಲಾ ನಮ್ಮ ಯೋಜನೆಯಂತೆಯೇ ಸಾಗಿದೆ, ಇನ್ನು ನನ್ನ ಕವರ್ಗೆ ಭಯವಿಲ್ಲ ಎಂದು ಮನದಲ್ಲೇ ನೇವಿಗೆ ವಂದಿಸಿದ ಸಾತ್ವಿಕ್, ಕೈ ಚಾಚಿ ಎದುರಿದ್ದ ಚಿಪ್ಸ್ ತೆಗೆದುಕೊಂಡು ಕರ್ರಂ-ಕುರ್ರಂ ಎಂದು ಸದ್ದು ಮಾಡುತ್ತಾ ತಿಂದ, "ಹಾಗಾದರೂ ನನ್ನನ್ನು ಕೂಡಿಸಿಕೊಂಡು ಮನೆ ಅಳಿಯನಂತೆ ಆತಿಥ್ಯ ಮಾಡುತ್ತಿರುವುದರ ಅರ್ಥ...?" ಎಂದ.

ಒಮ್ಮೆಲೇ ಕಮಾಡೋರ್ ಮುಖ ಕೆಂಪಾಯಿತು, "ಸಾತ್ವಿಕ್, ನೀವು ಹದ್ದು ಮೀರಿ ಮಾತಾಡಿದರೆ ಇ-ಇಲ್ಲಿ..." ಎಂದು ಉದ್ವೇಗದಿಂದ ತೊದಲಿದರು ಸುಮನಾರ ತಂದೆ.

ಸೇನಾನಿ ಎಲ್ಲಾ ತಿಳಿದವನಂತೆ ಕೈಯೆತ್ತಿ ಆತನನ್ನು ತಡೆದರು, "ಸುಮ್ಮನಿರಿ, ಕಮಾಡೋರ್... ನಾನಿಲ್ಲವೆ...? ಅವನು ಸುಮ್ಮನೆ ನಿಮ್ಮನ್ನು ಕೆಣಕುತ್ತಿದ್ದಾನೆ..." ಎಂದು ಸಾತ್ವಿಕ್ನತ್ತ ತಿರುಗಿ,

"ನೋಡಿ ಕ್ಯಾಪ್ಟನ್, ಸಾತ್ವಿಕ್... ನಿಮ್ಮ ಸ್ವಾತಂತ್ರ್ಯ ಇಲ್ಲಿ ಪುಗಸಟ್ಟೆ ಸಿಕ್ಕಿತೆಂದುಕೊಳ್ಳಬೇಡಿ... ಅದಕ್ಕೆ ನೀವು ಒಂದು ಕೆಲಸ ಮಾಡಿಕೊಟ್ಟಿರಾದರೆ, ನಿಮಗೆ ಇಲ್ಲಿಂದ ತಪ್ಪಿಸಿಕೊಳ್ಳಲು ನಾವು ವ್ಯವಸ್ಥೆ ಮಾಡುತ್ತೇವೆ..." ಎಂದು ಅವನ ಮುಖವನ್ನೇ ಗಮನಿಸಿದ ಸೇನಾನಿ.

ಆಗ ಟೋನಿಯತ್ತ ನೋಡುತ್ತಿದ್ದ ಸಾತ್ವಿಕ್, "ಯಾಕೆ...? ಈ ಧಡಿಯನಿಗೆ ವಿಸ್ಕಿ ಕುಡಿಸಿ, ಪುಗಸಟ್ಟೆ ಊಟ ಹಾಕುತ್ತೀರಲ್ಲ, ಅವನಿಗೆ ಆ ಕೆಲಸ ಮಾಡಲಾಗದೇ?" ಎಂದು ಗೇಲಿ ಮಾಡಿ ನಕ್ಕ.

ಎರಡು ಸೆಕೆಂಡ್ ಆಗಿರಬಹುದು ಅಥವಾ ಅದಕ್ಕಿಂಥ ಕಡಿಮೆ. ಮಿಂಚಿನಂತೆ ಚಲಿಸಿದ್ದ ಟೋನಿ ವ್ಯಗ್ರನಾಗಿ ಗೊರಗುಟ್ಟುತ್ತಾ ಸಾತ್ವಿಕ್ ಬಳಿ ಬಂದು ಅವನ ಗಲ್ಲಕ್ಕೆ ಢಿಂ ಎನ್ನುವಂತೆ ಮುಷ್ಟಿ ಬೀಸಿ ಹೊಡೆದಿದ್ದ... ಅವನ ಹೊಡೆತಕ್ಕೆ "ಆಹ್" ಎಂಬ ಉದ್ಗಾರದಿಂದ ಸಾತ್ವಿಕ್ ಸೀಟಿನಿಂದ ಎಗರಿ ಎರಡು ಅಡಿ ದೂರಕ್ಕೆ ಬಿದ್ದ... ಅವನ ನಿಂಬೆ ಹಣ್ಣಿನ ಗ್ಲಾಸ್ ಎದುರಿನ ರೋಸ್ವುಡ್ ಗೋಡೆಗೆ ಬಡಿದು ಚೂರಾಗಿ ಅಲ್ಲೆಲ್ಲಾ ಸೋರಿತು... ಯಾರೂ ಸೊಲ್ಲೆತ್ತಲಿಲ್ಲ...

ಎರಡು ನಿಮಿಷದ ನಂತರ ಸಾತ್ವಿಕ್ ತನ್ನ ಧಿಮ್ ಎನ್ನುತ್ತಿರುವ ತಲೆ ಒದರಿಕೊಂಡು ಗಲ್ಲ ಉಜ್ಜಿಕೊಂಡು, ನಿಧಾನವಾಗಿ ಎದ್ದು ಮತ್ತೆ ವಾಪಸ್ ಬಂದು ಕೂರುವವರೆಗೂ ಎಲ್ಲರೂ ಅವನನ್ನೇ ಗಮನಿಸುತ್ತಿದ್ದರು.

"ಹೊಡೆಯಲೂ ಸಿಗತ್ತೆ, ಹೊಡೆಸಿಕೊಳ್ಳಲೂ ಸಿಗತ್ತೆ..." ಎಂದು ಗೊಣಗಿಕೊಂಡ ಸಾತ್ವಿಕ್, ಅಂದು ತಾನು ಪೋಲಿಸರಿಗೂ ಹೀಗೆ ಹೊಡೆದಿದ್ದು ನೆನೆಸಿಕೊಂಡು. ಓಹ್, ಈ ಟೋನಿಗೆ ಸರ್ರನೆ ಚಲಿಸಲೂ ಹೊಡೆಯಲೂ ಬರತ್ತೆ, ಅದಕ್ಕೇ ಟೆಸ್ಟ್ ಮಾಡಿದೆ... ಇದನ್ನು ನೆನಪಿಟ್ಟುಕೊಳ್ಳಬೇಕು!

"ಇನ್ನು ನಿಮಗೆ ಟೋನಿಯ ವಿಶೇಷ ಶಕ್ತಿಯ ಪರಿಚಯವಾಗಿರಬೇಕು... ಸುಮ್ಮನೆ ನಾವು ಹೇಳಿದ್ದನ್ನು ಕೇಳಿಸಿಕೊಂಡು ಸಹಕರಿಸಿದರೆ ನಿಮ್ಮ ಆರೋಗ್ಯಕ್ಕೇ ಉತ್ತಮ..." ಎಂದರು ಕಮಾಡೋರ್ ನಾಯಕ್, 'ಇದೆಲ್ಲಾ ಬೇಡವಾದರೂ ನೀನೆ ತಂದುಕೊಂಡಿದ್ದು' ಎನ್ನುವಂತೆ.

ಮತ್ತೆ ಮುನ್ನುಗ್ಗಿದ್ದ ಟೋನಿಯನ್ನು ತನ್ನ ಕೈಯಿಂದ ತಡೆದು ದೂರ ತಳ್ಳಿದ ಸೇನಾನಿ.

ಕಮಾಡೋರ್ ಹೇಳಿದರು, "ನಿಮಗೆ ಹಿಂಸೆ ಕೊಡಲು ನಮಗೆ ಬಲವಂತ ಮಾಡಬೇಡಿ... ನಿಮ್ಮಿಂದ ಒಂದು ಉತ್ತಮ ಕೆಲಸವಾಗಬೇಕಿದೆ, ಅದನ್ನು ಮಾಡದೇ ನಿಮಗಿಲ್ಲಿಂದ ಬಿಡುಗಡೆಯೂ ಇಲ್ಲ... ಅದರ ಬಗ್ಗೆ ಮಾತಾಡೋಣವೆ?" ತಾನು ಬಹಳ ಸುಲಭವಾಗಿ ಒಪ್ಪಿದೆನೆಂಬ ಅನುಮಾನ ಬರದಂತೆ ನಾಟಕವಾಡಿದೆನೆಲ್ಲಾ, ಇಷ್ಟು ಸಾಕು ಎನಿಸಿ, "ಓಕೆ, ಅದೇನು ಹೇಳಿ..." ಎಂದ.

ಆಗ ಮಾತು ಶುರು ಮಾಡಿದ್ದು ಸೇನಾನಿ, "ಆದರೆ ಈ ವಿಚಾರ ಕೇಳಿಸಿಕೊಂಡ ನಂತರ ಬೇಡ ಎಂದು ಹೋಗುವ ಸ್ವಾತಂತ್ರ್ಯವಿರಲ್ಲ... ಮಾಡಲೇಬೇಕು... ನಿಮಗರ್ಥವಾಯಿತೆ?"

ಓಹೋ ಎಂಬಂತೆ ತಲೆಯಾಡಿಸಿದ ಸಾತ್ವಿಕ್. ಆಮೇಲೆ ಸ್ವಾತಂತ್ರ್ಯ ಕೊಡುವುದರ ಬಗ್ಗೆಯೂ ಅವನಿಗೆ ನಂಬಿಕೆಯಿರಲಿಲ್ಲ.

ಸೇನಾನಿ ಗಂಭೀರ ದನಿಯಲ್ಲಿ ಮುಂದುವರೆಸಿದ,

"ಇದರ ವಿವರಗಳನ್ನು ನಾಳೆ ನಮಗೇ ಖಚಿತವಾದಾಗ ಹೇಳುತ್ತೇವೆ. ಆದರೆ ಇಲ್ಲಿನದು ನೀವು ಅರ್ಥ ಮಾಡಿಕೊಂಡರೆ ವಾಸಿ... ನಾವು ಬಹಳ ದಿನಗಳಿಂದ ಇದಕ್ಕೆ ತಕ್ಕಂತಹ ರಹಸ್ಯವಾಗಿ ಕೆಲಸ ಮಾಡಬಲ್ಲ ಅಭ್ಯರ್ಥಿಗಳ ವಿವರಗಳನ್ನು ಪಟ್ಟಿ ಮಾಡುತ್ತಿದ್ದೆವು. ನಿಮ್ಮ ವರ್ತನೆ ನೋಡಿ ನೇವಿಯಿಂದ ನೀವೂ ತಪ್ಪಿಸಿಕೊಳ್ಳಬಹುದೆಂದು ನಾವೂ ನಿರೀಕ್ಷಿಸುತ್ತಿದ್ದೆವು... ನೀವಿತ್ತ ಬರದಿದ್ದರೂ ನಿಮ್ಮನ್ನು ಹೊತ್ತುಕೊಂಡು ಬರಲು ಹಮೀದ್ ತನ್ನ ತಂಡವನ್ನು ರೆಡಿ ಮಾಡಿದ್ದ. ನಾವು ನಿಮ್ಮನ್ನು ಗಮನಿಸುತ್ತಲೇ ಇದ್ದೆವು. ಏಕೆಂದರೆ ಆ ಪಟ್ಟಿಯಲ್ಲಿ ನೀವೇ ಅತಿ ಸಮರ್ಥನೆಂದು ನಮಗೆ ತೋರಿತ್ತು. ಸದ್ಯಕ್ಕೆ ನಿಮ್ಮ ವಿಶೇಷ ಪ್ರತಿಭೆಯಾದ ಸಬ್-ಮೆರೀನ್ ಓಡಿಸುವ ವಿದ್ಯೆ ಮತ್ತು ಸಾಗರದಡಿಯ ವಸ್ತುಗಳನ್ನು ಪತ್ತೆಹಚ್ಚುವ ಕ್ರಮ ನಮಗೆ ಬೇಕಾಗಿದೆ. ನಾವೊಂದು ನಿರ್ದಿಷ್ಟ

ಸ್ಥಳವನ್ನು ಹುಡುಕುತ್ತಿದ್ದೇವೆ, ಅದಕ್ಕೆ ನಮ್ಮ ಸಾಗರದರ್ಪಣಿ ಆಯಿಲ್ ರಿಗ್ ಇದೆಯಲ್ಲಾ, ಅಲ್ಲಿಂದ ಮುಂದೆ ಸಾಗರದಡಿಗೆ ಹೊರಡಬೇಕಾಗುತ್ತೆ. ಅದಕ್ಕೆ ತಕ್ಕ ಸಬ್‌ಮರೀನನ್ನು ನಿಮಗೆ ಒದಗಿಸಲಾಗುತ್ತದೆ. ನಿಮ್ಮ ಹಿನ್ನೆಲೆಯನ್ನು ಆಗಲೇ ಭಾರತೀಯ ನೌಕಾಪಡೆಯ ದಾಖಲೆಗಳಿಂದ ಓದಿ ಖಚಿತಪಡಿಸಿಕೊಂಡಿದ್ದೇವೆ, ಎಲ್ಲಾ ನಮಗಿಷ್ಟವಾಗಿದೆ. ಆಲ್ ರೈಟ್?"

ಸಾತ್ವಿಕ್ ತಲೆ ಕೆರೆದುಕೊಂಡು ಒಂದು ಬಾಣ ಬಿಟ್ಟ, "ಸರಿ. ಆದರೆ ನನ್ನಂತಹ ಸಮರ್ಥ ವ್ಯಕ್ತಿ ನಿಮ್ಮ ಈ ಗುಪ್ತ ಕಾರ್ಯಾಚರಣೆಗೆ ಸಮಯಕ್ಕೆ ಸರಿಯಾಗಿ ಸಿಕ್ಕಿದ್ದು ಕಾಕತಾಳೀಯವಲ್ಲವೆ?"

"ಕ್ಯಾಪ್ಟನ್, ಇಂಗ್ಲೀಷಿನಲ್ಲಿ 'ಫಾರ್ಚೂನ್ ಫೇವರ್ಸ್ ದ ಬ್ರೇವ್' ಎನ್ನುತ್ತಾರೆ. ಧೈರ್ಯಲಕ್ಷ್ಮಿ ಎನ್ನುತಾರಲ್ಲ, ಆಕೆಯ ಕರುಣೆ ನಮ್ಮ ಮೇಲಿದೆ... ಹಾ!" ಎಂದು ತಮ್ಮ ಪ್ರಬುದ್ಧ ಮಾತಿಗೆ ತಾವೇ ಸಂತಸಪಟ್ಟರು ಕಮಾಡೋರ್.

"ಹಾಗಾದರೆ ನನಗೆ ಯಾವ ದೈವದ ಕರುಣೆಯಿರತ್ತೆ ಇದು ಮುಗಿದ ಮೇಲೆ...? ಯಮಧರ್ಮರಾಜನದೆ?" ಎಂದ ಮಾತಿನ ಮಲ್ಲ ಸಾತ್ವಿಕ್.

"ನೀವು ಈ ಕಾರ್ಯ ಯಶಸ್ವಿಯಾಗಿ ಮುಗಿಸಿಕೊಟ್ಟು ನಮಗೆ ದೊರಕಬೇಕಾದ ವಸ್ತು ಸಿಕ್ಕ ಮೇಲೆ, ನಿಮಗೆ ಪ್ರತ್ಯೇಕ ಪಾಸ್‌ಪೋರ್ಟ್ ಕೊಟ್ಟು, ವೀಸಾ ಸಮೇತ ಇಲ್ಲಿಂದ ದೂರದ ರಾಷ್ಟ್ರಕ್ಕೆ ಸದ್ದಿಲ್ಲದೆ ಕಳಿಸಲಾಗುವುದು. ಇದನ್ನು ನಾನೂ ಕಮಾಡೋರ್ ಆಗಲೇ ನಿರ್ಧರಿಸಿದ್ದೇವೆ. ನಮ್ಮನ್ನು ಬಯಲು ಮಾಡಲು ಹೋಗುವಷ್ಟು ನೀವು ಮೂರ್ಖರಲ್ಲ. ಏಕೆಂದರೆ ನೀವೇ ಇಂಡಿಯನ್ ನೇವಿಗೆ ಬೇಕಾದ ಅಪರಾಧಿ... ಹಾಗಾಗಿ ಇದರಲ್ಲಿ ಇಬ್ಬರ ಸ್ವಾರ್ಥವೂ ಇದೆ, ರಕ್ಷಣೆಯೂ ಇದೆ!" ಎಂದು ಸ್ವಲ್ಪ ಗರ್ವದಿಂದ ತನ್ನ ಯೋಜನೆಯನ್ನು ಸಮರ್ಥಿಸಿಕೊಂಡನು ಸೇನಾನಿ.

"ನಾಳೆ ಅಥವಾ ನಾಡಿದ್ದು ನಿಮಗೆ ಬರಹೇಳುವವರೆಗೂ ನಿಮಗೆ ಕೆಲಸವಿಲ್ಲ. ವೃಥಾ ನನ್ನ ಮಗಳನ್ನು ಭೇಟಿ ಮಾಡಿ ತೊಂದರೆ ಕೊಡಬೇಡಿ. ಹೇಗೂ ನಿಮ್ಮನ್ನು ನೋಡಿಕೊಳ್ಳಲು ಹಮೀದ್ ಖುದ್ದಾಗಿ ಇರುತ್ತಾರೆ. ನಿಮ್ಮ ಮೇಲೆ ನಂಬಿಕೆ ಬರುವವರೆಗೂ ನೀವು ಅಲ್ಲಿಲ್ಲಿ ಓಡಾಡುವಂತಿಲ್ಲ." ಎಂದರು ಕಮಾಡೋರ್. ಅವರು ಇಂಟರ್ಕಾಂ ಒತ್ತಿ ಹಮೀದನ್ನು ಕರೆದರು.

"ಅವನು ಹಾಗೆ ಓಡಾಡಲು ನಾನು ಬಿಟ್ಟೇನೆ?" ಎಂದು ಮೊದಲ ಬಾರಿಗೆ ಬಾಯಿ ಬಿಟ್ಟನು ಟೋನಿ ಸಿಟ್ಟಿನಿಂದ.

ಹಮೀದ್ ಒಳಗೆ ಬಂದರು. ಸೇನಾನಿ ಹೇಳಿದ್ದನ್ನು ಕೇಳಿಸಿಕೊಂಡು ಎಲ್ಲರನ್ನೂ ಉದ್ದೇಶಿಸಿ "ಸರಿ, ನಾನು ಇವರನ್ನು ಭದ್ರವಾಗಿ ನೋಡಿಕೊಳ್ಳುತ್ತೇನೆ, ಸ್ನಾನ, ಊಟ ತಿಂಡಿಗೆ ತೊಂದರೆಯಾಗದಂತೆ... ಇವರ ರೂಮಿನ ಬಾಗಿಲ

ಬೀಗದ ಕೈ ನನ್ನ ಬಳಿ ಇರುತ್ತದೆ!" ಎಂದು ಆಶ್ವಾಸನೆ ಕೊಡಲು ಎಲ್ಲರೂ ಅದನ್ನು ಮೆಚ್ಚಿ ತಲೆಯಾಡಿಸಿದರು.

ಸಾತ್ವಿಕ್ ಹಿಂದೆ ಮಹಡಿಯ ಮೇಲಿನ ರೂಮಿನ ಬಳಿಗೆ ಹಮೀದ್ ನಡೆದು ಬಂದ. ಅವನ ಹಿಂದೆ ಟೋನಿಯೂ ಬರಹತ್ತಿದ್ದ...

"ನನ್ನ ರಕ್ಷಣೆಗೆ ಹಮೀದ್, ಹಮೀದ್‌ಗೆ ರಕ್ಷಣೆ ಕೊಡಲು ನೀನೋ...? ಸರಿ ಸರಿ!" ಎಂದು ಅವನ ಬಗ್ಗೆ ಕುಹಕವಾಡಿದ ಸಾತ್ವಿಕ್.

ಟೋನಿ ಕೋಪದಿಂದ ಆರ್ಭಟಿಸುವ ಮೊದಲೇ ಹಮೀದ್ ಅವನ ತೋಳು ತಟ್ಟಿ, "ಈ ಹುಚ್ಚನ ಮಾತು ಕೇಳುತ್ತಿದ್ದರೆ ನಮ್ಮ ತಲೆ ಕೆಡುತ್ತದೆ ಅಷ್ಟೆ. ನೀನು ಸೇನಾನಿ ಜತೆ ಮಿಕ್ಕ ಏರ್ಪಾಡು ನೋಡಿಕೋ ಹೋಗು. ನಾನಿದ್ದೇನಲ್ಲಾ..." ಎಂದು ತನ್ನ 0.38 ರಿವಾಲ್ವರನ್ನು ಮುಟ್ಟಿ ತೋರಿಸುತ್ತಾ ಸಾಂತ್ವನ ಪಡಿಸಿದ. ಟೋನಿ ಇಬ್ಬರನ್ನೂ ದುರುಗುಟ್ಟಿ ನೋಡುತ್ತಾ ಒಲ್ಲದ ಮನಸ್ಸಿನಿಂದ ಬಿಟ್ಟು ಹೊರಟ.

4

ಅವರು 14 × 14 ಅಡಿಯ ಸುಸಜ್ಜಿತ ಬೆಡ್ ರೂಮಿಗೆ ಪ್ರವೇಶಿಸಿದರು. ಅಲ್ಲಿನ ಕಿಟಕಿಗಳಿಗೆಲ್ಲಾ ಕರ್ಟನ್ಸ್ ಇದ್ದರೂ ಹಿಂದೆ ಸ್ಟೀಲಿನ ಕಟಕಟೆಯಿತ್ತು. ಸಿಂಗಲ್ ಬೆಡ್ ಮತ್ತು ಒಂದು ಕಪಾಟಿನಲ್ಲಿ ಇವನಿಗೆ ತಕ್ಕ ಕೆಲವು ಉಡುಪುಗಳಿದ್ದವು. ಅದಕ್ಕೆ ಸೇರಿದ ಬಾತ್ರೂಮನ್ನು ತೋರಿಸಿದ ನಂತರ, ಮೊದಲ ಬಾರಿಗೆ ಹಮೀದ್ ಸಾತ್ವಿಕ್‌ಗೆ ಕಣ್ಣು ಹೊಡೆದು 'ಉಶ್! ಮಾತನಾಡಬೇಡ' ಎಂದು ಸೂಚಿಸಿದ!

ಐದೇ ನಿಮಿಷಗಳಲ್ಲಿ ಒಂದು ಹೂದಾನಿ ಮತ್ತು ಟೇಬಲ್ ಲ್ಯಾಂಪ್ ಅಡಿಯಲ್ಲಿ ಅಡಗಿಸಿದ್ದ ಕದ್ದಾಲಿಕೆ ಮಾಡುವ ಎರಡು ಬಟನ್ ಮೈಕ್ರೋಫೋನ್ಸ್ ತೆಗೆದು ತೋರಿಸಿ ನಗುತ್ತಾ ಜೇಬಿಗಿಳಿಸಿದ ಹಮೀದ್.

"ನಾನೇ ಇಟ್ಟಿದ್ದು, ಸಾತ್ವಿಕ್. ಇಲ್ಲಿನ ಚೀಫ್ ಸೆಕ್ಯುರಿಟಿ ಆಫೀಸರ್ ಅಲ್ಲವೆ, ಹಾಗಾಗಿ... ಇನ್ಯಾರೂ ನಮ್ಮ ಮಾತನ್ನು ಕದ್ದು ಕೇಳುವಂತೆ ರೆಕಾರ್ಡ್ ಆಗುವುದಿಲ್ಲ..." ಎಂದು ಬಾಗಿಲು ಮುಚ್ಚಿ ಒಳಬಂದು ನಗುತ್ತಾ ವಿವರಿಸಿದ.

ಇಬ್ಬರೂ ಒಬ್ಬರನ್ನೊಬ್ಬರು ಅಪ್ಪಿ ಹರ್ಷಿಸಿ, ನಂತರ ಅಕ್ಕ ಪಕ್ಕ ಕುಳಿತರು.

"ನಾನು ಮೂರು ತಿಂಗಳ ಹಿಂದೆ ನಿನ್ನನ್ನು ನೇವಿ ಬೇಸಿನಲ್ಲಿ ಭೇಟಿಯಾದಾಗ ಕರ್ನಾಟಕ ರಾಜ್ಯ ಪೋಲೀಸ್ ಪಡೆಯ ಡಿಟೆಕ್ಟಿವ್ ಇನ್ಸ್ಪೆಕ್ಟರ್ ಹಮೀದ್ ಅಲಿ ಆಗಿದ್ದೆ... ಅದಕ್ಕಿನ್ನೂ ರಾಜೀನಾಮೆ ಕೊಟ್ಟಿಲ್ಲ ಅಲ್ಲವೇ?" ಎಂದ ಸಾತ್ವಿಕ್.

ಇಲ್ಲವೆಂದು ತಲೆಯಾಡಿಸಿದ ಹಮೀದ್.

"ಎಲ್ಲಾ ನಿನಗಾಗಿ... ಅಲ್ಲ, ನಿನ್ನ ಮಿಷನಿಗಾಗಿ ಈ ಗುಪ್ತ ಪಾತ್ರ... ನನ್ನ ಹಿಂದಿನ ಚಿಕ್ಕ ವಯಸ್ಸಿನ ನೇವಿ ರೆಕಾರ್ಡ್ಸ್ ಎಲ್ಲಾ ತಿದ್ದಿ ತೋರಿಸಿ ನಾಲ್ಕು ಜನ ಮೇಲಧಿಕಾರಿಗಳ ಕೈಲಿ ಪ್ರಮಾಣ ಮಾಡಿಸಿ, ನಾನು ನಿವೃತ್ತ ನೇವಿಯವನೇ ಎಂದಮೇಲೆಯೇ ಈ ಕಮಾಡೋರ್, ಸೇನಾನಿ ನನ್ನನ್ನು ಇಲ್ಲಿಗೆ ತೆಗೆದುಕೊಳ್ಳಲು ಒಪ್ಪಿದ್ದು. ಆಗ ಬಹಳ ಶ್ರಮಪಟ್ಟೆ ಇವರ ಜತೆ ಸೇರಿಕೊಳ್ಳಲು..."

"ರಾಜ್ಯ ಮತ್ತು ಕೇಂದ್ರ ಸರ್ಕಾರದ ಎಲ್ಲಾ ವಿಭಾಗಗಳೂ ಸಹಕಾರ ಕೊಟ್ಟು ಮಾಡುತ್ತಿರುವ ಮುಖ್ಯ ಆಪರೇಷನ್ ಅಲ್ಲವೇ... ಸರಿ ಸರಿ, ಬೇಗ ಆ ದಾಂಡಿಗ ಟೋನಿ ಬರುವ ಮುಂಚೆ ನನಗೆ ತಿಳಿಸಬೇಕಾದ್ದನ್ನೆಲ್ಲಾ ತಿಳಿಸು." ಎಂದ ಮೈಯೆಲ್ಲಾ ಕಿವಿಯಾದ ಸಾತ್ವಿಕ್.

"ಚಿಂತಿಸಬೇಡ, ಈಗ ಅವನು ಮಿಕ್ಕವರ ಜತೆ ಹೆಂಡ ಕುಡಿಯುತ್ತಾ ಕುಳಿತಿರುತ್ತಾನೆ. ನನ್ನ ಮೇಲೆ ಎಲ್ಲರಿಗೂ ನಂಬಿಕೆಯಿದೆ. ನನ್ನ ರೂಂ ಕೂಡಾ ಮೇಲಿನ ಮಹಡಿಯಲ್ಲಿ ನಿನ್ನ ರೂಮಿನ ಮೇಲಿದೆ. ಈ ಮೈಕುಗಳ ಕನೆಕ್ಷನ್ ನನ್ನ ರೆಕಾರ್ಡರ್ಗೇ ಹೋಗುತ್ತದೆ. ಹಾ, ಇವನ್ನು ತಗೋ" ಎಂದವನು ತನ್ನ ಜೇಬಿನಲ್ಲಿ ಮಡಿಚಿಟ್ಟಿದ್ದ ಎ–4 ಸೈಜಿನ ಮುದ್ರಿತ ಪುಟಗಳನ್ನು ನೀಡಿದನು.

"ಇದರಲ್ಲಿ ನಾನು ಬರೆದಿರುವ ಕೆಲವು ಲಿಂಕ್ಸ್ ಮತ್ತು ವಿಷಯಗಳು ನಮ್ಮ ಸಮುದ್ರದಡಿಯ ಟಾರ್ಗೆಟ್ ಬಗ್ಗೆಯೂ, ಕಮಾಡೋರ್ ಮತ್ತು ಸೇನಾನಿಯ ಆಯಿಲ್ ರಿಗ್ 'ಸಮುದ್ರದರ್ಪಣಿ' ಬಗ್ಗೆಯೂ ಇದೆ. ಆ ಮೂಲೆಯಲ್ಲಿ ಒಂದು ಲ್ಯಾಪ್‌ಟಾಪ್ ಬಚ್ಚಿಟ್ಟಿದ್ದೇನೆ. ಇಲ್ಲಿ ನಿನಗೆ ಮಾತ್ರ ವಿಶೇಷ ನೇವಿಯ ಇಂಟರ್ನೆಟ್ ಸಂಪರ್ಕ ಲಭ್ಯವಿದೆ. ಸರಕಾರಿ ಜಾಲತಾಣ ಮತ್ತು ಅದರ ದಾಖಲೆಗಳನ್ನು ನಿನಗೆ ಮುಕ್ತವಾಗಿ ಕೊಟ್ಟಿದ್ದಾರೆ, ಇದರ ಬಳಕೆ ಇಲ್ಲಿನವರ ಕಣ್ಣು ಕಿವಿಗೆ ಬೀಳುವುದಿಲ್ಲ. ಇನ್ನೂ ನಿನಗೆ ಒಂದು ದಿನ ಸಮಯ ಸಿಗುತ್ತದೆ, ಚೆನ್ನಾಗಿ ಸ್ಟಡಿ ಮಾಡು..."

"ಅದೆಲ್ಲಾ ನಂತರ ಮಾಡುತ್ತೇನೆ. ನಾನು ಇಂದು ರಾತ್ರಿಯೇ ಅವರ ಸಮುದ್ರದರ್ಪಣಿಗೆ ಹೋಗಿ ಅಲ್ಲಿನ ಮೊದಲ ತನಿಖೆ ಶುರು ಮಾಡಿದ್ದರೆ ಅವರು ನನ್ನನ್ನು ಕರೆದುಕೊಂಡು ಹೋದಾಗ ಏನು ಮಾಡಬೇಕೆಂದು ಮೊದಲೇ ಗೊತ್ತಿರುತ್ತದೆ...ಏನಂತೀಯಾ?" ಕೇಳಿದ ಸಾತ್ವಿಕ್.

"ಹೋಗಬಹುದು, ನಾನು ನಿನಗೆ ಕೆಲವು ಗಂಟೆಗಳ ಕಾಲ ಇಲ್ಲಿಂದ ಬಿಡುಗಡೆ ಮಾಡಬಲ್ಲೆ. ಆದರೆ ನೀನೇನನ್ನು ಹುಡುಕಲು ಹೊರಟೆ ಎಂದು ನನಗೂ ತಿಳಿದರೆ...?" ಎಂದು ಪ್ರಶ್ನಿಸಿದ ಹಮೀದ್.

"ನಿನಗೆ ತಿಳಿಯದ್ದು ಏನಿದೆ ಹಮೀದ್...? ನಮ್ಮ ನೇವಿಯ ಮಿನಿ ಡೀಪ್ ವಾಟರ್ ಸಬ್-ಮೆರೀನ್- ಐಎನ್ಎಸ್ ಜಲಬಿಂದು ಕಳುವಾದದ್ದು ಈ ಕರಾವಳಿಯಲ್ಲಿ ತಾನೆ? ಅದನ್ನು ನಾನು ಹುಡುಕಲು ಬಹಳ ದಿನಗಳಿಂದ..."

"ಗೊತ್ತು ಗೊತ್ತು, ಆದರೆ ನಿನಗೆಲ್ಲೋ ಭ್ರಾಂತು! ಈ ತೈಲ ಭಾವಿಗೂ ಆ ಜಲಬಿಂದು ಸಬ್-ಮೆರೀನ್ ಕೇಸಿಗೂ ಸಂಬಂಧ ಜೋಡಿಸುತ್ತಿದ್ದೀಯಲ್ಲಾ...? ಅದಿರಲಿ, ನಾನು ಕೊಟ್ಟ ಪತ್ರದಲ್ಲಿ ಕೊನೆಯ ಕೊಂಡಿ ನೋಡು, ಸಿ ಬಿ ಐ ಮತ್ತು ಇಂಟರ್-ಪೋಲ್ ಮೂಲಗಳಿಂದ ತಿಳಿದು ಬಂದ ಮಾಹಿತಿ ಇದೆ, ಅದರಲ್ಲಿ ನೀನು ಕೇಳಿದ್ದ ಘಾನಾದಿಂದ ಆರು ತಿಂಗಳ ಮುಂಚೆ ಹೊರಟ ವಿಮಾನದ ಬಗ್ಗೆ ಅಲ್ಲಿನ ಸರಕಾರಿ ವಿವರಗಳೂ ಕೊಟ್ಟಿದ್ದಾರೆ. ನನಗೇನೋ ನೀನು ಈ ತನಿಖೆಯಲ್ಲಿ ಕುರುಡನಂತೆ ಒಂದು ಸುಳಿವಿನಿಂದ ಇನ್ನೊಂದಕ್ಕೆ ಹಾರುತ್ತಿದ್ದೀಯಾ ಎನಿಸುತ್ತೆ" ಎಂದು ಹಮೀದ್ ಮುಖ ಸೊಟ್ಟ ಮಾಡಿದ. ಆದರೆ ತರಾತುರಿಯಿಂದ ಸಾತ್ವಿಕ್ ಆಸಕ್ತಿಯಿಂದ ಅವನಿತ್ತ ಎ-4 ಮುದ್ರಿತ ಹಾಳೆಗಳನ್ನು ಓದತೊಡಗಿದ.

ಕೊನೆಗೆ ಏನೋ ಹೊಳೆದವನಂತೆ ಸುಯ್ಯ್ ಎಂದು ವಿಸಲ್ ಹಾಕಿದ, ಬಲಗೈಯಿಂದ ಚಿಟಿಕೆ ಹೊಡೆದು, "ದಟ್ಸ್ ಇಟ್... ಗೊತ್ತಾಯ್ತು" ಎಂದು ಉದ್ಗರಿಸಿದ.

"ಏನದು?" ಎಂದು ಕುತೂಹಲದಿಂದ ಕೇಳಿದ ಹಮೀದ್.

"ಈ ಸೇನಾನಿ ಕಡೆಯವರು ಎಷ್ಟಿದ್ದಾರೆ ಎಂದು ಗೊತ್ತೆ?" ತಲೆಯೆತ್ತಿ ಕೇಳಿದ ಸಾತ್ವಿಕ್.

"ಟೋನಿ ಅಲ್ಲದೆ, ಇನ್ನಿಬ್ಬರು ಗಾರ್ಡ್ಸ್ ಡ್ಯಾನಿ ಮತ್ತು ಕಣ್ಣನ್, ರೇಡಿಯೋ ಆಪರೇಟರ್ ಕಾಳೇಕರ್ ಇದ್ದಾರೆ... ನನ್ನ ಗಾರ್ಡ್ಸ್ ಜಮೀರ್ ಮತ್ತು ಶಿವೂ ನಿಜಕ್ಕೂ ನಮ್ಮ ಕಮಾಡೋರ್ ಕಡೆಯವರು... ಸೇನಾನಿಯವರ ಗುಂಪಿನವರ ಜತೆ ಅಷ್ಟು ಬೆರೆಯೊಲ್ಲ. ಏಕೆ, ಇಲ್ಲೇನಾದರೂ ಯುದ್ಧ ಮಾಡುವ ಸಂಚಿದೆಯೆ, ನಿನ್ನ ತಲೆಯಲ್ಲಿ?"

"ಛೆ ಛೆ, ಇಲ್ಲ, ಹಮೀದ್" ಎಂದ ಸಾತ್ವಿಕ್ "ಅವರೇ ನನ್ನ ಮೇಲೆ ಕೊನೆಗೆ ಶುರು ಮಾಡಿದರೆ ನನಗೆ ಗೊತ್ತಿರಲಿ ಎಂದು..."

"ಸರಿ ಸರಿ" ಎಂದೆದ್ದ ಹಮೀದ್ "ಈಗ ಎಲ್ಲಾ ರಹಸ್ಯ ಮೈಕ್ರೊಫೋನ್‌ಗಳನ್ನೂ ಮತ್ತೆ ಯಥಾಸ್ಥಾನದಲ್ಲಿಡುತ್ತೇನೆ... ಆಮೇಲೆ ನನ್ನ ವರಸೆಯೇ ಬೇರೆ ಇರುತ್ತೆ, ಅವೆಲ್ಲಾ ರೆಕಾರ್ಡ್ ಆಗಿ ಅವರು ಕೇಳಿಸಿಕೊಳ್ತಾರಲ್ಲಾ... ಅದಕ್ಕೂ ಮುಂಚೆ, ಇಗೋ ಈ ಕಿಟಕಿ ಸರಳನ್ನು ಎತ್ತುವ

ಉಳಿ, ಸುಲಭವಾಗಿ ಎತ್ತುವಂತೆ ಮಾಡಿಟ್ಟಿದ್ದೇನೆ, ನಿನ್ನ ಕೈಕೋಳಕ್ಕೆ ನಕಲಿ ಚಾವಿ ಇಲ್ಲೇ ಇದೆ. ರಾತ್ರಿ ಹನ್ನೆರಡಕ್ಕೆ ನಿಮ್ಮ ನೇವಿಯ ಮೋಟಾರ್‌ಬೋಟ್ ಹೊರಗಿನ ಬೀಚಿನ ಉತ್ತರದಲ್ಲಿ ಕಾದಿರುತ್ತದಂತೆ, ಮೆಸೇಜ್ ಬಂದಿದೆ, ನೀನು ಹೋಗಿಬರಬಹುದು... ನೀನು ಇಂದು ರಾತ್ರಿ ಹೋಗಿ ಬಂದ ಮೇಲೆ ಮತ್ತೆ ಭೇಟಿಯಾಗೋಣ... ನನಗೆ ನೀನು ತಿಳಿದುದನ್ನೆಲ್ಲಾ ವಿವರಿಸು... ನಾಳೆ ನಾನು ಸಿಟಿಗೆ ಹೋಗಿ ಅಲ್ಲಿಂದ ಸುರಕ್ಷಿತ ಫೋನ್ ಮತ್ತು ಸೈಬರ್ ಕೆಫೆಯಿಂದ ನಮ್ಮವರಿಗೂ ಈ ಎಲ್ಲಾ ವಿಷಯ ಮುಟ್ಟಿಸಿ ಬರುತ್ತೇನೆ" ಎಂದು ಮೇಲೆದ್ದವನು ಆ ಸಲಕರಣೆಗಳ ಒಂದು ಚೀಲವನ್ನು ಎತ್ತಿ ಕೊಟ್ಟ...

"ಭದ್ರ. ಅಲ್ಲಿಂದ ಜೋಪಾನವಾಗಿ ಬಂದು ಎಲ್ಲವೂ ಯಥಾಸ್ಥಾನ ಇರಬೇಕು, ನೆನಪಿರಲಿ" ಎಂದು ಆ ಸಲಕರಣೆಯನ್ನೆಲ್ಲಾ ಇತ್ತ. ಅದನ್ನು ಮಂಚದ ಕೆಳಗೆ ಬಚ್ಚಿಟ್ಟುಕೊಂಡ ನಂತರ, ಹಮೀದ್ ಅಲ್ಲಿ ಎಲ್ಲಾ ಮೈಕ್ರೋಫೋನ್ಸ್ ಮತ್ತೆ ಇದ್ದಲ್ಲಿಯೇ ಅಳವಡಿಸಿದ, ಅವನ ಕೈಗೆ ಬೇಡಿ ಹಾಕಿ, ಇನ್ನೊಂದು ಕಡೆ ಮಂಚಕ್ಕೆ ಬಿಗಿದ. ಸಾತ್ವಿಕ್ನನ್ನು ಬೆದರಿಸುವಂತೆ ಎಚ್ಚರಿಕೆ ನೀಡಿ "ನಿನಗೆ ಸಮಯ ಸಮಯಕ್ಕೆ ಊಟ ತಿಂಡಿ ಕೊಡ್ತೇವೆ... ಆದರೆ ತಪ್ಪಿಸಿಕೊಳ್ಳಲು ಪ್ರಯತ್ನಿಸಿದರೆ ನನ್ನಷ್ಟು ಕೆಟ್ಟವರು ಯಾರೂ ಇರಲ್ಲಾ, ಜೋಕೆ" ಎಂದೆಲ್ಲಾ ಬೊಗಳೆ ಮಾತಾಡಿದ, ರೆಕಾರ್ಡ್ ಆಗಲಿ ಎಂದು... ಅನಂತರ ಇವನಿಗೆ ಕಣ್ಣು ಮಿಟುಗಿಸಿ, ಬಾಗಿಲಿಗೆ ಹೊರಗಿನಿಂದ ಬೀಗ ಹಾಕಿಬಿಟ್ಟ

ಸಾತ್ವಿಕ್ ಈಗ ನಿಧಾನವಾಗಿ ಹಾಸಿಗೆಗೊರಗಿ ಸ್ವಲ್ಪ ಆರಾಮ ಮಾಡಿ, ಆಮೇಲೆ ಎದ್ದು ಕೈಗೆ ಹಾಕಿದ್ದ ಬೇಡಿ ಬಿಡಿಸಿಕೊಂಡು ಆ ನಾಲ್ಕು ಪುಟಗಳನ್ನು ಮತ್ತೆ ಮತ್ತೆ ಓದಿ ಮನನ ಮಾಡಿಕೊಂಡ.

ಐ ಎನ್ ಎಸ್ ಜಲಬಿಂದು ಮಿನಿ ಸಬ್‌ಮೆರೀನ್ ಸುಮಾರು 1000ರಿಂದ 2000 ಅಡಿಯವರೆಗೆ ಯಾನ ಮಾಡಿ ಸಾಗರದಡಿಯನ್ನು ಪರೀಕ್ಷಿಸಬಲ್ಲ ತನಿಖಾ ಹಡಗು. ಅದು ಭಾರತದ ನೇವಿಯ ಬಾತಿಸ್ಕೇಪ್ ಎಂಬ ಹೆಸರು ಎಂದೆಲ್ಲಾ ಬರೆದಿದೆ. ಇದೆಲ್ಲಾ ತನಗೇ ಚೆನ್ನಾಗಿ ತಿಳಿದ ವಿಷಯಗಳು, ಯಾಕಾದರೂ ಇದೆಲ್ಲಾ ಬರೆದಿದ್ದಾರೋ, ಸಮಯ ವ್ಯರ್ಥ, ಎಂದು ಬೇಸರ ಪಟ್ಟ,

ಎರಡನೇ ಪುಟದಲ್ಲಿ ಆ ಸಬ್‌ಮೆರೀನ್ ಈ ಕರಾವಳಿಯ ಉತ್ತರ ಭಾಗದಲ್ಲಿ ಎರಡು ತಿಂಗಳ ಹಿಂದೆ ಕಳೆದುಹೋದಂತೆ ದಾಖಲೆಯಿತ್ತು... ಆದರೆ ಕೇವಲ ಹೊರನೋಟಕ್ಕೆ ಮಾತ್ರ ಸತ್ಯ ಎಂದು ಸಾತ್ವಿಕ್‌ಗೆ ಚೆನ್ನಾಗಿಯೆ ಗೊತ್ತು. 'ಕಳೆದುಹೋಗಲಿ, ಅದನ್ನು ಯಾರು ಕದಿಯುತ್ತಾರೆ, ನೋಡುವಾ' ಎಂದೇ ಅದನ್ನು ಗಾರ್ಡ್ಸ್ ಇಲ್ಲದ ಕಡೆ ಸಂದೇಹಾಸ್ಪದ ವ್ಯಕ್ತಿ, ಸಂಸ್ಥೆಗಳಿದ್ದ ಕಡಲ ತೀರದಲ್ಲಿ ಬಿಟ್ಟು ಬಂದಿದ್ದು ಸ್ವತಃ ತಾನೇ ಅಲ್ಲವೆ..."

ಸಾತ್ವಿಕ್ ಮೀಸೆಯಂಚಿನಲ್ಲಿ ಕಿರುನಗೆಯಾಡಿತು. ಈ ಕೇಸಿನಲ್ಲಿ ತಿಳಿಯದ. ಸಂಗತಿಗಳು ಬಹಳವಿದೆ, ನಾವೊಂದು ಜಾಲ ಬೀಸಿದ್ದೇವೆ ಅಷ್ಟೆ, ಕೇವಲ

ಊಹಾಪೋಹದ ಮೇಲೆ. ಅದು ಇಂದು ತಾನು ಸಮುದ್ರದರ್ಪಣಿ ಆಯಿಲ್ ರಿಗ್‌ಗೆ ಹೋಗಿ ತನಿಖೆ ಮಾಡಿದಾಗಲೇ ಎಷ್ಟು ಯಶಸ್ವಿಯಾಗಿದೆಯೆಂದು ತಿಳಿಯಾಗುವುದು ಎನಿಸಿತು...

ಸದ್ಯ, ಅನುಮಾನ ಬಂದ ಆಯಿಲ್ ರಿಗ್ ಒಡೆಯರ ಮನೆಯ ಮೇಲೆ ಕಣ್ಣಿಡಲು ಒಬ್ಬೊಬ್ಬ ಪತ್ತೇದಾರನನ್ನು ಅಲ್ಲಿ ನೌಕರಿಗಾಗಿ ಗುಪ್ತವಾಗಿ ಇರಿಸಿದ್ದು, ನಮ್ಮ ನೌಕಾಪಡೆ ಮತ್ತು ಕಂದಾಯ ಗುಪ್ತಚರ ನಿರ್ದೇಶನಾಲಯ ಸೇರಿ ಜಂಟಿಯಾಗಿ ಈ ರಹಸ್ಯವನ್ನು ಭೇಧಿಸಲು ಹೊರಟಿದ್ದರ ಯಶಸ್ಸಂತೂ ಹೌದು... ಅಂತಹ ಒಬ್ಬ ತನ್ನ ಪಾಲಿನ ಆಪದ್ಬಾಂಧವನೇ ಈ ಹಮೀದ್ ಅಲಿ! ಅದರಲ್ಲೂ ನಮ್ಮ ದೇಶದ ಸರಕಾರದ ವಿವಿಧ ಸಚಿವಾಲಯಗಳ ಇಲಾಖೆಯವರನ್ನು ಒಗ್ಗೂಡಿಸಿ ಕೆಲಸ ಮಾಡಿಸುವುದು ಎಷ್ಟು ಕಷ್ಟ ಎಂದರಿತ ಸಾತ್ವಿಕ್‌ಗೆ, ಸರಕಾರಕ್ಕೆ ಈ ಕೇಸ್ ಎಷ್ಟು ಮಹತ್ವಪೂರ್ಣ ಮತ್ತು ಏಕೆ ಎಂತಲೂ ಗೊತ್ತು...

ಹಮೀದ್ ಇತ್ತ ಮಿಕ್ಕ ಎರಡು ಪುಟಗಳಲ್ಲಿ ಬರೆದಿದ್ದ ಘಾನಾ ದೇಶದಿಂದ ಹೊರಟಿದ್ದ ಆ ವಿಮಾನದ ವಿವರಗಳು ನೆನಪಾಗಿ, ಅದರ ಬಗ್ಗೆಯೇ ಯೋಚಿಸುತಿದ್ದವನಿಗೆ ಸ್ವಲ್ಪ ಹೊತ್ತಿನಲ್ಲಿ ಅಂದಿನ ದಣಿವಿನಿಂದ ಹಾಗೇ ನಿದ್ದೆ ಹತ್ತಿಬಿಟ್ಟಿತು.

5

ರಾತ್ರಿ 9ರ ವೇಳೆಗೆ ಬಾಗಿಲ ಬಳಿ ಸದ್ದಾಗುತ್ತಿದ್ದಂತೆ ಗಡಿಬಿಡಿಯಿಂದ ಎದ್ದು ಎಲ್ಲಾ ಮುಚ್ಚಿಟ್ಟು, ಕೈಕೋಳ ಹಾಕಿಕೊಂಡು ಮಲಗಿದ ಸಾತ್ವಿಕ್.

ಹಮೀದ್ ಜತೆಯಲ್ಲಿ ಬಂದ ಮನೆಕೆಲಸದವ ಪ್ಲೇಟಿನಲ್ಲಿ ವೆಜಿಟೇರಿಯನ್ ಊಟ ಬಡಿಸಿದಾಗ,

"ಕೈಕೋಳ ಹಾಕಿಕೊಂಡು ತಿನ್ನುವುದೇ ನಿಮ್ಮ ಮನೆಯಲ್ಲಿ ಪದ್ಧತಿಯೆ?" ಎಂದು ಹಮೀದನ್ನು ನೋಡಿ ಅಣಕಿಸಿದ ಸಾತ್ವಿಕ್.

ಅವನು ಅಸಹನೆಯ ಗುಟುರು ಹಾಕಿ ತನ್ನ ಚಾವಿಯಿಂದ ಕೈಕೋಳ ಬಿಚ್ಚಿದ.

ಊಟದ ನಂತರ ಮತ್ತೆ ಕೈಕೋಳ ಹಾಕಿ ಹೋಗುವಾಗ, 'ಹನ್ನೆರಡು ಗಂಟೆ' ಎಂದು ಮಾತಿಲ್ಲದೇ ನೆನೆಪಿಸಿ ಹೋದ ಹಮೀದ್.

ಊಟ ಮಾಡಿ, ಫ್ರೂಟ್ ಸಲಾಡ್ ಕೂಡ ತಿಂದು, 'ಶತ್ರುವಿನ ಮನೆಯಲ್ಲಿ ಇಂತಹ ಸತ್ಕಾರವೇ, ವಾಹ್!' ಎಂದುಕೊಂಡ.

ರಾತ್ರಿ ಹನ್ನೆರಡಾಗುವ ಮುನ್ನವೇ ಕಿಟಕಿಯ ಬಳಿ ಬಂದು ನೋಡಿದ. ಮಿಂಚು, ಗುಡುಗು ಉಳ್ಳ ಆಕಾಶ ಮಳೆಯ ಸೂಚನೆ ನೀಡುತ್ತಿತ್ತು. ತಾನು ಹೋಗಿ ಬರುವುದನ್ನು ಕಂಡುಹಿಡಿಯಲು ಗಾರ್ಡ್ಸ್‌ಗೆ ಇದರಿಂದ ತೊಂದರೆಯಾಗುವುದು ಒಂದು ರೀತಿ ಒಳ್ಳೆಯದೇ ಆದರೂ, ನಡುಸಮುದ್ರದಲ್ಲಿ ಜೋರಾದ ಮಳೆ ಬಂದಾಗ ತನ್ನ ಪಾಡು ಕಠಿಣವಾದೀತೆಂದೂ ಗ್ರಹಿಸಿದ.

ಕಪಾಟಿನಲ್ಲಿದ್ದ ಜೀನ್ಸ್ ಮೇಲೆ ಬರೇ ಒಂದು ಕಪ್ಪು ಟಿ–ಶರ್ಟ್ ಮತ್ತು ರಬ್ಬರ್ ಸೋಲ್ ಇದ್ದ ಶೂಸ್ ಹಾಕಿಕೊಂಡ ಸಾತ್ವಿಕ್.

ಬಹಳ ಸುಲಭವಾಗಿ ಹೊರಬರುವಂತೆ ಹಮೀದ್ ಆಗಲೇ ಕಿಟಕಿಯ ಗ್ರಿಲ್ ಅನ್ನು ಸಡಿಲ ಮಾಡಿಟ್ಟಿದ್ದ... ಅವನಿಗೆ ಮನಸ್ಸಿನಲ್ಲೇ ಧನ್ಯವಾದ ಸಲ್ಲಿಸಿ ಅದನ್ನು ತೆರೆದು ಪಕ್ಕಕ್ಕಿಟ್ಟು, ಸಾತ್ವಿಕ್ ಸದ್ದಿಲದೇ ಕಿಟಕಿಯ ಹೊರಕ್ಕೆ ಬೆಕ್ಕಿನಂತೆ ಧುಮುಕಿದ.

ಮನೆಗೆ ಹಾಕಿದ್ದ ಮುಳ್ಳುಬೇಲಿಯನ್ನು ಹಿತ್ತಲ ಬಳಿ ಗೋಡೆ ಮರೆಯಲ್ಲಿ ನಿಂತು ನೋಡಿದ... ಗಾರ್ಡ್ ಎಲ್ಲೋ ದೂರದಲ್ಲಿ ನಾಯಿಯ ಜತೆ ಮನೆಯ ರೌಂಡ್ಸ್ ಮಾಡುತ್ತಿದ್ದಂತಿತ್ತು. ಮುಖದ ಮೇಲೆ ಟಪಟಪನೆ ಮಳೆಹನಿ ಬಿದ್ದವು. ತ್ವರೆ ಮಾಡಿ ಬೇಲಿ ಜಿಗಿದು ಬೀಚಿನತ್ತ ಕತ್ತಲ ಮರೆಯಲ್ಲೇ ಓಡಿದ.

ಬೀಚಿನ ಕತ್ತಲ ಮೂಲೆಯಲ್ಲಿ ನಿಂತಿದ್ದ ಔಟ್ಬೋರ್ಡ್ ಮೋಟಾರ್ ಉಳ್ಳ ಚಿಕ್ಕ ಸ್ಪೀಡ್ ಬೋಟ್ ಕಾಣಿಸಿತು. ಅದರ ಪಕ್ಕ ನೇವಿಯ ಬೋಟ್–ಮನ್ ರಾಮನಾಥ್ ಇವನಿಗಾಗಿ ಕಾಯುತ್ತಿದ್ದ. ಕೈಕುಲುಕಿ ತಾನೇ ಎಂದು ಅವನಿಗೆ ಖಚಿತಪಡಿಸಿದ ನಂತರ ಅದು ಕತ್ತಲಲ್ಲಿ ಕಡಲ ನೀರನ್ನು ಇಬ್ಭಾಗಿಸುತ್ತಾ ಸುಯ್ಯನೆ ಓಡಿತು.

"ಕ್ಯಾಪ್ಟನ್, ನೀವು ಈ ಮೊದಲು ಆಯಿಲ್ ರಿಗ್ ನೋಡಿದ್ದೀರಾ?" ಎಂದ ಗಾಳಿ ಮತ್ತು ಎಂಜಿನ್ ಸದ್ದನ್ನು ಮೀರಿಸುವ ದನಿಯಲ್ಲಿ ರಾಮನಾಥ್.

"ಇಲ್ಲ, ಚಿತ್ರದಲ್ಲಿ ನೋಡಿದ್ದೇನೆ ಅಷ್ಟೆ."

"ಇಲ್ಲಿಂದ ಹನ್ನೆರಡು ನಾಟಿಕಲ್ ಮೈಲ್ (ಒಂದು ನಾಟಿಕಲ್ ಮೈಲ್ = 1.8 ಕಿ ಮಿ) ದೂರದಲ್ಲಿದೆ. ಇವತ್ತು ಬೆಳಿಗ್ಗೆ ಒಮ್ಮೆ ನಾನು ನೋಡಿಬಂದೆ. ಈ ರಿಗ್ ಒಂದು ಬ್ಯೂಟೀ!" ಎಂದ ಸಂತಸದಿಂದ ರಾಮನಾಥ್.

"ಹೌದೇ, ನೋಡುವಾ" ಎಂದನಷ್ಟೇ.

ಆ ಸಮುದ್ರದರ್ಪಣಿಯ ಇಂಚಿಂಚನ್ನೂ ಇದ್ದಬದ್ದ ಮಾಹಿತಿ ಕಲೆ ಹಾಕಿ, ವಿಡಿಯೋದಲ್ಲೂ ಸ್ಟಡಿ ಮಾಡಿದ್ದ ಸಾತ್ವಿಕ್ ಈ ಮುಂಚೆಯೇ. ಅದನ್ನು ಸುಮ್ಮನೆ ಎಲ್ಲರಿಗೂ ಹೇಳುವಂತಿಲ್ಲ... ಒಂದು ಲೀಕ್ ಸಾಕು ಕೆಲಸ ಕೆಡಲು... ಲೀಕ್ ಅಂದುಕೊಳ್ಳುತ್ತಿದ್ದಂತೆಯೇ ಆಗಸ ತೆರೆದು ಮಳೆ ಸುರಿಯಲು ಶುರುವಾಗಿಬಿಟ್ಟಿತು.

"ನಿಮಗೆ ಆಯಿಲ್ ರಿಗ್ಗಿನಲ್ಲಿ ಎಷ್ಟು ಹೊತ್ತು ಕೆಲಸವಿದೆ, ಕ್ಯಾಪ್ಟನ್?" ಎಂದ ಚಿಂತೆಯಲ್ಲಿದ್ದ ರಾಮನಾಥ್

"ಒಂದರ್ಧ ಗಂಟೆ..."ಎಂದ ಸಾತ್ವಿಕ್ ಅಲ್ಲಿದ್ದ ನೀರಿನಡಿ ಬೇಕಾಗುವ ರಬ್ಬರ್ ಸ್ಕ್ಯೂಬಾ ಸೂಟ್ ಧರಿಸಿ, ಪಕ್ಕದಲ್ಲೇ ಇದ್ದ ಆಮ್ಲಜನಕದ ಸಿಲಿಂಡರನ್ನು ಬೆನ್ನಿಗೇರಿಸಿ ಜೋಡಿಸಿಕೊಳ್ಳುತ್ತಾ.

"ಬೇಗ ಬನ್ನಿ. ಇಲ್ಲಿ ಜೋರು ಮಳೆ ಬರುವ ಸಂಭವವಿದೆ. ಆಮೇಲೆ ನಮಗೆ ವಾಪಸ್ ಹೋಗಲು ಕಷ್ಟವಾಗುತ್ತೆ!" ಎಂದನು ರಾಮನಾಥ್ ಮಳೆಯಲ್ಲಿ ತೋಯುತ್ತಾ.

"ನನ್ನ ಕೆಲಸವಾದ ಮರುಗಳಿಗೆಯೇ ಬರುತ್ತೇನೆ." ಎಂದು ಆತಂಕಗೊಂಡವನಿಗೆ ವಚನವಿತ್ತ ಸಾತ್ವಿಕ್.

ಆಗಲೇ ಅವರಿಗೆ ಕಡಲಿನ ಉಬ್ಬರವಿಳಿತದಲ್ಲಿ ಏರಿಳಿಯುತ್ತಾ ಸಾಗುತ್ತಿದ್ದ ಬೋಟಿನಿಂದ ಮೊದಲ ಬಾರಿಗೆ ಸಮುದ್ರದರ್ಪಣಿ ತೈಲ ರಿಗ್ ಕಾಣಿಸಿದ್ದು...

"ಓಹ್!" ಎಂದು ಸಣ್ಣದಾಗಿ ಅಚ್ಚರಿಯಿಂದ ಸಾತ್ವಿಕ್ ಸಿಳ್ಳೆ ಹೊಡೆದ, ಅದರ ಪೆಡಂಭೂತದ ಗಾತ್ರವನ್ನು ಎದುರಿಗೇ ಕಂಡು.

ಸುಮಾರು 300 ಅಡಿ ಚಚ್ಚೌಕದ ಭಾರಿ ಸ್ಟೀಲ್ ಪ್ಲಾಟ್ಫಾರಮ್ಮಿಗೆ ಉಕ್ಕಿನ ತೊಲೆಗಳ ಆಳವೇ 50 ಅಡಿ ಇದ್ದೀತು. ಅದಲ್ಲದೇ ಅದನ್ನು ಸಾಗರನೆಲಕ್ಕೆ ಆಧರಿಸಿ ನಿಲ್ಲಲು ಬೇಕಾದ ಆರು ಕಂಬಗಳು ಸಮುದ್ರದಲ್ಲಿ ಮುಳುಗಿವೆ... ಆ ಮೇಲಿನ ಡೆಕ್ ಭಾಗದಲ್ಲಿ ಹಲವಾರು ಕೋನಾಕೃತಿಯ ಉಕ್ಕಿನ ಕಟ್ಟಡಗಳ ಮಧ್ಯೆ ಭಾರೀ ಸಿಲಿಂಡರ್ಸ್, ಉದ್ದುದ್ದ ಪೈಪುಗಳೂ, ಮೆಕ್ಯಾನಿಕಲ್ ಸಾಮಗ್ರಿಗಳೂ ಪೇರಿಸಲ್ಪಟ್ಟಿವೆ. ಅಲ್ಲಿ ಹಲವಾರು ಭಾರೀ ಪ್ರಕಾಶಮಾನ ಹೊನಲು ಬೆಳಕಿನ ದೀಪಗಳಿದ್ದು, ನಡುವೆ ಒಂದು ಡೆರಿಕ್ ಕ್ರೇನ್ ಮೋಡ ಮುಸುಕಿರುವ ಗಗನವನ್ನು ಚುಚ್ಚುವಂತೆ ಚೂಪಾಗಿ ನೂರಾರು ಅಡಿ ಎತ್ತರಕ್ಕೆ ಚಾಚಿಕೊಂಡಿದೆ.

ರಾಕ್ಷಸಾಕಾರದ ಈ ಪ್ಲಾಟ್ಫಾರಮ್ಮಿನಲ್ಲಿ ಹಲವರು ಓಡಾಡುತ್ತಲೂ ಇರುವುದು ದೂರದಿಂದಲೇ ಕಾಣುತ್ತಿದೆ. ಇದುವೇ ಕೋಟ್ಯಂತರ ರೂ. ಬೆಲೆಬಾಳುವ ಸೆಮಿ-ಸಬ್ಮರ್ಸಿಬಲ್ ತೈಲ ರಿಗ್ "ಸಮುದ್ರದರ್ಪಣಿ"! ಕಮಾಡೋರ್ ನಾಯಕ್‌ರವರ ಸಮಸ್ತ ಆಸ್ತಿಯ ಬೆನ್ನೆಲುಬು!

ಆದರೆ ಅಲ್ಲಿ ನೀರಿನಲ್ಲಿ ಕೆಳಗೆ ಸುತ್ತಲೂ ಹಲವಾರು ಲೈಫ್ ಬೋಟುಗಳು, ಇತರೆ ಆಹಾರ ಹೊತ್ತ ನೌಕೆಗಳು ಮತ್ತು ಡೀಸೆಲ್ ಟ್ಯಾಂಕರ್ಗಳೂ ಇದ್ದು, ಇವರ ಬೋಟ್ ಅವುಗಳ ನಡುವೆ ಸಂಶಯ ಬಾರದಂತೆ ಈ ಕತ್ತಲಲ್ಲಿ ನಿಂತು ಅಡಗಿಕೊಳ್ಳಲೂ ಸಾಧ್ಯ ಎನಿಸುತ್ತಿದೆ.

ಕತ್ತಲಿನಲ್ಲಿ ಮೆತ್ತಗೆ ಬೋಟ್ ನಡೆಸುತ್ತಾ ಸಮುದ್ರದರ್ಪಣಿ ರಿಗ್ಗನ್ನು ತಲುಪಿದರು. ರಾಮನಾಥ್ ಒಂದು ಡೀಸೆಲ್ ಆಯಿಲ್ ಟ್ಯಾಂಕರ್ ಕತ್ತಲಿನಲ್ಲಿ

ಶಾಂತವಾಗಿ ನಿರ್ಜನವಾಗಿ ರಿಗ್ ಪಕ್ಕವೇ ನಿಂತಿರುವುದು ಕಂಡು ಅದರ ಬಳಿಯೇ ತನ್ನ ಬೋಟನ್ನೂ ತೇಲಿಸುತ್ತಾ ತಂದು ಅದರ ಬದಿಗೆ ನಿಲ್ಲಿಸಿಕೊಂಡು, ಬೇಗ ನೀರಿಗೆ ಧುಮುಕುವಂತೆ ಸಾತ್ವಿಕ್‌ಗೆ ಸನ್ನೆ ಮಾಡಿದನು.

ಸಮುದ್ರಕ್ಕೆ ಮುಳುಗಿಳಿದ ಸಾತ್ವಿಕೆಗೆ ಮೊದಲೇ ಆ ರಿಗ್ಗಿನ ನಕ್ಷೆಯನ್ನು ಮನನ ಮಾಡಿಕೊಂಡಿದ್ದರಿಂದ ಅದರ ಕಂಬಗಳ ಆಸುಪಾಸಿನಲ್ಲಿ ತನಗೆ ಏನಾದರೂ ಮಹತ್ವದ ಸುಳಿವು ಸಿಕ್ಕಬಹುದೆಂಬ ಅನುಮಾನವಿತ್ತು... ಕೈಯಲ್ಲಿ ಚಿಕ್ಕ ಅಂಡರ್ ವಾಟರ್ ಟಾರ್ಚ್ ಹಿಡಿದುಕೊಂಡು ಮೀನಿನ ರೆಕ್ಕೆಗಳಂತಿದ್ದ ರಬ್ಬರ್ ಸೂಟಿನ ಫ್ಲಿನ್ಸ್ ಬಳಸುತ್ತಾ ಕಡಲಿನ ಕತ್ತಲ ಗರ್ಭದಲ್ಲಿ ಒಂದೊಂದು ದೈತ್ಯಾಕಾರದ ಉಕ್ಕಿನ ಕಂಬಗಳನ್ನು ಹತ್ತಿರದಿಂದ ಈಜಿ ಸುತ್ತುತ್ತಾ ಪರೀಕ್ಷಿಸಲಾರಂಭಿಸಿದ. ಸಮುದ್ರದರ್ಪಣಿ ರಿಗ್ ಅತ್ಯಂತ ದೊಡ್ಡ ಸೈಜಿನದಾದ್ದರಿಂದ ಅದರ ಬುಡದ ಕಂಬಗಳನ್ನು ತಲುಪುವ ಕೆಲಸ ನಿರೀಕ್ಷಿಸಿದ್ದಕ್ಕಿಂತ ಹೆಚ್ಚಿನ ಸಮಯವನ್ನೇ ತೆಗೆದುಕೊಳ್ಳುತ್ತಿದೆ ಅನಿಸಿತು. ಆ ಸ್ಕ್ಯುಬಾ ಸೂಟ್ ಇದ್ದಾಗ್ಯೂ ನೀರಿನ ಕೊರೆತ ಅವನ ಮೈಗೆ ಅರಿವಾಗುತ್ತಿದೆ... ರಾಮನಾಥ್ ಹೊರಗೆ ಚಡಪಡಿಸುತ್ತಾ ಮಳೆಯಲ್ಲಿ ಕಾಯುತ್ತಿರಲೂ ಸಾಧ್ಯ ಎಂದುಕೊಂಡ. ಇನ್ನು ಕಮಾಡೋರ್ ಮನೆಯಲ್ಲಿ ಎಲ್ಲರೂ ಸುಖವಾಗಿ ಮಲಗಿರಲಿಕ್ಕೂ ಸಾಧ್ಯ, ಹಮೀದ್ ಸಹಿತ ಬೆಚ್ಚಗೆ ತನ್ನ ಹಾಸಿಗೆಯಲ್ಲಿ! ನಾಲ್ಕನೇ ಕಂಬದ ಬಳಿಯೂ ಮೇಲಿಂದ ಕೆಳಕ್ಕೆ ಅವಲೋಕಿಸಿದಾಗ ಯಾವ ಸುಳಿವೂ ಸಿಕ್ಕಲಿಲ್ಲ... ಇನ್ನೆರಡೂ ಹೀಗೆಯೋ, ತನ್ನ ಲೆಕ್ಕ ತಪ್ಪೋ?" ಎಂದುಕೊಳ್ಳುತ್ತಲೇ ಐದನೆಯ ಉಕ್ಕಿನ ಕಂಬದ ಕಾಲಿನ ಬಳಿ ಈಜಿ ನೋಡಿದ... ಅಲ್ಲಿ ನೀರಿನ ಕತ್ತಲಿನಲ್ಲಿ ಸೇರಿದಂತೆ, ಐದನೆಯ ಕಂಬಕ್ಕೆ ಕಪ್ಪನೆಯ ನೌಕೆಯ ಆಕೃತಿ ಕಾಣಿಸಿಯೆಬಿಟ್ಟಿತು. ಅಚ್ಚರಿ ಮಿಶ್ರಿತ ಸಂತಸದಿಂದ ಅದನ್ನು ಹತ್ತಿರ ಈಜಿ ಪರೀಕ್ಷೆ ಮಾಡಲು, ಅದು ಆ ಕಂಬಕ್ಕೆ ಬಿಗಿದಿದ್ದ ಕಂಪ್ರೆಸ್ಡ್ ಏರ್-ಲಾಕ್ ವ್ಯವಸ್ಥೆಯ ಲಾಕಿಂಗ್ನಿಂದ ಬಂಧಿಸಲ್ಪಟ್ಟಿದ್ದ ಚಿಕ್ಕ ಜಲಾಂತರ್ಗಾಮಿ ನೌಕೆ ಎಂದು ತಿಳಿದುಹೋಯಿತು.

ಕುತೂಹಲದಿಂದ ಅದಕ್ಕಾಗಿ ಮಾಡಿದ್ದ ಸ್ಪೆಶಲ್ ಲಾಕಿಂಗ್ ವ್ಯವಸ್ಥೆಯನ್ನು ನೋಡಿ ಭಲಾ ಎಂದುಕೊಂಡ... ಬಹಳ ಚಾತುರ್ಯ ಉಪಯೋಗಿಸಿ ಈ ರಿಗ್ಗಿನ ಎಂಜಿನಿಯರ್ಸ್ ಆ ಜಲಾಂತರ್ಗಾಮಿ ನೌಕೆಯನ್ನು ತಾವು ಮೇಲಿನಿಂದ ಬೇಕಾದಾಗ ಒಂದು ಸ್ವಿಚ್ ಒತ್ತಿ ಅದನ್ನು ಬಿಡುಗಡೆ ಮಾಡಿ ತೇಲಿಬಿಡಲು ಸಿದ್ಧತೆ ಮಾಡಿಕೊಂಡಿದ್ದಾರೆ... ಇದನ್ನು ನೇವಿಯಲ್ಲಿ ಜುಗಾಡ್ ಎನ್ನುತ್ತಾರೆ, ಚಿಕ್ಕ ಪರ್ಯಾಯ ವ್ಯವಸ್ಥೆ!

ಅದರ ಹಲ್ ಮುಂಭಾಗದಲ್ಲಿ ಟಾರ್ಚ್ ಬೆಳಕಲ್ಲಿ ಮಸುಕಾಗಿ ಕಾಣುತ್ತಿದ್ದ ಹೆಸರು ಸಾತ್ವಿಕ್‌ನ ಅನುಮಾನವನ್ನು ದೃಢಪಡಿಸಿಯೇ ಬಿಟ್ಟವು... ಐ ಎನ್ ಎಸ್ ಜಲಬಿಂದು!

ಸರಸರನೆ ಈಜುತ್ತಾ ತನ್ನ ಬೋಟಿಗೆ ವಾಪಸಾದ ಸಾತ್ವಿಕ್, ಕಾಯುತ್ತಿದ್ದ ರಾಮನಾಥ್ಗೆ ಅಲ್ಲಿಂದ ತಕ್ಷಣ ಹೊರಡಲು ಸೂಚಿಸಿದ. ಮಳೆ ಈಗ ಭರದಿಂದ ಕಡಲ ತೆರೆಗಳ ಮೇಲೆ ಹುಯ್ಯುತಿತ್ತು... ಈಗ ರಿಗ್ ಮೇಲಿದ್ದ ಮೇಲ್ವಿಚಾರಕರೂ, ನೌಕರರೂ ಜೋರಾಗಿ ಮಳೆ ಬಂದದ್ದರಿಂದ ಒಳಗೆ ಹೋಗಿ ಅಡಗಿದ್ದರೆಂದು ಕಾಣುತ್ತೆ, ಹಾಗಾಗಿ ಇವರ ಚಿಕ್ಕ ಬೋಟ್ ಕತ್ತಲಿನಲ್ಲಿ ದಡದತ್ತ ಸುಯ್ಯನೆ ತೇಲಿಹೋಗಿದ್ದು ಯಾರೂ ಗಮನಿಸಿರಲಿಕ್ಕೆ ಸಾಧ್ಯವಿರಲಿಲ್ಲ.

ಆದರೆ ಸಾತ್ವಿಕ್ ಮಿದುಳು ಕೆದರಿದ ಜೇನುಗೂಡಿನಂತೆ ಯೊಚನೆಗಳಿಂದ ಗುಂಯ್ಗುಡುತ್ತಿದೆ... ಅವನಿಗೆ ಈಗ ಮೊದಲು ಅಸ್ಪಷ್ಟವಾಗಿದ್ದ ಚಿತ್ರ ಒಂದೆಡೆ ಸ್ಪಷ್ಟವಾಗುತ್ತಿದೆಯಾದರೂ ಪೂರ್ಣವಾಗುತ್ತಿಲ್ಲ... ಇರಲಿ, ಸದ್ಯಕ್ಕೆ ಇಷ್ಟಾದರೂ ಮುಂದುವರೆದೆನಲ್ಲಾ, ನಾಳೆ ಸೇನಾನಿ ಅದೇನು ಘನಕಾರ್ಯ ತನ್ನಿಂದ ಮಾಡಿಸಲಿರುವನೋ ಅದಕ್ಕೆ ಈಗ ಮಾನಸಿಕವಾಗಿ ತಾನು ಸಿದ್ಧವಾಗಿರಬಹುದು ಎಂದುಕೊಳ್ಳುತ್ತಾ, ಬೋಟ್ ಇಳಿದು ರಾಮನಾಥ್ಗೆ ವಿದಾಯ ಹೇಳಿ ಮತ್ತೆ ಕತ್ತಲಲ್ಲಿ ಕಮಾಡೋರ್ ಮನೆಯತ್ತ ಕಾಲು ಹಾಕಿದ.

ಅವನು ಸುರಕ್ಷಿತವಾಗಿ ರೂಮಿಗೆ ವಾಪಸ್ ಬಂದು ಒದ್ದೆ ಬಟ್ಟೆಯನ್ನೆಲ್ಲಾ ಬದಲಿಸಿ ಕಾಟನ್ ರೋಬ್ ಹಾಕಿಕೊಂಡು ಮತ್ತೆ ಯಥಾಪ್ರಕಾರ ಮಂಚದ ಮೇಲೆ ಕೂರುವಷ್ಟರಲ್ಲಿ ಬಾಗಿಲಬಳಿ ಸದ್ದಾಯಿತು. ಈ ಬಾರಿ ಅವನಂದುಕೊಂಡಂತೆ ಮತ್ತೆ ಹಮೀದ್ ಬಂದಿದ್ದ... “ಇನ್ನೂ ನಿದ್ದೆ ಮಾಡಿಲ್ಲವೋ, ಸಾತ್ವಿಕ್ ರಾಯರು...? ಯಾಕೆ, ನಮ್ಮ ಆತಿಥ್ಯ ಹಿಡಿಸಲಿಲ್ಲವೆ...? ಸುಮ್ಮನೆ ಮಲಗಿ, ನಾಳೆ ಬಹಳ ಕೆಲಸವಿದೆ...” ಎಂದು ಕೊಂಕು ಮಾತಾಡುತ್ತಾ ಒಳಬಂದು ಮೆತ್ತಗೆ ಎಲ್ಲಾ ಮೈಕ್ರೋಫೋನ್ಸ್ ಮತ್ತೆ ತೆಗೆದು ಜೇಬಿನಲ್ಲಿಟ್ಟುಕೊಂಡ.

ಸಾತ್ವಿಕ್ ಅವನಿಗೆ ತಾನು ಪತ್ತೆಹಚ್ಚಿದ ಐಎನ್ಎಸ್ ಜಲಬಿಂದು ನೌಕೆ ಬಗ್ಗೆ ಹೇಳಿದಾಗ ಅವನೂ ಅಚ್ಚರಿಪಟ್ಟ, “ಹಾಗಾದರೆ ನಾವೆಲ್ಲಾ ಮೊದಲು ಅನುಮಾನ ಪಟ್ಟಂತೆಯೇ ಆಗುತ್ತಿದೆ, ಸಾತ್ವಿಕ್. ಹಾಗಾದರೆ ನಿನ್ನ ಪ್ಲಾನಿನಂತೆ ಮುಂದುವರೆಯುವೆಯಾ...?” ಹಮೀದ್ ಕೇಳಿದಾಗ, ಸಾತ್ವಿಕ್ ಆಲೋಚನಾ ಮಗ್ನನಾಗಿ ಉತ್ತರಿಸಿದ:

“ನನಗೆ ಕೇವಲ ಅನುಮಾನವಿದೆ, ಖಚಿತವಾಗಿ ನಾಳೆ ತಿಳಿಯುತ್ತದೆ... ಆದರೆ ಈ ಸೇನಾನಿ ಕಡೆಯವರಿಂದ ಕಮಾಡೋರ್ ಮತ್ತು ಮಗಳು ಸುಮನಾಗೂ ಅಪಾಯ ತಪ್ಪಿದ್ದಲ್ಲ. ನಮಗೆ ತಿಳಿದಂತೆ ಆರು ತಿಂಗಳಿಂದ ಈ ಸೇನಾನಿ ತಾನೇ ಪದೇ ಪದೇ ಕಮಾಡೋರ್ ವಿಶ್ವನಾಥ್ ನಾಯಕ್ ಅವರನ್ನು ಭೇಟಿ ಮಾಡಿ, ಬುಟ್ಟಿಗೆ ಹಾಕಿಕೊಂಡು ಒಪ್ಪಿಸಿ, ಈ ಸಮುದ್ರದರ್ಪಣಿ ಹತ್ತಿರಕ್ಕೆ ಇಲ್ಲಿ ಬಂದು ಸೇರಿದ್ದಾನೆ... ಅವನಿಗೊಂದು ಮುಖ್ಯ ರಹಸ್ಯ ಕೆಲಸವಾಗಬೇಕಿದೆ. ಅದು ಮುಗಿದ ನಂತರ ಕಮಾಡೋರ್ ಕುಟುಂಬ ಬದುಕುಳಿಯುವುದು ಅವನಿಗೆ

ಬೇಕಿರುವುದಿಲ್ಲ. ಅವರಿಗೆ ಯಾವಾಗ ಒಂದು ಗತಿ ಕಾಣಿಸುತ್ತಾರೋ ಎಂದು ನನಗೆ ಭಯ."

"ನಾನಿದನ್ನು ನಾಳೆ ರಿಪೋರ್ಟ್ ಮಾಡಲೇಬೇಕಾಗುತ್ತದೆ, ಸಾತ್ವಿಕ್. ನಾಳೆಯ ನಂತರ ನೀನು ನಾನು ಭೇಟಿಯಾಗುವುದು ಅಪಾಯ ಮತ್ತು ಅಪರೂಪ ಕೂಡಾ... ಏಕೆಂದರೆ ನಿನ್ನನ್ನು ಆ ರಿಗ್ಗಿಗೆ ಕರೆದೊಯ್ಯುತ್ತಾರೆ. ಹಾಗಾಗಿ ನಾನು ನಿನಗೆ ಬ್ಯಾಕ್-ಅಪ್ ಎಂದು ಈ ಸ್ಥಳದ ಸುತ್ತಮುತ್ತದ ಎಲ್ಲಾ ಮಾಹಿತಿ ನಮ್ಮ ನೇವಿಯವರಿಗೆ ಕೊಟ್ಟಿರುತ್ತೇನೆ. ಕಮಾಡೋರ್ ಮತ್ತು ಸುಮನಾಗೂ ಅವರು ಯಾವುದಾದರೂ ವ್ಯವಸ್ಥೆ ಏರ್ಪಡಿಸಿಯಾರು. ಅಲ್ಲದೇ, ನಮಗೆ ಸುಮಾರಾಗಿ ನಮ್ಮ ರಿಗ್ ಮತ್ತು ಸಬ್ ಮೆರೀನ್ ಸಮುದ್ರದಲ್ಲಿ ನಕ್ಷೆಯ ಯಾವ ಭಾಗದಲ್ಲಿದ್ದೇವೆ ಎಂದು ಗೊತ್ತಿಲ್ಲ... ನೀನು ಕೊಡುವ ಸೂಚನೆಯ ಮೇರೆಗೆ ಅವರು ಹುಡುಕಿಕೊಂಡು ಬರಲೂ ಸಾಧ್ಯವಿದೆ..." ಎಂದೆಲ್ಲ ಮುಂದಿನ ವ್ಯವಸ್ಥೆ ಬಗ್ಗೆ ವಿವರಿಸಿದ ಹಮೀದ್. ಅದಕ್ಕೆಲ್ಲಾ ಸಾತ್ವಿಕ್ ತನ್ನ ಸಲಹೆಗಳನ್ನೂ ಕೊಟ್ಟ...

ಅನಂತರ ಅವನು ಹೊರಟು ಹೋದ ಮೇಲೆ ತನ್ನ ಮುಂಚಿನ ಬಂಧಿ ಅವತಾರದಲ್ಲಿ ಮಿಕ್ಕ ರಾತ್ರಿಯನ್ನು ಕಳೆದ ಸಾತ್ವಿಕ್.

6

ಬೆಳಿಗ್ಗೆ ಸೇನಾನಿ ಮತ್ತು ಹಮೀದ್ ಒಳಬಂದಿದ್ದಿದ್ದು ಗೊತ್ತಾಗಿಯೂ ಗಾಢನಿದ್ರೆಯಲ್ಲಿದ್ದವನಂತೆ ಅಲುಗಾಡಿಸುವವರೆಗೂ ಮಲಗಿದ್ದು ಆಮೇಲೆ ಆಕಳಿಸುತ್ತಾ ಎದ್ದ.

"ಅಬ್ಬಾ, ನಿಮ್ಮ ಊಟ ತಿಂಡಿ ಸೌಕರ್ಯ ನನ್ನನ್ನು ಸೋಮಾರಿಯಾಗಿಸಿಬಿಟ್ಟಿದೆ. ಹೀಗೆಯೇ ಇದ್ದರೆ ನನಗೆ ಮನೆಗೆ ಹೋಗುವುದೂ ಬೇಡ, ಇಲ್ಲೇ ಇದ್ದುಬಿಡುತ್ತೇನೆ" ಎಂದು ಆಗಲೇ ಸೂಟ್ ಧರಿಸಿ ಬಂದಿದ್ದ ಅವರತ್ತ ತಿರುಗಿ ನಕ್ಕ.

"ಕ್ಯಾಪ್ಟನ್, ದಯವಿಟ್ಟು ಎದ್ದು ರೆಡಿಯಾಗಿ ನಮ್ಮನ್ನು ಮತ್ತೆ ಕಮಾಡೋರ್ ಲೈಬ್ರರಿಯಲ್ಲಿ ಇನ್ನೊಂದು ಗಂಟೆಯ ನಂತರ ಮೀಟ್ ಮಾಡಿ. ನಿಮಗೆ ಇವತ್ತಿನಿಂದ ಕೆಲವು ಕೆಲಸಗಳನ್ನು ವಹಿಸಿಕೊಡುವುದಿದೆ" ಎಂದು ಅವನ ಲಘುವಾದ ಮಾತಿಗೆ ಗಂಭೀರ ಉತ್ತರ ಕೊಟ್ಟನು ಸೇನಾನಿ.

"ಆಹಾ, ಸಂಬಳ ಎಷ್ಟು ಕೊಡುತ್ತೀರಾ? ಬೋನಸ್, ಪೆನ್ಷನ್ ಇದೆಯೆ? ಇದೆಲ್ಲಾ ಅಪಾಯಿಂಟ್ಮೆಂಟ್ ಆರ್ಡರಿನಲ್ಲಿ ಹೇಳದಿದ್ದರೆ ಕೆಲಸಕ್ಕೆ ಬರೊಲ್ಲ" ಎಂದು ಮುಖ ಸೊಟ್ಟ ಮಾಡಿದ ಸಾತ್ವಿಕ್, ಅಷ್ಟೇ ಗಂಭೀರವಾಗಿ ನಟಿಸುತ್ತಾ.

ಹಮೀದ್ ಹುಳ್ಳಗೆ ನಗುತ್ತಾ, "ನೀವು ಹೊರಡಿ ಸರ್. ಇವನನ್ನು ನಾನು ನೋಡಿಕೊಳ್ಳುತ್ತೇನೆ. ಜಾಣನಿಗೆ ಮಾತಿನ ಪೆಟ್ಟು, ದಡ್ಡನಿಗೆ ದೊಣ್ಣೆ ಪೆಟ್ಟು ಅಂತಾರಲ್ಲಾ, ಹಾಗೆ" ಎಂದು ತೆಗೆದು ಒಂದು ಕೆನ್ನೆಗೆ ಬಿಗಿದ ಸಾತ್ವಿಕ್‌ಗೆ.

ಆ ಏಟಿಗೆ ಬೆಚ್ಚಿದವನಂತೆ ಹಾಸಿಗೆಯಲ್ಲೇ ಎಗರಿಬಿದ್ದ ಸಾತ್ವಿಕ್.

ಸೇನಾನಿ ಹುಬ್ಬುಗಂಟಿಕ್ಕಿ, "ಹಾ, ಹಾ... ಹುಷಾರು! ಅವನಿಂದ ಬಹಳ ದೊಡ್ಡ ಕೆಲಸವಾಗುವುದಿದೆ. ಅದುವರೆಗೂ ಹೆಚ್ಚು ಆವನನ್ನು ದಂಡಿಸುವಂತಿಲ್ಲ" ಎಂದು ಹೊರಬಿದ್ದನು. ಸಾತ್ವಿಕ್ ಕೆನ್ನೆಯುಜ್ಜಿಕೊಳ್ಳುತ್ತಾ ಹಮೀದನ್ನು ನೋಡಿ ಮಾರ್ಮಿಕವಾಗಿ ನಕ್ಕನು.

ಆಗ ಹಮೀದ್ ಸಾತ್ವಿಕ್‌ಗೆ ಹಾಕಿದ್ದ ಕೈಕೋಳ ತೆಗೆದು ಬಿಡುಗಡೆ ಮಾಡಿ, ಅವನ ಜೇಬಿನಲ್ಲಿ ಇನ್ನೆರೆಡು ಎ-4 ಸೈಜಿನ ಮುದ್ರಿತ ಪುಟಗಳನ್ನು ಇಟ್ಟು ಕಣ್ಣು ಮಿಟುಗಿಸಿದ,

"ಇದರಲ್ಲಿ ನಿನ್ನೆ ರಾತ್ರಿ, ನಿನ್ನನ್ನು ಬಿಟ್ಟು ಹೋದ ಮೇಲೆ ನನಗೆ ಬಂದ ಸಂದೇಶದಲ್ಲಿ ಕೆಲವು ವಿಶೇಷ ಮಾಹಿತಿಗಳಿವೆ. ಇವರ ಜತೆ ಮೀಟಿಂಗ್ ಆದ ನಂತರ ನಿನ್ನನ್ನು ಕಾಣುತ್ತೇನೆ. ಅಷ್ಟರಲ್ಲಿ ಓದಿಕೋ!" ಎಂದು ಅಡಗಿಸಿದ ಮೈಕ್ರೋಫೋನ್ಸ್‌ಗೆ ಕೇಳದಂತೆ ಕಿವಿಯಲ್ಲಿ ಪಿಸುಗುಟ್ಟಿ ಅವನ ಎದೆ ತಟ್ಟಿ ಎದ್ದ ಹಮೀದ್.

ಸಾತ್ವಿಕ್ ಒಳಗೇ ನಕ್ಕ ಅವನ ಕಳ್ಳಾಟಕ್ಕೆ.

ಸಾತ್ವಿಕ್ ತನ್ನ ರೂಮಿನಲ್ಲಿ ಒಂಟಿಯಾದ ಮೇಲೆ ಕಿಟಕಿಯ ಬಳಿ ಹೋಗಿ ಅದರಲ್ಲಿ ಬರುವ ಸೂರ್ಯನ ಬೆಳಕಿನಲ್ಲಿ ಹಮೀದ್ ಇತ್ತ ಪುಟಗಳನ್ನು ಒಮ್ಮೆ ಓದಿದ.

ಬೇರೆ ಯಾರಾದರೂ ಆಗಿದ್ದರೆ ಆ ಪುಟಗಳಲ್ಲಿದ್ದ ವರದಿ ಅವರಿಗೆ ಕೊಂಚ ಕೂಡಾ ಅರ್ಥವಾಗುತ್ತಿರಲಿಲ್ಲ. ಆದರೆ ಈ ಮಿಶನ್ಗೆ ಬರುವ ಮುಂಚೆ ತನಗೆ ಗೊತ್ತಿದ್ದ ಹಿನ್ನೆಲೆಯಿಂದ ಸಾತ್ವಿಕ್‌ಗೆ ಇದು ತನಗೆ ಅವಶ್ಯಕವಾದ ಮಾಹಿತಿ ಎಂದು ಅರಿವಾಯಿತು. ಆದರೂ ಈಗ ಸಮಯವಿಲ್ಲದ ಕಾರಣ ವಿವರವಾಗಿ ಬಿಡುವಾದಾಗ ಓದೋಣವೆಂದು ಅದನ್ನು ಪಕ್ಕಕ್ಕಿಟ್ಟನು.

ಅವನು ರೆಡಿಯಾಗಿ ಅವರ ಲೈಬ್ರರಿ ಪ್ರವೇಶಿಸಲು ಹೋಗುತ್ತಿರುವಾಗ, ಹಾಲಿನಲ್ಲಿ ಎದುರಿಗೇ ತನ್ನ ನಿತ್ಯ ಕೆಲಸಕ್ಕೆ ರೆಡಿಯಾಗಿ ಹೊರಟಿದ್ದ ಸುಮನಾ ನಾಯಕ್ ಸಿಕ್ಕಳು. ಇಂದು ಬಿಳಿ ಸಲ್ವಾರ್ ಕಮೀಜ್ ಮತ್ತು ಕತ್ತಿಗೆ ಒಪ್ಪುವ ಮುತ್ತಿನ ಹಾರ ಧರಿಸಿದ ಬೆಡಗಿ ತೋರುಬೆರಳಲ್ಲಿ ತನ್ನ ಹೊಂಡಾ ಸಿ. ಆರ್-ವಿ

ಕಾರಿನ ಕೀ ಚೈನನ್ನು ಆಡಿಸುತ್ತಿದ್ದಳು... ಅವನನ್ನು ಕಂಡು ಅವಳ ಕಂಗಳು ಸ್ವಲ್ಪ ಆರ್ದ್ರವಾದವು, ನಿಂತಳು. ಇಬ್ಬರೂ ಕುಶಲೋಪರಿ ಮಾಡಿದ ಮೇಲೆ,

"ನಿಮಗೆ ನಾನು ಹೇಳುವುದು ಬಹಳವಿದೆ. ಮೊದಲನೆಯದು ಆ ಸೇನಾನಿ ನಮ್ಮಪ್ಪನನ್ನು ಯಾವುದೋ ಹಗರಣದಲ್ಲಿ ಸಿಕ್ಕಿಹಾಕಿಸುವಂತೆ ನನಗೆ ಸೂಚನೆಗಳಿವೆ; ನೀವು ನಮ್ಮಪ್ಪನಿಗೂ ಬುದ್ಧಿ ಹೇಳಿ ನೋಡಿ. ಮತ್ತು ನೀವು ಜೋಪಾನ, ಅವರು ಅಪಾಯಕಾರಿ ವ್ಯಕ್ತಿಗಳು"ಎಂದಳು ಆಕೆ ಕಾಳಜಿಯ ದನಿಯಲ್ಲಿ.

ಸಾತ್ವಿಕ್ ಜೋರಾಗಿ ನಕ್ಕುಬಿಟ್ಟನು. "ನನಗಿಂಥ ಅಪಾಯಕಾರಿಯೆ...? ನನ್ನ ಮೇಲಧಿಕಾರಿಗೆ ಗುಂಡು ಹೊಡೆದು, ಪೋಲೀಸ್ ಕಣ್ತಪ್ಪಿಸಿ ಓಡಿಬಂದಿದ್ದೇನೆ... ರಸ್ತೆಯಲ್ಲಿ ನಿಮ್ಮಂತಹ ಅಬಲೆಯನ್ನೂ ಬೆದರಿಸಿ ಬಳಸಿಕೊಂಡಿದ್ದೇನೆ ಎಂಬ ದೊಡ್ಡ ಆಪಾದನೆಯೂ ನನ್ನ ಮೇಲಿದೆ!"

ಅದನ್ನೆಲ್ಲಾ ಅಲ್ಲಗೆಳೆಯುವಂತೆ ಸುಮನಾ ತಲೆಯಾಡಿಸುತ್ತಾ, "ಅದೆಲ್ಲಾ ಬರೀ ಸುಳ್ಳು ನಾಟಕ ಅನಿಸತ್ತೆ. ನೀವ್ಯಾತಕ್ಕೋ ಬಂದಿದ್ದೀರ; ನನಗೆ ರಾತ್ರಿಯೆಲ್ಲಾ ಯೋಚಿಸಿ ಹಾಗೇ ಅನಿಸುತ್ತಿದೆ. ಪ್ಲೀಸ್, ಆ ಸೇನಾನಿಯವರ ಕಡೆ ಸೇರಿಕೊಂಡು ಯಾವ ಹೊಸ ಅಪರಾಧವನ್ನೂ ಮಾಡಬೇಡಿ ಅಷ್ಟೆ" ಎಂದುಬಿಟ್ಟಳು.

ಸಾತ್ವಿಕ್ ಈ ಮಾತು ಕೇಳಿ ನಿಜಕ್ಕೂ ಅವಾಕ್ಕಾದ. ಅದೂ ಇವಳು ಎಲ್ಲರ ಮುಂದೆ ಹೀಗೆ ಕೇಳಿಸುವಂತೆ ಹೇಳುತ್ತಿದ್ದಾಳಲ್ಲ...! ಎಲಾ, ಪ್ರಚಂಡ ಯುವತಿಯೇ!! ಇವಳಪ್ಪ ಮತ್ತು ಸೇನಾನಿ ಇಬ್ಬರೂ ಏನಾದರೂ ಹೀಗೇ ನನ್ನ ಬಗ್ಗೆ ನಂಬಿಬಿಟ್ಟರೆ ನನ್ನ ಕತೆಯೇ ಮುಗಿಯಿತು ಎಂದುಕೊಂಡ. ಇವಳ ಆಶಾಗೋಪುರವನ್ನು ಬೀಳಿಸದೇ ವಿಧಿಯಿಲ್ಲ ಎನಿಸಿತು. ಇವಳ ಮುದ್ದು ಮುಖ ನೋಡಿ ತಾನೀಗ ದುರ್ಬಲನಾಗಬಾರದು ಎಂದು ಕಠಿಣವಾದ ದನಿಯಲ್ಲಿ, "ನಿಮಗೇನು ಫ್ಲೇಸ್ ರೀಡಿಂಗ್ ಬರುತ್ತದೆಯೇ ನಾನು ಒಳ್ಳೆಯವನೆಂದು ಭಾವಿಸಲು? ನಿಮ್ಮ ತಂದೆ ಮತ್ತು ಸೇನಾನಿ ನಿಮಗಿಂಥ ಜಾಣರು, ಅವರಿಗೆ ನಮ್ಮ ನೇವಿಯವರು ಕೊಟ್ಟಿದ್ದ ಎಚ್ಚರಿಕೆ ಸಂದೇಶವೂ ಗೊತ್ತಿತ್ತು. ನನ್ನನ್ನು ಸುಲಭವಾಗಿ ಗುರುತು ಹಿಡಿದುಬಿಟ್ಟರು. ನೀವಾದರೋ ನಾನು ಹೇಳಿದ ಬಂಡಲ್ ಕತೆ ಕೇಳಿ ಒಪ್ಪಿಬಿಟ್ಟಿರಿ. ನೀವು ಮುಗ್ಧೆ, ಪಾಪ, ಲೋಕ ತಿಳಿಯದವರು... ಅದಕ್ಕೇ ನೀವು ಆ ಅನಾಥ ಮಕ್ಕಳನ್ನು ನೋಡಿಕೊಳ್ಳಲು ಲಾಯಕ್ ಅಷ್ಟೇ!" ಎಂದು ಅಪಹಾಸ್ಯ ಮಾಡಿಬಿಟ್ಟ.

"ವಾಟ್ ಡು ಯು ಮೀನ್?" ಎಂದು ಮುಖ ಕೆಂಪಾಗಿ ಗುಡುಗಿದಳು ಸುಮನಾ.

"ನೋಡಿ ಸುಮನಾ, ಲಕ್ಷಾಂತರ ದುಡ್ಡಿನ ವ್ಯವಹಾರ ಇಲ್ಲಿ ನಡೆಯತ್ತೆ. ಹಣದ ವಾಸನೆ ಹಿಡಿದು ಬರೋದು ನನಗೆ ಹುಟ್ಟಿನಿಂದಾ ಬಂದಿದ್ದು.

ಅವರವರೇ ಅಷ್ಟೂ ಹಣವನ್ನು ಅನುಭವಿಸಲು ಬಿಡುವಂತಹ ದಡ್ಡ ನಾನಲ್ಲ." ಎಂದು ಗರ್ವದ ಮುಖ ಮಾಡಿ ಮುಂದುವರೆಸಿದ, ಅವನೆದೆ ಬಿರಿದುಹೋಗುತ್ತಿದೆ... ಆದರೂ ಲೆಕ್ಕಿಸದೆ, "ಹಾ, ನಾನು ಅವರ ಜತೆ ಸೇರ್ಕೊಂಡಿದ್ದೀನಿ... ನೀವು ಹೆಚ್ಚು ತಲೆಹರಟೆ ಮಾತಾಡಿದರೆ ನಿಮ್ಮನ್ನು ಮನೆಯೊಳಗೇ ಕೂಡಿಹಾಕುವಂತೆ ಹೇಳ್ತೀನಿ. ಅವರು ನನಗೂ ಕೈ ತುಂಬಾ ಕೊಡ್ತಾರೆ, ಅದಕ್ಕಿಂತಾ ಜಾಸ್ತಿ ನಾನೂ ಅವರಿಂದ ಕಿತ್ಕೋತೀನಿ... ಅಂದಹಾಗೆ, ನಿಮ್ಮ ಅನಾಥಾಲಯದ ಹುಂಡಿಗೂ ಸ್ವಲ್ಪ ದುಡ್ಡು ಹಾಕಿ ಹೋಗ್ತೀನಿ, ಬೇಜಾರು ಮಾಡ್ಕೋಬೇಡಿ!" ಎಂದು ಗುಟುರು ಹಾಕಿ ಕುಹಕ ನಗೆ ನಕ್ಕ. 'ಅಬ್ಬಾ, ಹಳೇ ಕಾಲದ 60ರ ದಶಕದ ವಿಲನ್ ತರಹ ನಾನು ಕಾಣಿಸಿರಬಹುದು' ಎಂದುಕೊಂಡ.

ಕುಪಿತವಾಗಿದ್ದ ಅವಳ ಮುಖ ಕೆಂಪಾಗಿದ್ದುದು ಈಗ ವಿವರ್ಣವಾಯಿತು. ಅರಳಿದ ತಾವರೆಯಂತಿದ್ದ ಲಕ್ಷಣ ಮಾಯವಾಗಿ, ಮುದುಡಿ ತುಟಿಗಳು ಅದುರಿದವು. ಅವಮಾನ ಮತ್ತು ಕೋಪ ತಡೆಯದೇ

"ಯೂ! ನೀವು... ಛೇ...!" ಎಂದು ತೊದಲಿ ಅಸಹ್ಯಪಟ್ಟು ಕೈ ಒದರಿ ಸರಕ್ಕನೆ ತಿರುಗಿ ಹೊರಕ್ಕೆ ನಡೆದುಬಿಟ್ಟಳು.

ಆಗ ಎಲ್ಲಿಂದಲೋ ಪ್ರತ್ಯಕ್ಷನಾದ ಹಮೀದ್ ಅವನತ್ತ ಬಂದು ಅವನ ಮ್ಲಾನ ಮುಖ ನೋಡಿ, "ಜಬ್ ದಿಲ್ ಹೀ ಟೂಟ್ ಗಯಾ!" ಎಂದು ಅಣಕಿಸಿದ ಸೈಗಾಲ್ ಹಾಡನ್ನು ನೆನೆಸಿಕೊಳ್ಳುತ್ತಾ.

"ಹಮೀದ್, ಇದಕ್ಕೇ ನೋಡು, ನಮ್ಮ ಕಸುಬಿನಲ್ಲಿರುವವರನ್ನು ಮದುವೆಯಾಗಲು ಸುಲಭವಾಗಿ ಯಾವ ಹೆಣ್ಣೂ ಒಪ್ಪಲ್ಲ, ಮತ್ತು ನಾವೂ ಚಾನ್ಸ್ ಕೊಡಲ್ಲ!" ಎಂದ ಸಾತ್ವಿಕ್ ಮನದಾಳದ ಮಾತಾಡುತ್ತಾ.

ಅಲ್ಲಿ ಅದೇ ಸಮಯಕ್ಕೆ ಸೇನಾನಿ ಬಂಟ ಟೋನಿ ನಡೆದು ಬರುತ್ತಿದ್ದ. ಹಮೀದ್ ತಕ್ಷಣ ಶಿಸ್ತಿನ ಅಧಿಕಾರಿಯಂತೆ ನಟಿಸುತ್ತಾ, ಸಾತ್ವಿಕ್ ಕೈಹಿಡಿದೆಳೆಯುತ್ತಾ "ನಡಿ, ನಿನ್ನ ಪ್ರೇಮಸಲ್ಲಾಪ ಸಾಕು. ತಿಂದಿದ್ದಕ್ಕೆ ಈ ಮನೆಯ ಋಣ ತೀರಿಸುವ ಕೆಲಸವಾದರೂ ಮಾಡು" ಎಂದು ಅವನನ್ನು ಲೈಬ್ರರಿ ಬಾಗಿಲಿಗೆ ತಳ್ಳುತ್ತಾ ಬಂದನು.

ಅಲ್ಲಿ ಆಗಲೇ ಕಮಾಡೋರ್ ನಾಯಕ್ ಆಗಲೇ ಇಸ್ತ್ರಿ ಮಾಡಿದ ಗರಿಗರಿ ನೀಲಿ ಸೂಟ್ ಧರಿಸಿ ಸಿಗಾರ್ನಿಂದ ಹೊಗೆ ಬಿಡುತ್ತಾ ಕುಳಿತಿದ್ದರು. ಸುತ್ತಲೂ ಸೇನಾನಿ, ಟೋನಿ ಮತ್ತು ಇನ್ನೊಬ್ಬಾತ ಎಲ್ಲರೂ ಸೂಟು ಧಾರಿಗಳು ಇವನನ್ನೇ ಒಳಬಂದಾಗ ದಿಟ್ಟಿಸಿದರು. ಬೆಳಗಿನ ತಿಂಡಿಯ ಬೆಳ್ಳಿ ಟ್ರಾಲಿಯೂ ಅವರ ನಡುವಿನಲ್ಲಿತ್ತು.

"ಬನ್ನಿ ಬನ್ನಿ ಕ್ಯಾಪ್ಟನ್, ಬ್ರೇಕ್‌ಫಾಸ್ಟ್‌ಗೆ ಬ್ರೆಡ್ ಟೋಸ್ಟ್, ಜ್ಯಾಮ್, ಕಾರ್ನ್ ಫ್ಲೇಕ್ಸ್ ಆಗಬಹುದೋ?" ಎಂದರು ಠೀವಿಯಿಂದ ಕಮಾಡೋರ್ ನಾಯಕ್.

"ಇದೇನು ನನಗೆ ಲಾಸ್ಟ್ ಸಪ್ಪರ್ (ಬೈಬಲ್‌ನಲ್ಲಿ ಬರುವ ಕೊನೆಯ ಊಟ) ಅಲ್ಲಾ ತಾನೆ...? ಅಥವಾ ಜೈಲಿನಲ್ಲಿ ನೇಣು ಹಾಕುವ ಮುನ್ನ ಕೈದಿಯ ಕೊನೆಯ ಆಸೆ ಕೇಳುತ್ತಾರಲ್ಲ ಹಾಗೋ?" ಎಂದು ವ್ಯಂಗ್ಯವಾಡಿದ ಸಾತ್ವಿಕ್.

ಸೇನಾನಿ ಇದ್ದವನು, "ನಿಮ್ಮ ಹಾಸ್ಯಪ್ರಜ್ಞೆ ಮೆರೆಸಲು ನಿಮ್ಮನ್ನು ಕರೆಸಿಲ್ಲ... ಮೊದಲು ಕುಳಿತು ತಿಂಡಿ ಮುಗಿಸಿ, ನಮಗೆ ಕೆಲಸವಿದೆ" ಎಂದನು ಒರಟಾಗಿ.

"ಭಾರೀ ಕೆಲಸವೇ ಇರಬೇಕು, ಅದಕ್ಕೆ ತಕ್ಕಂತಹ ಊಟ ತಿಂಡಿ!"ಎಂದ ಕೊನೆಯ ಮಾತು ತನ್ನದಿರಲಿ ಎಂಬಂತೆ ಸಾತ್ವಿಕ್.

ಹದಿನೈದು ನಿಮಿಷ ಕಾಲ ಎಲ್ಲರೂ ತಿಂಡಿ ತಿಂದು ಟೀ ಕುಡಿಯಲಾರಂಭಿಸಿದ ನಂತರ, ಬಲಮೂಲೆಯಲ್ಲಿ ಕೂತಿದ್ದಾತ ಎದ್ದು, "ಕ್ಯಾಪ್ಟನ್, ನನ್ನ ಹೆಸರು ಕಾಳೇಕರ್, ನಾನು ಸಮುದ್ರದರ್ಪಣಿ ಮತ್ತು ಕಮಾಡೋರ್‌ರವರ ಮತ್ತಿತರ ನೌಕೆಗಳಿಗೆ ರೇಡಿಯೋ ಆಪರೇಟರ್ ಇನ್-ಚಾರ್ಜ್!" ಎಂದು ತಾನೇ ಪರಿಚಯ ಮಾಡಿಕೊಂಡ.

"ನಮ್ಮ ಕಾಳೇಕರ್‌ಗೆ ನಕ್ಷೆ ತಯಾರಿಕೆ, ನ್ಯಾವಿಗೇಶನ್ ಇತ್ಯಾದಿ ನೌಕೆಯ ಕೆಲಸಗಳೂ ತಿಳಿದಿವೆ" ಎಂದರು ಕಮಾಡೋರ್ ಜಂಬವಾಗಿ, ತಮ್ಮ ಮನೆಯ ನಾಯಿಗೆ ತಾವೆಲ್ಲಾ ಕಲಿಸಿಕೊಟ್ಟ ಒಡೆಯನಂತೆ!

ಸೇನಾನಿ ಅಸಹನೆಯಿಂದ ಎದ್ದುನಿಂತನು, ಇನ್ನು ಈ ಪೀಠಿಕೆಯೆಲ್ಲಾ ಸಾಕಾಯಿತೆಂಬಂತೆ, "ನೋಡಿ ಕ್ಯಾಪ್ಟನ್, ನಾನು ಮೊದಲ ದಿನವೇ ಹೇಳಿದಂತೆ ನಮಗೆ ನಿಮ್ಮಿಂದ ಈ ಸಮುದ್ರದಡಿಯಲ್ಲಿ ಒಂದು ರಹಸ್ಯ ಕೆಲಸವಾಗಬೇಕಿದೆ. ನಮ್ಮ ಬಳಿ ಒಂದು ನಕ್ಷೆಯಿದೆ... ಇದನ್ನು ನೋಡಿ ನೀವೇ ಹೇಳಿ ಏನು ಎಂದು..." ಎನ್ನುತ್ತಾ ಕಾಳೇಕರ್‌ನತ್ತ ಹುಬ್ಬೇರಿಸಲು, ಅವನು ಒಂದು ಗುಂಡಗೆ ಸುತ್ತಿದ್ದ ನೀಲ ನಕಾಶೆಯನ್ನು ತಂದು ಸಾತ್ವಿಕ್ ಮುಂದೆ ಹರಡಿದ.

ಸಾತ್ವಿಕ್‌ಗೆ ಎಲ್ಲರೂ ತನ್ನನ್ನೇ ಆಸಕ್ತಿಯಿಂದ ನೋಡುತ್ತಿದ್ದಾರೆ ಎಂದು ಅರಿವಾಗುತ್ತಿದೆ... ಆ ನಕ್ಷೆಯನ್ನು ಸ್ವಲ್ಪ ಹೆಚ್ಚು ಕಾಲ ದಿಟ್ಟಿಸಿ ನೋಡಿ, ತಲೆಯೆತ್ತಿ ನಕಾರಾತ್ಮಕವಾಗಿ ಆಡಿಸಿದ, "ಊಹೂಂ... ನಾನಿದನ್ನು ಜನ್ಮದಲ್ಲೇ ಇದುವರೆಗೆ ನೋಡಿಲ್ಲ."

ಸೇನಾನಿ ಸುಮ್ಮನೆ ಟೋನಿಯತ್ತ ಹುಬ್ಬೇರಿಸಿರಬಹುದು ಅಷ್ಟೇ... ಮಿಂಚಿನಂತೆ ಸಾತ್ವಿಕ್ ಮೇಲೆ ಎರಗಿದ ಟೋನಿ ತನ್ನ ಬಲಗೈಯಿಂದ ಒಂದು ಕರಾಟೆ ಚಾಪ್ ಅನ್ನು ಸಾತ್ವಿಕ್ ಬೆನ್ನ ಮೇಲೆ ಗುದ್ದಿದ್ದ. ಒಳ್ಳೇ ಕೊಡಲಿ ಪೆಟ್ಟು ಬಿದ್ದಂತಾಗಿ ಸಾತ್ವಿಕ್‌ಗೆ ತಿಂದಿದ್ದೆಲ್ಲಾ ಬಾಯಿಗೆ ಬಂದು ನೆತ್ತಿಹತ್ತಿ ಕೆಮ್ಮಲಾರಂಭಿಸಿದ, ಕಣ್ಣೆಲ್ಲಾ ನೀರಿನಿಂದ ಮಂಜಾಯಿತು. ಕೆಳಕ್ಕೆ ಬಿದ್ದ ಸಾತ್ವಿಕ್‌ಗೆ

ಇನ್ನೇನು ಬಲಗಾಲಿನಿಂದ ಅವನು ಒದೆಯಬೇಕು ಅಷ್ಟರಲ್ಲಿ, ಸೇನಾನಿ ಮುಂದೆ ಬಂದು ಏದುಸಿರು ಬಿಡುತ್ತಿರುವ ಮೃಗದಂತಹ ಟೋನಿಯನ್ನು ತಡೆದ.

"ಈಗ ನೆನಪು ಬಂತೇ, ಕ್ಯಾಪ್ಟನ್...? ಅಥವಾ ಇನ್ನೂ ಸ್ವಲ್ಪ ಜ್ಞಾಪಕ ಶಕ್ತಿ ಹೆಚ್ಚಿಸುವ ಔಷಧಿ ಕೊಡಿಸಲೋ...?" ಎಂದನು.

ಸಾತ್ವಿಕ್ ಕಣ್ಣೊರೆಸಿಕೊಂಡು ನೆಲದ ಮೇಲೆ ಕುಳಿತೇ ಇದ್ದ, ಬೇಕಂತಲೇ ಹೆಚ್ಚು ವಿಶ್ರಾಮ ಪಡೆಯುತ್ತಾ...

ಆಗ ಕಮಾಡೋರ್ ಎದ್ದುನಿಂತು ನೊಂದ ದನಿಯಲ್ಲಿ, ಬಾಯಲ್ಲಿ ಸಿಗಾರ್ ಕಚ್ಚಿಕೊಂಡೇ, "ಇದೆಲ್ಲಾ ಬೇಕೆ, ಸೇನಾನಿ? ಎಷ್ಟಾದರೂ ಅವನು ನಮ್ಮ ನೇವಿಯ ಕ್ಯಾಪ್ಟನ್, ನಾವು ಸ್ವಲ್ಪ..." ಎಂದರು ಮನವಿ ಮಾಡುವಂತೆ.

"ಶಟಪ್, ಓಲ್ಡ್ ಮ್ಯಾನ್...!" ಎಂದು ಅವನತ್ತ ಎಚ್ಚರಿಕೆಯ ತೋರುಬೆರಳಾಡಿಸುತ್ತಾ ಗುಡುಗಿದನು ಸೇನಾನಿ. "ನಿನಗೆ ಮಾತನಾಡಲು ಹೇಳಿದಾಗ ಆಡುವೆಯಂತೆ!"

ಕಮಾಡೋರ್ ಮುಖ ಅವಮಾನದಿಂದ ಕೆಂಪಾಗಿ, ಮಾತು ಬರದೇ ಅವರ ಸಿಗಾರ್ ಬಾಯಿಂದ ನೆಲದ ಮೇಲೆ ಬಿದ್ದುದನ್ನು ನೋಡಿ ಸಾತ್ವಿಕ್ ಮೆತ್ತಗೆ ಎದ್ದನು... ತಾನು ನೋಡಬೇಕಾದ್ದನೆಲ್ಲಾ ನೋಡಿಯಾಯಿತು. ಸೇನಾನಿಗೆ ಕಮಾಡೋರ್ ಮೇಲೆ ಹಿಡಿತವಿದೆ, ಯಾರು ಇಲ್ಲಿ ಬಾಸ್ ಎಂದು ಗೊತ್ತಾಯಿತು.

ಸಾತ್ವಿಕ್ ಎದ್ದು ಕುಳಿತು ಆ ನಕ್ಷೆಯನ್ನು ಪಕ್ಕಕ್ಕೆ ತಳ್ಳುತ್ತಾ ಹೇಳಿದನು, "ನಮ್ಮ ಇಂಡಿಯನ್ ನೇವಿಯ ಐ ಎನ್ ಎಸ್ ಜಲಬಿಂದು ಎಂಬ ಚಿಕ್ಕ ವಿಶೇಷ ನೌಕೆಯ ಡ್ರಾಯಿಂಗ್ ಇದು. ನಿಮಗೆ ಹೇಗೆ ಸಿಕ್ಕಿತು?"

ಸೇನಾನಿ ಗರ್ವದ ನಗೆ ನಗುತ್ತಾ. "ಯಾವುದು, ಆ ಡ್ರಾಯಿಂಗ್ ಸಿಕ್ಕಿದ್ದು ಅಂದೆಯಾ, ಇಲ್ಲಾ ನೌಕೆಯಾ?" ಎಂದು ಕೇಳಿದನು.

ಸಾತ್ವಿಕ್ ಅತ್ಯಾಶ್ಚರ್ಯವಾದವನಂತೆ "ವಾಟ್?" ಎಂದು ಹೌಹಾರಿದ.

"ನೌಕೆಯ ಒಳಗೇ ಇಂಜಿನಿಯರ್ ಸೀಟಿನಲ್ಲಿ ಈ ಡ್ರಾಯಿಂಗ್ ಕೂಡಾ ಇಟ್ಟಿರುತ್ತಾರಲ್ಲವೆ, ಹಾಗೆ ಸಿಕ್ಕಿತು!" ಎಂದ ಗುಟ್ಟು ಬಿಟ್ಟುಕೊಡದಂತೆ ಸೇನಾನಿ.

ಇದು ಬಹಳ ತಮಾಷೆಯೆಂಬಂತೆ ಟೋನಿ ಹಲ್ಕಿರಿದನು.

"ಹೇಳಿ ಕಮಾಡೋರ್..." ಎಂದನು ಸೇನಾನಿ ಅವರಿಗೆ ಅನುಮತಿ ಕೊಡುತ್ತಾ,

"ನಮಗೆ, ಅಂದರೆ ನನ್ನ ಮತ್ತು ಸೇನಾನಿಯವರಿಗೆ, ಸಾಗರದಡಿಯ 2000 ಅಡಿ ಮಟ್ಟದಲ್ಲಿ ಅಪಾಯಕಾರಿಯೂ, ವಾಣಿಜ್ಯ ಕ್ಷೇತ್ರಕ್ಕೆ ಮುಖ್ಯವೂ ಆದ ಒಂದು ಅತ್ಯಂತ ಪ್ರಮುಖ ಕಾರ್ಯವಿದ್ದುದರಿಂದ, ಇಂತಹ ವಿಶೇಷ ಶಕ್ತಿಯುಳ್ಳ ಒಂದು ಬಾತಿಸ್ಕೇಫ್ ಸಬ್-ಮೆರೀನನ್ನು ನಾವು ಆರು ತಿಂಗಳಿಂದ ಹಲವು ಸ್ಥಳಗಳಲ್ಲಿ

ಹುಡುಕುತ್ತಲೇ ಇದ್ದೆವು. ಅದೃಷ್ಟವಶಾತ್, ನಮ್ಮ ಜಂಟಿ ಕಾರ್ಯಾಚರಣೆಯಿಂದ ಐ ಎನ್ ಎಸ್ ಜಲಬಿಂದು ಈಗ ಯಶಸ್ವಿಯಾಗಿ ನಮ್ಮ ವಶಕ್ಕೆ ಸೇರಿ ನಿಮ್ಮ ಸೇವೆಗೆ ಸಿದ್ಧವಾಗಿದೆ...!"

ಒಂದು ನಿಮಿಷ ಅವರ ಈ ಉದ್ದುದ್ದ ಭಾಷಣವನ್ನು ಕೇಳಿ, ದಿಗ್ಭ್ರಮೆಯಿಂದ ನೋಡಿ, ತಡೆಯಲಾಗದೇ ಸಾತ್ವಿಕ್ ಕಿಸಕ್ಕನೆ ನಕ್ಕು ಉದ್ಗರಿಸಿದನು,

"ಅದೃಷ್ಟವಶಾತ್...? ಜಂಟಿ ಕಾರ್ಯಾಚರಣೆ... ? ನೇವಿಯ ಸಬ್ ಮೆರೀನ್ ನೀವು ರಾತ್ರೋ ರಾತ್ರಿ ಕದ್ದುದಕ್ಕೆ ಈ ಉಪಮೆ, ಉಪಮೇಯಗಳೇ...? ನೇವಿಯಿಂದ ನಿವೃತ್ತರಾಗಿ ನೀವು ಕಡಲುಗಳ್ಳರಾದಿರಿ ಎನ್ನಿ!"

"ನೀನೇನು ನೇವಿಯಲ್ಲಿದ್ದು ಸ್ವಾಮಿ ವಿವೇಕಾನಂದ ಆದೆಯೋ...? ಕೊಲೆ ಅಪರಾಧಿ, ತಲೆ ತಪ್ಪಿಸಿಕೊಂಡವನಲ್ಲವೆ...? ಸೋ ಶಟಪ್, ಸಾತ್ವಿಕ್!" ಎಂದು ಏಕವಚನದಲ್ಲಿ ಗುಡುಗಿದ ಸೇನಾನಿ.

"ಅಂದರೆ.. ನಿಜವಾಗಿಯೂ ನಮ್ಮ ಭಾರತೀಯ ನೌಕಾಪಡೆಯ ಈ ಅತ್ಯಂತ ವಿಶೇಷ ಸಬ್ ಮೆರೀನ್ ಅನ್ನು ಕೆಲವು ತಿಂಗಳ ಹಿಂದೆ ಕದ್ದವರು ನೀವು! ನಾವು ಅದನ್ನು ಅತ್ಯಂತ ಸುಭದ್ರ ಸ್ಥಿತಿಯಲ್ಲಿ, ನಿಗಾ ಇರುವ ಸ್ಥಳದಲ್ಲಿ ಬಿಟ್ಟು..." ಎಂದು ಕಣ್ಣು ಅಗಲಿಸಿ ಉದ್ಗರಿಸಿದ ಸಾತ್ವಿಕ್, ನಂಬಲಾಗದವನಂತೆ.

ಸೇನಾನಿ ಈಗ ಗಹಗಹಿಸಿ ನಕ್ಕ, "ಅಬ್ಬಾ, ನೀವು ನೇವಿಯವರ ಒಣಪ್ರತಿಷ್ಠೆ ಹೆಚ್ಚು ನೋಡಿ! ಸುಭದ್ರ ಸ್ಥಿತಿಯಂತೆ, ನಿಗಾ ಇಟ್ಟ ಸ್ಥಳವಂತೆ! ಬಹಳ ಸುಲಭವಾಗಿ ಕೇವಲ ಹತ್ತಡಿ ನೀರಿನಲ್ಲಿ, ಮೈಲಿಮೈಲಿ ದೂರದಲ್ಲೂ ಒಬ್ಬ ಪಹರೆಯವನಿಲ್ಲದೇ ಭಿಕಾರಿಯಂತೆ ಬಿಟ್ಟು ಲಂಗರು ಹಾಕಿ ಹೋಗಿದ್ದಿರಿ... ನಾವು ಇಂತದನ್ನು ಹುಡುಕುತ್ತಲೇ ಇದ್ದೆವು ಅನ್ನಿ, ಈ ಕರಾವಳಿಯಲ್ಲಿ, ಸುಲಭವಾಗೇನೂ ಸಿಕ್ಕಲಿಲ್ಲ... ಅಂದರೆ ನಾವು ಕಮಾಡೋರ್ ನಾಯಕ್ ಅವರನ್ನು ಭೇಟಿ ಮಾಡುವ ಮೊದಲು ಅನ್ನಿ... ನಿಮಗೆ ಗೊತ್ತಲ್ಲ, ಅವರು ನಮ್ಮಂತಹ ಸಾಗರಗರ್ಭ ಭೂವಿಜ್ಞಾನಿಗಳಿಗೆ ತಮ್ಮ ನೌಕೆಯನ್ನು ಬಾಡಿಗೆ ಕೊಡುತ್ತಾರೆ... ಅದರಿಂದ ಸಾಗರದಡಿಯ ತೈಲ ನಿಕ್ಷೇಪದ ತರಂಗಗಳ ಮ್ಯಾಪಿಂಗ್ ಮಾಡುತ್ತೇವೆ, ಅಲ್ಲಿ ಅವರು ತಮ್ಮ ತೈಲ ಭಾವಿಯ ರಿಗ್ ಇಳಿಸುತ್ತಾರೆ... ಈ ಬಾರಿ ನಮ್ಮ ಅದೃಷ್ಟ, ಸಮುದ್ರದರ್ಪಣಿಯನ್ನು ಇವರು ಇಳಿಸಿದ್ದ ಕೆಲವೇ ನಾಟಿಕಲ್ ಮೈಲು ದೂರದಲ್ಲಿ ನಮಗೆ ಬೇಕಿದ್ದ ಐ ಎನ್ ಎಸ್ ಜಲಬಿಂದು ಸಬ್ ಮೆರೀನ್ ನೌಕೆ ನಮಗೆ ಸಿಕ್ಕಿಬಿಟ್ಟಿತು..."

ಸಾತ್ವಿಕ್ ಮನದೊಳಗೇ ನಕ್ಕ. 'ಅದು ಗೊತ್ತಿದ್ದೇ ತಾನೇ, ನಾನೇ ಅದನ್ನು ಅಲ್ಲಿ ಆ ಸ್ಥಿತಿಯಲ್ಲಿ ಬಿಟ್ಟುಹೋಗಿದ್ದು? ಇರಲಿ ಮುಂದೇನು ಹೇಳುತ್ತಾನೋ' ಎಂದು ಕಾತರದಿಂದ ಕಾಯುತ್ತಿದ್ದ.

"ಅಂತಹ ನೌಕೆಯನ್ನು ನೀವು ಬಲವಂತವಾಗಿ ಬ್ರೇಕ್-ಇನ್ ಮಾಡಿ ನೀರಿನಡಿಯಲ್ಲಿ ಹೆಚ್ಚು ಆಳವಿಲ್ಲದ ಕಡೆ ತಂದು ನಿಲ್ಲಿಸಿಕೊಳ್ಳಬಹುದು... ಅದು ನನಗೂ ಅರ್ಥವಾಗುತ್ತೆ... ಆದರೆ ಈಗ ಜಲಬಿಂದು ಎಲ್ಲಿದೆ ಮತ್ತು ಹೇಗೆ ಸುರಕ್ಷಿತವಾಗಿದೆ?" ಎಂದ.

ಸೇನಾನಿ ಬಹಳ ಚಾಲಾಕಿನವನಂತೆ "ನಮ್ಮ ಬಳಿ ಸಮುದ್ರದರ್ಪಣಿ ಆಯಿಲ್ ರಿಗ್ ಇದೆ... ನಮ್ಮ ಬಳಿ ಐ ಎನ್ ಎಸ್ ಜಲಬಿಂದು ನೌಕೆಯೂ ಇದೆ... ಹಾಗಾದರೆ ಇದಕ್ಕುತ್ತರ ಹೇಳು ತ್ರಿವಿಕ್ರಮಾ..."ಎಂದು ನಗಾಡಿದ.

"ನೀವು... ಓಹ್, ಜಲಬಿಂದುವನ್ನು ಆಯಿಲ್ ರಿಗ್ ಬಳಿ ಎಲ್ಲೋ ಹುದುಗಿಸಿಟ್ಟಿದ್ದೀರಿ ಎಂದು ಕಾಣುತ್ತದೆ..." ಎಂದ ಬಹಳ ಕಷ್ಟಪಟ್ಟು ಉತ್ತರ ಹೊಳೆದಂತೆ.

"ಎಲ್ಲೋ ಅಲ್ಲಯ್ಯಾ... ಆಯಿಲ್ ರಿಗ್ಗಿನ ಒಂದು ಕಾಲಿನ ಕೆಳಗೆ ಒಂದು ವಿಶೇಷ ಜುಗಾಡ್ ವ್ಯವಸ್ಥೆ ಮಾಡಿ ಅಲ್ಲೇ ಮುಳುಗಿಸಿಟ್ಟಿದ್ದೀವಿ... ಕಾಳೇಕರ್ ಬೇಕಾದರೆ ಮಿಕ್ಕೆಲ್ಲವನ್ನೂ ನಿಮಗೆ ವಿವರಿಸಬಲ್ಲ" ಎಂದನು ಸೇನಾನಿ.

'ಅವರಪ್ಪನಿಗೂ ನಾನು ವಿವರಿಸಬಲ್ಲೆ, ತಮ್ಮನ್ನು ಏನೆಂದುಕೊಂಡಿದ್ದಾರೆ?' ಎಂದುಕೊಂಡ ಸಾತ್ವಿಕ್, ಆದರೆ ಹೇಳಲಿಲ್ಲ.

"ಕಂಗ್ರಾಜುಲೇಷನ್ಸ್, ಕಡಲುಗಳ್ಳರೇ, ನಿಮ್ಮ ಕತೆ ಸೊಗಸಾಗಿತ್ತು... ಇನ್ನು ನನ್ನ ಕೆಲಸ?" ಎಂದು ಕೇಳಿದ.

ಕಮಾಡೋರ್ ಮುಂದೆ ಬಗ್ಗಿ ಹೇಳಿದರು. "ನೀವು ಅದನ್ನು ನಾವು ಹೇಳಿದ ದಿನ ನಡೆಸುತ್ತಾ ನಾವು ನಿಗದಿಪಡಿಸಿದ ಒಂದು ಸ್ಥಳಕ್ಕೆ ನೀರಿನಡಿ 1500ರಿಂದ 2000 ಅಡಿ ಆಳಕ್ಕೆ ಕೊಂಡೊಯ್ಯಬೇಕಾಗುತ್ತದೆ..." ಎಂದಾಗ, ಸಾತ್ವಿಕ್ ಚಿಟಿಕೆ ಹೊಡೆಯುತ್ತಾ,

"ಹಾ, ಗೊತ್ತಾಯಿತು... ನನ್ನನ್ನು ನೇವಿಯವರ ಕಣ್ಣಿಗೆ, ಪೋಲಿಸರ ಸುಳಿವಿಗೆ ಸಿಗದಂತಹ ಸ್ಥಳಕ್ಕೆ ಕಳಿಸುತ್ತೇನೆಂದಿರಲ್ಲಾ, ಇದಕ್ಕೇ ಏನು?" ಎಂದು ಮುಗುಳ್ನಕ್ಕನು.

ಟೋನಿ ಮತ್ತೆ ಗುರುಗುಟ್ಟುತ್ತಾ ಸಾತ್ವಿಕ್ನತ್ತ ಮುನ್ನುಗ್ಗಿದಾಗ ಸೇನಾನಿ ಅವನ ಎದೆತಟ್ಟಿ ತಡೆದರು, "ಇವನನ್ನು ರೇಗಿಸುವುದು ನಿಮ್ಮ ಆರೋಗ್ಯಕ್ಕೆ ಒಳ್ಳೆಯದಲ್ಲ!"

ಅವನ ಆರೋಗ್ಯವೂ ಇಷ್ಟರಲ್ಲೇ ಕೆಡುವುದಿದೆ ಎಂದು ಮನದಲ್ಲೆ ನಿರ್ಧರಿಸಿಕೊಂಡನು ಸಾತ್ವಿಕ್.

"ಈ ಬಾತಿಸ್ಕೇಪ್ ಸಬ್‌ಮೆರೀನ್ ನೌಕೆಯ ಕೆಲವು ಕೈಚಾಚುವಂತಹ ರೆಕ್ಕೆಗಳನ್ನು ಬಳಸಿಕೊಂಡು, ಅವು ಸಾಗರದಡಿಯ ಒಂದು ನಿಧಿಯನ್ನು

ಅರಸುತ್ತಿದ್ದೇವಲ್ಲಾ, ಅದು ನಮ್ಮ ಕೈ ಸೇರುವಂತೆ ನೀವು ಸಹಕರಿಸಬೇಕು..." ಎಂದರು ಕಮಾಡೋರ್

"ನಾನಿರುವುದೇ ನಿಮಗಾಗಿ..." ಎಂದನು ನಸುನಗುತ್ತಾ ಸಾತ್ವಿಕ್ ಹಾಡಿನ ರಾಗದಲ್ಲಿ.

ಅವನ ಅಡ್ಡಮಾತನ್ನು ನಿರ್ಲಕ್ಷಿಸುತ್ತಾ ಸೇನಾನಿ "ಒಮ್ಮೆ ಈ ನಿಧಿ ನಮ್ಮ ನೌಕೆಯಲ್ಲಿ ಲೋಡ್ ಆಯಿತೆಂದರೆ ನಾವು ನೀನು ಎಲ್ಲರೂ ಫ್ರೀ... ಇನ್ನು ಜೀವಮಾನದಲ್ಲಿ ದುಡಿಯಬೇಕಾದ್ದಿಲ್ಲ... ಎಲ್ಲರ ಹಣಕಾಸಿನ ಮಟ್ಟವೂ ಕೋಟ್ಯಧಿಪತಿಗಳ ಲಿಸ್ಟ್ಗೆ ಸೇರಿ ಬಿಡುತ್ತವೆ!" ಎಂದಾಗ ಪಕ್ಕದಲ್ಲಿದ್ದ ಟೋನಿ ತನ್ನ ಕನಸಿನ ವೈಭವ ಕಾಣುವನಂತೆ ಕಂಗಳನ್ನು ಮೇಲಕ್ಕೆ ಮಾಡಿದ.

'ಮೊದಲು ನನ್ನನ್ನಂತೂ ಜಲಸಮಾಧಿ ಮಾಡದಿದ್ದರೆ... ನೀವು ಜೀವಾವಧಿ ಶಿಕ್ಷೆ ಆದವರ ಲಿಸ್ಟಿಗೆ ಸೇರದಿದ್ದರೆ' ಎಂದುಕೊಂಡ ಸಾತ್ವಿಕ್.

"ಅದೆಂತಹ ನಿಧಿ...? ಮತ್ಸ್ಯಕನ್ಯೆಯೋ ಅಷ್ಟು ಆಳದಲ್ಲಿ ಸಿಕ್ಕಲು?" ಎಂದು ಕುತೂಹಲದಿಂದ ಪ್ರಶ್ನಿಸಿದ ಸಾತ್ವಿಕ್.

ಸೇನಾನಿ ಮತ್ತೆ ಅಸಹನೆಯಿಂದ ಅವನ ಮಾತನ್ನು ಕತ್ತರಿಸಿದನು, "ಅದೆಲ್ಲಾ ಈಗ ಬೇಡ... ನೀವು ನಮ್ಮನ್ನು ಅಲ್ಲಿಗೆ ಕರೆದುಕೊಂಡು ಹೋಗಿ... ಸಮುದ್ರದರ್ಪಣಿಯಿಂದ ಅಂದಾಜು ಒಂದು ಗಂಟೆಯ ಪ್ರಯಾಣ... ಆ ಸ್ಥಳದ ಕರಾರುವಾಕ್ಕಾದ ನಕ್ಷೆ ನಾಳೆ ನಮಗೆ ಸಿಗಲಿದೆ. ನೀವೇ ಕಣ್ಣಾರೆ ನೋಡುವಿರಂತೆ... ಆದರೆ ಅದರ ವಿಷಯ ಮಾತಾಡುವುದೂ ನಮಗೆ ಇಲ್ಲಿ ನಿಷಿದ್ಧ. ಎಲ್ಲೆಲ್ಲೂ ಕಿವಿ ಕಣ್ಣುಗಳಿರುತ್ತವೆ. 1500 ಅಡಿ ನೀರಿನಾಳದಲ್ಲಿ ನಮಗೆ ಏಕಾಂತ ಸಿಗುತ್ತಲ್ಲಾ, ಅದು ವಾಸಿ ಅಲ್ಲವೆ?" ಎಂದನು

"ಹೌದು, ನಿರ್ಜನ ಸಾಗರದಡಿಯಲ್ಲಿ ನಮ್ಮ ಕಣ್ಣು ಕಿವಿ ಬಿಟ್ಟು ಬೇರೆ ಯಾರೂ ಇರುವುದಿಲ್ಲ..." ಎಂದನು ಸಾತ್ವಿಕ್ ತನ್ನ ರೂಮಿನಲ್ಲಿದ್ದ ಗುಪ್ತ ಮೈಕ್ರೋ-ಫೋನ್ಸ್ ವ್ಯವಸ್ಥೆಯನ್ನು ನೆನೆಸಿಕೊಂಡು.

7

ಮೀಟಿಂಗ್ ಮುಗಿಸಿ ರೂಮಿಗೆ ಯಥಾಪ್ರಕಾರ ಬೆಂಗಾವಲಾಗಿ ಬಂದ ಹಮೀದ್, ಎಲ್ಲಾ ಮೈಕ್ರೋಫೋನ್ಸ್ ತೆಗೆದಿಟ್ಟು, ಅನಂತರ ನಿಟ್ಟುಸಿರಿಟ್ಟು ಸಾತ್ವಿಕನತ್ತ ತಿರುಗಿದ, "ಸರಿ, ನಿನ್ನ ಜೇಬಿನಲ್ಲಿರುವ ಮೈಕ್ರೋಫೋನ್ ಕೊಡು... !" ಎಂದನು.

ಮುಗುಳುನಗುತ್ತಾ ಸಾತ್ವಿಕ್ ತಾನು ಇದುವರೆಗೂ ಇಡೀ ಮೀಟಿಂಗ್ ಸಂವಾದವನ್ನು ರೆಕಾರ್ಡ್ ಮಾಡಲು ಬಳಸಿದ್ದ ಮಿನಿ ಮೈಕನ್ನು ಅವನ ಕೈಗಿತ್ತು, "ಇದೊಳ್ಳೇ ಐಡಿಯಾ ಮಾಡಿದ್ದೆ, ಹೊರಡುವ ಮುನ್ನ ನಿನ್ನ ಪೇಪರ್ಸ್ ನನ್ನ ಜೇಬಿನಲ್ಲಿ ಇಟ್ಟಾಗಲೇ ಅದನ್ನೂ ನೋಡಿಬಿಟ್ಟಿದ್ದೆ... ಹಾಗೇ ತೆಗೆದುಕೊಂಡು ಹೋದೆ. ಇದರಲ್ಲಿ ಕೇಳಿಸಿದ್ದೆಲ್ಲಾ ನಿನ್ನ ರೂಮಿನಲ್ಲಿರುವ ಪ್ರತ್ಯೇಕ ರೆಕಾರ್ಡರ್ನಲ್ಲಿ ಮಾತ್ರ ದಾಖಲಾಗಿದೆ ಅಲ್ಲವೆ?" ಎಂದು ಖಚಿತಪಡಿಸಿಕೊಂಡ.

ಹಮೀದ್ ಸಮ್ಮತಿಸಿ ತಲೆಯಾಡಿಸಿದ, "ಹೌದು. ಅದನ್ನು ನಾನು ಇಂದು ನಗರಕ್ಕೆ ಹೋಗಿ ನಮ್ಮವರಿಗೆ ಕಳಿಸುತ್ತೇನೆ; ಇಲ್ಲಿಂದ ನನಗೆ ಯಾವುದೂ ಮೊಬೈಲ್ ಸಿಗ್ನಲ್ ಇಲ್ಲ, ಇನ್ನು ಸುರಕ್ಷಿತವಾಗಿ ನಿನ್ನಂತೆ ನನಗೆ ಇಂಟರ್ನೆಟ್ ಬಳಕೆ ಸಾಧ್ಯವಿಲ್ಲ, ಎಲ್ಲಾದರಲ್ಲೂ ಸೇನಾನಿಯ ಕಿವಿ, ಕಣ್ಣುಗಳಿವೆ, ಟ್ಯಾಪ್ ಮಾಡುತ್ತಾರೆ... ಆ ಕಾಳೇಕರ್ ಅದರಲ್ಲಿ ಬಹಳ ಚತುರ. ನನ್ನ ಈ ಸಂದೇಶ ತಲುಪಿದರೆ ನಮ್ಮ ಹೆಡ್ಕ್ವಾರ್ಟರ್ಸ್‌ಗೆ ಇಲ್ಲಿ ನಡೆಯುತ್ತಿರುವುದರ ಬಗ್ಗೆ ವರದಿ ಸಿಕ್ಕಂತಾಗುತ್ತದೆ. ಆಮೇಲೆ ನಿನಗೆ ಬೆಂಬಲವಾಗಿ ನಮ್ಮ ನೇವಿ ಮತ್ತು ಪೋಲಿಸರೂ ಬರುವ ಸಾಧ್ಯತೆಯಿದೆ. ಆದರೆ ಈಗಲೇ ಯಾರಿಗೂ ಆ ಸ್ಥಳದ ಪರಿಚಯವಿಲ್ಲ, ನಿನಗೂ ಸೇರಿದಂತೆ ಅಲ್ಲವೆ, ಸಾತ್ವಿಕ್?"

ಸಾತ್ವಿಕ್ ಯೋಚಿಸುತ್ತಾ ನುಡಿದ, "ಒಂದು ಅಂದಾಜು ಸಿಕ್ಕಿದೆ... ಸಮುದ್ರದರ್ಪಣಿಯಿಂದ ಒಂದು ಗಂಟೆಯ ಪ್ರಯಾಣವಂತೆ, ಯಾವ ದಿಕ್ಕಿನಲ್ಲಿ ಎಂದು ನಮಗೆ ಗೊತ್ತಿಲ್ಲ. ಆದರೆ ನಕ್ಷೆಯಲ್ಲಿ ಆ ಸ್ಥಳವನ್ನು ಗುರುತು ಮಾಡಿ, ಸಬ್–ಮೆರೀನ್ ಜಲಬಿಂದು ವೇಗಕ್ಕೆ ತಕ್ಕಂತ ಒಂದು ಗಂಟೆಯ ಪ್ರಯಾಣದ ವೃತ್ತವನ್ನು ಹಾಕಿಕೊಳ್ಳಬಹುದು. ನಾನು ನಿಖರವಾಗಿ ಹೇಳಿದಾಗ ಆ ನಿರ್ದಿಷ್ಟ ಸ್ಥಳಕ್ಕೆ ಹತ್ತಿರ ಸರಿಯುತ್ತಾ ವರ್ತುಲವನ್ನು ಬಿಗಿಗೊಳಿಸಿ ಸುತ್ತುವರಿಯಬಹುದು. ಹೀಗೆಂದೂ ನೀನು ಸಂದೇಶದಲ್ಲಿ ಕಳಿಸು..."

"ಸರಿ. ನಿನಗೆ ನಾಳೆ ಬೆಳಿಗ್ಗೆ ಬಂದಾಗ ಮೆಸೇಜ್ ಕೊಡುತ್ತೇನೆ. ಅದಕ್ಕೂ ಮುನ್ನ ನೀನು ಫ್ರೀ..." ಹಮೀದ್ ಅವನಿಗೆ ಕೈಕೋಳ ತೊಡಿಸಿ ಬಂಧಿಸಿ "ಫ್ರೀ..." ಎಂದು ಒಮ್ಮೆ ನಕ್ಕ

ಸಾತ್ವಿಕ್ ತನ್ನ ಜೇಬಿನಲ್ಲಿದ್ದ ಕೈಕೋಳದ ನಕಲಿ ಭಾವಿಯನ್ನು ಮುಟ್ಟಿ ನೋಡಿಕೊಂಡ. "ಹಮೀದ್, ಒಂದು ಕಣ್ಣು ಸುಮನಾ ಮತ್ತು ಕಮಾಡೋರ್ ನಾಯಕ್‌ರವರ ಮೇಲಿರಲಿ... ಅವಳು ಜಾಣೆ; ಆದರೆ ವಿವೇಕವಿಲ್ಲದೆ ಏನಾದರೂ ಮಾತಾಡಿ ಪ್ರಾಣಾಪಾಯ ತಂದುಕೊಂಡಾಳು ಎಂದು..."

"ಓಹೋ, ಆಗಬಹುದು ಕ್ಯಾಪ್ಟನ್! ನನ್ನ ಭಾವೀ ಅತ್ತಿಗೆಯ ಮೇಲೆ ನಿಗಾ ಇಡುವುದಿಲ್ಲವೆ?" ಎಂದು ಹಾಸ್ಯ ಮಾಡಿದ ಹಮೀದ್.

"ನಿನಗೆಲ್ಲೋ ಹುಚ್ಚಲ್ಲ, ಬೆಪ್ಪಲ್ಲ, ಶಿವಲೀಲೆ ಅಂದಹಾಗೆ! ಮೊದಲು ರೂಮಿನ ಮೈಕ್ಸ್ ಎಲ್ಲಾ ವಾಪಸ್ ಇಟ್ಟು ಜಾಗ ಖಾಲಿ ಮಾಡು" ಎಂದು ನಗುತ್ತಾ ಗದರಿಸಿದನು ಸಾತ್ವಿಕ್.

ಹಮೀದ್ ಏನೋ ಹೊಳೆದಂತೆ ಕೈಯಲ್ಲಿ ಚಿಟಿಕೆ ಹೊಡೆದ "ಆದರೆ ನಿನಗೆ ಕೊಟ್ಟಿದ್ದೆನಲ್ಲಾ, ಈ ಮಿನಿ ಮೈಕ್ರೋಫೋನ್ ಬಹಳ ಶಕ್ತಿಯುತ ಸಿಗ್ನಲ್ಲದು, ನಮ್ಮ ನೇವಿಯ ರೇಡಿಯೋ ತರಂಗಾಂತರಕ್ಕೆ ಸ್ವಿಚ್ ಮಾಡುತ್ತೇನೆ... ಇದನ್ನು ನೀನು ಸಬ್ ಮೆರೀನ್ನಲ್ಲಿಯೂ ಬಳಸಬಹುದು, 2000 ಅಡಿ ಕೆಳಗೂ ನೇವಿಗೆ ಸಿಗ್ನಲ್ ತಲುಪುತ್ತದೆ... ನಿನ್ನ ಮಾತಿನಲ್ಲಿ ಯಾವುದಾದರೂ ಸುಳಿವು ಕೊಟ್ಟರೆ ಸಾಕು, ಅವರು ಸಮೀಪಿಸಬಹುದು, ಇಲ್ಲದಿದ್ದರೆ ನಿನಗೆ ಅಪಾಯ ತಪಿದ್ದಲ್ಲ..." ಎಂದವನು ಒಂದು ಗಳಿಗೆ ಯೋಚಿಸಿ, "ಆದರೆ ಈ ಸೇನಾನಿ ಕಡೆಯವರು ಮೂರ್ಖರಲ್ಲ, ನಿನ್ನನ್ನು ಚೆನ್ನಾಗಿ ಚೆಕ್ ಮಾಡಿಯೇ ಕರೆದುಕೊಂಡು ಹೋಗುತ್ತಾರೆ. ಈ ಮೈಕ್ ಮೊದಲೇ ಅವರ ಕೈಗೆ ಸಿಕ್ಕಿಬಿಟ್ಟರೆ...?"

ಸಾತ್ವಿಕ್ ಅದಕ್ಕೆ ಪರಿಹಾರ ತಿಳಿಯದೆಂಬಂತೆ ತುಟಿಯುಬ್ಬಿಸಿದ.

ಹಮೀದ್ ರೂಮಿಗೆ ಮೈಕ್ಸ್ ಅಳವಡಿಸಿ ಮಾಮೂಲಿನಂತೆ ಎಲ್ಲರಿಗೂ ಕೇಳುವಂತೆ ಕಠಿಣ ದನಿಯಲ್ಲಿ ಅವನಿಗೆ ಬೆದರಿಕೆ ಮಾತಾಡಿ ಅಲ್ಲಿಂದ ಬೀಗ ಹಾಕಿ ಹೊರಟ.

ಸಾತ್ವಿಕ್ ಬಾಗಿಲು ಮುಚ್ಚುತ್ತಿದ್ದಂತೆಯೇ ಲಗುಬಗೆಯಿಂದ ಬಂಧಮುಕ್ತನಾಗಿ ಲ್ಯಾಪ್ಟಾಪ್ ತೆಗೆದುಕೊಂಡು ಧೀರ್ಘವಾಗಿ ರಿಸರ್ಚ್ ಮಾಡತೊಡಗಿದನು. ಈಗ ಅವನು ಕೆಲವು ಸರಕಾರಿ ಡಿ ಆರ್ ಐ ಮತ್ತು ಗುಪ್ತಚರ ವರದಿಗಳ ರಹಸ್ಯ ಮಾಹಿತಿಯನ್ನು ಅವರ ವೆಬ್ತಾಣಗಳಿಂದ ನೇರವಾಗಿ ಪಡೆಯತೊಡಗಿದನು. ಅವನೀಗ ಎನ್ಕ್ರಿಪ್ಟೆಡ್ ಸಿಗ್ನಲ್ಸ್ ಬಳಸುವ ಇಂಡಿಯನ್ ನೇವಿಯ ವೆಬ್ ಜಾಲಕ್ಕೆ ನೇರವಾಗಿ ಲಾಗ್-ಇನ್ ಆಗಿರುವುದರಿಂದ ಸೇನಾನಿಯ ಕಡೆಯವರಿಗೆ ಸ್ವಲ್ಪವೂ ಇದರ ಸುಳಿವು ಸಿಕ್ಕುವುದಿಲ್ಲ ಎಂದು ಅವನಿಗೆ ನಿರಾಳವಾಯಿತು.

ಹಮೀದ್ ಇತ್ತ ಆ ಸಂಕ್ಷಿಪ್ತ ವರದಿಯಲ್ಲಿ ಆಫ್ರಿಕಾದ ದೇಶಗಳಲ್ಲಿ ನಡೆಯುವ ಚಿನ್ನ ಮತ್ತು ವಜ್ರದ ಕಾಳದಂಧೆಯ ಬಗ್ಗೆ ಉಲ್ಲೇಖ ಮಾತ್ರವೇ ಇತ್ತು. ಇದು ಸಾತ್ವಿಕ್‌ಗೂ ಪರಿಚಿತವಿದ್ದ 'ಸಂಘರ್ಷ ಬಂಗಾರದ' ವಿಷಯ...

ಇಂಗ್ಲೀಷಿನಲ್ಲಿ ಕಾನ್ಫ್ಲಿಕ್ಟ್ ಗೋಲ್ಡ್ ಎಂದೇ ಕರೆಯುವ ಆಫ್ರಿಕನ್ ಚಿನ್ನದ ಕಳ್ಳ ಸಾಗಣಿಕೆ ಮತ್ತು ಅದರಿಂದ ಉಲ್ಬಣಿಸುತ್ತಿರುವ ಬಂಡುಕೋರರ ಮತ್ತು ಕೋಮು ಭಯೋತ್ಪಾದಕರ ಹಿಂಸಾಚಾರದ ವೃತ್ತಾಂತ... ಈ ಸಮಸ್ಯೆಯಿಂದ ನರಳುತ್ತಿರುವ ಕಾಂಗೋ, ಸಿಎಆರ್, ಘಾನಾ, ಮುಂತಾದ ದೇಶಗಳಲ್ಲಿ ಹೆಂಗಸರು ಮಕ್ಕಳಾದಿಯಾಗಿ ಆ ಗಣಿಗಳಲ್ಲಿ ಕರುಣಾಜನಕವಾಗಿ ಗುಲಾಮಗಿರಿಯಲ್ಲಿಟ್ಟುಕೊಂಡು, ಅವರ ಮೇಲೆ ಅತ್ಯಾಚಾರವೆಸಗಿ,

ಪ್ರತಿಭಟಿಸಿದವರ ಮಾರಣಹೋಮ ಮಾಡುತ್ತಿರುವ ಅಲ್ಲಿನ ಉಗ್ರಗಾಮಿಗಳು, ದಂಗೆಕೋರ ಸೈನ್ಯಗಳು... ಈ ಚಿನ್ನದ ಕಳ್ಳ ಮಾರಾಟದಿಂದ ಇನ್ನೂ ಹೆಚ್ಚು ಹೆಚ್ಚು ಆಯುಧ, ಶಸ್ತ್ರಾಸ್ತ್ರಗಳನ್ನು ಕೊಂಡು ಅಲ್ಲಿನ ಸರಕಾರಗಳ ವಿರುದ್ಧ ತಮ್ಮ ಅಮಾನವೀಯ ಗಲಭೆಗಳನ್ನು ಮುಂದುವರೆಸುತ್ತಿದ್ದಾರೆಂದು ತಿಳಿದು ಬಂದಿತ್ತು. ಅನಂತರ ವಿಶ್ವಾದ್ಯಂತ ಅಂತಹ ಅನ್ಯಾಯ ಮೂಲದ ಚಿನ್ನವನ್ನು ಕೊಳ್ಳಲು ನಿಷೇಧಿಸುವ ಬಗ್ಗೆ ಹಲವು ದೇಶ, ಸಂಸ್ಥೆಗಳು ಸೇರಿ ಕಾರ್ಯಾಚರಣೆ ಮಾಡಿರುವ ಬಗ್ಗೆಯೂ ಅವನು ಓದಿಕೊಂಡ.

ಅನಂತರ ಅವನು ಮುಂದುವರೆಸಿದ ಪಠನದಲ್ಲಿ ಭಾರತ ಸರಕಾರವು ಬಂಗಾರದ ಆಮದಿನಿಂದ ಅನುಭವಿಸುತ್ತಿರುವ ಆರ್ಥಿಕ ಬಿಕ್ಕಟ್ಟಿನ ಬಗ್ಗೆ ಒಂದು ಗಂಭೀರ ವರದಿ ಮುಖ್ಯವಾಗಿತ್ತು. ಅದರಲ್ಲಿ ನಮ್ಮ ದೇಶೀಯರ ಚಿನ್ನದ ದಾಹದಿಂದಲೇ ಪ್ರತಿ ವಾರ್ಷಿಕ ಬಜೆಟ್ ಹೇಗೆ ಹೆಚ್ಚು ಖೋತಾ ಆಗುತ್ತಾ ನಮ್ಮ ಆರ್ಥಿಕ ಆರೋಗ್ಯ ಕ್ಷೀಣಿಸಿ ನಾವು ಸಂಪದ್ಭರಿತ ರಾಷ್ಟ್ರಗಳಿಗೆ ಪರಾವಲಂಬಿಯಾಗಬೇಕಾಗಿ ಬಂದಿದೆಯೆಂದೂ, ನಮ್ಮ ದೇಶದಲ್ಲಿ ನಾವು ಗಣಿಗಾರಿಕೆಯೇ ಮಾಡದ ಈ ಅಮೂಲ್ಯ ವಸ್ತುವನ್ನು ಸ್ವಾರ್ಥತೆಯಿಂದ ನಾವು ತಲೆಮಾರುಗಳಿಗಾಗಿ ಸಾಂಪ್ರದಾಯಿಕವಾಗಿ ಶೇಖರಿಸುವ ಫಲವಾಗಿ ದೇಶದಲ್ಲಿ ಹೊರಲಾಗದ ಸಾಲಸೋಲ ಉಂಟಾಗಿ ಈ ಆರ್ಥಿಕ ದುಃಸ್ಥಿತಿ ನಮಗೆ ಎದುರಾಗಿದೆಯೆಂದೂ ತಿಳಿಸುವ ಡಿಆರ್ಐ (ಕೇಂದ್ರೀಯ ಅಬಕಾರಿ ಗುಪ್ತಚರ ನಿರ್ದೇಶನಾಲಯ) ಕಡೆಯ ವರದಿಯೊಂದು ದೊರಕಿತು. ನಮ್ಮ ದೇಶದ ಕಾನೂನಿನ ಪ್ರಕಾರ ಇತ್ತೀಚೆಗೆ ಚಿನ್ನದ ಆಮದಿಗೆ ಹೊರಗಿನಿಂದ ಭಾರತಕ್ಕೆ ಮರಳುವ ಪ್ರಯಾಣಿಕರಿಗೆ ಒಂದು ಲಕ್ಷ ರೂ ಚಿನ್ನ ಉಚಿತವಾಗಿ ಒಳತರಬಹುದಷ್ಟೆ... ಆದರೆ ಚಿನ್ನದ ಆಮದು ಮಾಡುವ ಸಗಟು ಉದ್ಯಮಿಗಳಿಗೆ 10% ಡ್ಯೂಟಿ ವಿಧಿಸಿರುವುದರಿಂದ ಅದರಿಂದ ದೇಶಕ್ಕೆ ಪ್ರತಿಕೂಲ ಪರಿಣಾಮವೇ ಆಗಿದೆ... ಚಿನ್ನದ ಸ್ಮಗಲಿಂಗಿಗೆ ಇದು ಕುಮ್ಮಕ್ಕು ನೀಡಿ ಈಗ ಬಹಳ ವ್ಯಾಪಕವಾಗಿ ಈ ಜಾಲ ಪಸರಿಸಿದ್ದು ಕೊಚ್ಚಿ, ಮುಂಬೈ, ಮಧುರೈ, ಚೆನ್ನೈ, ಗೋವಾ ಮುಂತಾದ ಸ್ಥಳಗಳಲ್ಲಿ ಸಿಕ್ಕಿಬಿದ್ದ ಕಳ್ಳ ಬಂಗಾರವನ್ನು ವಿಮಾನ ನಿಲ್ದಾಣದಲ್ಲಿ ಕಸ್ಟಮ್ಸ್ ಅಧಿಕಾರಿಗಳು ವಶಪಡಿಸಿಕೊಳ್ಳುತ್ತಲೇ ಇದ್ದರೂ, ಲೆಕ್ಕವಿಲ್ಲದಷ್ಟು ಹಲವಾರು ಕಳ್ಳಹಾದಿಗಳಿಂದ ಈ ಅಮೂಲ್ಯ ಹಳದಿ ಲೋಹ ದೇಶಕ್ಕೆ ಕಳ್ಳಸಾಗಣೆಯಾಗುತ್ತಿದೆಯಂಬ ಅನುಮಾನ ಬಲವಾಗಿದೆ... ಕೇವಲ ಒಂದು

ಕೆ.ಜಿ ಚಿನ್ನವನ್ನು ತೆರಿಗೆಗಳ್ಳರು ಯಶಸ್ವಿಯಾಗಿ ಒಳತಂದರೆ ಇಂದಿನ ಕಪ್ಪು ಮಾರುಕಟ್ಟೆಯಲ್ಲಿ ದುಂಬಾಲು ಬಿದ್ದು ಕೊಳ್ಳುವ ಆಭರಣ ವ್ಯಾಪಾರಿಗಳಿಂದಲೇ 2ರಿಂದ 4 ಲಕ್ಷ ರೂ ಲಾಭವೇ ಇದೆಯಂತೆ... ಇನ್ನು ಪ್ರತಿ ವರ್ಷ ನಮ್ಮ ದೇಶಕ್ಕೆ 1500 ಟನ್ (1 ಟನ್ = 1000 ಕೆ ಜಿ) ಚಿನ್ನದ ಮಾರುಕಟ್ಟೆಯಲ್ಲಿ ಬೇಡಿಕೆಯಿದೆಯಂತೆ... ಇದರಲ್ಲಿ ಹೆಚ್ಚೆಚ್ಚು ಮಾಲು, ತೆರಿಗೆ ಕಣ್ಣು ತಪ್ಪಿಸಿ,

ಕಳ್ಳಸಾಗಣಿಕೆಯಾದಂತೆ ಲಾಭಬಡುಕರಿಗೆ ಇದು ಕೋಟ್ಯಂತರ ರೂಗಳ ಭಾರಿ ಕಳ್ಳ ಉದ್ಯಮವಾಗಿಬಿಡುತ್ತಿದೆ, ಈಗ ಒಬ್ಬರಿಗಿಂತ ಒಬ್ಬರು ಘಟಾನುಘಟಿ ಮಾಫಿಯಾದವರು ಅಂತರ-ರಾಷ್ಟೀಯ ಮಟ್ಟದಲ್ಲಿ ವ್ಯವಸ್ಥಿತವಾಗಿ ಇದನ್ನು ಬೆಳೆಸುತ್ತಿದ್ದಾರೆ ಎಂಬ ಗುಮಾನಿ ಅವನು ಓದಿದ ವರದಿಗಳಲ್ಲಿ ವ್ಯಕ್ತಪಡಿಸಲಾಗಿತ್ತು...

ಆ ವರದಿಗಳನ್ನು ಮನನ ಮಾಡಿಕೊಂಡು ಹತ್ತು ನಿಮಿಷ ತನಗೆ ಈವರೆಗೆ ತಿಳಿದ ವಿಚಾರಗಳನ್ನೆಲ್ಲಾ ಮಿದುಳಿನಲ್ಲೇ ತಳುಕು ಹಾಕಿ ನೋಡಿದ ಸಾತ್ವಿಕ್... ಅವನಿಗೆ ಸೇನಾನಿ ತನ್ನನ್ನು ಯಾವುದಕ್ಕೆ ಬಳಸಿಕೊಳ್ಳಲಿದ್ದಾರೆ ಎಂಬುದರ ಬಗ್ಗೆ ಒಂದು ಮಸುಕಾದ ಚಿತ್ರ ಮೂಡಿಬರಲಾರಂಭಿಸಿತು.

ಅಂದು ಸಂಜೆಯವರೆಗೂ ದಿನ ಬಹಳ ನಿಧಾನವಾಗಿ ಸಾಗಿತು ಸಾತ್ವಿಕ್ ಪಾಲಿಗೆ... ಹಮೀದ್ ನಗರಕ್ಕೆ ಹೋಗಿದ್ದರಿಂದಲೋ ಏನೋ, ಬಾಗಿಲ ಬಳಿ ಜಮೀರ್ ಎಂಬ ಗಾರ್ಡ್ ಕಾವಲು ಕಾಯುತ್ತಿದ್ದ. ಸಮಯ ಸಮಯಕ್ಕೆ ಊಟ ಕಾಫಿ ಎಲ್ಲಾ ತಂದುಕೊಟ್ಟರು, ಆದರೆ ಅವನ ಮನಸ್ಸು ಮಾತ್ರ ತನ್ನ ಮುಂದಿನ ಮಿಶನ್ನಿನ ಒಂದೊಂದು ಹೆಜ್ಜೆಯನ್ನು ಮತ್ತೆ ಮತ್ತೆ ತಾಳೆಹಾಕಿ ನೋಡಲಾರಂಭಿಸಿತ್ತು.

ಜಲಬಿಂದು ನೌಕೆ ನಡೆಸುವುದರಲ್ಲಿ ಅವನು ನಿಷ್ಣಾತನಾದರೂ, ಆ ನೌಕೆಯಲ್ಲಿ ಎಲ್ಲಿಗೆ ಹೋಗುತ್ತೇವೆ, ಅಲ್ಲಿ ಎಂತಹ ದೃಶ್ಯವನ್ನು ನೋಡುತ್ತೇನೆ... ಹೇಗೆ ಪಾರಾಗುತ್ತೇನೆ ಎಂದೆಲ್ಲಾ ಮೇಲಿಂದ ಮೇಲೆ ಮೆಲುಕಿ ಹಾಕಿ ಸಮಾಧಾನ ಪಟ್ಟುಕೊಳ್ಳುತ್ತಿದ್ದ. ಹಮೀದ್ ನಗರದಲ್ಲಿ, ನಮ್ಮ ಸಂವಾದದ ರೆಕಾರ್ಡ್ ಆಗಿದ್ದ ಆಡಿಯೋ ಮೆಸೇಜ್ ಅಪ್ಲೋಡ್ ಮಾಡಲು ಒಂದು ಸೈಬರ್ ಕೆಫೆಗೆ ಹೋಗಿರಬೇಕು, ನಂತರ ಚೆನ್ನಾಗಿ ಹೋಟೆಲಲ್ಲಿ ನಾನ್ ವೆಜ್ ಊಟ, ವಿಸ್ಕಿ ಸೇವಿಸಿ ಯಾವುದಾದರೂ ಒಳ್ಳೆ ಚಲನಚಿತ್ರವನ್ನೂ ನೋಡಲು ಥಿಯೇಟರಿಗೂ ಹೋಗಿರಬಹುದು... ಹೂಂ, ಅದೃಷ್ಟವಂತ, ಇನ್ನೂ ಬರಲೇ ಇಲ್ಲ ಎಂದುಕೊಂಡ

ರಾತ್ರಿ ಏಳರ ಹೊತ್ತಿಗೆ ಕಿಟಕಿಯ ಹೊರಗೆ ಜೋರಾಗಿ ಮತ್ತೆ ಮಳೆ ಶುರುವಾಗಿದ್ದು ಅರಿವಾಯಿತು.

ಅವನು ಕಿಟಕಿ ಬಳಿ ನಿಂತು ಹೊರಗಿನ ಮಳೆಯಲ್ಲಿ ರಾಡಿಯಾಗುತ್ತಿರುವ ತೋಟವನ್ನೂ, ದೂರದಲ್ಲಿ ಕೇಳುವ ಕಡಲಿನ ಮೊರೆತವನ್ನೂ ಗಮನಿಸುತ್ತಿದ್ದಾಗ, ತೋಟದ ಪೊದೆಗಳ ಮರೆಯಲ್ಲಿ ಯಾರೋ ಇಬ್ಬರು ಓಡಾಡುತ್ತಿರುವಂತೆ ಗೋಚರಿಸಿತು. ತಕ್ಷಣ ಮೈಯೆಲ್ಲಾ ಕಣ್ಣಾಗಿ ಗಮನಿಸತೊಡಗಿದ... ಇಬ್ಬರು, ಅಲ್ಲ, ಮೂವರಿದ್ದಾರೆ. ಮರಗಿಡಗಳ ಪಾತಿಯ ಪಕ್ಕದಲ್ಲಿ ಹಳ್ಳ ಅಗೆಯುತ್ತಿದ್ದಾರೆ. ಅವರ

ಗುದ್ದಲಿ ಪಿಕಾಸಿಗಳ ಸದ್ದೂ ಅಸ್ಪಷ್ಟವಾಗಿ ಕೇಳಿ ಬರುತ್ತಿದೆ... ಇಂತಹ ಮಳೆಯಲ್ಲಿ ಏನಿರಬಹುದು...?" ಸ್ವಲ್ಪ ಕಾದು ಇಲ್ಲಿಂದಲೇ ನೋಡೋಣ ಎಂದುಕೊಂಡ.

ಅದರಲ್ಲಿ ಒಬ್ಬ ಟೋನಿ, ಮಿಕ್ಕ ಇಬ್ಬರಿಗೆ 'ಹಾಗಲ್ಲಾ, ಹೀಗೆ' ಎಂದು ಮಧ್ಯೆ ಮಧ್ಯೆ ಬಯ್ಯುತ್ತಿದ್ದಾನೆ... 'ಬೇಗ ಬೇಗ!' ಎಂದು ಕೊಂಕಣಿಯಲ್ಲಿ ಅವಸರಿಸುತ್ತಿದ್ದಾನೆ... ಸಾತ್ವಿಕ್‌ಗೆ ಅವರೇನೋ ಹೂಳುತ್ತಿದ್ದಾರೆ ಎಂದು ಅರಿವಾಯಿತು. ಕಪ್ಪನೆಯ ದೊಡ್ಡ ಬ್ಯಾಗ್ ಒಂದನ್ನು ಆ ಗುಳಿಯಲ್ಲಿ ಇಳಿಸಿ ಮುಚ್ಚುತ್ತಿದ್ದಂತಿದೆ... ಕೆಲವು ನಿಮಿಷಗಳ ನಂತರ ಅವರು ನೆಲವನ್ನು ಧಮಸ್ ಮಾಡಿ ಹೊರಟುಹೋದರು. ಮಳೆಯಲ್ಲಿ ಹೋಗಿ ಬಂದರೆ ಉಟ್ಟ ಬಟ್ಟೆ ನೆನೆಯುತ್ತೆ, ಯಾರಾದರೂ ತನ್ನನ್ನು ಪ್ರಶ್ನಿಸಿಯಾರು! ಅದಕ್ಕೇ ಬಟ್ಟೆ ತೆಗೆದಿಟ್ಟು, ಬರೇ ಒಳ-ಉಡುಪಿನಲ್ಲಿ ಸಿದ್ಧನಾದ. ಉಳಿ ತನ್ನ ಬಳಿಯೇ ಇರಲಿ ಎಂದು ಬಾಯಲ್ಲಿ ಕಚ್ಚಿಹಿಡಿದ.

ಮೆಲ್ಲಗೆ ಕಿಟಕಿಯನ್ನು ತೆರೆಯುವ ಉಳಿ ಬಳಸಿ ಗ್ರಿಲ್ ತೆಗೆದಿಟ್ಟು ಅತ್ತಿತ್ತ ನೋಡಿ ಕಿಟಕಿಯ ಹೊರಕ್ಕೆ ಹಾರಿದ. ಧೋ ಎಂದು ಸುರಿಯುತ್ತಿರುವ ಮಳೆಯಲ್ಲಿ ತಾನು ಕಂಡಿದ್ದ ಗುಳಿಯ ಬಳಿ ಓಡಿದ.

ಹೌದು, ಕೊಚ್ಚೆಯಾಗಿ ಪಿತುಗುಟ್ಟುತ್ತಿರುವ ನೆಲದಲ್ಲಿ ಹೊಸದಾಗಿ ಏನೋ ಹೂತಂತಿದೆ. ಗುದ್ದಲಿಗಳನ್ನೆಲ್ಲಾ ಅವರು ತೆಗೆದುಕೊಂಡು ಹೋಗಿದ್ದಾರೆ... ಹಾಗಾಗಿ ಉಳಿಯ ಸಹಾಯದಿಂದ ಸದ್ದಿಲ್ಲದೇ ನಿಧಾನವಾಗಿ ಗುಳಿಯನ್ನು ತೋಡಿದ. ಮಣ್ಣು ಹೊರಹಾಕಿದಂತೆಲ್ಲ ನೀರಿನಲ್ಲಿ ಜಾರಿ ಜಾರಿ ಒಳಗೇ ಬೀಳುತ್ತಿದೆ... ಉದ್ದನೆಯ ಕಪ್ಪನೆಯ ಪ್ಲಾಸ್ಟಿಕ್ ಚೀಲದಲ್ಲಿ ಮಧ್ಯದಲ್ಲಿ ಸೀಳಿದೆ... ಅದು ವಾಸ್ತವವಾಗಿ ಚೀಲವಲ್ಲ, ಉದ್ದವಾದ ಪ್ಲಾಸ್ಟಿಕ್ ಶೀಟನ್ನು ಮಡಿಚಿದ್ದಾರೆ...

ಅದರ ಸೀಳನ್ನು ಬಿಚ್ಚಿ ತೆರೆದು ನೋಡಿದ.

ಆಕಾಶದಲ್ಲಿ ಹೊಳೆದ ಒಂದೇ ಒಂದು ಮಿಂಚು ಸಾಕಾಯಿತು ಅದರಲ್ಲಿದ್ದುದನ್ನು ಗುರುತು ಹಿಡಿಯಲು.

ಅವನ ಕೆಟ್ಟ ಸಂದೇಹಗಳೆಲ್ಲಾ ನಿಜವಾಯಿತೆಂದು ಅಲ್ಲಿದ್ದ ಸತ್ತ ಹಮೀದ್ ಮುಖವೇ ಖಾತರಿ ಪಡಿಸಿತು.

ಸಾವಿನಲ್ಲೂ ಹಮೀದನ ಸೊಟ್ಟ ಮುಗುಳ್ನಗೆ ಮಾಸಿರಲಿಲ್ಲ... ಆದರೆ ಈಗ ಮಳೆ ನೀರು ಬಿದ್ದು ಸ್ಪಷ್ಟವಾಗಿ ಕಾಣುತ್ತಿದ್ದ ಹಣೆಯ ಮಧ್ಯೆಯ ಬುಲೆಟ್ ರಂಧ್ರ ನಡೆದ ಕತೆಯನ್ನು ಸಾತ್ವಿಕ್‌ಗೆ ಅನುಮಾನವೇ ಇಲ್ಲದಂತೆ ಹೇಳಿತ್ತು. ಎದೆ ಢವಗುಟ್ಟುತ್ತಿರುವ ಸಾತ್ವಿಕ್ ಕಣ್ಣಿಂದ ಹರಿದ ಕಂಬನಿ, ಮಳೆ ನೀರಿನಲ್ಲಿ ಸೇರಿಹೋಯಿತು... ಯಾರಾದರೂ ಬಂಧಾರು ಎಂದು ತ್ವರೆ ಮಾಡಿ ಅವನು ಆ

ಗುಳಿಯನ್ನು ಮೊದಲಿನಂತೆಯೇ ಮತ್ತೆ ಮುಚ್ಚಿ ಹಮೀದ್‌ಗೆ ಒಂದು ಕೊನೆಯ ಸಲಾಮ್ ಹಾಕಿದ.

8

ಸಾತ್ವಿಕ್ ಆ ಗುಳಿಯ ಬಳಿ ನಿಂತೇ ಇದ್ದ, ಎರಡು ಕ್ಷಣ ಕೈ ಕಾಲೇ ಆಡಲಿಲ್ಲ. ಕಮಾಡೋರ್ ಮನೆಯ ಅತಿ ನಂಬಿಕಸ್ತನೆನಿಸಿದ ಸೆಕ್ಯುರಿಟಿ ಆಫೀಸರ್ ಹಮೀದ್ ಅಲಿ! ಹಾಗಾದರೆ ಅವನನ್ನು ಕೊಂದವರು ಸೇನಾನಿಯ ಕಡೆಯವರಲ್ಲದೇ ಬೇರಾರು? ಅವನ ಸತ್ಯ ಬಹಿರಂಗವಾಗಿ ಬಿಟ್ಟಿತೆಂದರೆ, ತನ್ನ ಕವರ್ ಕೂಡಾ ಹೋದಂತೆಯೇ ಅಲ್ಲವೇ...? ಅವರೇಕೆ ಇನ್ನೂ ತನ್ನ ಬಳಿ ಹಿಡಿಯಲು ಬಂದಿಲ್ಲ...? ಅಥವಾ ಹಮೀದ್ ಏನೂ ಹೇಳದೇ ತಮ್ಮ ರಹಸ್ಯವನ್ನು ಕಾಪಾಡಿಯೇ ಸತ್ತುಹೋದನೆ...? ನೋಡಿದರೆ ನಿದ್ದೆಯಲ್ಲಿದ್ದವನನ್ನು ಕೊಂದಂತೆ ಇದೆ. ಏಕೆ? ಅವನನ್ನು ಚಿತ್ರಹಿಂಸೆ ಮಾಡಿ ವಿಚಾರಿಸಲಿಲ್ಲವೇ...?" ಪ್ರಶ್ನೆಗಳು ಮಳೆಗಿಂತ ವೇಗವಾಗಿ ಅವನ ತಲೆಗೆ ಬಡಿದಂತಾಯಿತು... ನಿಧಾನವಾಗಿ ಮನೆಯ ಬಳಿಗೆ ತೋಯುತ್ತಾ ನಡೆಯತೊಡಗಿದನು... ಗೋಡೆಯ ಬಳಿ ಬಂದಾಗ ತನ್ನ ರೂಮಿಗೆ ಹೋಗುವ ನಿರ್ಧಾರ ಬದಲಿಸಿದನು ಸಾತ್ವಿಕ್... ಈಗ ಹಮೀದನ ರೂಮಿಗೆ ಹೋಗುತ್ತೇನೆ... ಎಷ್ಟೇ ರಿಸ್ಕ್ ಇದ್ದರೂ ಪರವಾಗಿಲ್ಲ... ತನ್ನ ಬಗ್ಗೆ ಅನುಮಾನ ಬಂದು ಅವನ ರೂಮಿನಲ್ಲಿ ಯಾರಾದರೂ ಕಾದಿದ್ದರೂ ಪರವಾಗಿಲ್ಲ, ಹೇಗೂ ಅವರಿಗೆಲ್ಲ ತಿಳಿದುಹೋಗಿರತ್ತೆ, ಆದರೆ ಈಗಲೇ ತನ್ನನ್ನು ಕೊಲ್ಲಲು ಸಾಧ್ಯವಿಲ್ಲ... ಜಲಬಿಂದು ನಡೆಸಲು ಇನ್ನೂ ನಾನು ಬೇಕೇ ಬೇಕಲ್ಲ? ಆದರೆ ಒಂದು ವೇಳೆ ತನ್ನ ಬಗ್ಗೆ ಅವರಿಗೆ ಹಮೀದ್ ಏನೂ ಸುಳಿವು ಕೊಟ್ಟಿರದಿದ್ದರೆ ಅವನ ರೂಮಿನಲ್ಲಿ ಸ್ವಲ್ಪ ಸಾಕ್ಷಿ ತನಗೆ ಸಿಕ್ಕಾವು! ಅವನ ಸಂದೇಶಗಳು, ರೆಕಾರ್ಡರ್ಸ್ ಬಗ್ಗೆ... ಅವನ್ನು ಕಳಿಸಿದನೋ ಇಲ್ಲವೋ...?" ಮನಸ್ಸಿನಲ್ಲಿ ಅಗ್ನಿಪರ್ವತ ಸಿಡಿದಂತಿದೆ; ಆದರೂ ಭಾವನೆಗಳ ಮೇಲೆ ತಹಬಂದಿ ತಂದುಕೊಂಡ. ಅವನ ರೂಮ್ ತನ್ನ ರೂಮಿನ ಮೇಲೆ ಇದೆಯೆಂದು ಮೈಕುಗಳನ್ನು ಚೆಕ್ ಮಾಡಿದ್ದ ಮೊದಲ ದಿನ ಹೇಳಿದ್ದ ನೆನಪು, ಹುಡುಕುತ್ತೇನೆ ಎಂದುಕೊಂಡ...

ಹೊರಗೊಡೆಯಲ್ಲೇ ಹಮೀದ್ ರೂಮಿಗೆ ಸಮೀಪಿಸುವ ಮಳೆನೀರಿನ ಪೈಪ್ ಅರಸಿ ಹೋಗಿ ಅದನ್ನು ಎರಡೂ ಕೈಯಲ್ಲಿ ಹಿಡಿದು ಮಂಗನಂತೆ ಸರಸರನೆ ಏರಲಾರಂಭಿಸಿದ. ಅವನು ರೂಮಿಗೆ ಏರುತ್ತಿದ್ದಾಗ ಕೆಳಗೆ ಒಬ್ಬ ಗಾರ್ಡ್ ನಾಯಿಯ ಜತೆ ಒಮ್ಮೆ ರೌಂಡ್ಸ್ ಬಂದರೂ ಆ ಕತ್ತಲು ಮಳೆಯಲ್ಲಿ ಮೇಲೆ ತಲೆಯೆತ್ತುವ ಸಾಹಸ ಮಾಡಲಿಲ್ಲ. ನಿರಾಳವಾಗಿ ಅವನ ರೂಮಿನ ಕಿಟಕಿಯನ್ನು ಉಳಿಯಿಂದ ಸುಲಭವಾಗಿ ತೆರೆದು ಒಳಗೆ ಧುಮುಕಿದ. ಕತ್ತಲಿನಲ್ಲಿ ಯಾರೂ ಮೈ ಮೇಲೆ ಬೀಳಲಿಲ್ಲ... ಆದರೂ ದೀಪ ಹಾಕುವುದು ಉಚಿತವಲ್ಲ... ಎರಡು ಕ್ಷಣದಲ್ಲಿ ಕತ್ತಲಿಗೇ ಕಂಗಳು ಹೊಂದಿಕೊಂಡವು... ಹಮೀದ್ ರೂಮ್ ಪ್ಲಾನ್ ಸರಿಸುಮಾರು ತನ್ನ ರೂಮಿನಂತೆಯೆ ಇದೆ... ಅವನ ಕಣ್ಣಿಗೆ ಹೊಡೆದಂತೆ ಹಮೀದನ ರೆಕಾರ್ಡರ್ಸ್ ಇದ್ದ ಸ್ಥಳವೀಗ ಲೂಸಾದ ವಯರ್ಸ್ ಬಿಟ್ಟುಕೊಂಡು ಬೋಳುಬೋಳಾಗಿ ಕಾಣುತ್ತಿದೆ... ಓಹ್, ಅವರು ರೆಕಾರ್ಡರ್ ಅನ್ನು ತೆಗೆದುಕೊಂಡು ಹೋಗಿದ್ದಾರೆ, ನಿಜ... ಆದರೆ ತನ್ನ ರೂಮಿನಲ್ಲಿ ಅವರೇ ಇಟ್ಟ ಮೈಕಿನದೂ ಮತ್ತು ತಾನು ಕದ್ದು ಸಾಗಿಸಿ ಅವರ ಸಂವಾದ ರೆಕಾರ್ಡ್ ಮಾಡಿಕೊಂಡಿದ್ದ ಪ್ರತ್ಯೇಕ ಮೈಕಿನದೂ ಎರಡರ ರೆಕಾರ್ಡ್ಸ್ ಒಟ್ಟಿಗೇ ಇದ್ದದ್ದು ಹಮೀದ್ ಸಂಗ್ರಹಿಸಿಟ್ಟ ಸಿ.ಡಿ.ಗಳು ಅಥವಾ ಪೆನ್ ಡ್ರೈವ್ನಲ್ಲಿ... ಅವುಗಳ ಕತೆ ಏನಾಯಿತೆಂದು ಗೊತ್ತಾಗುತ್ತಿಲ್ಲ! ಅಲ್ಲಿ ಯಾವ ಸಿ.ಡಿ. ಆಗಲಿ, ಪೆನ್-ಡ್ರೈವ್ ಆಗಲಿ ಬಿಟ್ಟಿಲ್ಲ... ಅಂದರೆ ಹಮೀದ್ ತನ್ನ ರಹಸ್ಯ ಸಂದೇಶವನ್ನು ಇಂದು ಸಾಯುವ ಮುನ್ನ ನಗರದಲ್ಲಿ ನಮ್ಮವರಿಗೆ ತಲುಪಿಸಿದನೆ ಇಲ್ಲವೆ...? ಹಾಗಾದರೆ ಸೇನಾನಿ ಕಡೆಯವರಿಗೆ ಎಷ್ಟು ಗೊತ್ತು ಎಂಬ ಪ್ರಶ್ನೆಗೆ ಉತ್ತರ ಸಿಗುತ್ತಿಲ್ಲ. ಯಾಕೋ ಒಂದೂ ತಿಳಿಯಾಗುತ್ತಿಲ್ಲ... ಹಮೀದನ ಮಂಚ ಚೆಕ್ ಮಾಡಿದರೆ ಅಲ್ಲಿ ಅವನು ಮಲಗಿ ಎದ್ದಂತಿತ್ತು, ಬೆಡ್ ಶೀಟ್ಸ್ ಎಲ್ಲ ಕೆಳಗೆ ಯದ್ವಾತದ್ವಾ ಕುಪ್ಪೆಯಾಗಿ ಬಿದ್ದುದನ್ನು ನೋಡಿ ಅವನು ಜೀವಸಹಿತ ಈ ಬೆಡ್ ಬಿಟ್ಟಿಲ್ಲ ಎಂದು ಸಾತ್ವಿಕ್‌ಗೆ ಗೊತ್ತಾಗಿಬಿಟ್ಟಿತು... ಅವನಿಗೆ ನಿದ್ದೆಯಲ್ಲಿ ಶೂಟ್ ಮಾಡಿ ಹೆಣ ಸಾಗಿಸಿದ್ದಾರೆ! ಅವನು ನಗರದಿಂದ ಬಂದ ಮೇಲೆ ಮಲಗಿದ್ದನೆ ಎಂದು ಸುತ್ತಲೂ ತನಿಖೆ ಮಾಡಿದಾಗ ಪಕ್ಕದ ಟೇಬಲ್ ಮೇಲೆ ವಿಸ್ಕಿಯ ಅರ್ಧ ಕುಡಿದ ಗ್ಲಾಸ್ ಕಾಣಿಸಿತು... ಅದರಲ್ಲಿ ಏನಾದರೂ ಬೆರೆಸಿದ್ದರೆ, ಅವನು ನಿದ್ರೆಗೆ ಜಾರಿದ ನಂತರ ಕೊಂದಿರಬಹುದು... ಟೋನಿಯನ್ನು ತಾನು ಇನ್ನು ಜೀವಸಹಿತ ಬಿಡುವುದಿಲ್ಲ ಎಂದು ಹಲ್ಲುಮುಡಿ ಕಚ್ಚಿಕೊಂಡ.

ಆಗ ಬಾಗಿಲ ಬಳಿ ಯಾರೋ ಬಂದಂತೆ ಹೆಜ್ಜೆ ಸಪ್ಪಳವಾಗಿ ಅವನ ಮೈಯಿನ ರೋಮಗಳೆಲ್ಲಾ ನೆಟ್ಟಗಾದವು... ತಾನು ಹಮೀದನ ರೂಮಿನಲ್ಲಿ ಹೀಗೆ ಒಳ-ಉಡುಪಿನಲ್ಲಿ ಇರುವಾಗ! ಛೇ ಎಂದು ಮಿಂಚಿನಂತೆ ಕಪಾಟು ತೆರೆದು ಅಲ್ಲಿದ್ದ ಹಮೀದನ ಹೌಸ್-ಕೋಟ್ ಒಂದನ್ನು ಮೈಗೆ ಸುತ್ತಿಕೊಂಡು ಸರ್ರನೆ ಬಾಯಲ್ಲಿ ಉಳಿ ಹಿಡಿದು ಹಮೀದನ ಮಂಚದ ನೆರಳಿನಲ್ಲಿ ಕುಕ್ಕುರುಗಾಲಿನಲ್ಲಿ

ಕಾಯಲಾರಂಭಿಸಿದ. ಮೆತ್ತಗೆ ಹಮೀದನ ಬಾಗಿಲು ಬಡಿದು ಯಾರೋ ಬರಲು ಅನುಮತಿ ಕೇಳುತ್ತಿದ್ದಾರೆ, ಮೆಲ್ಲಗೆ ತೆರೆಯುತ್ತಿದೆ... ಓಹ್, ಹಮೀದನ ಶವವನ್ನು ಸಾಗಿಸಿದವರು ಹೋಗುವಾಗ ಬಾಗಿಲಿಗೆ ಹೊರಗಿನ ಚಿಲಕ ಹಾಕಿಲ್ಲ, ಅದರ ಅವಶ್ಯಕತೆಯೂ ಅವರಿಗೆ ಇದ್ದಿರಲಿಲ್ಲ...

ಹಾಗಾಗಿ ಮೆಲ್ಲಗೆ ಬಾಗಿಲು ತೆರೆದು ಕತ್ತಲಲ್ಲಿ ಒಳಗೆ ಕಾಲಿಟ್ಟ ವ್ಯಕ್ತಿ, "ಹಮೀದ್, ಸರ್... ಇದ್ದೀರಾ?" ಮೆಲುವಾದ ದನಿಯಲ್ಲಿ ಕೇಳಿತು... ಕೇಳಿದಳು ಅನ್ನಬೇಕು... ಸುಮನಾ ನಾಯಕ್!

ಕತ್ತಲಿನಲ್ಲಿ ಎದ್ದು ನಿಂತು ಬರೇ ತನ್ನ ಆಕೃತಿ ಮಸುಕಾಗಿ ಕಾಣುವಂತೆ ನಿಂತು 'ಹೂಂ!' ಎಂದು ಗುಟುರು ಹಾಕಿದನು... ನಾನು ಮಾತಾಡಬಾರದು, ಏಕೆ ಬಂದಳೋ ತಿಳಿದುಕೊಳ್ಳಬೇಕು... ನನ್ನನ್ನು ನೋಡಿದರೆ ಅವಳು ಗಾಬರಿಯಾದಾಳು, ಅದೂ ತಮ್ಮಿಬ್ಬರ ಕಳೆದ ಮುಖಾಮುಖಿಯೇನೂ ಸಮಾಧಾನಕರವಾಗಿ ಅಂತ್ಯವಾಗಿರಲಿಲ್ಲವಲ್ಲ... ಸಪ್ಪಗೆ ನಕ್ಕು ಅವಳು ಸಮೀಪ ಬರುವುದು ಬೇಡ ಎಂದು ಬೇಡಿಕೊಳ್ಳುತ್ತಿದ್ದನು.

"ನಾನು ಲೈಟ್ ಹಾಕುವುದಿಲ್ಲ, ಅವರು ನೋಡಿಬಿಟ್ಟರೆ ಕಷ್ಟ, ಹಮೀದ್ ಸರ್... ನನ್ನ ಮಾತು ಕೇಳಿಸಿಕೊಳ್ಳಿ... ಬಹಳ ಕಷ್ಟಪಟ್ಟು ಸೇನಾನಿ ಕಡೆಯ ಗೂಂಡಾಗಳ ಕಣ್ತಪ್ಪಿಸಿ ಇಲ್ಲಿಗೆ ಬಂದಿದ್ದೇನೆ..." ಎಂದಳು ಸುಮನಾ... 'ಲೈಟ್ ಹಾಕುವುದಿಲ್ಲವಲ್ಲ, ನಿನ್ನ ಕುಲ ಸಾವಿರವಾಗಲಮ್ಮ' ಎಂದು ನಿಟ್ಟುಸಿರಿಟ್ಟು ಹರಸಿದ.

ಇನ್ನೊಮ್ಮೆ 'ಹೂಂ' ಎಂದು ಅಸಹನೆಯಿಂದ ಗುಟುರು ಹಾಕಿದ, 'ಹೇಳಿ ಬೇಗ ಜಾಗ ಬಿಡು' ಎನ್ನುವಂತೆ... ಹಮೀದ್ ಹೀಗೆ ಗುಟುರು ಹಾಕುತ್ತಿದ್ದನೆ...? ಗೊತ್ತಿಲ್ಲ. ಸದ್ಯ ಅವಳಿಗೂ ಗೊತ್ತಿರಲಿಕ್ಕಿಲ್ಲ!

ಸುಮನಾ ಗಾಬರಿಯಿಂದ ಬಡಬಡಿಸತೊಡಗಿದಳು, "ನೋಡಿ ಸರ್, ನನಗೆ ನಿಮ್ಮನ್ನು ಬಿಟ್ಟು ಯಾರೂ ಇಲ್ಲ ಇಲ್ಲಿ ಸಹಾಯ ಕೇಳಲು... ಅದಕ್ಕೇ..." ಅವಳ ಸ್ವರ ಏರುತ್ತಿದೆ... ಸಾತ್ವಿಕ್‌ಗೆ ಗಾಬರಿಯಾಗುತ್ತಿದೆ... ಆದರೆ, ತನ್ನಂತೆ ಎಲ್ಲರೂ ಸೀಕ್ರೆಟ್ ಎಜೆಂಟ್ ಟ್ರೈನಿಂಗ್ ತೆಗೆದುಕೊಂಡಿರುವುದಿಲ್ಲ... ಇವಳು ಸಾಮಾನ್ಯ ಜನಕ್ಕೆ ಸೇರಿದವಳು, ಹಾಗೇ ವರ್ತಿಸುತ್ತಿದ್ದಾಳೆ ಎಂದು ಸಮಾಧಾನ ಪಟ್ಟುಕೊಂಡ.

"ವಾಟ್?" ಎಂದ ಸಾತ್ವಿಕ್ ಹಮೀದನ ಧ್ವನಿಯನ್ನು ಅಣಕ ಮಾಡಿದ್ದೇನೆಂದುಕೊಳ್ಳುತ್ತಾ.

ಅವಳ ಗಾಬರಿಯಲ್ಲಿ ಅದನ್ನು ಗಮನಿಸುವ ಸ್ಥಿತಿಯಲ್ಲಿರಲಿಲ್ಲ. ಪದಗಳು ಅವಳ ಬಾಯಿಂದ ಆತಂಕದಿಂದ ಉರುಳುತ್ತಿವೆ...

"ನೀವು ನನ್ನನ್ನೂ, ಅಪ್ಪನನ್ನೂ ರಕ್ಷಿಸಲೇಬೇಕು... ನಿಜಕ್ಕೂ ನಾವು ಅಪಾಯದಲಿದ್ದೇವೆ, ಅದೂ ನಮ್ಮ ಮನೆಯಲ್ಲೇ... ಅಪ್ಪನ ವಿಷಯ ಈ ನಡುವೆ ನಿಜಕ್ಕೂ ಅರ್ಥವೇ ಆಗುತ್ತಿಲ್ಲ... ಅವರು ಮರ್ಯಾದಸ್ತ ನೇವಿ ರಿಟೈರ್ಡ್ ಆಫೀಸರ್... ಆದರೆ, ಅವರು... ಆ ಸೇನಾನಿ ಕಡೆಯವರು ಅದೇನೋ ಮೋಡಿ ಮಾಡಿಬಿಟ್ಟಿದ್ದಾರೆ ಅವರಿಗೆ..."

ಆ ಮೋಡಿಗೆ ಹಣ ಎಂದು ಇನ್ನೊಂದು ಹೆಸರು ಎಂದುಕೊಂಡ ಸಾತ್ವಿಕ್.

"ಅಪ್ಪ ಯಾವಾಗಲೋ ಬರುತ್ತಾರೆ, ಹೋಗುತ್ತಾರೆ... ಒಂಥರಾ ಅವರು ನಾರ್ಮಲ್ ಆಗಿಯೇ ಇಲ್ಲ, ಏನೋ ಚಿಂತೆ! ಜತೆಗೆ ಮೂರು ಹೊತ್ತೂ ಸೇನಾನಿ ಕಡೆಯವರು ಇಲ್ಲೇ ಬೀಡು ಬಿಟ್ಟಿದ್ದಾರೆ. ನೀವೂ ನೋಡುತ್ತಲೇ ಇದ್ದೀರಿ, ಮೊದಮೊದಲು ಅವರೆಲ್ಲಾ ಬರುವ ಮುಂಚೆ ಹೀಗಿರಲೇ ಇಲ್ಲ. ಅವರು ಅಪ್ಪನ ಜತೆಗೆ ಯಾವುದೋ ಮಾಡಬಾರದ ಕುತಂತ್ರದ ಕೆಲಸಕ್ಕೆ ಕೈ ಹಾಕಿದ್ದಾರೆ ಅಂದುಕೊಳ್ಳುತ್ತೀನಿ..."

'ಭಲೇ ಜಾಣೆ, ಮುಂದುವರಿಸು' ಎಂದುಕೊಂಡ.

"ಜತೆಗೆ ನಮ್ಮಿಬ್ಬರಿಗೂ ಈ ಮನೆಯಲ್ಲಿ ಸ್ವಾತಂತ್ರ್ಯವೇ ಇಲ್ಲವಾಗಿದೆ. ನಮ್ಮ ಮನೆಯೇ ಈ ಸೇನಾನಿ ಇಟ್ಟಿರುವ ಜೈಲಾಗಿಬಿಟ್ಟಿದೆ. ಮನೆಯಲ್ಲಿ ಯಾವಾಗಲೂ ನನ್ನ ಹೋಗು-ಬರುವಿನ ಮೇಲೆ ಕಣ್ಣಿಟ್ಟಿರುತ್ತಾರೆ. ನನ್ನ ರೂಮಿನ ಹೊರಗೂ ಒಬ್ಬರು ಕಾವಲಿರುತ್ತಾರೆ. ಛೇ, ಎಂತಾ ನಾಚಿಕೆಗೆಟ್ಟ ಜನ..."

ಇನ್ನು ಹೆಚ್ಚು ಹೊತ್ತು ಇವಳ ಪ್ರವರ ಕೇಳಿಯೂ ತನ್ನ ಗೌಪ್ಯತೆ ಕಾಪಾಡಿಕೊಳ್ಳಲಾಗುವುದಿಲ್ಲ ಎನಿಸುತ್ತಿದೆ ಅವನಿಗೆ... ಒಂದೆಡೆ ಅವಳ ಬಗ್ಗೆ ಮನಸಿನಲ್ಲೆಲ್ಲೋ ತನಗೇ ತಿಳಿಯದ ಮೃದು ಭಾವನೆ ಜನಿಸಿ, ಮಾತಾಡಲಿ ಕೇಳಿಸಿಕೊಳ್ಳೋಣ ಎನಿಸುತ್ತಿದೆ; ಇನ್ನೊಂದೆಡೆ ಬುದ್ಧಿ 'ಇದು ರೋಮಿಯೋ ಜೂಲಿಯೆಟ್ ಆಡುವ ಸಮಯ ಸಂಧರ್ಭವಲ್ಲ' ಎಂದು ಎಚ್ಚರಿಸುತ್ತಿದೆ.

ಸುಮನಾ ಮಾತಾಡುತ್ತಾ ಬಹಳ ಸಮೀಪಕ್ಕೆ ಬಂದೇಬಿಟ್ಟಳು,

"ನಮ್ಮ ಪ್ರತಿಯೊಂದು ನಿರ್ಧಾರವನ್ನೂ ಈಗ ಸೇನಾನಿ ಮಾಡುತ್ತಿದ್ದಾನೆ. ನಮಗಿಬ್ಬರಿಗೂ ಆ ಅಧಿಕಾರವೂ ಇಲ್ಲ. ನನ್ನನ್ನು ಅಪ್ಪ ಸಮುದ್ರದರ್ಪಣಿ ರಿಗ್ಗೆ ಈ ನಡುವೆ ಕರೆದೊಯ್ಯುವುದೇ ಇಲ್ಲ, ಜತೆಗೆ ಅವರ ಶೇರ್ಸ್, ಬಾಂಡ್ಸ್, ಅಕೌಂಟ್ಸ್ ಮೊದಲೆಲ್ಲಾ ನಾನೇ ನೋಡಿಕೊಳ್ಳುತ್ತಿದ್ದೆ. ಈಗ ಅದಕ್ಕೆಲ್ಲಾ ನೀನು ಬರಬೇಡ ಎಂದು ತಾಕೀತು ಮಾಡುತ್ತಾರೆ. ಅದೂ ಸೇನಾನಿ ಕಡೆಯವರು ತಮ್ಮ ವಶಕ್ಕೆ ತೆಗೆದುಕೊಂಡು ಹೀಗೆ ಅಪ್ಪನಿಂದ ಹೇಳಿಸುತ್ತಿದ್ದಾರೆ."

ಕೊನೆಯ ಸಾಲು ಹೇಳುವಷ್ಟರಲ್ಲಿ ಅವಳು ಸಾತ್ವಿಕ್‌ಗೆ ಕೈಯಳತೆಯ ಹತ್ತಿರ ಬಂದಿದ್ದಳು. ಆಗಲೇ ಕಿಟಕಿ ಗಾಜಿನ ಮೂಲಕ ಪ್ರಖರವಾದ ಮಿಂಚೊಂದು

ಹಾದುಹೋಗಿ ಅವರಿಬ್ಬರ ಮುಖಗಳೂ ಅದರ ಬೆಳಕಿನಲ್ಲಿ ಸ್ಪಷ್ಟವಾಗಿ ಕಂಡುಬಿಟ್ಟಿತು... ಅದರಿಂದ ಅವಳಿಗಾದ ಆಘಾತವೇ ಸಹಜವಾಗಿ ಹೆಚ್ಚಿತ್ತು

"ಅದೂ ಅಲ್ಲದೇ... " ಎಂದು ಹೇಳಹೊರಟವಳು ಕಣ್ಣಗಲಿಸಿ ಅವನ ಮುಖವನ್ನು ನೋಡಿ ಗುರುತು ಹಿಡಿದು ಉಸಿರು ಬಿಗಿ ಹಿಡಿದಳು, ಸ್ವರ ಉಡುಗಿಹೋಯಿತು. ಕಂಗಳು ಎರಡರಷ್ಟು ದೊಡ್ಡದಾಗಿ ಅರಳಿ, ಅವಳ ಕೈ ಬಾಯ ಮೇಲೆ ಬಂದಿತು, ಒಂದು ಗಾಬರಿಯ ಚೀರು ಅವಳ ಗಂಟಲಲ್ಲಿ ಶುರುವಾಗುವಂತಿತ್ತು. ಆದರೆ ಅವಳು ಕಿರುಚಲಾಗಲಿಲ್ಲ. ಅವನು ಉಳಿ ಕೆಳಗೆ ಬೀಳಿಸಿ ಆ ಕೈಯಿಂದ ಅವಳ ಸೊಂಟ ಹಿಡಿದು, ಇನ್ನೊಂದು ಕೈಯಿಂದ ಅವಳ ಕತ್ತು ಸುತ್ತುವರಿದು ಬಾಯನ್ನು ಭದ್ರವಾಗಿ ಮುಚ್ಚಿ ಕೂಗನ್ನು ತಡೆದಿದ್ದನು. ಆದರೆ ಅವಳಾಗಲೇ ಅವನ ಬಾಹುಬಂಧನದಲ್ಲಿ ಮೂರ್ಛೆ ಹೋಗಿದ್ದಳು. ಅವಳ ನಿಶ್ಚೇಷ್ಟಿತ ದೇಹ ಅವನಿಗೆ ನಿಂತಲ್ಲೇ ಒರಗಿತ್ತು. ಅವಳನ್ನು ಅದೇಕೋ ಹಮೀದ್ ಸತ್ತ ಹಾಸಿಗೆಯಲ್ಲಿ ಮಲಗಿಸಲು ಮನಸ್ಸೊಪ್ಪಲಿಲ್ಲ. ಅಲ್ಲಿದ್ದ ದಿವಾನ್ ಮೇಲೆ ಅವಳನ್ನು ಮಲಗಿಸಿದ.

ಪಕ್ಕದ ಚಿಕ್ಕ ಟೇಬಲ್ ಲ್ಯಾಂಪ್ ಹಚ್ಚಿದ. ಮತ್ತೆ ಕತ್ತಲಲ್ಲಿ ಅವಳು ಕಿರುಚುವುದು ಬೇಡವೆಂದು... ಮಿನರಲ್ ವಾಟರ್ ಬಾಟಲ್ ತೆಗೆದು ಮುಖಕ್ಕೆ ತಣ್ಣೀರು ಮೆಲ್ಲಗೆ ಚಿಮುಕಿಸಿದ.

ಪಕ್ಕದಲ್ಲೇ ಅವಳ ಕೋಮಲವಾದ ಕೈ ಹಿಡಿದು, ಪ್ರಜ್ಞೆ ವಾಪಸಾಗುವವರೆಗೂ ಅವಳ ಮುಖವನ್ನೇ ನೋಡುತ್ತಾ ಕುಳಿತ... ಮನದಲ್ಲೇ ಶಾಂತವಾಗಿ "ವಿಲ್ ಯು ಮ್ಯಾರಿ ಮಿ?" ಎಂದು ಕೇಳಿಕೊಂಡ... ತಾನೆಂತಹ ಹುಚ್ಚ ಈ ಸಮಯದಲ್ಲಿ ಎಂದೆನಿಸಿತು.

ಅವಳು ಕಾಕತಾಳೀಯವಾಗಿ ಆಗಲೇ ತಟಕ್ಕನೆ ಕಣ್ಣುಬಿಡುತ್ತಾ, "ಹಹ್?" ಎಂದು ಅತ್ತಿತ್ತ ನೋಡಹತ್ತಿದಳು.

ಸಾತ್ವಿಕ್ ಧೈರ್ಯ ತುಂಬುವ ದನಿಯಲ್ಲಿ, "ದಯವಿಟ್ಟು ಕಿರುಚಬೇಡಿ ಸುಮನಾ, ಅದು ಇಬ್ಬರಿಗೂ ಇಲ್ಲಿ ಒಳ್ಳೆಯದಲ್ಲ... ನಿಧಾನವಾಗಿ ಮಾತಾಡೋಣ... ನನ್ನಿಂದ ನಿಮಗೇನೂ ಅಪಾಯವಿಲ್ಲ..." ಎಂದು ಅವಳ ಕೈತಟ್ಟಿದನು. ಕೊಲೆಗಾರರು, ಅತ್ಯಾಚಾರಿಗಳು, ನೇವಿಯ ತಲೆತಪ್ಪಿಸಿಕೊಂಡ ಅಪರಾಧಿಗಳು ಹೀಗೆ ಸಾಂತ್ವನ ಹೇಳಿ ಶಾಂತವಾಗಿ ಮಾತಾಡುವುದಿಲ್ಲ ಎಂದು ಅವಳಿಗೂ ಅನಿಸಿರಬೇಕು...

ಅವಳಿಗೆ ಮತ್ತೆ ಅವನ ಬಗ್ಗೆ ನಂಬಿಕೆ ಹುಟ್ಟಲು ಕೆಲವು ಕ್ಷಣಗಳೇ ಆದವು, ಅವಳ ಮನದ ಭಾವನೆಗಳ ತಾಕಲಾಟವಾಗುತ್ತಿದ್ದಾಗ ಅವನು ಸುಮ್ಮನೆಯೇ ದಿಟ್ಟಿಸುತ್ತಿದ್ದನು... ಕೊನೆಗೆ ನಿಟ್ಟುಸಿರಿಟ್ಟು ಅವಳು ಎದ್ದು ಕುಳಿತು ತನ್ನ ಡ್ರೆಸ್ಸನ್ನು

ಕೆಳಕ್ಕೆ ತೀಡಿಕೊಂಡು, ತಲೆಗೂದಲನ್ನು ಒಮ್ಮೆ ಕೈಬೆರಳಲ್ಲಿ ಬಾಚಿಕೊಂಡಳು, ಎಲ್ಲ ಹೆಂಗಸರೂ ಬೆಡ್ ಇಂದ ಎದ್ದ ಕೂಡಲೇ ಸಾಧಾರಣವಾಗಿ ಮಾಡುವಂತೆ.

ಪಿಂಕ್ ಸಿಲ್ಕ್ ಪೈಜಾಮ ಮತ್ತು ಟಾಪ್ಸ್, ಮತ್ತು ಅದೇ ಬಣ್ಣದ ಮೆತ್ತನೆಯ ಪಾದರಕ್ಷೆ ಧರಿಸಿದ್ದವಳು ನೇರವಾಗಿ ಬೆಡ್ ರೂಮಿನ ಅವತಾರದಲ್ಲೇ ಅವಕಾಶ ಸಿಕ್ಕಾಗ ಹಮೀದ್ ಬಳಿ ಓಡಿಬಂದಿದ್ದಾಳೆ...

"ಆಲ್ರೈಟ್, ನೀವು ಇಲ್ಲಿಗೆ ಬಂದಿದ್ದರ ಕಾರಣ..." ಎಂದು ಮೆತ್ತಗೆ ಕೇಳಿದ

"ನಾನು ಹಮೀದನ್ನು ನೋಡಿ ಅವರಿಗೆ ಎಚ್ಚರಿಕೆ ಕೊಟ್ಟುಹೋಗೋಣ ಎಂದು ಬಂದೆ... "

"ಏನು ಎಚ್ಚರಿಕೆ?" "

"ನಾನು ಅವರ ಬಗ್ಗೆ ಒಂದು ಚರ್ಚೆಯಾಗಿದ್ದನ್ನು ಕೇಳಿಸಿಕೊಂಡೆ... ನಿಮಗೆ ಹಮೀದ್ ರೂಮಿನಲ್ಲಿದ್ದ ರೆಕಾರ್ಡರ್ಸ್ ಬಗ್ಗೆ ಗೊತ್ತಲ್ಲಾ...?" ಎಂದಾಗ ಸಾತ್ವಿಕ್ ಅದರ ಮಾಜಿ ಸ್ಥಾನವನ್ನು ಕೈಯಲ್ಲಿ ತೋರಿಸಿ ಹೂಂ ಎಂದನು.

"ಇದಲ್ಲಾ... ಅವರ ಮೈನ್ ರೆಕಾರ್ಡಿಂಗ್ ಸ್ಟೇಷನ್ ನಮ್ಮ ಲೈಬ್ರರಿ ಪಕ್ಕದ ಕೋಣೆಯಲ್ಲಿದೆ... ಅಲ್ಲಿ ಯಾವಾಗಲೂ ಕಾಳೇಕರ್, ಟೋನಿ, ಕೆಲವೊಮ್ಮೆ ಸೇನಾನಿ ಕುಳಿತು ಎಲ್ಲರ ಮಾತುಕತೆಯನ್ನೂ ಕದ್ದಾಲಿಕೆ ಮಾಡುತ್ತಿರುತ್ತಾರೆ. ಅವರು ನಿಮ್ಮ, ನನ್ನ ರೂಮಿನಲ್ಲೂ, ಅಪ್ಪನ ಲೈಬ್ರರಿಯಲ್ಲೂ ಮೈಕ್ರೋಫೋನ್ ಇಟ್ಟಿದ್ದಾರೆ."

ಮತ್ತೆ ಗೊತ್ತು ಎಂದು ತಲೆಯಾಡಿಸಿದ ಸಾತ್ವಿಕ್.

"ಇಂದು ಬೆಳಿಗ್ಗೆ ಸೇನಾನಿ ಮತ್ತು ಟೋನಿ ಲೈಬ್ರರಿಯಲ್ಲಿ ಮಾತಾಡುತ್ತಿದ್ದರು... ನಾನು ಅದರ ಪಕ್ಕದ ರೆಕಾರ್ಡಿಂಗ್ ಕೋಣೆಗೆ ಸುಮ್ಮನೆ ಹೋದೆ, ಅಲ್ಲಿ ಯಾರೂ ಇರಲಿಲ್ಲ... ಅದೇಕೋ ಅಲ್ಲಿದ್ದ ಹೆಡ್-ಫೋನ್ಸ್ ನೋಡಿ ಕುತೂಹಲದಿಂದ ಅದನ್ನು ಹಾಕಿಕೊಂಡು ಅವರ ಮಾತು ಕೇಳಿಸಿಕೊಂಡೆ... ಅವರು ಹಮೀದ್ ಬಗ್ಗೆ ಮಾತಾಡಿಕೊಳ್ಳುತ್ತಿದ್ದರು... ಅವರು ಇಂದು ಅವನು ಲೋಲಿಯೆಮ್ ದಾಟಿ ಹೊರಗಿರುವ ಊರಿಗೆ ಹೋದಾಗ ಅವನನ್ನು ನಾವು ಗೊತ್ತಾಗದಂತೆ ಹಿಂಬಾಲಿಸೋಣ ಎನ್ನುತ್ತಿದ್ದರು..."

"ಯಾಕೆಂದು ಹೇಳಿದರೆ?" ಎಂದ ಸಾತ್ವಿಕ್, ಅವನ ತಲೆ ದಿಮ್ ಎನ್ನುತ್ತಿದೆ.

"ಟೋನಿಗೆ ಮೊದಲಿಂದಲೂ ಹಮೀದ್ ಜತೆ ಅಹಂ ಜಗಳ... ಯಾರು ಈ ಮನೆಯಲ್ಲಿ ಹೆಚ್ಚು ಪವರ್ಫುಲ್ ಎಂಬ ಬಗ್ಗೆ... ಅವನು ಹೇಳುತ್ತಿದ್ದ, 'ನನಗೇನೋ ಈ ಹಮೀದ್ ನಮ್ಮ ಮುಂದೆ ಅವಶ್ಯಕತೆಗಿಂತ ಹೆಚ್ಚು ಒಳ್ಳೆಯವನಂತೆ ನಟಿಸುತ್ತಿದ್ದಾನೆ, ಅಂತವರ ಬಗ್ಗೆ ಎಚ್ಚರಿಕೆಯಿಂದಿರಬೇಕು ಬಾಸ್'

ಎಂದ. 'ಛೆ–ಛೆ! ಕಾರಣವಿಲ್ಲದೇ ನೀನು ಸುಮ್ಮಸುಮ್ಮನೆ...' ಎಂದು ಸೇನಾನಿ ವಾದಿಸಿದರು

ಆಗ ಟೋನಿ, "ನಿಮಗೊತ್ತಿಲ್ಲ ಬಾಸ್, ಅವನು ನನ್ನ ಕಣ್ಣಿಗೆ ಪೋಲಿಸನವರ ಕಡೆಯವನಂತೆ ಕಾಣುತ್ತಾನೆ... ಅಲ್ಲದೇ ಆವನು ಈ ಸಾತ್ವಿಕ್ ರೂಮಿನಲ್ಲಿ ಅನವಶ್ಯಕ ಹೆಚ್ಚು ಸಮಯ ಕಳೆಯುತ್ತಾನೆ, ಅವನ ಮೈಕ್ರೋಫೋನ್ಸ್ ಆಗಾಗ ಕೆಡುತ್ತಿರುತ್ತದೆ, ಮತ್ತೆ ಬರುತ್ತಿರುತ್ತದೆ... ಹೋದವಾರ ಅವನು ನಗರಕ್ಕೆ ಹೋದಾಗ, ನಾನೂ ಅಲ್ಲೇ ಇದ್ದೆ... ಬಹಳ ಹೊತ್ತು ಸೈಬರ್ ಕೆಫೆಯಲ್ಲಿ ಏನೋ ಮಾಡುತ್ತಿರುತ್ತಾನೆ, ಪ್ರಿಂಟ್‌ಔಟ್ಸ್ ಇಟ್ಟುಕೊಂಡಿರುತ್ತಾನೆ... ಅವನು ಅಲ್ಲಿಂದ ಹೊರಬಂದನಂತರ ನಾನು ಆ ಸೈಬರ್ ಕೆಫೆ ಮಾಲೀಕನನ್ನು ಪುಸಲಾಯಿಸಿ ಬಾರಿಗೆ ಕರೆದೊಯ್ದು ಚೆನ್ನಾಗಿ ಕುಡಿಸಿದೆ... ಹಮೀದ್ ಏನೋ ಅಪ್ಲೋಡ್ ಮತ್ತು ಡೌನ್ಲೋಡ್ ಮಾಡುತ್ತಿರುತ್ತಾನೆ ಎಂದವನು ಬಾಯಿಬಿಟ್ಟ. ಅಂತಹ ಕೆಲಸ ನಾವೇನೂ ಅವನಿಗೆ ಇಲ್ಲಿ ಕೊಟ್ಟಿಲ್ಲವಲ್ಲ ಬಾಸ್?" ಎಂದಾಗ ಸೇನಾನಿ "ಹೌದೇ? ಹಾಗಾದರೆ ಸರಿಯಾಗಿ ತಿಳಿದುಕೊಂಡು ಈ ಸಮಸ್ಯೆಗೆ ನೀನೇ ಪರಿಹಾರ ಮಾಡು" ಎಂದುಬಿಟ್ಟರು, ಕೊನೆಗೆ. "ಹಾಗೇನಾದರೂ ತಿಳಿದರೆ ಗೊತ್ತಲ್ಲ?" ಎಂದರು ಸೇನಾನಿ. "ಓಹ್, ಚೆನ್ನಾಗಿ ಗೊತ್ತು ಬಾಸ್" ಎಂದ ಟೋನಿ. ಅಷ್ಟು ಕೇಳಿಸಿಕೊಂಡು ನಾನು ಮೆತ್ತಗೆ ಓಡಿಬಂದುಬಿಟ್ಟೆನಪ್ಪಾ! ನನಗಂತೂ ಹಮೀದ್ ನನಗೆ, ಅಪ್ಪನಿಗೆ ರಕ್ಷಣೆ ಕೊಡಲು ಇವರ ವಿರುದ್ಧ ಏನೋ ಗುಪ್ತವಾಗಿ ಮಾಡುತ್ತಿರಬೇಕೆಂದು ತೋರಿತು. ಅದಕ್ಕೇ ನನಗೆ ಅವರಲ್ಲಿ ನಂಬಿಕೆ... ಈ ಬೆಳಿಗ್ಗೆಯಂತೂ ಹಮೀದ್‌ಗೆ ನಾನು ಈ ಬಗ್ಗೆ ಮುನ್ನೆಚ್ಚರಿಕೆ ಕೊಡಲಾಗಲಿಲ್ಲ, ಮುಂದಿನ ಸಲವಾದರೂ..." ಎಂದು ವಿವರಿಸುತ್ತಿದ್ದ ಸುಮನಾ , ಸಾತ್ವಿಕ್ ಚಹರೆಯಲ್ಲಾಗುತ್ತಿರುವ ಬದಲಾವಣೆ ನೋಡಿ, "ಹೌದು, ನೀವೇಕೆ ಇಲ್ಲಿದ್ದೀರಿ? ಹಮೀದ್ ಎಲ್ಲಿದ್ದಾರೆ?" ಎಂದಳು ಗಾಬರಿಯಿಂದ.

"ನಾವು ಹಮೀದ್‌ಗೆ ಇನ್ನು ಮುನ್ನೆಚ್ಚರಿಕೆ ಕೊಡಲು ಆಗುವುದೇ ಇಲ್ಲ, ಸುಮನಾ... ಅವನನ್ನು ಕೊಂದು ನಿಮ್ಮ ಗಾರ್ಡನ್ನಿನಲ್ಲಿ ಸಮಾಧಿ ಮಾಡಿದ್ದಾರೆ..." ಎಂದು ನಿಧಾನವಾಗಿ ನುಡಿದು ಅವಳು ಮತ್ತೆ ಕಿರುಚಿದರೆ ತಡೆಯಲೆಂದು ಕೈಯೆತ್ತಿದ್ದ.

ಆದರೆ ಅವಳು ಈ ಬಾರಿ ಹೇಗೋ ಸಾವರಿಸಿಕೊಂಡಳು..."ಅಯ್ಯಯ್ಯೋ, ಹೌದೇ?" ಎಂದು ಪೇಲವವಾದ ಸ್ವರದಿಂದ ಪಿಸುಗುಟ್ಟಿದಳು.

ಅವಳ ಮುಗ್ಧತೆ ಮತ್ತು ವಿಶ್ವಾಸಾರ್ಹ ನಡತೆ ಕಂಡು, ಇನ್ನು ಇವಳ ಮುಂದೆ ತನ್ನ ಕಪಟ ನಾಟಕ ಮುಂದುವರೆಸುವುದರಿಂದ ಏನೂ ಲಾಭವಿಲ್ಲ, ತನ್ನ ನಿಜವಾದ ಪಾತ್ರವನ್ನು ಹೇಳಿದರೆ ಅವಳು ಮುಂದೆ ಜಾಗರೂಕತೆಯಿಂದಿದ್ದು ತನ್ನೊಡಿಗೆ ಸಹಕಾರವನ್ನೂ ಕೊಟ್ಟಾಳು ಎಂದು ಗ್ರಹಿಸಿದನು. ಹಾಗಾಗಿ ಸಾತ್ವಿಕ್ ಅವಳಿಗೆ ನಿಜಕ್ಕೂ ತಾನ್ಯಾರೆಂದು ಐದೇ ನಿಮಿಷದಲ್ಲಿ ವಿವರಿಸಿದನು... ಅವಳಿಗೆ

ಅವನ ಬಗ್ಗೆ ತನ್ನ ಮನದ ಮೊದಲ ಅಭಿಪ್ರಾಯ ಸರಿಯಾಯಿತಲ್ಲ ಎಂದು ಖುಶಿಯಾಯಿತು.

ಅವಳ ಕಂಗಳಲ್ಲಿ ಹೊಸ ಹೊಳಪು ಕಂಡುಬಂತು, "ಅಂದರೆ ನಿಮಗೆ ಇಲ್ಲಿ ಏನು ನಡೆಯುತ್ತಿದೆಯೆಂದು ಇಲ್ಲಿಗೆ ಬರುವ ಮೊದಲೇ ಗೊತ್ತಿತ್ತೆ?" ಎಂದಳು.

ಸಾತ್ವಿಕ್ ಎಚ್ಚರಿಕೆಯಿಂದ ತನ್ನ ಪದಗಳನ್ನು ತೂಗಿ ನುಡಿದ, "'ಏನೋ' ನಡೆಯುತ್ತಿದೆಯೆಂದು ಗೊತ್ತಿತ್ತು... ಅಂಥದು ಕಮಾಡೋರ್ ಮನೆಯಲ್ಲಿ, ಆಯಿಲ್ ರಿಗ್ನಲ್ಲಿ ನಡೆಯಬಾರದ್ದು ಎಂದು... ಆದರೆ 'ಏನು' ನಡೆಯುತ್ತಿದೆ ಎಂದು ನಾನು ಇಲ್ಲಿಗೆ ಬಂದ ಮೇಲೆ ಸ್ಪಷ್ಟವಾಯಿತು. ಆದರೆ ಕ್ಷಮಿಸು ಸುಮನಾ, ನಾನು ನಿನಗೆ ಇನ್ನೂ ಹೆಚ್ಚು ವಿವರಗಳನ್ನು ಕೊಡುವಂತಿಲ್ಲ. ಅದೂ ನಿನ್ನ ಮತ್ತು ಸಾಧ್ಯವಾದಾರೆ ಕಮಾಡೋರ್ ಪ್ರಾಣರಕ್ಷಣೆಗಾಗಿಯೇ ಎಂದು ನಂಬು.

"ನಾನು ನಾಳೆ ಸಮುದ್ರದರ್ಪಣಿಯಿಂದ ಹೊರಟು ಜಲಬಿಂದುವಿನಲ್ಲಿ ಸಾಗರದಡಿಯ ಒಂದು ನಿಧಿ ಹುಡುಕಲು ಹೋಗುತ್ತೇನೆ. ನನಗೆ ತಿಳಿದ ಮಟ್ಟಿಗೆ ಸೇನಾನಿ ಕಡೆಯವರು ನಾಳೆ ನಿನ್ನನ್ನೂ, ನಿಮ್ಮ ತಂದೆಯನ್ನೂ ಈ ಮನೆಯಲ್ಲಿ ದಿಗ್ಬಂಧನ ಮಾಡುತ್ತಾರೆ. ಅದು ತಮಗೆ ಒಳ್ಳೆಯದೇ ಎಂದು ಅವರು ಭಾವಿಸಿದ್ದಾರೆ. ನಾನು ಆ ತಂತ್ರವನ್ನು ಅವರಿಗೇ ತಿರುಗುಮುರುಗು ಮಾಡುವುದರಲ್ಲಿದ್ದೇನೆ... ಸೇನಾನಿ ಮತ್ತು ಟೀಮ್ ನನ್ನ ಜತೆ ಸಾಗರದಡಿಯಲ್ಲಿ ಇರುವ ಸಮಯಕ್ಕೆ ಸರಿಯಾಗಿ ಇಲ್ಲಿಗೆ ನಮ್ಮ ಇಂಡಿಯನ್ ನೇವಿಯ ಗುಪ್ತಚರ ಮತ್ತು ಸ್ಪೆಷಲ್ ಪೋಲಿಸ್ ದಳ ಬಂದು ನಿಮ್ಮನ್ನು ಅವರಿಂದ ರಕ್ಷಿಸಿ ಈ ಮನೆಯನ್ನು ಸುತ್ತುವರಿಯುತ್ತಾರೆ. ಇನ್ನು ನಾನು ನೀರಿನಡಿಯಲ್ಲಿ ನಡೆಯುವುದನ್ನು ನೀನು ರೆಕಾರ್ಡರ್ ಮೂಲಕ ಕೇಳುವಂತೆ ನಿನಗೂ ಅಪ್ಪನಿಗೂ ವ್ಯವಸ್ಥೆ ಮಾಡಿಬಿಡುತ್ತೇನೆ. ಅದರಿಂದ ನಿಮಗೆ ಈ ಪ್ರಕರಣದ ಎಲ್ಲಾ ರಹಸ್ಯಗಳೂ ಸ್ಪಷ್ಟವಾಗುತ್ತದೆ. ಸರಿ, ಮುಂದೆ ನೋಡುವಾ, ಹೇಗೆ ನಡೆಯುವುದೆಂದು... ನಾಳೆ ನಿಮ್ಮ ಮನೆ ಯುದ್ಧರಂಗವಾಗುತ್ತೆ... ಇಲ್ಲಿ ಸ್ವಲ್ಪ ಗುಂಡಿನ ಚಕಮಕಿ ಮತ್ತು ಸಾವು-ನೋವು ಅನಿವಾರ್ಯ. ಇದು ನಮ್ಮ ತಪ್ಪಂತೂ ಅಲ್ಲ. ನೀನು ಸ್ವಲ್ಪ ಧೈರ್ಯವಾಗಿರಬೇಕು, ಏನು?" ಎಂದು ಮಾತು ಮುಗಿಸಿ ಎದ್ದ ಸಾತ್ವಿಕ್.

ಸಪ್ಪಗೆ ನಕ್ಕು ಅವನ ಕೈಯೊತ್ತಿದಳು ಸುಮನಾ, "ನಾನು ಮತ್ತೆ ಮೂರ್ಛೆ ಹೋಗುವುದಿಲ್ಲ... ಪ್ರಾಮಿಸ್!"

"ಇದೆಲ್ಲಾ ಸರಿಯಾಗಿ ಮುಗಿದರೆ, ನಾನು ನಿನಗೆ ಗೋವಾದಲ್ಲಿ ಒಂದು ಟ್ರೀಟ್ ಕೊಡಿಸುತ್ತೇನೆ..." ಎನ್ನುತ್ತಾ ಕಿಟಕಿಯ ಬಳಿ ಸರಿದನು ಸಾತ್ವಿಕ್.

"ಊಹೂಂ! ನಾನು ಕೊಡಿಸುವುದು..." ಎಂದು ವಾದಿಸಿದಳು ಸುಮನಾ, ತಾನೂ ಬಾಗಿಲಿನತ್ತ ಹೊರಡುತ್ತಾ.

9

ರೂಮನ್ನು ಯಾರ ಕಣ್ಣಿಗೂ ಬೀಳದೆ ತಲುಪಿದ ಸಾತ್ವಿಕ್‌ಗೆ ಮತ್ತೆ ಆ ರಾತ್ರಿ ನಿದ್ದೆ ಹತ್ತುವುದು ಅಸಾಧ್ಯವಾಗಿತ್ತು... ಅವನ ತಲೆಯಲ್ಲಿ ಯೋಜನೆಯ ಹಲವು ವಿವರಗಳು ಇನ್ನೂ ಸರಿದಾಡುತ್ತಿದ್ದವು. ಮನಸ್ಸಿನಲ್ಲೇ ಅವನು ಒಂದೊಂದು ಹೆಜ್ಜೆಯನ್ನೂ ತಾಳೆ ಹಾಕಿ ನೋಡಿ ಇನ್ನೇನು ನಿದ್ದೆ ಹತ್ತಬೇಕು ಅನ್ನುವಷ್ಟರಲ್ಲಿ ಬಾಗಿಲ ಬೀಗ ತೆರೆಯುವ ಸದ್ದಾಗಿತ್ತು.

ಆಕಳಿಸಿಕೊಂಡೆದ್ದವನಿಗೆ ದುರುಗುಟ್ಟುವ ಮುಖದ ಟೋನಿ ಕೈ–ಕೋಳ ತೆಗೆದು, "ಹೂಂ, ಬೇಗ ರೆಡಿಯಾಗು, ಎಲ್ಲಾ ಕಾಯುತ್ತಿದ್ದಾರೆ" ಎಂದು ಸಿಡುಕಿದ.

"ಯಾಕೆ, ಹಮೀದ್ ಇಲ್ಲವೇನು? ನಿನಗೇಕೆ ಈ ಜೈಲ್ ಕಾಯುವ ಕೆಲಸ ಕೊಟ್ಟರು...? ಬೇರೆ ಕೆಲಸವಿಲ್ಲವೇನೋ...' ಎಂದ ಸಾತ್ವಿಕ್ ಅವನತ್ತ ಸೊಟ್ಟನಗೆ ಬೀರುತ್ತಾ.

"ಹಮೀದ್ ರಜದ ಮೇಲೆ ಊರಿಗೆ ಹೋಗಿದ್ದಾನೆ. ಯಾರು ಬಂದರೆ ನಿನಗೇನು? ಹೊರಡು!" ಎಂದು ಮತ್ತೆ ಗದರಿದ ಟೋನಿ.

ಸಾತ್ವಿಕ್ ಬಾತ್ರೂಮಿನಿಂದ ಬಂದು ನೀಲಿ ಕಾರ್ಡುರಾಯ್ ಪ್ಯಾಂಟ್ ಮತ್ತು ದಪ್ಪ ಟೀ ಶರ್ಟ್ ಧರಿಸಿದ ಅಂದಿನ ಸಬ್–ಮೆರೀನ್ ಯಾತ್ರೆಗೆ ತಕ್ಕಂತೆ... ಎಲ್ಲಾ ನಮ್ಮ ಹಮೀದ್ ಇಟ್ಟು ಹೋಗಿದ್ದು ಎನಿಸಿ, ಅವನ ಕಣ್ಣಂಚಿನಲ್ಲಿ ನೀರಾಡಿ ಗಂಟಲುಬ್ಬಿತು.

ನೀಲಿ ಜೀನ್ಸ್ ಮತ್ತು ಕಾಟನ್ ಶರ್ಟ್ ಧರಿಸಿದ್ದ ಟೋನಿ ಅವನನ್ನು ಹಿಂಬಾಲಿಸುತ್ತ ಮೆಟ್ಟಿಲಿಳಿಯುವಾಗ, ಜೇಬಿನಲ್ಲಿ ಕೈಯಿಟ್ಟುಕೊಂಡು ಮುಂದೆ ನಡೆಯುತ್ತಿದ್ದ ಸಾತ್ವಿಕ್ ಇದ್ದಕ್ಕಿದ್ದಂತೆ ಅವನ ಕಾಲನ್ನು ತನ್ನ ಬೂಟ್ಸ್ ಕಾಲಿನಿಂದ ಜೋರಾಗಿ ತುಳಿದು ಅವನ ಮೇಲೆ ತಾನೇ ಆಯತಪ್ಪಿದವನಂತೆ ಬಿದ್ದುಬಿಟ್ಟ.

"ಹಾ! ಯೂ ಫೂಲ್..." ಎಂದು ಕೂಗಿದ ಟೋನಿಯ ಮೈ ಮೇಲೆ ಒರಟಾಗಿ ಹೊರಳಾಡಿ ಮೇಲೆದ್ದ ಸಾತ್ವಿಕ್...

"ಯಾಕೋ ಟಾಂಗ್ ಕೊಟ್ಟು ಬೀಳಿಸಿದೆ, ಯೂ ಈಡಿಯಟ್!" ಎಂದು ಸಾತ್ವಿಕ್ ಅವನಿಗೇ ಬೈದಾಗ ಟೋನಿ ರೌದ್ರಾವತಾರ ತಾಳಿದವನಂತೆ ಸಾತ್ವಿಕ್ ಕಾಲಿಗೆ ಒಮ್ಮೆ ಒದ್ದು ನೆಲಕ್ಕೆ ಬೀಳಿಸಿ, ತನ್ನ ಸೊಂಟದಲ್ಲಿದ್ದ ಮಾಸರ್ ರಿವಾಲ್ವರ್ ತೆಗೆದು ಸರಕ್ಕನೆ ಅವನ ಎದೆಯತ್ತ ಗುರಿ ಮಾಡಿ ಏದುಸಿರು ಬಿಡಲಾರಂಭಿಸಿದನು.

ಸಾತ್ವಿಕ್ ಅವನನ್ನು ಕೆಣಕುತ್ತಾ, "ಓಕೇ, ಶೂಟ್ ಮಾಡಿಬಿಡು... ತಡವೇಕೆ...? ನಿನಗೇ ಸಬ್-ಮೆರೀನ್ ನಡೆಸಲು ಬರುತ್ತೇನೋ... ಪರವಾಗಿಲ್ಲಾ ನಾನು ಸತ್ತರೆ, ಅಲ್ಲವೆ...? ಹೂಂ..." ಎಂದು ಸವಾಲು ಹಾಕಿದನು...

ಮೆಟ್ಟಿಲ ಕೆಳಗಿನಿಂದ ಸೇನಾನಿ ಕೂಗಿದನು, "ಏಯ್, ಟೋನಿ... ಹಾಗೆಲ್ಲಾದರೂ ಮಾಡಿಬಿಟ್ಟೀಯ ಜೋಕೆ! ಮೊದಲು ಗನ್ ಇಳಿಸು... ಸಾತ್ವಿಕನನ್ನು ನಾವು ಈಗಲೇ ಕಳೆದುಕೊಳ್ಳಲು ಸಿದ್ಧವಿಲ್ಲ!"

ಹಸಿದ ಹುಲಿ ಸಿಕ್ಕ ಜಿಂಕೆಯನ್ನು ಸುಮ್ಮನೆ ಬಿಡಬೇಕಾದಾಗ ನೊಂದುಕೊಳ್ಳುವಂತೆ ಟೋನಿ ಗಂಟಲಿನಿಂದ ಅಸಹಾಯಕ ಕೂಗು ಹೊರಟಿತು.

ಇಬ್ಬರೂ ತೆಪ್ಪಗೆ ಕೆಳಗಿಳಿದು ಬಂದಾಗ ಸೇನಾನಿ ಸಾತ್ವಿಕ್ ಕಡೆಗೆ ದುರುಗುಟ್ಟಿ ನೋಡಿದನು, "ಕ್ಯಾಪ್ಟನ್, ನಿಮಗೆ ಮೊದಲೇ ಹೇಳಿದ್ದೆ, ಟೋನಿಯನ್ನು ಸುಮ್ಮಸುಮ್ಮನೆ ಕೆಣಕುವುದು ನಿಮ್ಮ ಆರೋಗ್ಯಕ್ಕೆ ಒಳ್ಳೆಯದಲ್ಲ ಎಂದು..." ಸೇನಾನಿ ನೀಲಿ ಫುಲ್ ಸೂಟ್ ಧರಿಸಿದ್ದಾನೆ... ವಾಹ್! ಸಮುದ್ರದ ಅಡಿಯಲ್ಲಿ ಯಾವುದೋ ರಿಸೆಪ್ಷನ್ನಿಗೆ ಹೋಗುವಂತೆ!

"ಆ ಮಾತನ್ನು ಅವನಿಗೂ ಹೇಳುತ್ತಿರಿ, ನನ್ನ ಬಗ್ಗೆ ಕೂಡಾ..."ಎಂದು ಸಾತ್ವಿಕ್ ವಾದಿಸಿ ಲೈಬ್ರರಿಯೊಳಕ್ಕೆ ಸಾಗಿದನು.

'ಟೋನಿಯ ಜತೆ ಬೇಕಂತಲೇ ತಾನು ವೈಷಮ್ಯ ಕಟ್ಟಿಕೊಳ್ಳುವುದಕ್ಕೂ ಬಲವಾದ ಕಾರಣವಿದೆ, ಮುಂದೆ ಇವರಿಗೆ ತಿಳಿಯಲಿದೆ, ಈಗಲ್ಲ...' ಎಂದು ಮನದಲ್ಲೇ ನಕ್ಕ ಸಾತ್ವಿಕ್.

"ಕಮಾಡೋರ್, ಇನ್ನು ನೀವು ಒಳಗೆ ಹೋಗಬಹುದು, ನಾನು ಮುಂದಿನದನ್ನು ನೋಡಿಕೊಳ್ಳುತ್ತೇನೆ..." ಎಂದು ಸೇನಾನಿ ಅಲ್ಲಿ ಆಸೀನರಾಗಿದ್ದ ಕಮಾಡೋರ್ ನಾಯಕ್‌ಗೆ ಕಟುವಾಗಿ ಆಜ್ಞಾಪಿಸಿದಾಗ, ಅವರೂ ಬಿದ್ದರೂ ಮೀಸೆ ಮಣ್ಣಾಗದವರಂತೆ, "ಹೌದು, ಇನ್ನು ಮಿಕ್ಕ ಸಮುದ್ರದಡಿಯ ಸ್ಯಾಲ್ವೇಜ್ ಕೆಲಸವನ್ನು ನೋಡಿಕೊಳ್ಳಲು ನೀವೇ ಸರಿಯಾದ ಟೀಮ್, ನನಗೆ ಬಹಳ ಆಯಾಸವಾಗಿರುವುದರಿಂದ ನನ್ನ ರೂಮಿನಲ್ಲಿ ರೆಸ್ಟ್ ತೆಗೆದುಕೊಳ್ಳುತ್ತೇನೆ, ಬೇಕಿದ್ದರೆ ಮಾತ್ರ ಡಿಸ್ಟರ್ಬ್ ಮಾಡಿ... ಓ ಕೇ?" ಎಂದು ಅವರು ಇದ್ದಬದ್ದ ಸ್ವಾಭಿಮಾನವನ್ನು ಗುಡ್ಡೆ ಹಾಕಿಕೊಂಡವರಂತೆ ಅಲ್ಲಿಂದ ತೆರಳಿದಾಗ ಜಮೀರ್ ಮತ್ತು ಕಣ್ಣನ್ ಎಂಬ ಇಬ್ಬರು ಗಾರ್ಡ್ಸ್ ಅವರನ್ನು ತಮ್ಮ ರೂಮಿಗೆ ಕರೆದೊಯ್ದರು.

ಅಲ್ಲಿ ಸೇನಾನಿ, ಟೋನಿ ಮತ್ತು ಕಾಳೇಕರ್ ಮಾತ್ರವೇ ಉಳಿದರು.

'ತಾನಂದುಕೊಂಡಂತೆಯೇ ಕಮಾಡೋರ್ ಅವರನ್ನು ಇನ್ನು ಗೃಹಬಂಧನದಲ್ಲಿರಿಸಿ ಸೇನಾನಿ ಇಲ್ಲಿ ಪೂರ್ತಿ ನಿಯಂತ್ರಣ ಸಾಧಿಸಿದ್ದಾನೆ' ಎಂದು ಸಾತ್ವಿಕ್ ತಿಳಿದುಕೊಂಡ.

ಇದೆಲ್ಲಾ ಅರ್ಥವಾದವನಂತೆ ತಲೆಯಾಡಿಸಿ, ಸೇನಾನಿಗೆ ಬೆಂಬಲ ಕೊಡುವವನಂತೆ ಹೇಳಿದ, "ಅವಳೆಲ್ಲೆ? ಅವರ ಮಗಳು ಮಹಾ ಚತುರೆ...? ಆ ಸುಮನಾಳನ್ನು ಅತ್ತಿತ್ತ ಓಡಾಡದಂತೆ, ಹೀಗೇ ಮನೆಯಲ್ಲಿ ಕೂಡಿ ಹಾಕುವುದು ನಮಗೆ ಒಳ್ಳೆಯದು..."

"ವೆಲ್ ಸೆಡ್, ಕ್ಯಾಪ್ಟನ್, ನಿಮ್ಮ ಮಾತು ಇಷ್ಟವಾಯಿತು. ಆಗಲೇ ಸುಮನಾ ಈ ಮನೆಯಿಂದ ಇನ್ನು ಹೊರಹೋಗದಂತೆ ಭದ್ರಪಡಿಸಿದ್ದೇವೆ..." ಎಂದು ವಿಜಯದ ನಗೆ ಬೀರಿದ ಸೇನಾನಿ.

"ಹಮೀದ್‌ಗೆ ರಜಾ ಕೊಟ್ಟು ಮನೆಗೆ ಕಳಿಸಿದಿರಂತೆ... ಇದನ್ನು ನಾನೊಪ್ಪುವುದಿಲ್ಲ, ಸೇನಾನಿ" ಎಂದು ಹೊಸ ವರಸೆ ತೆಗೆದ ಸಾತ್ವಿಕ್ ಸಪ್ಪಗೆ ತಲೆಯಾಡಿಸುತ್ತಾ.

"ಯಾಕೆ, ನಿಮಗೇನು ತೊಂದರೆ?" ಸೇನಾನಿಗೂ ಅಚ್ಚರಿಯಾಯಿತು

"ಅಯ್ಯೋ, ಯಾಕೆ ಕೇಳುತ್ತೀರಿ! ಅವನಿಗೆ ಅದ್ಯಾವುದೋ ನೇವಿ ಪೋಲಿಸಂತೆ, ಅವರೆಲ್ಲಾ ಗುರುತಂತೆ... ದಿನಾಲೂ ಅದು ಇದೂ ಹೇಳಿ ನನ್ನ ತಲೆ ಕೆಡಿಸೋನು..." ಎಂದು ಸುಳ್ಳಿನ ಕಂತೆ ಬಿಚ್ಚಿದ ಸಾತ್ವಿಕ್.

'ದೇವರೆ, ಸತ್ತ ಹಮೀದ್ ಬಗ್ಗೆ ಆಡಿದ ಈ ಸಮಯೋಚಿತ ಸುಳ್ಳಿಗೆ ನನ್ನನ್ನು ಕ್ಷಮಿಸಪ್ಪಾ...' ಎಂದುಕೊಂಡ.

"ಏನು ಹೇಳೋನು?" ಸಾತ್ವಿಕ್ ಕಣ್ಣಂಚಿನಲ್ಲಿ ಟೋನಿ ಮೊದಲ ಬಾರಿಗೆ ಸಂತಸದಿಂದ ತಲೆಯಾಡಿಸಿ ಕೇಳಿದ್ದನ್ನು ಗಮನಿಸಿದ.

"ಅದೇ... ಈ ಕೆಲಸ ಮಾಡಬೇಡ, ದೇಶದ್ರೋಹ ಅಂತ... ಹೆಹೆಹೆ... ನಾನು ನಿನ್ನ ಮೇಲಿರುವ ನೇವಿಯವರ ಶಿಕ್ಷೆ ಕಡಿಮೆ ಮಾಡಿಸಲು ವ್ಯವಸ್ಥೆ ಮಾಡಿಸುತ್ತೇನೆ, ಇಲ್ಲಿರುವುದನ್ನೆಲಾ ರೆಕಾರ್ಡ್ ಮಾಡುತ್ತಿದ್ದೇನೆ ಅಂತೆಲ್ಲಾ... ನಾನು ಕೊನೆಗೆ 'ನನಗೆ ಸೇನಾನಿಯಲ್ಲಿ ನಂಬಿಕೆಯಿದೆ, ಸುಮ್ಮನೆ ಹೋಗು... ಇನ್ನೊಮ್ಮೆ ಈ ತರಹ ಮಾತಾಡಿದರೆ, ಸೇನಾನಿಗೆ ಹೇಳಿ ನಿನಗೊಂದು ಗತಿ ಕಾಣಿಸುತ್ತೇನೆ...!' ಎಂದು ಬೆದರಿಸಿದ್ದೆ..."

"ಶಬಾಷ್, ಕ್ಯಾಪ್ಟನ್, ನೀವು ತಡವಾದರೂ ನಮ್ಮ ದಾರಿಗೆ ಬಂದಿರಿ. ಆ ಬಗ್ಗೆ ನೀವು ಚಿಂತಿಸುವುದು ಬೇಕಿಲ್ಲ. ಟೋನಿ ಅವನು ವಾಪಸ್ ಬರದಂತೆ ಶಾಶ್ವತ ವ್ಯವಸ್ಥೆ ಮಾಡಿದ್ದಾನೆ." ಎಂದು ಸೇನಾನಿ ಬೀಗಿದ...

ಟೋನಿಯೂ ಹಿಗ್ಗಿದ. "ನಾನು ಹೇಳಿರಲಿಲ್ಲವೇ, ಬಾಸ್?" ಆ ಮೈಕ್ರೋಫೋನ್ಸ್ ಇಂದ ಏನೇನೋ ಆಟ ಆಡ್ತಾನೆ ಅಂತಾ... ನೋಡಿದಿರಾ?" ಎಂದ ಟೋನಿ ಜಂಬದ ದನಿಯಲ್ಲಿ.

ಸೇನಾನಿ ಒಮ್ಮೆ ಸಾತ್ವಿಕನತ್ತ ತಿರುಗಿ, "ಈ ಮೈಕ್ರೋಫೋನ್ಸ್ ಅಂದಾಗ ನೆನಪಿಗೆ ಬಂತು... ನಿಮ್ಮನ್ನೂ ಒಮ್ಮೆ ಪೂರ್ತಿ ಚೆಕ್ ಮಾಡುತ್ತೇವೆ, ಕ್ಯಾಪ್ಟನ್... ಮುನ್ನೆಚ್ಚರಿಕೆಗಾಗಿ... ಕಾಳೇಕರ್, ಇವರನ್ನು ಚೆಕ್ ಮಾಡು" ಎಂದಾಗ ಕಾಳೇಕರ್ ಒಂದು ಮೈಕ್ ಸಿಗ್ನಲ್ ಡಿಟೆಕ್ಟರ್ ಯಂತ್ರವನ್ನು ಸಾತ್ವಿಕ್ ತಲೆಯಿಂದ ಕಾಲಿನವರೆಗೂ ಆಡಿಸಿದ...ಬೀಪ್ ಸದ್ದು ಬರಲೇ ಇಲ್ಲ.

"ಇವರ ಬಳಿ ಮೈಕ್ ಇಲ್ಲ... ಓಕೇ!" ಎಂದನು ಕಾಳೇಕರ್. ಸೇನಾನಿ ನೆಮ್ಮದಿಯ ಉಸಿರೆಳೆದನು...

ಇದನ್ನೂ ತಾನೂ ಹಮೀದ್ ಊಹಿಸಿದ್ದಂತೆಯೇ ನಡೆಯಿತು ಎಂದುಕೊಂಡ ಸಾತ್ವಿಕ್.

"ಸರಿ, ಇನ್ನು ನಮ್ಮ ಮಿಶನ್ಗೆ ಹೊರಡೋಣ" ಎಂದು ಲಗುಬಗೆಯಿಂದ ಅಲ್ಲಿದ್ದ ಹೊಸ ನಕ್ಷೆಯೊಂದನ್ನು ಬಿಚ್ಚಿದನು ಸೇನಾನಿ, ಬನ್ನಿ ಇಲ್ಲಿ ಎಂದು ಸೂಚಿಸುತ್ತಾ.

ಸಾತ್ವಿಕ್ ಆ ಹೊಸ ನಕ್ಷೆಯನ್ನು ನೋಡಿ ಒಂದು ಚಿಕ್ಕ ಸಿಳ್ಳೆ ಹೊಡೆದನು. "ಅಹ್, ಈ ಸ್ಥಳಕ್ಕೆ ನಮ್ಮ ರಿಗ್ಗಿನಿಂದ ಹೊರಟರೆ ಒಂದೂವರೆ ಗಂಟೆಯಾದರೂ ಬೇಕು... ಸ್ವಲ್ಪ ದೂರವಾಯಿತು..."

"ಮತ್ತು ಈ ಆಳವನ್ನು ತಲುಪಬಹುದೆ...?" ಎಂದು ಆ ನಕ್ಷೆಯಲ್ಲಿ ಸಾಗರದಡಿಯ ಕಣಿವೆಯಂತಹ ಪ್ರದೇಶವನ್ನು ಗುರುತು ಮಾಡಿ ಕೇಳಿದ ಸೇನಾನಿ.

ಸಾತ್ವಿಕ್ ಉಫ್ ಎಂದು ಉಸಿರು ಹೊರಹಾಕಿದ; "ನಾನಾದ್ದರಿಂದ, ಜಲಬಿಂದು ನನ್ನ ಮೆಚ್ಚಿನ ನೌಕೆಯಾದ್ದರಿಂದ ಹೋಗಬಹುದು ಕಷ್ಟದಿಂದ... ಬೇರೆ ಯಾರಾದರೂ ಇದ್ದಿದ್ದರೆ ಒಪ್ಪುತ್ತಿರಲಿಲ್ಲ... ಮೇಲಿನ ನೀರಿನ ಒತ್ತಡಕ್ಕೆ ನೌಕೆ ಸೀಳಿಹೋಗುತ್ತೆಂಬ ಭಯ ಅವರಿಗೆ."

"ಸರಿ, ನಮಗೆ ನೀವೇ ಇದ್ದೀರಲ್ಲಾ... ಆದರೆ ನಿಮಗೆ ಯಾಕೆ ಭಯವಾಗಲ್ಲ?"

"ಸುಮಾರು 2000 ಅಡಿ ಜಲಬಿಂದುವಿನ ಮಿತಿ ಎನ್ನಬಹುದು. ಇಂದು ಅದರ ಶಕ್ತಿಪರೀಕ್ಷೆಯ ದಿನ. ಅದರಲ್ಲಿ ನಾನು ಟ್ರೈನಿಂಗ್ ಪಡೆದು ನಿಷ್ಣಾತನಾಗಿದ್ದೇನೆ. ಅದು ನಿಮಗಾಗಲೇ ಗೊತ್ತು. ಆದರೆ ನಾನು ನೌಕೆಯನ್ನು ಪ್ರೆಶರ್ ಕಟ್ ಮಾಡುತ್ತಾ ಮೆತ್ತಗೆ ಇಳಿಸುತ್ತೇನೆ." ಎಂದವನು ತಲೆಯೆತ್ತಿ "ಅಲ್ಲೇನಿದೆ ಹೇಳಿ ಈಗಲಾದರೂ..." ಎಂದ.

"ನಮಗೆ ಬೇಕಿದ್ದ ನಿಧಿಯ ಪೆಟ್ಟಿಗೆಗಳಿವೆ, ಸುಮಾರು 100 ಟನ್ ಭಾರದ್ದು, ಕ್ಯಾಪ್ಟನ್, ಅದರ ಮುಖಾಂತರವೇ ನಾವು ಕೋಟ್ಯಧಿಪತಿಗಳಾಗುವ ಕನಸು ಕಾಣುತ್ತಿದ್ದೇವೆ. ಅದರಲ್ಲಿ ಇನ್ನು ಮೇಲೆ ನೀವೂ ಭಾಗಿ" ಎಂದನು ಸೇನಾನಿ.

'ಆಹಾ, ಎಂತಾ ಗುಳ್ಳೆ ನರಿ! ತಾಳು ನಿನಗೆ ನಾನ್ಯಾರೆಂದು ತಿಳಿಯುತ್ತದೆ' ಎಂದುಕೊಂಡ ಸಾತ್ವಿಕ್. ಎಲ್ಲರೂ ಅಲ್ಲೇ ಬ್ರೆಡ್ ಟೋಸ್ಟ್, ಆಮ್ಲೆಟ್, ಫ್ರೂಟ್ ಸಲಾಡ್, ಕಾಫಿ ಸೇವಿಸಿ ಮುಗಿಸಿ ಎದ್ದರು.

ಅವರು ಹೊರಟು ನಿಂತಾಗ ಸಾತ್ವಿಕ್ "ಸೇನಾನಿ, ನನಗೆ ರೇಡಿಯೋ ಆಪರೇಟರ್ ಸಹಾಯ ಬೇಡ. ಒಬ್ಬನೇ ಓಡಿಸಿಯೇ ಅಭ್ಯಾಸ. ಹೇಗೂ ಕಾಳೇಕರ್ ಇಲ್ಲಿ ನಮ್ಮಿಂದ ಮೆಸೇಜ್ ಬಂದರೆ ರಿಸೀವ್ ಮಾಡಲು ಇದ್ದರೆ ವಾಸಿ" ಎಂದನು.

ಸೇನಾನಿಯು "ಗುಡ್, ಕ್ಯಾಪ್ಟನ್, ನಿಮಗೆ ವಿಶ್ವಾಸಯಿದೆಯೆಂದ ಮೇಲೆ ನಾನಡ್ಡ ಬರುವುದಿಲ್ಲ. ಕಾಳೇಕರ್, ನೀನು ಇಲ್ಲೇ ರೇಡಿಯೋ ರೂಂನಲ್ಲಿರು!" ಎಂದನು.

'ಓಹೋ... ಇರು, ಇರು, ನಮ್ಮವರು ಬಂದು ನಿನ್ನ ಕೈ ಬಾಯಿ ಕಟ್ಟಿಹಾಕಿ ರೇಡಿಯೋ ರೂಂ ತಮ್ಮ ವಶಕ್ಕೆ ತೆಗೆದುಕೊಳ್ಳುತ್ತಾರೆ' ಎಂದುಕೊಂಡ ಸಾತ್ವಿಕ್ ಮನದಲ್ಲೇ.

ಆ ನಕ್ಷೆಯನ್ನು ಕೈಗೆತ್ತಿಕೊಂಡ ಸಾತ್ವಿಕ್ "ಇದನ್ನು ತಯಾರಿಸಿ ಕೊಟ್ಟ ಮೆರೀನ್ ಸರ್ವೇಯರ್ ಇನ್ನೂ ಬದುಕಿದ್ದಾನೆಯೆ, ಸೇನಾನಿ?" ಎಂದನು ವ್ಯಂಗ್ಯವಾಗಿ ನಗುತ್ತಾ.

ಸೇನಾನಿ ಹುಬ್ಬುಗಂಟಿಕ್ಕಿ, "ನೋಡಿ ಮತ್ತೆ, ನಿಮ್ಮ ಕೊಂಕು ಬುದ್ಧಿ! ನಮಗೆ ಬೇಕಾದವರೆಲ್ಲಾ ಬದುಕಿಯೇ ಇದ್ದಾರೆ" ಎಂದು ಹೊರಡಲನುವಾದನು.

'ಹೌದ್ಹೌದು, ನಿಮಗೆ ಬೇಕಾಗದವರು ಮಾತ್ರ ಹಣೆಗೆ ಗುಂಡೇಟು ತಿಂದು ತೋಟದಲ್ಲಿ ಸಮಾಧಿಯಾಗುತ್ತಾರೆ' ತನ್ನೊಳಗೇ ಅಂದುಕೊಂಡ ಸಾತ್ವಿಕ್.

10

ಸೇನಾನಿ, ಟೋನಿ ಮತ್ತು ಸಾತ್ವಿಕ್ ಮೂರೂ ಜನ ಕಮಾಡೋರ್‌ರವರ ಮನೆಯ ಬಳಿಯ ಡಾಕಿನಿಂದ ಮೋಟಾರ್ ಬೋಟ್ ಏರಿದರು. ನಡುಸಮುದ್ರಕ್ಕೆ ಸಮುದ್ರದರ್ಪಣಿಯತ್ತ ಹೊರಟಾಗ ಒಂದು ಬಾರಿ ಆ ಮನೆಯತ್ತ ಸುಮನಾಳಿರಬಹುದಾದ ಕೋಣೆಯತ್ತ ದೃಷ್ಟಿ ಹಾಯಿಸಿದ ಸಾತ್ವಿಕ್ 'ಹಿಂದಿರುಗಿ ಬಂದೇ ಬರುತ್ತೇನೆ' ಎಂದು ಮನದಲ್ಲೇ ನಿಶ್ಚಯ ಮಾಡಿಕೊಂಡ. ಅವರು ಮೂವರನ್ನು ಬಿಟ್ಟರೆ ಬೋಟ್ ನಡೆಸುತ್ತಿದ್ದ ನಾವಿಕ ಮಾತ್ರ ಇದ್ದ. ತಮ್ಮನ್ನು ರಿಗ್ಗಿಗೆ ಡ್ರಾಪ್ ಮಾಡಿ ವಾಪಸಾಗುವಂತೆ ಅವನಿಗೆ ಸೇನಾನಿ ಹೇಳಿದನು.

ಅಲೆಗಳ ಮೇಲೆ ಬೀಳುತೇಳುತ ನೀಲಿ ನೀರಿನಲ್ಲಿ ನೊರೆಯೆಬ್ಬಿಸುತ್ತಾ ನಡುಕಡಲಿಗೆ ಬೋಟ್ ಪ್ರಯಾಣ ಮಾಡುತ್ತಿದ್ದಾಗ ಎಲ್ಲರೂ ತಮ್ಮ ಯೋಚನಾ ಲೋಕದಲ್ಲಿದ್ದಂತವರು ಅಲ್ಲಿ ಬಿಸಿಲಿನಲ್ಲಿ ಹೊಳೆಯುತ್ತಿದ್ದ ಸ್ಟೀಲ್ ದೈತ್ಯ ಸಮುದ್ರದರ್ಪಣಿಯನ್ನು ಕಾಣುತ್ತಿದ್ದಂತೆ ಮತ್ತೆ ಎಚ್ಚೆತ್ತುಕೊಂಡರು.

ಇಂದು ಆ ರಾತ್ರಿಗಿಂತ ಹೆಚ್ಚಾಗಿ ಸ್ಪಷ್ಟವಾಗಿ ಕಂಡ ಉಕ್ಕಿನ ತೊಲೆಗಳಿಂದ ನಿಂತ ದಪ್ಪನಾದ ಆ ರಿಗ್ಗಿನ ಮೇಲಿನ ಡೆಕ್ ಮೇಲೆ ಸುಮಾರು ನೂರು ಜನ ಸಮವಸ್ತ್ರ ಧರಿಸಿದ ನೌಕರರು ಓಡಾಡುತ್ತ ತಂತಮ್ಮ ಕೆಲಸ ಮಾಡುತ್ತಿದ್ದರು. ಬಲಭಾಗದಲ್ಲಿದ್ದ ಆಗಸದೆತ್ತರದ ಡೆರ್ರಿಕ್ ಕ್ರೇನ್ನಲ್ಲಿ ಸಾಮಾನು ಸರಂಜಾಮು ಏರಿಕೆ-ಇಳಿಸುವಿಕೆ ನಡೆಯುತ್ತಿತ್ತು. ಅದು ವೃತ್ತಾಕಾರವಾಗಿ 360-ಡಿಗ್ರಿ ಸುತ್ತುತಲಿದ್ದುದು, ಎಲ್ಲಿ ಬೋಟಿನಲ್ಲಿದ್ದ ತಮ್ಮ ಮೇಲೆ ಎಲ್ಲಿ ದಿಢೀರನೆ ಎರಗುವುದೋ ಎಂದು ಭಯಪಡುವಂತಿತ್ತು. ಅಲ್ಲಿಂದ ಅವರನ್ನು ಒಂದು ಸ್ಟೀಲ್ ಪಂಜರದಂತಿದ್ದ ಎಲಿವೇಟರ್ ಸಮುದ್ರದರ್ಪಣಿಯ ಮೇಲಿನ ಡೆಕ್ಕಿಗೆ ಡಗಡಗನೆ ಸದ್ದು ಮಾಡುತ್ತ ಕರೆದೊಯ್ಯಿತು. ಅಲ್ಲಿಗೆ ಅವರು ತಲುಪುತ್ತಿದ್ದಂತೆ ಗ್ಯಾಲಿ ಮೆಸ್‌ನಿಂದ ಸಮವಸ್ತ್ರ ಧರಿಸಿದ್ದ ಯುವಕನೊಬ್ಬ ಚಿಕ್ಕ ನಲ್ಲಿ ಕೊಳದಪ್ಪಲೆಯಲ್ಲಿ ಟೀ ತಂದು ಪೇಪರ್ ಕಪ್ಪಿನಲ್ಲಿ ಎಲ್ಲರಿಗೂ ಕೊಟ್ಟನು.

"ಇವತ್ತು ಹವಾಮಾನ ವರದಿ ಚೆನ್ನಾಗಿದೆ, ಹೆಚ್ಚು ಗಾಳಿ ಬೀಸುತ್ತಿಲ್ಲ. ನೀವು ಜಲಬಿಂದುವನ್ನು ಎಲ್ಲಿ ರಿಲೀಸ್ ಮಾಡುತ್ತೀರಿ?" ಎಂದನು ಸಾತ್ವಿಕ್. ಅವನಿಗಾಗಲೇ ಆ ಪ್ರಶ್ನೆಯ ಉತ್ತರ ಗೊತ್ತಿತ್ತು.

ಸೇನಾನಿಯ ಕೂದಲು ಜೋರಾದ ಗಾಳಿಗೆ ಹಾರುತ್ತಿದೆ, ಅವನು ಅಲ್ಲಿನ ಸದ್ದನ್ನು ಮೀರಿ ತನ್ನ ದನಿಯನ್ನು ಹೆಚ್ಚಿಸಿ ಹೇಳಿದ, "ಅಲ್ಲಿ ನೋಡಿ, ಕ್ಯಾಪ್ಟನ್, ಪೋರ್ಟ್-ಸೈಡ್ (ರಿಗ್ಗಿನ ಎಡಭಾಗ)ನಲ್ಲಿರುವ ಆ ಸ್ಟೀಲ್ ಸ್ಪೈರಲ್ ಸ್ಟೇರ್ಕೇಸ್ ಇಳಿದರೆ, ಆ ಸ್ಟೀಲ್ ಕಂಬದ ಬುಡದಿಂದ, ಕಂಪ್ರೆಸ್ಡ್ ಏರ್-ಲಾಕ್ನಿಂದ ರಿಲೀಸ್ ಆದ ಜಲಬಿಂದು ನೀರಿನ ಮೇಲಕ್ಕೆ ತೇಲಿಬರುತ್ತದೆ. ಅದರ ಮೇಲಿನ ಹ್ಯಾಚ್ ಬಾಗಿಲು ತೆರೆದು ನಾವು ಹಾಗೇ ಇಳಿಯಬಹುದು."

"ಇಳಿಯುವಾಗ ನೀನು ಜೋಪಾನ, ಎಲ್ಲಾದರೂ ಬಿದ್ದುಬಿಟ್ಟೀಯೆ, ನಿನ್ನ ಕಾಲು ಸರಿಯಿಲ್ಲ..." ಎಂದು ಪಕ್ಕದಲ್ಲಿದ್ದ ಟೋನಿಯನ್ನು ಟೀಕಿಸಿದ ಸಾತ್ವಿಕ್.

ಅವನು ನೊಂದ ಹುಲಿಯಂತೆ ಮತ್ತೆ ಗೊರುಗುಟ್ಟಿದ, "ಈ ಕೇಸ್ ಮುಗಿಯಲಿ, ನಿನ್ನನ್ನು ನೋಡಿಕೊಳ್ತೇನೆ" ಎಂದು ಬೆದರಿಸಿದ.

ಅನತಿ ಸಮಯದಲ್ಲಿಯೇ ಆ ಸ್ಟೇರ್‌ಕೇಸ್ ಕಡೆಗೆ ಬಗ್ಗಿ ನೋಡುತ್ತಿದ್ದ ನೌಕೆಯ ಸಿಬ್ಬಂದಿಯೊಬ್ಬ "ಓಕೆ ಆನ್ ಪೋರ್ಟ್-ಸೈಡ್, ರೆಡಿ!" ಎಂದು ಕೂಗು ಹಾಕಿದ, ನೌಕೆ ಮೇಲೆ ತೇಲುತ್ತಿದೆಯೆಂದು ತಿಳಿಸಲು. ಸಾತ್ವಿಕ್ ಇವರಿಗೆಲ್ಲ ಈ

ನೌಕೆ ಕದ್ದಿರುವುದು ಅಪರಾಧ ಎಂದು ತಿಳಿದೇ ಇಲ್ಲವೆ ಅಥವಾ ಅವರು ಅದೆಲ್ಲಾ ಲೆಕ್ಕಿಸದಂತಹ ದಡ್ಡರೋ ಎಂದು ಅನುಮಾನವಾಯಿತು.

ಅವರು ಮೈ ಮೇಲಿನ ಬಟ್ಟೆ ಅಲುಗಾಡುವಂತಹ ಜೋರು ಗಾಳಿಯಲ್ಲಿ ನಿಧಾನವಾಗಿ ರಿಗ್ ಬದಿಯ ಸ್ಟೀಲಿನ ಮೆಟ್ಟಿಲುಗಳನ್ನು ಇಳಿಯತೊಡಗಿದರು. ಮೊದಲು ಟೋನಿ, ಎರಡನೆಯವನು ಸಾತ್ವಿಕ್, ಅವನ ನಂತರ ಸೇನಾನಿ... ಕಾಲು ಜಾರಿದರೆ ಒಬ್ಬರ ಮೇಲೆ ಒಬ್ಬರು ಬಿದ್ದು ನೀರು ಪಾಲಾಗುವುದು ಖಚಿತ!

“ಅದರಲ್ಲಿ ಸ್ಟಾರ್ಟರ್ ಕಿಟ್, ಟೂಲ್ಬಾಕ್ಸ್, ಜೆನರೇಟರ್ ಬ್ಯಾಟರಿ ಎಲ್ಲಾ ಸರಿ ಇದೆಯೇ ಎಂದು ಚೆಕ್ ಮಾಡಿದ್ದೀರಾ...? ನೀರಿನಡಿಯಲ್ಲಿ ಯಾವ ಮೆಕ್ಯಾನಿಕ್ ಶಾಪೂ ಸಿಕ್ಕುವುದಿಲ್ಲ!” ಎಂದ ಸಾತ್ವಿಕ್ ಸೇನಾನಿಯತ್ತ ತಲೆಯೆತ್ತಿ ನೋಡುತ್ತಾ.

“ಎಲ್ಲಾ ಇದೆ, ಕ್ಯಾಪ್ಟನ್... ನಮ್ಮ ಕಾಳೇಕರ್ ಮತ್ತು ಇಂಜಿನಿಯರ್ ಚೆಕ್ ಮಾಡಿಟ್ಟಿದ್ದಾರೆ.” ಎಂದ ಸೇನಾನಿ ವಿಶ್ವಾಸದಿಂದ.

‘ಇರದೇ ಏನು ಮಾಡತ್ತೆ, ಇವರು ಕದಿಯುವ ಮುನ್ನ ನನ್ನ ನೌಕೆಯಲ್ಲಿ ನಾನೇ ಇಟ್ಟಿದ್ದಲ್ಲವೆ?’ ಎಂದುಕೊಂಡು ಕಿರುನಗೆ ನಕ್ಕ.

ಕಡಲಿನ ತೆರೆಗಳ ಮೇಲೆ ನಿರಾತಂಕವಾಗಿ ರಿಗ್ನ ಕಂಬಕ್ಕೆ ಬಿಗಿದು ತೇಲುತ್ತಿರುವ ಐಎನ್ಎಸ್ ಜಲಬಿಂದುವನ್ನು ದಿಟ್ಟಿಸಿ ನೋಡಿದ ಸಾತ್ವಿಕ್. ‘ಇಂದೂ ನಿನಗೂ ನನಗೂ ಸತ್ವಪರೀಕ್ಷೆ, ನನ್ನನ್ನು ಕೈಬಿಡಬೇಡಾ...’ ಎಂದು ಮನದಲ್ಲೇ ಪ್ರಾರ್ಥಿಸಿದ.

ಟೋನಿ ಅದಕ್ಕೆ ಬಿಗಿದಿದ್ದ ಲಂಗರನ್ನೂ ಮೇಲಿನ ಮೋಟಾರ್ ಆನ್ ಮಾಡಿ ಎತ್ತಿಸುತ್ತಿರುವಂತೆ ಹ್ಯಾಚ್ ಕದವನ್ನು ತೆರೆದು ನೌಕೆಯ ಒಳಕ್ಕೆ ಜಿಗಿದ ಸಾತ್ವಿಕ್. ಅವನಂತೆಯೇ ಜಿಗಿಯಲು ಹೋಗಿ ಸೇನಾನಿ ಆಯ ತಪ್ಪಿ ಥೊಪಕ್ಕನೆ ಒಳಗೆ ಬಿದ್ದ.

“ಹುಷಾರು, ನಿಧಿ ಪಡೆಯುವ ಮೊದಲು ಊನವಾಗಿಬಿಟ್ಟೀತು...” ಎನ್ನುತ್ತಾ ಸಾತ್ವಿಕ್ ಅವರನ್ನು ಎಬ್ಬಿಸಿದ.

“ಹಾಳು ಸಮುದ್ರ, ಕುಣಿಯುತ್ತಿದೆ” ಎಂದು ಗೊಣಗಿದ ಸೇನಾನಿ...

‘ಕುಣಿಯಲಾರದವಳು ನೆಲ ಡೊಂಕೆಂದಳು...’ ಎಂಬ ಗಾದೆ ಬಾಯಿಗೆ ಬಂತು, ಆದರೆ ಹೇಳಲಿಲ್ಲ ಸಾತ್ವಿಕ್. ಪೈಲಟ್ ಕ್ಯಾಬಿನ್ನಿನಲ್ಲಿ ಹೋಗಿ ಮೈನ್ ಸ್ವಿಚ್ ಆನ್ ಮಾಡಿ ಜನರೇಟರ್ ಚಾಲೂ ಮಾಡಿದ...

ಫಳ್ಳನೆ ಹಾಲಿನಂತಹ ಬೆಳಕಿನಲ್ಲಿ ಒಳಭಾಗವೆಲ್ಲಾ ಮಿನುಗಿತು.

“ಲಂಗರು ಮೇಲೆತ್ತಾಯಿತು, ಕಂಬದಿಂದ ಜಲಬಿಂದು ದೂರ ಹೋಗಬೇಕೆಂದು ಮೇಲಿಂದ ಆಪರೇಟರ್ ಹೇಳಿದ... ಇಲ್ಲದಿದ್ದರೆ ಅದಕ್ಕೆ ಡಿಕ್ಕಿ ಹೊಡೆದು ಏನಾದರೂ ಆದೀತು...” ಎನ್ನುತ್ತಾ ಟೋನಿ ಒಳಬಂದ

"ಏನೂ ಆಗುವುದಿಲ್ಲವೋ ಹುಚ್ಚಪ್ಪಾ... ಅದಕ್ಕೆ ದಪ್ಪ ಸಾಲಿಡ್ ಸ್ಟೀಲ್ ಕವಚದ ಗೋಡೆಗಳಿವೆ. ವಾರ್ನಿಂಗ್ ಬರುತ್ತದೆ, ಹಾಗೇನಾದರೂ ಹೆಚ್ಚು ಜಖಂ ಆದರೆ..." ಎಂದ ಸಾತ್ವಿಕ್.

ಅಲ್ಲಿದ್ದ ಮೈನ್ ಕಂಟ್ರೋಲ್ ಪ್ಯಾನೆಲ್ನಲ್ಲಿ ಮೇಲೆ ಕೆಳಗೆ ಹಲವಾರು ಸ್ವಿಚ್, ಗೇರ್ಸ್ ಮತ್ತು ಬಣ್ಣಬಣ್ಣದ ದೀಪಗಳಿವೆ... ಕೊನೆಯಲ್ಲೆಲ್ಲೋ ಚಿಕ್ಕ ಸ್ಟಿಯರಿಂಗ್ ಕೂಡಾ ಇದೆ.

ಎಲ್ಲರೂ ಒಳಬಂದು ಅದನ್ನು ಬೆರಗಾಗಿ ನೋಡುತ್ತಿರಲು,

"ಈಗ ನೋಡಿ, ನಿಮಗೆ ನನ್ನನ್ನು ಇಲ್ಲಿಗೆ ಕರೆತಂದುದಕ್ಕೆ ಪೈಸಾ ವಸೂಲ್ ಶೋ ತೋರಿಸುತ್ತೇನೆ..." ಎಂದು ಕೊಚ್ಚಿಕೊಳ್ಳುವ ಧ್ವನಿಯಲ್ಲಿ ಸಾತ್ವಿಕ್ ನುಡಿದು, ಸುಮಾರು ಎರಡು ನಿಮಿಷಗಳ ಕಾಲ ಪಟಪಟನೆ ತನ್ನೆದುರಿದ್ದ ಸ್ವಿಚ್, ಗೇರ್ಸ್ ಮತ್ತು ದೀಪಗಳನ್ನು ಒಂದಾದ ನಂತರ ಒಂದನ್ನು ಬಿಡುವಿಲ್ಲದಂತೆ ಒತ್ತತೊಡಗಿದನು... ಸಬ್ ಮೆರೀನ್ ಎಲ್ಲೋ ಪಾತಾಳದಲ್ಲಿ ಗುಯ್‌ಗುಡುತ್ತಾ ಜೀವ ಪಡೆದು ಹಿತವಾಗಿ ತೇಲುತ್ತಿದ್ದಲ್ಲೇ ಅದುರಲಾರಂಭಿಸಿತು. ಒಳಗೆ ಹವಾ ನಿಯಂತ್ರಿತ ವ್ಯವಸ್ಥೆಯ ತಂಪು ಗಾಳಿ ಬೀಸಿತು, ನೌಕೆಯ ಮೈನ್ ಹೆಡ್ ಲೈಟ್ಸ್ ಹೊತ್ತಿಕೊಂಡವು.

ಸಾತ್ವಿಕ್ ಯಾವ ರೀತಿಯಲ್ಲಿ ಅವನ್ನು ಬಳಸಿ ನೌಕೆಯನ್ನು ಜೀವಕ್ಕೆ ತಂದ ಎಂದು ಅವರು ಕಣ್ಣಾರೆ ನೋಡಿದರೂ ಅರಿಯಲಾರದವರಾದರು. ಅಷ್ಟು ಪರಿಣತಿ ಮತ್ತು ವೇಗದಿಂದ ಅವನು ನೌಕೆಯನ್ನು ಯಾನಕ್ಕೆ ಸಿದ್ಧ ಪಡಿಸಿದ್ದನು.

"ನೀನೊಳ್ಳೇ ಮ್ಯಾಜಿಷಿಯನ್ ತರಹ ಕೈಚಳಕ ತೋರಿಸಿದೆ, ವಾಹ್, ಕ್ಯಾಪ್ಟನ್! ನಿನ್ನನ್ನು ಕಳೆದುಕೊಂಡು ಇಂಡಿಯನ್ ನೇವಿಗೆ ದೊಡ್ಡ ನಷ್ಟವಾಗುತ್ತಿದೆ ಅಲ್ಲವೇ?" ಸೇನಾನಿ ಉದ್ಗರಿಸಿದನು, ತಾನು ಅವನನ್ನು ಕರೆತಂದುದಕ್ಕೆ ಹೆಮ್ಮೆ ಪಡುತ್ತಾ.

"ಇವತ್ತು... ನಷ್ಟವಾಗುತ್ತೆ!" ಎಂದಷ್ಟೇ ಒಗಟಿನಂತೆ ಹೇಳಿ ಜಲಬಿಂದುವನ್ನು ಮೆಲ್ಲಗೆ ಸಮುದ್ರದರ್ಪಣೆಯಿಂದ ದೂರಕ್ಕೆ ಕಡಲಿನ ನಡುವಿಗೆ ನಡೆಯಿಸಿದನು.

"ಈಗ ನೀವು ಆ ಟೇಬಲ್ ಮೇಲೆ ನಿಮ್ಮ ಇಂಜಿನಿಯರ್ ತಯಾರಿಸಿದ ನಕ್ಷೆಯನ್ನು ಹರಡಿ... " ಸಾತ್ವಿಕ್ ಎನ್ನಲು, ಟೋನಿ ಅಂತೆಯೇ ಮಾಡಿದನು.

"ಸೇನಾನಿ, ನೀವೀಗ ಅಲ್ಲಿ ಮಾರ್ಕ್ ಮಾಡಿದ ಸಮುದ್ರದರ್ಪಣೆಯಿಂದ ನಿಧಿಯ ಸ್ಥಳಕ್ಕೆ ದಿಕ್ಕು ಮತ್ತು ತಿರುಗುವ ದಿಕ್ಕನ್ನು ಓದಿ ಹೇಳಬೇಕು... ಹೇಳಿ. ಕ್ವಿಕ್..." ಎಂದನು, ಅವರಿಗೆ ಬರುತ್ತೋ ಇಲ್ಲವೋ ಎಂದು ಪರೀಕ್ಷಿಸಲು. ಅವನು ಅದನ್ನು ಮೊದಲೇ ಮನನ ಮಾಡಿಕೊಂಡಿದ್ದನು.

"ಈಗ ಮೊದಲು ನೈರುತ್ಯ ದಿಕ್ಕಿಗೆ 220–ಡಿಗ್ರಿ... ಹತ್ತು ನಾಟಿಕಲ್ ಮೈಲಿ ನಂತರ ಪೂರ್ವಕ್ಕೆ, –2000 ಅಡಿ ಎಂದಿದೆ..." ಎಂದು ನಕ್ಷೆ ನೋಡುತ್ತಾ ಆರಂಭಿಸಿದನು ಸೇನಾನಿ...

ಟೋನಿ ಮಾತ್ರ ಇವನನ್ನು ನಂಬದವನಂತೆಯೋ, ಮತ್ಸರದಿಂದಲೂ ದುರುಗುಟ್ಟಿ ನೋಡುತ್ತಾ, ಕೈಕಟ್ಟಿಕೊಂಡು ನಿಂತೇ ಇದ್ದ...

'ಅಷ್ಟಾದರೂ ಗೊತ್ತಿದೆ, ಇರಲಿ... ಇನ್ನು ಇವರಿಗೆ ಸ್ವಲ್ಪ ಗಮನ ತಪ್ಪಿಸುವ ಕೆಲಸ ಮಾಡಬೇಕು... ಯಾವುದೇ ಮನುಷ್ಯನ ಏಕಾಗ್ರತೆ ಕೆಡಿಸಬೇಕಾದರೆ ಮಾತಾಡಿಸಿ ಯೋಚಿಸುವಂತೆ ಮಾಡಬೇಕು ಎಂದು ನೇವಿಯಲ್ಲೊಮ್ಮೆ ಹೇಳಿಕೊಟ್ಟಿದ್ದರು. ಹೇಗೂ ಇಂದು ಈಗ ಮಾತಾಡಲು ಬಹಳವಿದೆ' ಎಂದು ಯೋಚಿಸಿದ ಸಾತ್ವಿಕ್ ಮೊದಲು ಕೆಲವು ನಿಮಿಷ ಕಾಲ ಜಲಬಿಂದುವಿನ ದಿಕ್ಕು ಮತ್ತು ವೇಗವನ್ನು ಅಲ್ಲಿನ ಕಂಪ್ಯೂಟರೈಸ್ಡ್ ದಿಕ್ಸೂಚಿ ಫಲಕದಲ್ಲಿ ಸೆಟ್ ಮಾಡಿ ಖಚಿತಪಡಿಸಿಕೊಂಡು, ನೌಕೆಯನ್ನು ನಿಮಿಷಕ್ಕೆ ಹತ್ತು ಅಡಿಯಂತೆ ನೀರಿನಡಿ ಇಳಿಸುತ್ತಾ ಹೋದನು. ಸ್ವಲ್ಪ ಹೊತ್ತಿನಲ್ಲಿ ಅಕ್ಕ ಪಕ್ಕದ ಕಿಟಕಿಯಲ್ಲಿ ಸಮುದ್ರದ ನೀರೇ ಆವರಿಸಿತ್ತು.

ಸೇನಾನಿ ಮತ್ತು ಟೋನಿಯನ್ನು ಉದ್ದೇಶಿಸಿ, "ಓಕೇ, ಈಗ ಆಟೋ–ಪೈಲಟ್‌ನಲ್ಲಿದೆ. ನಮಗಿನ್ನು ಬಹಳ ಸಮಯ ಫ್ರೀ ಇದೆ. ಡೋಂಟ್ ವರಿ..." ಎಂದು ತಾನೂ ತನ್ನ ಪೈಲೆಟ್ ಚೇರನ್ನು ಇವರತ್ತ ತಿರುಗಿಸಿ ಕುಳಿತುಕೊಂಡು, "ಟೋನಿ, ನಿನ್ನ ಎಡಭಾಗದ ಬೀರು ಇದೆಯಲ್ಲ, ಅದು ನಿಜಕ್ಕೂ ಮಿನಿ ಫ್ರಿಜ್. ಅದರಲ್ಲಿ ಆರೆಂಜ್ ಡ್ರಿಂಕ್ಸ್ ಇದೆ, ತೆಗೆದುಕೊಡುತ್ತೀಯಾ?" ಎಂದನು.

ಅವನ ಮಾತು ಕೇಳಿ ಅವರಿಬ್ಬರೂ ಚಕಿತರಾದರು. "ಅರೆ, ನಿನಗೆ ಹೇಗೆ...?" ಎಂದು ಸೇನಾನಿ ಆರಂಭಿಸಿದವನು, ತಿದ್ದಿಕೊಂಡು, "ಓಹ್, ನೀನಿದನ್ನು ಮೊದಲೇ ಉಪಯೋಗಿಸುತ್ತೀದ್ದೀಯಲ್ಲವೆ?" ಎಂದು ಸುಮ್ಮನಾದನು.

"ಇದು ನನ್ನ ಫ್ಲೇವರಿಟ್ ನೌಕೆಯಾಗಿತ್ತು, ನೀವು ಕದಿಯುವ ಮುಂಚೆ!" ಎಂದನು ಸಾತ್ವಿಕ್.

ಎಲ್ಲರೂ ಆರೆಂಜ್ ಕುಡಿಯಲು ಶುರು ಮಾಡಿದಾಗ, ಸಾತ್ವಿಕ್ ತನ್ನ ಗ್ಲಾಸ್ ಪಕ್ಕಕಿಟ್ಟು ಮಾತೆತ್ತಿದನು, "ಸೇನಾನಿ ನನ್ನ ಕುತೂಹಲವನ್ನು ತಣಿಸಿ, ನಿಮಗೆ ಹೇಗೆ ಈ ಕಮಾಡೋರ್ ಸಿಕ್ಕಿಬಿದ್ದರು... ಹೇಗೆ ಅವರನ್ನು ಟ್ರ್ಯಾಪ್ ಮಾಡಿದಿರಿ?"

ಆರೆಂಜ್ ಡ್ರಿಂಕ್ ಗ್ಲಾಸ್ ಪಕ್ಕಕ್ಕಿಡುತ್ತಾ ಕೊಚ್ಚಿಕೊಳ್ಳುವ ಅವಕಾಶ ಬಂದರೆ ಬಿಡದ ಆಸಾಮಿ, ಸೇನಾನಿ ನಿರಾತಂಕವಾಗಿ ಹೇಳತೊಡಗಿದನು, "ಓಹ್, ಮೊದಲಿಂದಲೂ ನಾವು ಮೆರೀನ್ ಜಿಯಾಲಜಿಸ್ಟ್ ಎಂದು ಹೇಳಿಕೊಂಡು ಅವರನ್ನು ಫಾಲೋ ಮಾಡುತ್ತಿದ್ದೆವು, ಆಗಾಗ ಮೀಟ್ ಮಾಡಿ ಕಣ್ಣಿಟ್ಟಿದ್ದೆವು...

ಅರು ತಿಂಗಳ ಕೆಳಗೆ ಅವರು ದೊಡ್ಡ ಫೈನಾನ್ಸಿಯಲ್ ನಷ್ಟ ಅನುಭವಿಸಿದರು... ಲಕ್ಷಾಂತರ ರೂ. ದುಡ್ಡು ಶೇರ್ ಮಾರ್ಕೆಟ್‌ನಲ್ಲಿ ಮುಳುಗಿತು, ಅವರ ಕಂಪನಿಯದು... ನನಗೆ ಕೆಲವು ಧನಿಕ ವಾಣಿಜ್ಯೋದ್ಯಮಿಗಳ, ಹಣವಂತರ ಪರಿಚಯವಿದೆ, ಹಾಗಾಗಿ..." ಎನ್ನುತ್ತಿದ್ದಂತೆ ಸಾತ್ವಿಕ್ ಮಧ್ಯ ಪ್ರವೇಶ ಮಾಡಿ,

"ಅದೇ ಹವಾಲಾ... ಮಾಫ್ಲಿಯಾ... ಈ ತರಹದ ಜನ ಅಲ್ಲವೆ?" ಎಂದೇಬಿಟ್ಟನು.

ಸೇನಾನಿ ಮುಖ ಕೆಂಪಾಗಿ ತುಟಿ ಅದುರಿತು, ಆದರೂ ಗಾಂಭೀರ್ಯ ಬಿಡದೇ ಉತ್ತರಿಸತೊಡಗಿದನು, "ಆಹ್... ಹೌದು ಕ್ಯಾಪ್ಟನ್... ನನಗೆ ಅಂತಹ ಜನರ ಪರಿಚಯವಿದೆ. ತಪ್ಪೇನು...? ಅವರ ಸಹಾಯದಿಂದ ಕಮಾಡೋರ್‌ಗೆ ಬೇಕಿದ್ದ ಧನಸಹಾಯವನ್ನು ಮಾಡಿ ಅವರು ಮತ್ತೆ ಬಿಜಿನೆಸ್‌ನಲ್ಲಿ ತಲೆಯೆತ್ತುವಂತೆ ಮಾಡಿದೆ. ಅದಕ್ಕೆ ನಾವು ಅವರಿಂದ ಒಂದು ಪ್ರತಿಫಲವನ್ನು ಬೇಡಿದೆವು... ಉಚಿತವೇನಲ್ಲ... ಅದರಲ್ಲಿಯೂ ಅವರಿಗೆ ಲಾಭದ ಪಾಲುಂಟು ಎಂದು ಹೇಳಿದೆವು. ಅವರಿಗೆ ನಮ್ಮ ಮಾತನ್ನು ಒಪ್ಪದೇ ವಿಧಿಯೆ ಇರಲಿಲ್ಲ, ನಮ್ಮ ಬಳಿ ಅಡಕತ್ತರಿಯಲ್ಲಿ ಸಿಕ್ಕಿಹಾಕಿಕೊಂಡರು ಕಮಾಡೋರ್... ಇದೆಲ್ಲ ನಡೆದಿದ್ದು ಆರು ತಿಂಗಳ ಹಿಂದೆ. ನಾವು ಅವರ ಸಮುದ್ರದರ್ಪಣೆಯನ್ನು ಅನುಮಾನ ಬರದಂತೆ ಕರಾವಳಿಯಲ್ಲಿ ಈ ಜಾಗದಲ್ಲಿ ಬೀಡು ಬಿಟ್ಟು ತೈಲಬಾವಿ ತೋಡುವ ನಾಟಕವಾಡುವಂತೆ ಹೇಳಿದ್ದೆವು. ಇದರಿಂದಾಗುವ ನಷ್ಟಕ್ಕೆ ಹತ್ತು ಪಟ್ಟು ದುಡ್ಡು ಬರುವ ಸ್ಕೀಮ್ ನಮ್ಮ ಬಳಿ ಇದೆಯೆಂದೂ ಹೇಳಿದೆವು. ಅವರು ಒಪ್ಪಿಬಿಟ್ಟರು."

ಸಬ್-ಮೆರೀನ್ ಈಗ ಸುಲಲಿತವಾಗಿ ನೀರಿನಲ್ಲಿ ಸಾತ್ವಿಕ್ ಸೆಟ್ ಮಾಡಿದ ದಿಕ್ಕಿನಲ್ಲಿ ಇಳಿಯುತ್ತಾ ಹೋಗುತ್ತಿದೆ...

ಸಾತ್ವಿಕ್ ಪ್ರಶ್ನಾವಳಿ ಮುಂದುವರೆಸುತ್ತಾ, "ಆಗ ನಿಮಗೆ ಈ ಜಲಬಿಂದು ಅವಶ್ಯಕತೆ ಏಕಾಯಿತೆಂದು ಹೇಳುವುದಿಲ್ಲವೆ...? ಕುತೂಹಲದಿಂದ ನಾನು ಸಾಯುತ್ತಿದ್ದೇನೆ..." ಎಂದು ಕುಮ್ಮಕ್ಕು ಕೊಟ್ಟ.

"ಓಹ್, ಇನ್ನು ನಿನಗೆ ಹೇಳಲು ಯಾವ ಭಾಧಕವೂ ಇಲ್ಲ... ಜತೆಗೆ ಅದರ ಸಮಯವೂ ಬಂದಿತು... ನಮಗೆ 100 ಟನ್ ಅಮೂಲ್ಯ ಚಿನ್ನದ ಮಾಲು ಸಿಕ್ಕಿದೆ... ಕೆನ್ ಯೂ ಬಿಲೀವ್ ಇಟ್? 100 ಟನ್! ನಿನಗೆ ಇದರ ಬೆಲೆ ಗೊತ್ತೆ...? ಸಹಸ್ರಾರು ಕೋಟಿ ರೂ! ಅದನ್ನು ನಾವಿಂದು ಹೊರಕ್ಕೆ ತೆಗೆಯಬೇಕು. ಅದರಿಂದ ನಾವು..." ಎಂದು ಹೇಳುತ್ತಿದ್ದ ಸೇನಾನಿ ಈ ಮೊತ್ತದ ದುಡ್ಡಿನ ಮಾತು ಕೇಳಿ ಸಾತ್ವಿಕ್‌ಗೆ ಶಾಕ್ ಆಗಿ ಎಗರಿ ಬೀಳುವನು ಎಂದುಕೊಂಡಿದ್ದ.

ಆದರೆ ಸಾತ್ವಿಕ್ ಸುಮ್ಮನೆ ನೀರು ಕುಡಿಯುತ್ತಾ ತಲೆಯಾಡಿಸುತ್ತಾ ಇದ್ದಾನೆ.

ಟೋನಿಯೇ ಮೊದಲು ಪ್ರತಿಕ್ರಿಯೆ ಕೊಟ್ಟ, ಅಥವಾ ಕೂಗಿದ ಅನ್ನಬೇಕು; "ನಿನಗೇನು ಹುಚ್ಚೆ? ಬಾಸ್ ಈಗ ಏನೆಂದರು ಕೇಳಿದೆಯಾ...? ಸಹಸ್ರಾರು ಕೋಟಿ ರೂ! ಅಂತಹ ಸಂಪತ್ತು! ನೀನು ಅರ್ಥವಾಗದವನಂತೆ ಸುಮ್ಮನೆ ಕುಳಿತಿದ್ದೀಯಲ್ಲಾ?"

ಸಾತ್ವಿಕ್ ಮುಗುಳ್ನಕ್ಕು ನುಡಿದ, "ಸುಮ್ಮನೆ ಸಹಸ್ರಾರು ಅಂದುಬಿಟ್ಟರೆ ಸಾಕೆ...? 24000 ಕೋಟಿ ರೂ ಅದರ ಇವತ್ತಿನ ಬೆಲೆ ಕಪ್ಪು ಮಾರುಕಟ್ಟೆಯಲ್ಲಿ... ಅಲ್ಲವೇ ಸೇನಾನಿ?"

ಅವರಿಬ್ಬರೂ ಸ್ತಂಭೀಭೂತರಾದರು! ನೌಕೆ ನೀರಿನಲ್ಲಿ ಚಲಿಸುವ ಸದ್ದು ಬಿಟ್ಟರೆ ಬೇರೆ ಯಾವ ಸದ್ದೂ ಕೇಳಿಸುತ್ತಿಲ್ಲ... ಅವರ ಉಸಿರಾಟ ಕೂಡಾ ನಿಂತಂತಿದೆ.

"ಯಾರು ನೀನು? ನಿನಗೆ ಹೇಗೆ ಗೊತ್ತು?" ಎಂದು ಕಣ್ಣಗಲಿಸಿ ಪಿಸುಗುಟ್ಟಿದನು ಗಾಬರಿಯಿಂದ ಸೇನಾನಿ.

"ಓಹ್, ನನಗೆ ಮೊದಲಿಂದಲೂ ಗೊತ್ತು... ನೀವು ಜಲಬಿಂದುವನ್ನು ಹುಡುಕಲು ತೊಡಗಿದಾಗಲೇ ನಾನು ಭಾರತಕ್ಕೆ ಬರುತ್ತಿದ್ದ ಮಿಸ್ ಆದ ಚಿನ್ನದ ಮಾಲಿನ ಬಗ್ಗೆ ಸ್ಟಡಿ ಮಾಡಿದ್ದೆ... ನೀವು ಹುಡುಕುತ್ತಿರುವುದು ನಮ್ಮ ಕಿವಿಗೆ ಬಿದ್ದ ಕೂಡಲೆ ನಾನೇ ಜಲಬಿಂದುವನ್ನು ನಿಮಗೆ ಸಿಗುವ ಸ್ಥಳದಲ್ಲಿ ಸುಲಭವಾಗಿ ಬೀದಿ ದನವನ್ನು ಕಟ್ಟುವಂತೆ ಎಲ್ಲೋ ಲಂಗರು ಹಾಕಿ ಹೋಗಿದ್ದೆ. ಅದನ್ನೇ ನೀವು ಸುಲಭವಾಗಿ ಕದ್ದಿರಿ ಅಷ್ಟೇ. ಯಾರಿಗೆ ಈ ಕರಾವಳಿಯಲ್ಲಿ 2000 ಅಡಿ ಆಳಕ್ಕೆ ಹೋಗುವ ಬತಿಸ್ಕೇಪ್ ಸಬ್‌ಮೆರೀನ್ ನೌಕೆ ಬೇಕಾಗುತ್ತೆ ಮತ್ತು ಏಕೆ ಎಂದು ನಮಗೂ ಕುತೂಹಲವಿತ್ತು..." ಎಂದು ಗೇರ್ ಬದಲಿಸಿ ನೌಕೆಯನ್ನು ಇನ್ನೂ ವೇಗವಾಗಿ ನೀರಿನಾಳಕ್ಕೆ ಇಳಿಸತೊಡಗಿದನು.

"ಹಾಗಾದರೆ ನೀನು...?" ಎಂದನು ಸೇನಾನಿ ತನ್ನ ಗಡಿಬಿಡಿಯಲ್ಲಿ ಆರೆಂಜ್ ಜ್ಯೂಸ್ ಪೂರ್ತಿ ಹೀರುತ್ತಾ.

"ನಾನು ಕ್ಯಾಪ್ಟನ್ ಸಾತ್ವಿಕ್ ಅರಸ್, ನೇವಿ ಎಲ್ಲಾ ಸರಿ... ಸಬ್‌ಮೆರೀನ್ ವಿಭಾಗ ಮಾತ್ರವೇ ಅಲ್ಲ, ಈಗ ನಾನು ನೇವಿಯ ಗುಪ್ತಚರ ನಿರ್ದೇಶನಾಲಯದಲ್ಲಿ ಕ್ಯಾಪ್ಟನ್... ಈ ಕೇಸಿಗಾಗಿ ನಾನಾಗಿಯೇ ಬಂದೆ." ಎಂದು ತನ್ನ ಮುಖವಾಡವನ್ನು ಕಳಚುತ್ತಾ ಮೊದಲ ಬಾರಿಗೆ ಉತ್ತರಿಸಿದ.

"ವಾಟ್?" ಎಂದು ಇಬ್ಬರೂ ಒಟ್ಟಿಗೇ ಕಿರುಚಿದರು "ಏನು, ನಮಗೆ ಕತೆ ಕಗ್ಗ ಹೇಳುತ್ತಿದ್ದೀಯಾ?" ಎಂದ ಬಹಳ ಬೇಗ ಉದ್ರಿಕ್ತಗೊಳ್ಳುವ ಸ್ವಭಾವದ ಟೋನಿ.

"ಹಾಗಾದರೆ ನೇವಿಯಲ್ಲಿ ನಿನ್ನ ಮೇಲಿದ್ದ ಕೇಸ್? ಕೊಲೆ ಆಪಾದನೆ...? ಅವರಿಂದ ತಪ್ಪಿಸಿಕೊಂಡಿದ್ದು?" ಎಂದು ಉಸುರಿದ ಸೇನಾನಿಗೇ ಏನೂ ಅರ್ಥವಾಗುತ್ತಿಲ್ಲ!

ಸಾತ್ವಿಕ್ ಇದೆಲ್ಲಾ ಮಕ್ಕಳಾಟವೆನ್ನುವಂತೆ ಕೈ ಚೆಲ್ಲಿದ,

"ನೀವೊಬ್ಬರೇ ಜಾಣರಲ್ಲ ಸೇನಾನಿ... ನಾನು ಗುಂಡು ಹೊಡೆಯಲೂ ಇಲ್ಲ... ನನ್ನ ಮೇಲಧಿಕಾರಿ ಶಾ ಗಾಯಗೊಳ್ಳಲೂ ಇಲ್ಲ. ಎಲ್ಲಾ ಕಟ್ಟುಕತೆ. ಅವರಿಗೆ ಡಯಾಬಿಟಿಸ್ ಎಂದು ನೇವಿ ಆಸ್ಪತ್ರೆಗೆ ಸೇರಿದ್ದರು ಅಷ್ಟೆ. ಅಲ್ಲೇ ಅವರ ತಲೆಗೆ ಗಾಯದ ಬ್ಯಾಂಡೇಜ್ ಕಟ್ಟಿ ಎಲ್ಲರಿಗೂ ನಂಬಿಸಿ ಡಾಕ್ಟರ್ಸ್ ಅನ್ನು ನಮ್ಮ ವಿಶ್ವಾಸಕ್ಕೆ ತೆಗೆದುಕೊಂಡು ನನ್ನ ಮೇಲೆ ಸುಳ್ಳು ಕೇಸ್ ದಾಖಲಿಸಿ, ಎಲ್ಲ ಕಡೆ ಪ್ರಚಾರ ಮಾಡಿಸಿದೆವು. ನಿಮಗೆ ನನ್ನಂತಹವನ ಅವಶ್ಯಕತೆ ಬಿದ್ದೇಬೀಳುತ್ತೆಂದು ನಮಗೆ ಗೊತ್ತಿತ್ತು... ಆ ಸುದ್ದಿ ನೇವಿ ಸಂಪರ್ಕವಿದ್ದ ನಿಮಗೂ ತಿಳಿಯುತ್ತೆಂದು ಭಾವಿಸಿ ರೇಡಿಯೋ ವಯರ್ಲೆಸ್‌ನಲ್ಲಿ ಪ್ರಸಾರ ಮಾಡಿದೆವು, ನೀವೂ ಕೇಳಿಸಿಕೊಂಡಿರಿ. ಆ ಸಮಯಕ್ಕೆ ನಾನಾಗಿಯೇ ಅಪರಾಧಿಯಾಗಿ ನೇವಿ ಪೋಲಿಸಿನ ವ್ಯಾನಿನಿಂದ ತಪ್ಪಿಸಿಕೊಂಡ ನಾಟಕವಾಗಿ ಸುಮನಾ ಕಾರ್ ಎದುರಿಗೆ ಸಮಯ ಸಾಧಿಸಿ ಪ್ರತ್ಯಕ್ಷವಾದೆ... ಒಮ್ಮೆ ಕಮಾಡೋರ್ ಮನೆ ಸೇರಿದರೆ ನನ್ನನ್ನು ನಂಬಿ ನೀವು ಬಳಸಿಕೊಳ್ಳುತ್ತೀರೆಂದು ಚೆನ್ನಾಗಿ ತಿಳಿದು..."

"ಬಟ್ ವೈ?" ಎಂದು ಕಿರುಚಿದ ಟೋನಿ, "ನಿನ್ನನ್ನೇಕೆ ಈ ದೇಶವಿರೋಧಿ ಕಾರ್ಯಕ್ಕೆ ನೇವಿಯವರು ಕಳಿಸುತ್ತಾರೆ...? ಇದರಲ್ಲೇನೋ ಮೋಸವಿದೆ...ಬರೀ ಸುಳ್ಳು!" ಎಂದು ಅವನು ತನ್ನ ಮಾಸರ್ ರಿವಾಲ್ವರನ್ನು ತೆಗೆದುಕೊಂಡು ಮತ್ತೆ ಸಾತ್ವಿಕ್ನತ್ತ ಗುರಿ ಮಾಡಿದ...

"ನಾನು ಸತ್ತರೆ, ಇಲ್ಲಿಂದ ಮನೆಗೆ ಹೋಗಲು ನಿನಗೆ ಬರುತ್ತೆಯೇ, ಟೋನಿ?" ಎಂದು ಕಿಟಕಿ ಹೊರಗಿದ್ದ ಕಡಲ ನೀರನ್ನು ತೋರಿಸಿ ಗಹಗಹಿಸಿ ನಕ್ಕ ಸಾತ್ವಿಕ್.

"ನಿನಗೇನು ಗೊತ್ತು, ಕ್ಯಾಪ್ಟನ್, ಬೊಗಳು!" ಎಂದು ಏಕವಚನಕ್ಕಿಳಿದ ಸೇನಾನಿ ಅಸಹನೆಯಿಂದ ಟೇಬಲ್ ಮೇಲಿದ್ದ ಗ್ಲಾಸ್ ಬೀಳುವಂತೆ ಕೋಪದಿಂದ ಕೈ ಕುಟ್ಟಿದ.

ಸಾತ್ವಿಕ್ ಲೊಚಗುಟ್ಟಿದ, "ನಾನು ನಿಮ್ಮ ನಿಧಿಯ ಕತೆ ಹೇಳಿ ಅಂದರೆ ನೀವು ಅರ್ಧ ಕತೆಯನ್ನು ಮಾತ್ರ ಹೇಳಿದ್ದು ಯಾವ ನ್ಯಾಯ...? ನಾನು ಮಿಕ್ಕ ಕತೆಯನ್ನು ಹೇಳುತ್ತೇನೆ, ನೀವು ಸರಿ, ಇಲ್ಲ ಅಂದರೆ ಸಾಕು..."

11

"ಆರು ತಿಂಗಳಿಗೂ ಹಿಂದೆ ಘಾನಾ ದೇಶದ ಆಖ್ರಾ ಏರ್ಪೋರ್ಟಿನಲ್ಲಿ ಒಂದು ಚಾರ್ಟರ್ಡ್ ಸರಕಿನ ವಿಮಾನ ಹೊರಟಿತ್ತು. ಅದರಲ್ಲಿ ಯಾರಿಗೂ ತಿಳಿಯದಂತೆ ಸರಕಾರದ ಕಣ್ಣಿಗೆ ಮಣ್ಣೆರಚಿ ಅದರ ಭಾರತೀಯ ಪೈಲಟ್ ಆಫ್ರಿಕನ್ ಗಣಿಗಳಿಂದ ತೆಗೆದ ಕಾನ್‌ಫ್ಲಿಕ್ಟ್ ಗೋಲ್ಡ್ ಎನ್ನುವ ಅನ್ಯಾಯ ಮೂಲದ ಬಂಗಾರವನ್ನು ಕದ್ದು ತುಂಬಿಸಿದ್ದ; ಪೇಪರ್ ದಾಖಲೆಗಳಲ್ಲಿ ಮಾತ್ರ ವೇಸ್ಟ್ ಮತ್ತು ಸ್ಕ್ರ್ಯಾಪ್ ಸಾಮಾನಿದೆ ಎಂದು ನಮೂದಿಸಿತ್ತು. ಇಂತಹ ಬಂಗಾರವನ್ನು ಮಾರಿ ಬಂದ ದುಡ್ಡಿನಿಂದ ಅಲ್ಲಿಯ ಬಂಡುಕೋರರು ದಂಗೆ, ಭಯೋತ್ಪಾದನೆ ಮಾಡುತ್ತಾರೆ; ಶಸ್ತ್ರಾಸ್ತ್ರ, ಆಯುಧಗಳನ್ನೂ ಖರೀದಿ ಮಾಡುತ್ತಾರೆ; ಅಲ್ಲಿನ ಸರಕಾರದ ವಿರುದ್ಧ ಸಿವಿಲ್ ವಾರ್ ಮಾಡುತ್ತಿರುತ್ತಾರೆ. ಎಂದೂ ಇಲ್ಲದಂತಹ 100 ಟನ್ ಚಿನ್ನದ ಬಿಸ್ಕತ್ಸ್ ಅಂದಿನ ಮಾಲ್! ಆಗ ಅಂತಹ ಚಿನ್ನವನ್ನು ಬೇರೆ ಯಾರೂ ಅಲ್ಲಿಂದ ರಫ್ತು ಮಾಡದಂತೆ ಅಂತರರಾಷ್ಟ್ರೀಯ ನಿಷೇಧವಿದ್ದರೂ ಈ ಭಾರತೀಯ ಪೈಲೆಟ್ ಮಾತ್ರ ತಾನು, ತನ್ನ ಕುಟುಂಬ ಅಲ್ಲಿನ ದಿನನಿತ್ಯದ ದಂಗೆ ಗಲಭೆಯಿಂದ ಮುಕ್ತರಾಗಲು ಇದೇ ಕೊನೆ ಅವಕಾಶ ಎಂದು ಭಾವಿಸಿ, ಭಾರತದ ಗೋಲ್ಡ್ ಮಾಫ್ಲಿಯಾ ಜತೆ ವ್ಯವಹರಿಸಿ, ಸುಳ್ಳು ದಾಖಲೆ ಪತ್ರಗಳನ್ನು ತೋರಿಸಿ, ತನ್ನ ಮನೆ ಮಠ ಮಾರಿ ಒಂದೇ ಸಲಕ್ಕೆ ಅಲ್ಲಿಂದ ನಮ್ಮ ದೇಶಕ್ಕೆ ಹೊರಡಲು ಸಿದ್ಧನಾದ. ಅದೇ ಆಫ್ರಿಕಾದಿಂದ ತನ್ನ ಕೊನೆಯ ಫ್ಲೈಟ್ ಎಂದು ಅವನು ಲೆಕ್ಕ ಹಾಕಿಕೊಂಡ. ಆ ಚಿನ್ನವನ್ನು ಸಾಗಿಸಿದ್ದಕ್ಕೆ ತನಗೆ ಭಾರತದ ಗೋಲ್ಡ್ ಮಾಫ್ಲಿಯಾದವರು ಕೊಡುವ ಹಣದಲ್ಲಿ ಆರಾಮವಾಗಿದ್ದುಬಿಡೋಣ ಎಂದುಕೊಂಡಿದ್ದ. ಹಲವು ಘಾನಾ ದೇಶೀಯ ಅಧಿಕಾರಿಗಳೂ ಇದರಲ್ಲಿ ಶಾಮೀಲಾಗಿದ್ದರು, ಅದಕ್ಕೇ ಚಿನ್ನವನ್ನೂ ಸ್ಕ್ರ್ಯಾಪ್ ಹೆಸರಲ್ಲಿ ಲೋಡ್ ಮಾಡಲು ಅನುಮತಿ ಕೊಟ್ಟರು. ಒಟ್ಟಿನಲ್ಲಿ ಎಲ್ಲರಿಗೂ ಕೈತುಂಬಾ ಕಮಿಶನ್ ಬರುವಂತಹ ಕಾಳದಂಧೆ! ಅದರೆ ಅವರಲ್ಲಿಯೂ ಒಬ್ಬ ದ್ರೋಹಿ ಇದ್ದ ಅಲ್ಲವೇ, ಸೇನಾನಿ? ನಿಮ್ಮ ಕಡೆಗೆ ಸಂಪರ್ಕವಿದ್ದವನು... ಅವನ ಹೆಸರು ಸ್ವಲ್ಪ ಮರೆತು ಹೋಯಿತು, ಜ್ಞಾಪಿಸುತ್ತೀರಾ?"

"ರೇಮನ್ ಎಂಬ ಲೋಕಲ್ ಕಸ್ಟಮ್ಸ್ ಅಧಿಕಾರಿ. ಆದರೆ ನಿನಗೆ...?" ಎಂದು ಸೇನಾನಿ ಅಚ್ಚರಿ ವ್ಯಕ್ತಪಡಿಸಿದ.

"ಹಾ, ಸ್ವಲ್ಪ ತಾಳ್ಮೆ ಇರಲಿ, ಪೂರ್ತಿ ಕತೆ ಹೇಳುತ್ತೇನೆಂದೆನಲ್ಲಾ... ರೇಮನ್ ಹೇಳಿದ ಆ ವಿಮಾನದ ಚಿನ್ನ ನಿಮಗೆ ಬೇಕಿತ್ತು. ನೀವು ಅವನ ರೈವಲ್ ಮಾಫ್ಲಿಯಾಗೆ ಸೇರಿದವರು. ನಿಮ್ಮ ಕೈಗಂತೂ ಆ ಪೈಲಟ್ ಒಪ್ಪಿಸುತ್ತಿರಲಿಲ್ಲ. ಹಾಗಾಗಿ ಆ ಚಿನ್ನವನ್ನು ನೀವು ಕದ್ದಿರಿ ಅಲ್ಲವೆ ಸೇನಾನಿ...? ಆ ನಿಧಿ ಈಗ ಸಾಗರದಡಿಯಲ್ಲಿ ಬಿದ್ದಿದೆ. ಅದನ್ನು ನಾನು ಎತ್ತಿಕೊಡಬೇಕು, ಹೌದು ತಾನೇ?"

"ನಿನಗಿಷ್ಟು ಹಿನ್ನೆಲೆ ವಿಚಾರ ಹೇಗೆ ತಿಳಿಯಿತು? ಯಾರು ಸುದ್ದಿ ಕೊಟ್ಟರು?" ಸೇನಾನಿ ಎದ್ದು ನಿಂತ. ಅವನ ಮುಖದ ಮೇಲೆ ಬೆವೆರೊಡೆಯಿತು...

"ಆ ಬದ್ಮಾಶ್ ಹಮೀದ್ ಹೇಳಿರಬೇಕು ಬಾಸ್. ಅವನನ್ನು ನಾವು ಇನ್ನೂ ಮೊದಲೇ ಹಿಡಿಯಬೇಕಾಗಿತ್ತು! ಛೆ!" ಎಂದು ನಿರಾಸೆಯಿಂದ ಕಿರುಚಿದ ಟೋನಿ.

ಸಾತ್ವಿಕ್ ಹಮೀದ್ ನೆನಪಾಗಿ ಸಪ್ಪಗೆ ನಕ್ಕ,

"ಹಮೀದ್ ನಮ್ಮ ಕಡೆಯವನೆಂದು ನಾನು ಒಪ್ಪುತ್ತೇನೆ, ಕರ್ನಾಟಕ ರಾಜ್ಯದ ಪೋಲೀಸ್ ಡಿಟೆಕ್ಟಿವ್ ಸರ್ವಿಸ್‌ನಲ್ಲಿದ್ದ. ನನಗೆ ಸಹಾಯ ಮಾಡುತ್ತಿದ್ದ. ಅವನು ಹೇಳಿಕೊಡುವ ಮೊದಲೇ ನನಗೆ ಕೆಲವು ವಿಷಯಗಳು ಅಸ್ಪಷ್ಟವಾಗಿ ತಿಳಿದಿದ್ದವು. ಆದರೆ ನನ್ನ ಮನಸ್ಸಿನಲ್ಲಿ ಕೆಲವು ಗೊಂದಲಗಳಿದ್ದವ; ಅವೇ ನನಗೆ ಅರಿಯದ ವಿಷಯಗಳು... ಇಲ್ಲಿಗೆ ಬಂದ ಮೇಲೆ ಒಂದೊಂದೇ ತಿಳಿಯುತ್ತಾ ಹೋಯಿತು. ಆದರೆ ಹಮೀದನನ್ನು ಕೊಂದವನು ನೀನೆ ಅಲ್ಲವೆ ಟೋನಿ? ಹೇಗೆ ಕೊಂದೆ?" ಎಂದು ಪ್ರಶ್ನಿಸಿದ ಸಾತ್ವಿಕ್.

"ಊಟವಾದ ಮೇಲೆ ಹೆಂಡ ಕುಡಿಯೋನು ಎಂದು ಗೊತ್ತಿತ್ತು. ಅವನು ನಗರದ ಸೈಬರ್ ಕೆಫೆಗೆ ಹೋಗಿ ವಾಪಸ್ ಬಂದ ಮೇಲೆ ವಿಸ್ಕಿಯಲ್ಲಿ ನಿದ್ರೆ ಮಾತ್ರೆ ಬೆರೆಸಿ ಇಟ್ಟಿದ್ದೆ. ನಿದ್ದೆ ಹೋದ ಮೇಲೆ ಶೂಟ್ ಮಾಡಿ ಕೊಂದೆ. ಆದರೆ ನಿನಗೆ ಹೇಗೆ ಗೊತ್ತಾಯಿತು? ಅವನು ರಜದ ಮೇಲೆ ಹೋಗಿದ್ದ ಅಂದಿದ್ದೆವಲ್ಲಾ..." ಟೋನಿಯ ಮುಖವೇ ಒಂದು ದೊಡ್ಡ ಪ್ರಶ್ನಾರ್ಥಕ ಚಿನ್ಹೆಯಂತಿದೆ.

"ಅಷ್ಟು ಸುಲಭವಾಗಿ ನನ್ನನ್ನು ಬೇಸ್ತು ಬೀಳಿಸಲಾಗದು... ನಾನು ಕಿಟಕಿಯಲ್ಲಿ ನೋಡಿಬಿಟ್ಟೆ... ಅದೇ ಹಮೀದ್ ನನಗೆ ಕೊಟ್ಟಿದ್ದ ಉಳಿಯ ಸಹಾಯದಿಂದ ಕಿಟಕಿ ತೆರೆದು ತೋಟದ ಹಳ್ಳದಲ್ಲಿ ಅವನ ಮುಖವನ್ನು ಕೊನೆಯ ಸಲ ನಿನ್ನೆ ರಾತ್ರಿ ನೋಡಿದೆ..." ಎಂದ ಸಾತ್ವಿಕ್ ಮುಖದಲ್ಲಿ ಕೋಪ ಮತ್ತು ದುಃಖದ ಛಾಯೆಯಿದೆ.

"ಯೂ ರಾಸ್ಕಲ್ಸ್! ನನಗೆ ನೀವು ಏಮಾರಿಸಿದಿರಿ... ಅವನು ನಿನಗೆ ಸದಾ ಕೈ ಬಿಚ್ಚಿಟ್ಟಿರುತ್ತಿದ್ದನೆ?" ಎಂದು ಟೋನಿ ಕೈ ಕೈ ಹಿಸುಕಿಕೊಂಡ.

"ಸರಿ... ನಿನಗಿನ್ನೇನು ಗೊತ್ತು ಹೇಳು ಕ್ಯಾಪ್ಟನ್... ನೀನಂತೂ ಇಲ್ಲೇ ಸಾಯಲಿಚ್ಚಿಸುವುದಿಲ್ಲ... ನಿನ್ನ ವಿವರಣೆ ಕೇಳಿಯೇ ನಿನ್ನನ್ನು ಕೊಲ್ಲುತ್ತೇನೆ... ನಮ್ಮನ್ನು ಮೇಲಕ್ಕೆ ಕರೆದೊಯ್ದಮೇಲೆ!" ಎಂದು ಹೊಸ ಉಪಾಯ ಹೊಳೆದಂತೆ ಸ್ವಲ್ಪ ವಿಶ್ವಾಸದಿಂದ ನುಡಿದ ಸೇನಾನಿ.

"ಇಂದು ನಿನಗೆ ಅಂತಹ ಅದೃಷ್ಟವಿಲ್ಲ, ಸೇನಾನಿ; ನಾನು ಸೂಯಿಸೈಡ್ ಮಿಶನ್(ಆತ್ಮಹತ್ಯಾ ಕಾರ್ಯಾಚರಣೆ)ನಲ್ಲಿ ಬಂದಿದ್ದೇನೆ. ಅದನ್ನೂ ಹೇಳುತ್ತೇನೆ, ಅದಕ್ಕೆ ಮುಂಚೆ ಇಲ್ಲಿ ಒಂದು ಕೆಲಸವಿದೆ. ನಮ್ಮ ನಿಧಿಯಿರುವ ಕ್ಷೇತ್ರ

ಹತ್ತಿರವಾಯಿತು. ಬನ್ನಿ ಇಲ್ಲಿ, ನೋಡಿ..." ಎಂದು ಪೈಲಟ್ ಸೀಟ್ ಮುಂದಿನ ಗಾಜಿನ ಮೂಲಕ ಕತ್ತಲಿನ ನೀರಿನ ಕಡಲನ್ನು ತೋರಿಸಿದ. ಆ ಸಬ್ಮೆರೀನಿನ ಶಕ್ತಿಯುತ ಹೆಡ್ಲೈಟ್ಸ್ ಪ್ರಕಾಶದಲ್ಲಿ ಹಿಂಡುಹಿಂಡು ಬಣ್ಣಬಣ್ಣದ ಮೀನುಗಳು ಸರಸರನೆ ಈಜಿ ಹಾದು ಹೋಗುತ್ತಿದ್ದವು. ಅವರ ಗಾಜಿನ ಬಳಿಗೆ ಒಂದು ಆಕ್ಟೋಪಸ್ ಕೂಡಾ ತನ್ನ ಎಂಟು ಕೈಗಳನ್ನಾಡಿಸುತ್ತ ಬಂದು ಪಕ್ಕಕ್ಕೆ ಸರಿದು ಹೋಯಿತು...

ಆದರೆ ಅವರು ಮೂವರೂ ಮುಂದಿದ್ದ ಕಂದಕವನ್ನೊಂದನ್ನು ನೋಡುತ್ತಿದ್ದರು... ಆ ಕಂದಕದಲ್ಲಿ ಮುರಿದು ಬಿದ್ದಿದ್ದ ವಿಮಾನವೊಂದರ ಅವಶೇಷವೊಂದಿತ್ತು... ಅದರ ಮೇಲಿನ ರೆಕ್ಕೆಯ ಭಾಗ ಮತ್ತು ನಡುಭಾಗದಲ್ಲಿ ಎರಡು ಸೀಳಾಗಿತ್ತು. ಎಡರೆಕ್ಕೆ ಮುರಿದು ಪಕ್ಕಕ್ಕೆ ಬಿದ್ದಿತ್ತು, ಆಗಲೇ ತುಕ್ಕು ಹಿಡಿಯುತ್ತಿತ್ತು, ಬಲ ಪಕ್ಕಕ್ಕೆ ಹೊರಳಿದ ವಿಮಾನದ ಇನ್ನೊಂದು ರೆಕ್ಕೆ ಬಿದ್ದ ಏಟಿಗೆ ಬಾಗಿಕೊಂಡಿತ್ತು... ಆಗಲೇ ಆ ವಿಮಾನದ ಒಡೆದ ನಡುಭಾಗದಿಂದ ಕೆಲವು ಕಡಲಿನ ಸಸ್ಯಗಳು ಪೊದೆಯಂತೆ ಬೆಳೆಯಲಾರಂಭಿಸಿದ್ದವು...

ಈಗ ಸಬ್-ಮೆರೀನನ್ನು ಸಾತ್ವಿಕ್ ನಿಧಾನವಾಗಿ ಅವಶೇಷದ ಸುತ್ತಲೂ ತಿರುಗಿಸುತ್ತಾ ಕಾಕ್-ಪಿಟ್ ಬಳಿ ಬಂದಾಗ ಅಲ್ಲಿ ಬಿಳಿ ಸಮವಸ್ತ್ರ ಧರಿಸಿದ್ದ ಎರಡು ಶವಗಳ ಅರೆಬರೆ ಕೊಳೆತ ದೇಹಗಳ ಅಸ್ಥಿಪಂಜರಗಳೂ ಪೈಲೆಟ್ ಸೀಟಿನಲ್ಲಿ ಆಸೀನವಾದಂತೆಯೇ ಇದ್ದವು! ಹಿಂದಿನ ಸೀಟಿನಲ್ಲಿ ಅದೇ ರೀತಿಯ ಕಪ್ಪು ಕೂದಲಿನ ಜಡೆಯ ಮಹಿಳೆಯ ತಲೆ ಮತ್ತು ಪಕ್ಕದಲ್ಲಿ ಇನ್ನೊಂದು ಚಡ್ಡಿ ಶರ್ಟ್ ಹಾಕಿದ್ದ ಚಿಕ್ಕ ಹುಡುಗನ ಅಸ್ತಿಪಂಜರವೂ ಕಾಣಿಸಿತು!

ಅವರ ಹಿಂಭಾಗದಲ್ಲಿ ಒಂದು ಕಪ್ಪು ಟಾರ್ಪಾಲಿನ್ ಶೀಟ್ ಹರಿದು ಹೋಗಿ ಅದರ ಒಳಗೆ ನಾಲ್ಕಾರು ಮರದ ಪೆಟ್ಟಿಗೆಗಳು ಭದ್ರವಾದ ಸ್ಥಿತಿಯಲ್ಲಿ ಹಾಗೆಯೇ ಉಳಿದಿದ್ದವು. ಆದರೆ ಎರಡು ಪೆಟ್ಟಿಗೆಗಳ ಪಕ್ಕೆಯೊಡೆದು ನಾಲ್ಕಾರು ಚಿನ್ನದ ಬಿಲ್ಲೆಗಳು ವಿಮಾನದ ನೆಲದ ಮೇಲೆಯೂ ಹರಡಿ ಬಿದ್ದಿದ್ದವು...

ಈ ಎರಡು ವಿಪರ್ಯಾಸಕರ ಭಾವನೆಗಳನ್ನು ಹುಟ್ಟಿಸುವ ದೃಶ್ಯಗಳಿಗೆ ಮೂವರ ಪ್ರತಿಕ್ರಿಯೆಯೂ ಬೇರೆ ಬೇರೆಯಾಗಿತ್ತು...

ಟಾರ್ಪಾಲಿನ್ ಹರಿದ ಸ್ಥಳದಲ್ಲಿ ಕಂಡ ಪೆಟ್ಟಿಗೆಗಳನ್ನು ಕಂಡು ಸೇನಾನಿ ಮತ್ತು ಟೋನಿ ಒಮ್ಮೆಲೆ ತಮ್ಮ ಸದ್ಯದ ಸಂದಿಗ್ಧ ಸ್ಥಿತಿಯನ್ನು ಮರೆತು ಹರ್ಷದಿಂದ ಕೂಗಿದರು.

ಟೋನಿಯಂತೂ ಚಪ್ಪಾಳೆ ಹೊಡೆಯುತ್ತಾ,"ಗೋಲ್ಡ್! ನೋಡಿ ಅಲ್ಲಿ... ನಾವಿದನ್ನು ಬಿಟ್ಟು ಹೋಗಲಂತೂ ಸಾಧ್ಯವಿಲ್ಲ... ಬಾಸ್...!" ಎಂದು ಕೂಗಿದಾಗ ಅರಳಿದ ಮುಖದಿಂದ ಸೇನಾನಿ ಕೂಡಾ ಉದ್ವಿಗ್ನನಾಗಿ "ಯೆಸ್! ಅಲ್ಲಿ ನೋಡು ಸಾತ್ವಿಕ್, ಗೋಲ್ಡ್... 24000 ಕೋಟಿ, ನೀನೇ ಲೆಕ್ಕ ಹಾಕಿದಂತೆ... ನಿನ್ನ

ಜೀವಮಾನದಲ್ಲಿ ಅಷ್ಟು ನೋಡಿದ್ದೀಯಾ...? ಜಸ್ಟ್ ಸೀ..." ಎಂದು ಕೈಯುಜ್ಜಿಕೊಂಡನು.

"ಹಾಂ, ನೋಡುತ್ತಾ ಇದ್ದೇನೆ, ಸೇನಾನಿ ಮತ್ತು ಟೋನಿ... ಚಿನ್ನವನ್ನೂ ನೋಡಿದೆ, ಅದರ ಜತೆಯಿರುವ ಶವದ ಅಸ್ತಿಪಂಜರಗಳನ್ನೂ..." ಎಂದ ಸಾತ್ವಿಕ್ ಕಣ್ಣಾಲಿಯಲ್ಲಿ ನೀರಾಡುತ್ತಿದೆ, ಭಾವುಕನಾಗಿದ್ದಾನೆ!

ಇಬ್ಬರೂ ಅವನತ್ತ ವಿಸ್ಮಯದಿಂದ ತಿರುಗಿ ನೋಡಿದರು.

"ಅವರನ್ನು ನಾನು ನಿಮಗೆ ಪರಿಚಯ ಮಾಡಿಕೊಡಲೂ ಬಲ್ಲೆ. ಎಡಕ್ಕೆ ಕುಳಿತ ಪೈಲಟ್: ಅಶ್ವಿನ್ ಅರಸ್, ನನ್ನ ಅಣ್ಣ... ಅವನ ಪಕ್ಕಕ್ಕೆ ರಾಡ್ರಿಗ್ಸ್ ಎಂಬ ಕೋ-ಪೈಲಟ್... ಹಿಂದಿನ ಸೀಟಿನಲ್ಲಿ ನನ್ನ ಅತ್ತಿಗೆ ಅನುಪಮಾ ಮತ್ತು ಆ ಚಿಕ್ಕ ಹುಡುಗ ಅವರ ಮಗ ಅಖಿಲ್..."

ಟೋನಿ ಹುಬ್ಬೇರಿಸಿ ಕೂಗಿದನು, ಅವನ ರಿವಾಲ್ವರ್ ಸಾತ್ವಿಕ್ ಎದೆಗೆ ಚುಚ್ಚಿತು, "ಏಯ್, ಏನು ಹುಚ್ಚು ಬೊಗಳುತ್ತಿದ್ದೀಯ... ಯಾರೋ ನೀನು?" "

ಸಾತ್ವಿಕ್ ಮಿಂಚಿನತೆ ಅವನ ಕೈಗೆ ಕರಾಟೆ ಚಾಪ್ ಇತ್ತು ಹೊಟ್ಟೆಗೆ ಗುದ್ದಿದ... ಟಣ್ ಎಂದು ಅವನ ಮಾಸರ್ ರಿವಾಲ್ವರ್ ನೆಲಕ್ಕೆ ಬಿತ್ತು. ಹಾ! ಎಂದು ನೋವಿನಿಂದ ನರಳುತ್ತಾ ಟೋನಿ ಕುಸಿದ... ಮರುಕ್ಷಣವೇ ಕುಪಿತನಾಗಿ ತಿರುಗೇಟು ಕೊಡಲು ಅಣಿಯಾದ...

ಸೇನಾನಿ ಅವನನ್ನು ಏಳದಿರುವಂತೆ ತಡೆದ, ಮತ್ತು ಗಂಭೀರವದನನಾದ ಸಾತ್ವಿಕ್ಕಡೆಗೆ ತಿರುಗಿ "ಇದು ನಿಜವೇ ಸಾತ್ವಿಕ್...?" ಎಂದು ಕರ್ಕಶವಾಗಿ ಕೇಳಿದನು.

"ಓಹ್, ಯೆಸ್! ಅವರ ಹೆಸರು, ವಿಮಾನ 3-ಎ ಚಾರ್ಟರ್ಡ್ ಎಂಬ ಅವರ ಖಾಸಗಿ ವಿಮಾನ, ಆಗ್ರಾದಿಂದ ಹೊರಟಿದ್ದು ಎಲ್ಲವೂ ಸತ್ಯ, ಅದು ನಿಮಗೂ ಗೊತ್ತು... ಆದರೆ ಅದರ ಪೈಲೆಟ್ ಮತ್ತು ಪ್ರಯಾಣಿಕರು ನನ್ನ ಕುಟುಂಬದವರು ಎಂದು ತಿಳಿದಿರಲಿಲ್ಲ ಅಷ್ಟೆ. ನನಗೆ ತಿಳಿದಂತೆ, ನಿಮಗೆ ರೇಮನ್ ಅಲ್ಲಿಂದ ಸುದ್ದಿ ಮುಟ್ಟಿಸಿದಾಗ ಈ ಕರಾವಳಿಯಲ್ಲಿ ಹೊಂಚು ಹಾಕಿಕೊಂಡು ಕಾಯುತ್ತಿದ್ದಿರಿ. ಭಾರತದ ಏರ್-ಸ್ಪೇಸ್‌ಗೆ ಆ ವಿಮಾನ ಬರುತ್ತಿದ್ದಂತೆ, ಅದನ್ನು ನಿಮ್ಮ ರೆಡಾರ್‌ನಲ್ಲಿ ಟ್ರ್ಯಾಕ್ ಮಾಡಿ ನೀವು ಬೆನ್ನಟ್ಟಿದ್ದಿರಿ, ಕಾಳೇಕರ್ ನಿಮಗೆ ಸಮುದ್ರದರ್ಪಣಿಯ ಉಪಕರಣಗಳನ್ನು ಉಪಯೋಗಿಸಿ ಸಹಾಯ ಮಾಡಿರಬೇಕು... ಆನಂತರ ಏನು ಮಾಡಿದಿರೆಂದು ನಾನು ಊಹಿಸಬಲ್ಲೆ... ಇನ್ನೊಂದು ವಿಮಾನದಲ್ಲಿದ್ದ ನೀವು ಅವಕಾಶ ನೋಡಿ ಶೂಟ್ ಮಾಡಿ ನನ್ನಣ್ಣನ ವಿಮಾನವನ್ನು ಕೆಳಗುರುಳಿಸಿದಿರಿ. ಆ ಸ್ಥಳ ಎಲ್ಲಿ ಎಂದು ನಾವು ನೇವಿ, ಕೋಸ್ಟ್ ಗಾರ್ಡ್ ಮತ್ತು ಏರ್ ಟ್ರಾಫಿಕ್ ಕಂಟ್ರೋಲಿಗೆ ಕೂಡಾ ಬಿಡಿಸಲಾಗದ ಒಗಟಾಗಿತ್ತು... ಹಾಗೆಯೇ ನಿಮಗೂ ಗೊತ್ತಿರಲಿಲ್ಲ! ಇಂತಹ

ವಿಶಾಲ ಸಮುದ್ರದಲ್ಲಿ ಎಲ್ಲಿ ಅದು ಬಿತ್ತೆಂದು ಮತ್ತೆ ಗುರುತು ಹಿಡಿಯಲು ನೀವಿದ್ದ ವಿಮಾನದ ಪೈಲೆಟ್ ಅಥವಾ ಅದರ ಎಂಜಿನಿಯರ್ ಸಹಾಯ ಕೇಳಿದಿರಿ ಅಲ್ಲವೆ...? ಅವರನ್ನು ಬೆದರಿಸಿದಿರೋ, ದುಡ್ಡಿನಾಸೆ ತೋರಿಸಿ ಒಲಿಸಿಕೊಂಡಿರೋ ಗೊತ್ತಿಲ್ಲ... ಈ ನಕ್ಷೆಯನ್ನು ತಯಾರಿಸಿಕೊಟ್ಟಿದ್ದು ಅವನೇ... ಅವನೂ ಈಗಾಗಲೇ ಕಮಾಡೋರ್ ತೋಟದ ಹಮೀದ್ ಸಮಾಧಿಯಂತೆ ಎಲ್ಲೋ ಇನ್ನೊಂದೆಡೆ ಶಾಶ್ವತವಾಗಿ ಮುಚ್ಚಿಹೋಗಿದ್ದಾನೆ ಎಂದು ನಾನಂದುಕೊಂಡಿದ್ದೇನೆ... ನಾನಂದುಕೊಂಡಿರುವುದು ಸರಿಯೆ?"

"ನಾನೇ ಎಲ್ಲರನ್ನೂ ಮೆಶೀನ್‌ಗನ್ನಿನಿಂದ ಶೂಟ್ ಮಾಡಿ ಬೀಳಿಸಿದೆ... ನಿನ್ನನ್ನೂ ಮಾಡುತ್ತೇನೆ, ಯೂ...!" ಎಂದು ಕ್ರುದ್ಧನಾದ ಟೋನಿ ಸಂಯಮ ತಪ್ಪಿ ಕಿರುಚಿದ.

"ಶಟಪ್ ಟೋನಿ... ಪರಿಸ್ಥಿತಿ ಇನ್ನು ನಮ್ಮ ಕಂಟ್ರೋಲ್‌ನಲ್ಲಿದೆ... ಹೇಳು ಸಾತ್ವಿಕ್, ನಿಮಗೆ ನಮ್ಮ ಮೇಲೆ ಹೇಗೆ ಅನುಮಾನ ಬಂತು, ಏನು ಕನೆಕ್ಷನ್...?" ಕೇಳಿದ ಚಿಂತಿತನಾಗಿದ್ದ ಸೇನಾನಿ.

"ನನಗೆ ಅಶ್ವಿನ್ ನಾವು ಮನೆಯವರೆಲ್ಲಾ ಒಟ್ಟಿಗೇ ಭಾರತಕ್ಕೆ ಬರುತ್ತೇವೆಂದು ತಿಳಿಸಿದ್ದ ಅಷ್ಟೇ; ಅವನಿಂತಹ ಅಪರಾಧದಲ್ಲಿ ಕೈಯಿಕ್ಕುತ್ತಾನೆಂದು ನಾನೂ ಊಹಿಸಿರಲಿಲ್ಲ, ಅವನಂತಹವನೇನೂ ಆಗಿರಲಿಲ್ಲ... ಏನೋ, ಹೀಗೆ ದುರಾಸೆ ಮತ್ತು ಕೆಟ್ಟ ಗ್ರಹಚಾರ ಕೂಡಿದಾಗ ಮನುಷ್ಯ ಅನೀತಿಗೆ ಕೈಹಚ್ಚುತ್ತಾನೆ ಅನಿಸುತ್ತೆ... ಘಾನಾದಿಂದ ದೊಡ್ಡ ಕನ್ಸೈನ್ಮೆಂಟ್ ಚಿನ್ನ ಕಳ್ಳಸಾಗಣಿಕೆಯಾಗಿ ಇತ್ತ ಬರುತ್ತಿದೆಯೆಂದು ನಮ್ಮ ಡಿಆರ್‌ಐಗೆ ಇಂಟರ್ಪೋಲ್ ಗುಪ್ತಸಂದೇಶ ಬಂದಿತ್ತಂತೆ... ಅಶ್ವಿನ್ ವಿಮಾನ ಬಿಟ್ಟರೆ ಇನ್ಯಾರೂ ಆ ಸಮಯದಲ್ಲಿ ಅಲ್ಲಿಂದ ಹೊರಡಲೂ ಇಲ್ಲ... ಅವನ ವಿಮಾನ ಇದ್ದಕ್ಕಿದ್ದಂತೆ ನಡುಪ್ರಯಾಣದಲ್ಲಿ ನಮ್ಮ ರೆಡಾರ್‌ಗಳಿಗೆ ಕಾಣದೇ ಮಾಯವಾದಾಗ ನಾವು ಅಲರ್ಟ್ ಆದೆವು... ಅಂತಹ ಭಾರಿ ಮೊತ್ತದ ಚಿನ್ನ ನಮ್ಮ ದೇಶಕ್ಕೆ ತಲುಪಲೇ ಇಲ್ಲ ಎಂದು ಮುಂಬೈ ಮಾಫ಼ಿಯಾದಲ್ಲಿರುವ ನಮ್ಮ ಗೂಢಚಾರರು ಸಂದೇಶ ಕೊಟ್ಟರು. ಹಾಗಾದರೆ ಆ ವಿಮಾನ ಮತ್ತು ಚಿನ್ನ ಎಲ್ಲಿ ಹೋಯಿತು? ಯಾರಿಗೂ ದಿನಗಳೆದಂತೆ ಯಾವ ಸುಳಿವೂ ಸಿಕ್ಕದೇ ಹೋದ ಕಾರಣ, ನಾವು ವಿಶ್ಲೇಷಣೆ ಮಾಡಿಕೊಂಡೆವು. ಇದು ಯಾವುದೇ ದೊಡ್ಡ ಸಂಘಟನೆಯ ಕೆಲಸವಿರಲಾರದು, ಯಾವುದೋ ಚಿಕ್ಕ ಅಪರಿಚಿತ ಗುಂಪಿರಬೇಕು ಎಂದು... ಇದಕ್ಕೆ ನಮ್ಮಲ್ಲಿ ಲೋನ್ ವುಲ್ಫ್ ಅಟ್ಯಾಕ್ ಎನ್ನುತ್ತಾರೆ, ಒಂದು ಬಗೆಯ ಒಂಟಿ ಸಲಗದ ದಾಳಿಯಂತೆ... ಅಂತಹವರು ಯಾರೋ ಅದನ್ನು ಕೆಳಗುರುಳಿಸಿ ಸಾಗರದಲ್ಲಿ ಇನ್ನೂ ಹುಡುಕುತ್ತಿರಬಹುದು ಎಂಬ ಬಲವಾದ ಅನುಮಾನಕ್ಕೆ ಬಂದೆವು. ಮೊದಲ ಬಾರಿಗೆ ರೆವಿನ್ಯೂ ಗುಪ್ತಚರ ವಿಭಾಗ, ನೇವಿ ಜಂಟಿಯಾಗಿ ಈ ತನಿಖೆಗೆ ಕೈ ಜೋಡಿಸಿತು. ಸೇನಾನಿ, ನಿಮಗೆ ಅದೃಷ್ಟವಶಾತ್ ಹೇಗೆ ಚಿನ್ನದ ನಿಧಿಯ ಸುದ್ದಿ ಸಿಕ್ಕಿತೋ, ಭಾರತ ಸರಕಾರಕ್ಕೂ

ಅದೃಷ್ಟಕರವಾಗಿ ನನ್ನಂತಹ, ತನ್ನ ಕುಟುಂಬದ ಕೊಲೆಗಾಗಿ ಪ್ರತೀಕಾರ ಮಾಡಬಯಸುವ ಸ್ವಾರ್ಥ ಉದ್ದೇಶವುಳ್ಳ ಏಜೆಂಟ್ ಬೇಕಿತ್ತು. ನಾನಾಗಿಯೇ ಇದಕ್ಕೆ ಮುಂದಾದೆ... ಈ ಮಿಶನ್ನಿಗೆ ಸರಕಾರದವರು ನನ್ನನ್ನೇ ನಾಯಕನಾಗಿ ಮಾಡಿದರು.

"ನೀವು ಗೋವಾ ಮತ್ತು ಕಾರವಾರದ ಬಳಿ ಯಾವಾಗ ಸಬ್–ಮೆರೀನಿನ ಶಾಪಿಂಗ್ ಮಾಡಲು ಹೊರಟಿರೋ, ನನಗೊಂದು ಅನುಮಾನದ ಹುಳು ಕೊರೆಯಲು ಶುರುವಾಯಿತು. ನಿಮ್ಮ ಬಗ್ಗೆ ತನಿಖೆ ಮಾಡಿದಾಗ, ನಿಮ್ಮ ಕಮಾಡೋರ್ ಸ್ನೇಹ, ನೀವಿಲ್ಲೇ ಇರುವುದು, ಕಮಾಡೋರ್ ಬಳಿಯಿರುವ ಸಮುದ್ರದರ್ಪಣಿ ಆಯಿಲ್ ರಿಗ್ ಇಲ್ಲೇ ಬೀಡು ಬಿಟ್ಟಿರುವುದು, ಇವೆಲ್ಲಾ ಅದಕ್ಕೆ ಪುಷ್ಟಿ ಕೊಟ್ಟಿತು. ಕಮಾಡೋರ್ ಮತ್ತು ಸುಮನಾ ಬಗ್ಗೆಯೂ ಹಿನ್ನೆಲೆ ಮಾಹಿತಿ ಸಂಪಾದಿಸಿದೆ. ಬೇಕಂತಲೇ ನಾನು ಜಲಬಿಂದುವನ್ನು ನಿಮ್ಮ ಕಣ್ಣಿಗೆ ಬೀಳುವಂತೆ ಬಿಟ್ಟುಹೋದೆ. ದೂರದ ತೀರದಿಂದ ವಿಡಿಯೋ ಮಾಡಿ ನೋಡಿದೆವು. ಜಲಬಿಂದು ಸಮುದ್ರದರ್ಪಣಿಯ ಕಡೆಗೆ ಹೋಯಿತು, ಅದಕ್ಕಾಗಿ ನಾನಿಲ್ಲಿಗೆ ಬರಬೇಕಾಯಿತು. ಅದಕ್ಕಾಗಿ ನಾನು ನೇವಿ ಅಪರಾಧಿಯಾದ ನಾಟಕ ರಚಿಸಿದೆ, ನಾನೇ ನಿಮಗೆ ತಕ್ಕ ಸಬ್–ಮೆರೀನ್ ಪೈಲೆಟ್ ಆಗಬಹುದೆಂದು ಅದೇ ಸಮಯಕ್ಕೆ ಅವರ ನೇವಿ ಮೂಲಗಳಿಂದ ಕಮಾಡೋರ್ ಕಿವಿಗೆ ಬೀಳುವಂತೆ ಮಾಡಿದೆವು. ಎಲ್ಲಾ ನಾವಂದುಕೊಂಡಂತೆಯೇ ಆಯಿತು. ಹಮೀದ್ ಕೊಲೆಯೊಂದನ್ನು ಬಿಟ್ಟು...!"

ಸಾತ್ವಿಕ್ ನೀರು ಕುಡಿಯಲು ಮಧ್ಯೆ ನಿಲ್ಲಿಸಿದಾಗ,

ಅದುವರೆಗೂ ಸೇನಾನಿ ಕೂಲಂಕಷವಾಗಿ ಕೇಳುತ್ತಾ, ಮನಸ್ಸಿನಲ್ಲೇ ವಿಶ್ಲೇಷಣೆ ಮಾಡಿಕೊಳ್ಳುತ್ತಿದ್ದವನು ವಿಕಟನಗೆ ನಕ್ಕನು, "ಏನು, ನೀನಂದುಕೊಂಡಂತೆ ಆಯಿತೋ, ಹುಚ್ಚು ಕ್ಯಾಪ್ಟನ್...? ನೀನು ನಮಗೊಂದು ಅಚ್ಚರಿಯಾಗುವಂತಹ ಪೆಟ್ಟು ಕೊಟ್ಟಿದ್ದೀಯೆ ಅಷ್ಟೇ! ಇದು ಮಾರಣಾಂತಿಕ ಹೊಡೆತವೇನಲ್ಲ ನಮ್ಮ ಪಾಲಿಗೆ! ನಾವು ಅಪರಾಧ ಮಾಡಿದ್ದಾಗಲೀ, ಇದೆಲ್ಲಾ ನಿನ್ನ ಮುಂದೆ ಮಾತಾಡಿದ್ದಾಗಲೀ ಯಾರಿಗೆ ಗೊತ್ತಾಗುತ್ತೆ? ಎಲ್ಲಿದೆ ಸಾಕ್ಷಿ...? ಯಾವ ಕೋರ್ಟಿನಲ್ಲಿ ಈ ಬಂಡಲ್ ಕತೆ ಹೇಳಿ ಜಡ್ಜನ್ನು ನಂಬಿಸಬೇಕೆಂದಿದ್ದೀಯೆ...? ಸ್ಟುಪಿಡ್ ಮ್ಯಾನ್!"

ಸಾತ್ವಿಕ್ ಹೊರಗಿನ ವಿಮಾನದಲ್ಲಿದ್ದ ಅಣ್ಣನ ಕುಟುಂಬದ ಅವಶೇಷವನ್ನು ಮಾತಿಲ್ಲದೇ ದಿಟ್ಟಿಸುತ್ತಿದ್ದವನು ಕಣ್ಣೊರೆಸಿಕೊಂಡು, ಸೇನಾನಿಯತ್ತ ಒಂದು ಚಿಕ್ಕ ವಿಜಯದ ನಗೆ ಬೀರಿದನು...

"ಕೇಳಬೇಕಾದವರೆಲ್ಲಾ ಕೇಳಿ ರೆಕಾರ್ಡ್ ಮಾಡಿಯಾಗಿದೆ... ಮೇಲೆ ಕಮಾಡೋರ್ ಮನೆಯಲ್ಲಿ ಈ ಮಾತುಕತೆ ಪೂರ್ತಿ ರೆಕಾರ್ಡ್ ಆಗಿದೆ; ಅವರೂ

ಸುಮನಾ ಇದುವರೆಗೂ ಮಾತಾಡಿದ್ದನ್ನು ಲೈವ್ ಆಗಿ ಕೇಳಿಯೂ ಆಗಿದೆ!" ಎಂದ ಮೆತ್ತಗೆ.

ಟೋನಿ ಮತ್ತು ಸೇನಾನಿ ಪರಸ್ಪರ ಮುಖಮುಖ ನೋಡಿಕೊಂಡರು, ಟೋನಿ ಗಹಗಹಿಸಿ ತೊಡೆತಟ್ಟಿ ನಕ್ಕ... ಆಗ ಸೇನಾನಿಯೂ ನಗೆ ಅಂಟು ಜಾಡ್ಯವೆಂಬಂತೆ ಮುಖವರಳಿಸಿದ.

"ಕ್ಯಾಪ್ಟನ್, ನಿಮಗೆ ಸಮುದ್ರದಡಿಗೆ ಬಂದುದಕ್ಕೋ ಇಷ್ಟೆಲ್ಲಾ ಒತ್ತಡವಾಗಿದ್ದಕ್ಕೋ ತಲೆ ಕೆಟ್ಟಂತಿದೆ. ನೀವು ಹೊರಡುವ ಮುನ್ನವೇ ನಾವು ಲೈಬ್ರರಿಯಲ್ಲಿ ನಿಮ್ಮ ಮೈಯನ್ನು ಮೈಕ್ರೋಫೋನ್ ಇದೆಯೆ ಎಂದು ಚೆಕ್ ಮಾಡಿ ಇಲ್ಲವೆಂದು ಖಚಿತಪಡಿಸಿಕೊಳ್ಳಲಿಲ್ಲವೆ? ಕಾಳೇಕರ್! ನೆನಪಿದೆಯೆ? ನಿಮಗೇನೋ ಭ್ರಾಂತು..." ಎನ್ನುತ್ತಾ ಅಪಹಾಸ್ಯಕರವಾಗಿ ನಕ್ಕ.

ಸಾತ್ವಿಕ್ ಕೂಡಾ ನಗುತ್ತಾ, "ಅಯ್ಯೋ, ನನ್ನ ಬಳಿ ಮೈಕ್ರೋಫೋನ್ ಇದೆ ಎಂದು ಎಲ್ಲಿ ಹೇಳಿದೆ...? ನನ್ನ ಮೈಕ್ರೋಫೋನನ್ನು ಟೋನಿ ಹೊತ್ತು ತಂದಿದ್ದಾನಲ್ಲ... ಅವನನ್ನು ಯಾಕೆ ಚೆಕ್ ಮಾಡುವಿರಿ, ಪಾಪ..." ಎಂದು ಈಗ ಗಾಬರಿಯಾದ ಟೋನಿಯನ್ನು ಉದ್ದೇಶಿಸಿ, "ನಿನಗೆ ನೆನಪಿದೆಯೆ, ಟೋನಿ ನಮ್ಮ ಚಿಕ್ಕ ಜಗಳ...? ಮೆಟ್ಟಿಲ ಬಳಿ, ನಾನು ನಿನ್ನ ಮೈ ಮೇಲೆ ಬಿದ್ದು ಹೊರಳಲಿಲ್ಲವೆ...? ಆಗ ನಿನ್ನ ಪ್ಯಾಂಟ್ ಹಿಂದಿನ ಜೇಬಿನಲ್ಲಿ ನನ್ನ ಮೈಕ್ರೋಫೋನ್ ತೂರಿಸಿಬಿಟ್ಟೆ, ಸುರಕ್ಷಿತವಾಗಿರಲಿ...ಕೋಪಕ್ಕೆ ಅದನ್ನು ಥಪಥಪನೆ ಬೂಟ್ಸ್‌ನಿಂದ ತುಳಿದರೆ... ಊ–ಹೂಂ!"

"ಬಹಳ ಶಕ್ತಿಯುತ ಮಿನಿ ಮೈಕ್ರೋಫೋನ್, ಸ್ಟೀಲ್ ಕೇಸಿಂಗ್ ಇದೆ, ಹಾಳಾಗುವುದಿಲ್ಲ, ವೃಥಾ ಶ್ರಮಪಡಬೇಡ... ಏನೇ ಆಗಲಿ ಎಂದು ಈ ಸಬ್–ಮೆರೀನಿನ ಸಿಗ್ನಲ್ ಆಂಪ್ಲಿಫೈಯರ್‌ನಲ್ಲಿ ಇದರ ಶಕ್ತಿ ವರ್ಧಿಸಿದ್ದೇನೆ. ಅಂದರೆ ನಾವಿಷ್ಟು ಆಳದಲ್ಲಿದ್ದರೂ, ಮೇಲಿನ ಮನೆಯಲ್ಲಿ ಎದುರಿಗಿದ್ದ ಟೀವಿ ಸದ್ದಿನಂತೆ ಸ್ಪಷ್ಟವಾಗಿ ಕೇಳಿಸುತ್ತಿದೆ... ಅಲ್ಲವೇ, ಸರ್? ಕೇಳಿಸಿಕೊಂಡಿರಾ?" ಎಂದನು ನಸುನಗುತ್ತಾ ಸಾತ್ವಿಕ್, ಮೇಲಿನವರನ್ನು ಉದ್ದೇಶಿಸಿದವನಂತೆ.

"ಓಹ್, ಯೂ ಬಾಸ್ಟರ್ಡ್..." ಎನ್ನುತ್ತಾ ಅವರಿಬ್ಬರೂ ಸಾತ್ವಿಕ್ ಮೈಮೇಲೆ ಒಮ್ಮೆಲೇ ಎರಗುವವರಿದ್ದರು... ಸಾತ್ವಿಕ್ ಮಿಂಚಿನಂತೆ ಬಗ್ಗಿ ಪಕ್ಕದ ಟೇಬಲ್ಲಿನಲ್ಲಿದ್ದ ಕಬ್ಬಿಣದ ಸ್ಕೇಲ್ ಒಂದನ್ನು ಝಳಪಿಸಿ ಸೇನಾನಿಗೆ ಬೀಸಿದನು... ಅದರ ಏಟಿಗೆ ಸೇನಾನಿಯ ಕೋಟ್ ಮತ್ತು ಶರ್ಟ್ ಹರಿಯಿತು, ಅವನು ಚೀರುತ್ತಾ ಅಲ್ಲೇ ನೋವಿನಿಂದ ಕುಸಿದ.

ಮರುಕ್ಷಣ ಸಾತ್ವಿಕ್ ಇತ್ತ ಕಿಕ್ ಬಾಕ್ಸಿಂಗ್ ಒದೆತದಿಂದ ಟೋನಿಯ ಬಲಗಾಲು ಮುರಿದಂತಾಗಿ ಜೋರಾಗಿ ಚೀರುತ್ತಾ ಹೋಗಿ ಇನ್ನೊಂದು ಮೂಲೆಗೆ ಬಿದ್ದ.

ಟೋನಿ ಕ್ರೋಧಿತನಾಗಿ ಮತ್ತೆ ತನ್ನ ಮಾಸರ್ ರಿವಾಲ್ವರನ್ನು ಕೈಗೆತ್ತಿಕೊಂಡು, "ಬಾಸ್, ಇವನನ್ನು ಕೊಂದೇ ಕೊಲ್ಲುತ್ತೇನೆ" ಎಂದು ಬುಸುಗುಡಲು, ಸಾತ್ವಿಕ್ ಪೈಲೆಟ್ ಸೀಟಿನ ಮೇಲೆ ಕುಳಿತು ನುಡಿದ,

"ಕೊಲ್ಲು ಕೊಲ್ಲು... ನಾನಂತೂ ನಮ್ಮಣ್ಣನ ಸಂಸಾರದ ಜತೆ ಇಲ್ಲಿ ಸಾಯಲು ರೆಡಿಯಾಗಿ ಬಂದಿದ್ದೇನೆ... ಯೋಚಿಸಿ ನೋಡು... ನನ್ನಣ್ಣ ತಪ್ಪು ಮಾಡಿದ ನಿಜ... ಅದಕ್ಕೆ ಈ ದೇಶದ ಕಾನೂನು ಶಿಕ್ಷೆ ಕೊಡುತ್ತಿತ್ತು... ಆದರೆ ಅವನ ಸಂಸಾರವನ್ನೆಲ್ಲಾ ನಿಮ್ಮ ಸ್ವಾರ್ಥಕ್ಕಾಗಿ ನಾಶ ಮಾಡಲು ನಿಮಗೇನು ಹಕ್ಕಿತ್ತು...? ನನ್ನ ಮೇಲೆ ಪ್ರೀತಿ-ವಿಶ್ವಾಸವಿದ್ದ ಅತ್ತಿಗೆ, ಅವರ ಮುದ್ದಾದ ಪುಟ್ಟ ಮಗ ಮತ್ತು ನಿಷ್ಪಾಪಿ ಕೋ-ಪೈಲೆಟ್... ಎಲ್ಲರ ಜೀವನವನ್ನೂ ಆಕಾಶದಲ್ಲೇ ಮೃತ್ಯುವಿಗೆ ಅದು ಹೇಗೆ ನಿಷ್ಕರುಣೆಯಿಂದ ಬಲಿ ಕೊಟ್ಟೆ? ಹೇಳು ಟೋನಿ!!..... ನಿನಗೆ ಗಲ್ಲು ಶಿಕ್ಷೆ ಆಗಬಾರದೆ...? ಇನ್ನು ಹಮೀದ್ ವಿಚಾರಕ್ಕೆ ಬಂದರೆ, ಅದೂ ಪೋಲಿಸಿನವನ ಕೊಲೆ...? ಊಹೂಂ, ತಪ್ಪಿಸಿಕೊಳ್ಳಲು ಸಾಧ್ಯವೇ ಇಲ್ಲ. ಸೇನಾನಿ, ನೀವಿನ್ನು ಜೈಲಿನ ಬಾಗಿಲಿನಲ್ಲಿ ಒಂದೇ ಬಾರಿಗೆ ಒಳಹೋಗುವುದು, ವಾಪಸ್ ಈ ಜನ್ಮದಲ್ಲಿ ಬರಲಾರಿರಿ, ಅಷ್ಟು ದೊಡ್ಡ ಶಿಕ್ಷೆ ಕಾದಿದೆ... ಮೇಲೆ ನಿಮ್ಮನ್ನು ಸತ್ಕಾರ ಮಾಡಿ ಸ್ವಾಗತಿಸಲು ನಮ್ಮ ಸರಕಾರಿ ಗುಪ್ತಚರ ದಳ, ಪೋಲಿಸ್, ನೇವಿಯ ಸಿಬ್ಬಂದಿ ಎಲ್ಲಾ ಕಾಯುತ್ತಿದ್ದಾರೆ..."

ಅವರು ಅದನ್ನು ಅರಗಿಸಿಕೊಳ್ಳಲಿ ಎಂದು ಸುಮ್ಮನಾದ ಸಾತ್ವಿಕ್.

"ವಾಟ್? ಅದು ಹೇಗೆ ಸಾಧ್ಯ...?" ಎಂದು ನೋವಿನಿಂದ ಮುಲುಗುತ್ತಾ ಕೇಳಿದ ಸೇನಾನಿ.

"ನೀವು ಹಮೀದ್ ಮನೆಗೆ ವಾಪಸ್ ಬಂದ ಮೇಲೆ ತಾನೇ ಅವನನ್ನು ಕೊಂದಿದ್ದು...? ಟೋನಿ, ಯು ವರ್ ಟೂ ಲೇಟ್. ಬಹಳ ತಡಮಾಡಿಬಿಟ್ಟಿದ್ದೆ... ಆಗಲೇ ನಗರದಿಂದ ಅವನು ನಮ್ಮ ಹೆಡ್ಕ್ವಾರ್ಟರ್ಸ್‌ಗೆ ಇವತ್ತು ನಾವೆಲ್ಲಾ ನೀರಿಗಿಳಿಯುತ್ತೇವೆಂದೂ, ಕಮಾಡೋರ್ ಮನೆಗೆ ಮುತ್ತಿಗೆ ಹಾಕಿ ಎಲ್ಲರನ್ನು ವಶಪಡಿಸಿಕೊಂಡು ಕಾಯುತ್ತಿರಬೇಕೆಂದೂ, ನಾನು ನಿಮ್ಮಿಂದ ಎಲ್ಲಾ ತಪ್ಪೊಪ್ಪಿಗೆ ಮಾಡಿಸುತ್ತೇನೆಂದೂ ಸಂದೇಶ ತಲುಪಿಸಿಬಿಟ್ಟಿದ್ದ... ನಮ್ಮವರೂ ಪೂರ್ಣವಾಗಿ ಸಿದ್ಧರಾಗಿಬಿಟ್ಟಿದ್ದರು..."

"ಹಾಗಾದರೆ ನಿನ್ನ ಕಡೆಯವರೇಕೆ ಮನೆಗೇ ಬಂದು ಮೊದಲೇ ನಮ್ಮನ್ನು ಬಂಧಿಸಲಿಲ್ಲ...? ಇಲ್ಲಿಯವರೆಗೂ ನೀನು ಬಂದದ್ದೇಕೆ?" ಎಂದು ಮುಲುಗಿದ ತನ್ನ ಭಾರೀ ಪೆಟ್ಟಾದ ಕಾಲನ್ನು ಮೆದುವಾಗಿ ಉಜ್ಜಿಕೊಳ್ಳುತ್ತಿದ್ದ ಟೋನಿ.

"ಪರವಾಗಿಲ್ಲ, ಟೋನಿ! ನಿನಗೆ ಚೆನ್ನಾಗಿ ಒದ್ದರೆ ಬುದ್ಧಿ ಓಡುತ್ತದೆ ಅನ್ನಿಸತ್ತೆ. ಮೊದಲಿಗೆ ನಮಗೆ ಇವತ್ತು ಬೆಳಿಗ್ಗೆ ನೀವು ಈ ನಿಧಿಯ ನಕ್ಷೆ ತೋರಿಸುವವವರೆಗೂ ಅದರ ಗ್ಯಾರೆಂಟಿಯೇ ಇರಲಿಲ್ಲ... ಇಲ್ಲಿಗೆ ಬಂದು ನಾನು

ಕಣ್ಣಾರೆ ನೋಡಿದ ಮೇಲೆ ತಾನೆ ನನಗೂ, ನಿಧಿ ಇಲ್ಲಿದೆಯೆಂದೂ ಇಲ್ಲಿನ ಸರಿಯಾದ ಲೊಕೇಶನ್ ಕೂಡಾ ಗೊತ್ತಾಗಿದ್ದು...? ಈಗ ಜಲಬಿಂದುವನ್ನು ನಮ್ಮ ನೇವಿಯವರು ಟ್ರ್ಯಾಕ್ ಮಾಡಿದ್ದು ಇನ್ನೇನು ಹೊರಟು ಇಲ್ಲಿಗೇ ಬರುತ್ತಾರೆ... ನಮ್ಮ ನೌಕಾಪಡೆಯ ಸಬ್-ಮೆರೀನಿನಲ್ಲಿ ಚಿನ್ನ ದೇಶದ ಖಜಾನೆಗೆ ಹೋಗಿ ಸೇರಲಿದೆ; ಅನಂತರ ಅದು ಸರಕಾರದ ಸ್ವತ್ತು. ಕಾನೂನಿನ ಪ್ರಕಾರ ವಿಲೇವಾರಿಯಾಗುತ್ತದೆ. ಎರಡನೆಯದಾಗಿ ನಿಮ್ಮಿಬ್ಬರನ್ನೂ ಮನೆಗೆ ಬಂದು ಪೋಲೀಸರು ಬಂಧಿಸಿದ್ದರೆ ಈ ರೀತಿ ವಿವರವಾಗಿ ತಪ್ಪೊಪ್ಪಿಗೆ ಕೊಡುತ್ತಿದ್ದಿರಾ...? ಎಲ್ಲಾ ನಿಮ್ಮ ಬಾಯಿಂದಲೇ ಹೊರಬರಲಿ ಎಂದು ಇಲ್ಲಿ ಮಾತಿಗೆಳೆದೆ, ಉದಾಹರಣೆಗೆ, ನನಗೆ ಘಾನಾದ ಕಸ್ಟಮ್ಸ್ ಅಧಿಕಾರಿಯ ಹೆಸರು ಗೊತ್ತಿರಲೇ ಇಲ್ಲ; ಮಾತಿನ ಭರದಲ್ಲಿ ನೀವೇ ಹೇಳಿಬಿಟ್ಟಿರಿ... ನನಗೆ ತಿಳಿದ ಪ್ರಕಾರ, ಸರಕಾರಿ ವಕೀಲರ ಟೀಮ್, ಮತ್ತು ಒಬ್ಬ ಮ್ಯಾಜಿಸ್ಟ್ರೇಟರೂ ಇದನ್ನು ಇಂದು ಖುದ್ದಾಗಿ ಆಲಿಸಿರುತ್ತಾರೆ... ಈಗ ನಮಗೆ ಬೇಕಾದ ಸಾಕ್ಷಿ ಪುರಾವೆ ಎಲ್ಲಾ ಸಿಕ್ಕಂತಾಯಿತು..."

ಅವರಿಬ್ಬರೂ ಇದನ್ನೆಲ್ಲಾ ಕೇಳಿ ಸ್ತಂಭೀಭೂತರಾಗಿದ್ದರು... ಸೋಲು ನಿಶ್ಚಿತವಾಗಿ ಎದುರಾದಾಗ ಬಾಯಿ ಹೊರಡುವುದಿಲ್ಲ, ವಿಶ್ವಾಸ ಕುಸಿಯುತ್ತದೆ... ಅವರು ಈ ಕರಾವಳಿಯಲ್ಲಿ ಕಂಡಿದ್ದ ಸುವರ್ಣ ಕನಸು ಇದ್ದಕ್ಕಿದಂತೆ ಭಗ್ನವಾಗಿದ್ದನ್ನು ಜೀರ್ಣಿಸಿಕೊಳ್ಳಲು ತಿಣುಕುತ್ತಿದ್ದಾರೆ...

ಸಾತ್ವಿಕ್ ಗೇರ್ ಬದಲಿಸಿ ಜಲಬಿಂದುವಿನ ಎಂಜಿನ್ ಸದ್ದು ಏರಿಸಿದನು, "ಇನ್ನು ವಾಪಸ್ ಹೊರಡೋಣವೆ, ಸೇನಾನಿ...? ಅಥವಾ ಇನ್ನೊಮ್ಮೆ ನನ್ನ ಮೇಲೆ ದಾಳಿ ಮಾಡಿ, ನೀವೇ ಗಾಯಗೊಳ್ಳುವಿರೋ...? ಹೇಗೂ ಚಿನ್ನವಂತೂ ನಿಮಗೆ ಸಿಕ್ಕುವುದಿಲ್ಲ... ಆದರೆ ನನ್ನ ಅಣ್ಣನ ಮನೆಯವರ ಈ ವಿಕೃತ ಸಮಾಧಿಯ ಮುಂದೆ ನಾನು ಇನ್ನು ಹೆಚ್ಚು ಕೂತಿರಲಾರೆ... ಎದೆ ಒತ್ತಿ ಬರುತ್ತಿದೆ..."

ಟೋನಿ ಇನ್ನೂ ರಿವಾಲ್ವರ್ ಬಳಸಲು ಸೇನಾನಿ ಒಪ್ಪಿಗೆ ಕೇಳುವವನಂತೆಯೇ ಕಂಡ. ಆದರೆ ಸೇನಾನಿ ಏನೋ ನಿರ್ಧರಿಸಿದವನಂತೆ ತಲೆಯಾಡಿಸಿದ... "ಮೇಲೆ ಹೋಗೋಣ ನಡಿ... ನೀನು ಹೇಳಿದ್ದು ನಿಜವಾದರೆ, ಅಲ್ಲಿ ಪೋಲಿಸರಿದ್ದರೆ ನಾವು ಅರೆಸ್ಟ್ ಆಗುತ್ತೇವೆ... ಅದು ಸುಳ್ಳಾದರೆ ನೀನೂ ಸಾಯುತ್ತೀಯೆ, ಜತೆಗೆ ನಾವು ಮತ್ತೊಮ್ಮೆ ಬೇರೆ ಪೈಲಟ್ ಜತೆ ವಾಪಸ್ ಇಲ್ಲಿಗೆ ಬರಲು ಯಾವ ತೊಂದರೆಯೂ ಇರುವುದಿಲ್ಲ..."

ಸಾತ್ವಿಕ್ ಸೊಟ್ಟ ನಗೆ ನಕ್ಕ "ನಿಮ್ಮ ಆಶಾವಾದವನ್ನು ಮೆಚ್ಚುತ್ತೇನೆ... ಆದರೆ, ನೀವು ವಾಪಸ್ ಬರುವುದೂ ಇಲ್ಲ, ಚಿನ್ನ ಇನ್ನು ಮೇಲೆ ಇಲ್ಲಿರುವುದೂ ಇಲ್ಲ..."

ಸಾತ್ವಿಕ್ ಬಗ್ಗಿ ತನ್ನ ಮುಂದಿದ್ದ ಪ್ಯಾನೆಲ್ಲಿನ ಹಲವಾರು ಸ್ವಿಚ್ ಮತ್ತು ಲೈಟ್ಸ್ ಅದುಮುತ್ತ ಜಲಬಿಂದುವನ್ನು ಮೇಲೇರಿಸತೊಡಗಿದನು, "ನಾವು ಮೇಲೆ ಬರುತ್ತಿದ್ದೇವೆ..." ಎಂದು ಎದುರಿನ ರೇಡಿಯೋ ಸೆಟ್ನಲ್ಲಿ ಘೋಷಿಸಿದ.

ಈ ಬಾರಿ ಅವನ ಕೈಚಳಕವನ್ನು ಮೆಚ್ಚುವರ್ಯಾರೂ ಇರಲಿಲ್ಲ!

12

ಅವರು ಸಾಗರಮಟ್ಟಕ್ಕೆ ತಲುಪಿದಾಗ ಸರಕಾರದ ಸ್ವಾಗತ ತಂಡ ರೆಡಿಯಿತ್ತು. ಅವರೇ ಜಲಬಿಂದುವಿನಿಂದ ಇಳಿದ ಇವರನ್ನು ದಡಕ್ಕೆ ಕೋಸ್ಟ್-ಗಾರ್ಡ್ಸ್ ಬೋಟಿನಲ್ಲಿ ಕರೆತಂದರು.

ಅಲ್ಲಿಗೆ ಭಾರತೀಯ ನೌಕಾಪಡೆಯ ಗುಪ್ತಚರ ನಿರ್ದೇಶನಾಲಯದ ಚೀಫ್ ಶಶಾಂಕ್ ಪಾಟೀಲ್ ಬಂದಿದ್ದರು. ಅವರೊಂದಿಗೆ ಕಾರವಾರ ಮತ್ತು ಗೋವಾ ಪೋಲೀಸ್ ಅಧಿಕಾರಿಗಳೂ ಇದ್ದರು, ಇದು ಎರಡೂ ರಾಜ್ಯಗಳ ಗಡಿ ಪ್ರದೇಶವಾದ್ದರಿಂದ ಯಾರೂ ಇಂತಹ ಪ್ರಚಾರದ ಅವಕಾಶವನ್ನು ಮಿಸ್ ಮಾಡಿಕೊಳ್ಳುವವರಲ್ಲ. ಹಲವಾರು ಇತರೆ ಪೋಲಿಸ್ ಸಿಬ್ಬಂದಿ ಮತ್ತು ಅವರ ಜೀಪ್ಸ್, ವ್ಯಾನ್ಸ್ ಅಲ್ಲಿಗೇ ಬಂದುಬಿಟ್ಟಿದ್ದವು.

ಭಾರತೀಯ ನೇವಿಯವರು ಕೇಂದ್ರ ರೆವಿನ್ಯೂ ಗುಪ್ತಚರ ದಳದವರಿಗೆ ಮ್ಲಾನ ಮುಖದ ಸೇನಾನಿ ಮತ್ತು ಕುಂಟುತ್ತಿದ್ದ ಕುಪಿತ ಮುಖದ ಟೋನಿಯನ್ನು ಒಪ್ಪಿಸಿದಾಗ ಅವರು ಬಂಧಿಸಿದರು.

ಸೇನಾನಿ ಜೀಪ್ ಬಳಿಗೆ ಬಂದ ಸಾತ್ವಿಕ್‌ಗೆ, "ಕ್ಯಾಪ್ಟನ್, ಯುದ್ಧ ಈಗ ಶುರುವಾಗಿದೆ... ನಮ್ಮ ದೇಶದ ಕಾನೂನು ಸಮರ ನಿನಗೆ ಬಹುಶಃ ತಿಳಿದಿಲ್ಲ. ನಿನ್ನ "ಹೊಡೆತ ಬಡಿತ" ಸ್ಟೈಲ್ ಅಲ್ಲಿ ನಡೆಯುವುದಿಲ್ಲ... ನನ್ನ ಲೀಗಲ್ ಸೆಲ್ ಎಲ್ಲಾ ನೋಡಿಕೊಳ್ಳುತ್ತಾರೆ... ಬಾ ಟೋನಿ" ಎಂದು ಧುಮುಗುಟ್ಟುವ ಮುಖ ಹೊತ್ತು ಒಳಗೆ ಹತ್ತಿದ.

ಸಾತ್ವಿಕ್‌ಗೆ ಅವನ ಮಾತಿನಿಂದ ಯಾವ ಪ್ರಭಾವವೂ ಆಗಲಿಲ್ಲ, ಅವನ ಪಾಲಿಗೆ ತನ್ನ ಕರ್ತವ್ಯ ಮುಗಿದಿತ್ತು... ಅವನೀಗ ಸುಮನಾ ಮತ್ತು ಕಮಾಡೋರ್ ಮನೆಯಲ್ಲಿ ಸ್ವಸ್ಥರಾಗಿದ್ದಾರೆಯೇ ಎಂದು ತಿಳಿಯಲು ಉತ್ಸುಕನಾಗಿದ್ದ.

"ಇಲ್ಲಿ ಸ್ವಲ್ಪ ರಕ್ತಪಾತವಾಯಿತು, ಸೇನಾನಿಯ ಗಾರ್ಡ್ಸ್‌ನ್ನು ಸೋಲಿಸುವಾಗ... ಸ್ವಲ್ಪ ತೊಡಕೂ ಆಯಿತು, ಕಮಾಡೋರ್ ಮತ್ತು ಸುಮನಾರ ರಕ್ಷಣೆ ಮಾಡುವಾಗ..." ಎಂದರು ಅವನ ಚೀಫ್ ಶಶಾಂಕ್ ಪಾಟೀಲ್.

"ಏನಾಯಿತು ಸರ್?" ಎಂದ ಗಾಬರಿಯಾದ ಸಾತ್ವಿಕ್.

ಅವನ ಬೆನ್ನು ತಟ್ಟಿದರು ಚೀಫ್, "ಡೋಂಟ್ ವರಿ, ಕ್ಯಾಪ್ಟನ್, ಕಮಾಡೋರ್ ಸ್ವಲ್ಪ ದಿನ ಆಸ್ಪತ್ರೆಯಲ್ಲಿರಬೇಕಾಗುತ್ತೆ, ಅದೂ ಬಂಧನದಲ್ಲಿ, ಈ ಕೇಸಿನಲ್ಲಿ ಅವರು ಶಾಮೀಲಾದ್ದರಿಂದ... ಮತ್ತು ಸುಮನಾಗೇ ಚಿಕ್ಕ ಪುಟ್ಟ ಗಾಯಗಳಾಗಿವೆ ಅಷ್ಟೇ..."

ಅವರ ಮಾತು ಮುಗಿಯುವ ಮುನ್ನವೇ ಸಾತ್ವಿಕ್ ಸಮುದ್ರ ತೀರದಿಂದ ಮನೆಯತ್ತ ಓಡಿದ್ದ... ಅಭ್ಯಾಸಬಲದಿಂದ ತನ್ನ ರೂಮಿನ ಕಿಟಕಿಯ ಬಳಿ ಬಂದುಬಿಟ್ಟು ನಿಂತ... ತಕ್ಷಣ ತಪ್ಪು ಅರಿವಾಗಿ ಮುಂಬಾಗಿಲಿಗೇ ಓಡಿದ.

ಮುಂಬಾಗಿಲಿನ ಪಕ್ಕದ ಲೈಬ್ರರಿಯಲ್ಲಿ ಕಮಾಡೋರ್ ಸೋಫಾದ ಮೇಲೆ ಮಲಗಿದ್ದರು. ಅವರ ಪಕ್ಕ ಡಾಕ್ಟರ್ ಮತ್ತು ನರ್ಸ್ ಶುಶ್ರೂಷೆ ಮಾಡುತ್ತಾ ಓಡಾಡುತ್ತಿದ್ದರು. ಅವರ ನೀಲಿ ಕೋಟ್ ಇನ್ನು ಉಪಯೋಗಕ್ಕೆ ಬರುವಂತಿರಲಿಲ್ಲ... ಅದು ಹರಿದು, ಒಳಗಿನ ಬಿಳಿ ಶರ್ಟ್ ಕೂಡಾ ರಕ್ತಸಿಕ್ತವಾಗಿತ್ತು.

ಅವನನ್ನು ನೋಡಿ ಕಮಾಡೋರ್ ನೋವಿನಲ್ಲಿ ಮುಖ ಕಿವಿಚಿಯೇ ಥಮ್ಸ್ ಅಪ್ ಮಾಡಿದರು, "ಆ ಕಾಳೇಕರ್ ಹಾಳಾದವನು, ಅವಶ್ಯಕತೆಗಿಂತ ಹೆಚ್ಚಾಗಿಯೇ ಕಠಿಣವಾದ. ಬಟ್, ಚಿಂತಿಸಬೇಕಿಲ್ಲ. ನನ್ನ ಮಗಳು ನನ್ನನ್ನು ಕಾಪಾಡಿದಳು..." ಎಂದು ಕಷ್ಟಪಟ್ಟು ನುಡಿದು ಪಕ್ಕದ ರೇಡಿಯೋ ರೂಮ್ ತೋರಿಸಿದರು.

"ಏನಾಯಿತು ಸುಮನಾ?" ಎಂದು ಓಡೋಡಿ ಬಂದು ಆಸ್ಥೆಯಿಂದ ಕೇಳಿದವನತ್ತ ಮುಖವೆತ್ತಿ ನೋಡಿದಳು ಸುಮನಾ... ಅವಳ ದುಪಟ್ಟಾ ಇಲ್ಲದ ಬಿಳಿ ಸಲ್ವಾರ್ ಕಮೀಝ್ ಕತ್ತಿನ ಬಳಿ ಮತ್ತು ಬೆನ್ನಿನ ಭಾಗ ಎರಡು ಕಡೆ ಹರಿದಿತ್ತು, ಚೂಪಾದ ವಸ್ತುವಿನಿಂದ ಗೀಚಿದಂತಹ ಗಾಯಗಳಾಗಿದ್ದವು. ಅತ್ತು ಕಣ್ಣು ಕೆಂಪಾದಂತಿತ್ತು, ಮುಖ ಸೋತಿತ್ತು. ಅದರೆ ಅವನನ್ನು ಕಂಡಾಗ ಕಂಗಳಲ್ಲಿ ಮತ್ತೆ ಚೈತನ್ಯ ತುಂಬಿ ಬಂತು.

"ಸಾತ್ವಿಕ್, ನೀನು... ಸಾರಿ, ಕ್ಯಾಪ್ಟನ್..." ಎಂದು ಗಡಿಬಿಡಿಯಲ್ಲಿ ಬಳಸಿದ ಏಕವಚನಕ್ಕೆ ತೊದಲಿ ತಾನೇ ನಾಚಿದಳು, "ಯೂ ವರ್ ವಂಡರ್ಫುಲ್!

ನಿಜಜೀವನದ ಹೀರೋ ಅಂದರೆ ನೀನೇ... ನಾವು ಅಲ್ಲಿ ನಡೆದುದನ್ನೆಲ್ಲಾ ಇಲ್ಲಿಯೇ ಕೇಳಿಸಿಕೊಳ್ಳುತ್ತಲೇ ಇದ್ದೆವು, ಇಬ್ಬರು ಪೋಲಿಸರೂ ಜತೆಯಲ್ಲಿದ್ದರು... ಹೊರಗೆ ಗುಂಡಿನ ಕಾಳಗವಾಗಿ ಗಾರ್ಡ್ಸ್ ಸತ್ತಿದ್ದರು; ಕೆಲವು ಪೋಲಿಸರೂ ಗಾಯಗೊಂಡರಂತೆ... ನಾನು ನಿನಗೆ ಪ್ರಾಮಿಸ್ ಮಾಡಿದ್ದಂತೆ ಧೈರ್ಯವಾಗೇ ಇದ್ದೆ... ಸಡನ್ನಾಗಿ ಕಾಳೇಕರ್ ಅದುವರೆಗೂ ಎಲ್ಲೋ ತಲೆತಪ್ಪಿಸಿಕೊಂಡಿದ್ದವನು ಒಳಗೆ ಮಿಂಚಿನಂತೆ ನುಗ್ಗಿ ನನ್ನ ಜುಟ್ಟು ಹಿಡಿದು ಎಬ್ಬಿಸಿದ; ನನ್ನ ಕತ್ತಿಗೆ ನಮ್ಮ ಕಿಚನ್ ಚಾಕು ಒಂದನ್ನು ಹಿಡಿದ 'ಕಿರುಚಬೇಡ' ಎನ್ನುತ್ತಾ ಪಕ್ಕದ ಚಿಕ್ಕ ರೂಮಿಗೆ ಸೆಳೆದೊಯ್ಯತೊಡಗಿದ. ನಾನು ಅವನ ಹಿಡಿತದಲ್ಲಿ ಕೊಸರಾಡಿದಾಗ ಚಾಕುವಿನಿಂದ ಗೀರಿ ಗಾಯ ಮಾಡಿದ. ಆಗ ಅಪ್ಪ ತಾವೇ ಅವನ ಮೇಲೆ ಬಿದ್ದರು. ಪೋಲಿಸರು ಓಡುತ್ತಾ ಬಂದು ಗನ್ ತೆಗೆದರು..."ಡೋಂಟ್ ಶೂಟ್, ಇವರಿಗೆ ಚುಚ್ಚಿ ಕೊಂದುಬಿಡುತ್ತೇನೆ..." ಎಂದು ಕೂಗಿದ ಹುಚ್ಚನಂತೆ ಕಾಳೇಕರ್... ಒಮ್ಮೆ ಅಪ್ಪನ ಪಕ್ಕೆಗೆ ತಿವಿದೇ ಬಿಟ್ಟ, ನನ್ನನ್ನು ಗೋಡೆಯತ್ತ ತಳ್ಳಿದ. "ಸೇನಾನಿಗೆ ಹೇಳಿ, ಸಾತ್ವಿಕ್ ದಾರಿಗೆ ಬರದಿದ್ದರೆ ಇಲ್ಲಿ ಇವರನ್ನು ಕೊಂದುಬಿಡುತ್ತೇನೆ" ಎಂದು ರೇಡಿಯೋ ಬಳಿ ಕೂಗಿದ. ಅದು ಟೂ-ವೇ ಅಂದುಕೊಂಡಿದ್ದ. ನಿಮಗೆ ಸದ್ಯ, ಅದೆಲ್ಲಾ ಕೇಳಿಸಲಿಲ್ಲ, ನೀವು ಅದನ್ನು ಒನ್-ವೇ ಮಾಡಿದ್ದರಿಂದ! ಆಗ ಅಪ್ಪ ನೋವಿನಿಂದ "ನೀರು ನೀರು, ಹಾರ್ಟ್ ಅಟ್ಯಾಕ್ ಆಗುತ್ತಿದೆ" ಎಂದು ಜೇಬಿನಿಂದ ಜೆಲೂಸಿಲ್ ಮಾತ್ರೆ ತೆಗೆದರು... ಅವನಿಗೆ ಗೊತ್ತಾಗಲಿಲ್ಲ, ಅದು ಸುಳ್ಳೆಂದು... "ಹೂಂ... ನೀರು ತಗೊಂಡು ಕೊಡು, ಇವರು ಸಾಯಬಾರದು" ಅಂದ ಕಾಳೇಕರ್... ನಾನು ನೀರು ಕೊಡುವ ನೆಪದಲ್ಲಿ ವಾಟರ್ ಜಗ್ ಹಿಡಿದು ಬಂದವಳು ಸರಕ್ಕನೆ ನನ್ನ ದುಪಟ್ಟಾ ಅವನ ಮುಖದ ಮೇಲೆ ಹಾಕಿ ಇನ್ನೊಂದು ಕೈಯಲ್ಲಿ ಅಪ್ಪನನ್ನು ಎಳೆದುಬಿಟ್ಟೆ... ಅವನು ಮುಸುಕನ್ನು ತೆಗೆಯಲು ಒದ್ದಾಡಿ ಕಿರುಚಿದಾಗ, ನಾನು ಸ್ಟೀಲಿನ ವಾಟರ್ ಜಗ್ ಅವನ ತಲೆಗೆ ಕುಕ್ಕಿಬಿಟ್ಟೆ... ದಬಾಲನೆ ಬಿದ್ದುಹೋದ... ಪಾಪ, ಸತ್ತೇಹೋದನೇನೋ ಎಂದು ನಾನು ಭಯಪಡುತ್ತಿದ್ದರೆ ಈ ಪೋಲಿಸರು ಅವನಿಗೆ ಹೊಡೆದು ಎಳೆದುಕೊಂಡು ಹೋಗುವುದೇ...? ಅಬ್ಬಬ್ಬಾ... ನನಗೆ ಇನ್ನೂ ಮೈಯೆಲ್ಲಾ ನಡುಗುತ್ತಿದೆ... ದೊಡ್ಡ ದುಃಸ್ವಪ್ನ ನೋಡಿದಂತಾಯಿತು..."

ಸಾತ್ವಿಕ್‌ಗೆ ನಿರಾಳವಾದಂತಾಗಿ ಹಿಂದೆ ಮುಂದೆ ನೋಡದೆ ಅವಳನ್ನು ಅಲ್ಲೇ ತಬ್ಬಿಕೊಂಡು ತಲೆಸವರಿದ "ಯೂ ಆರ್ ಆಲ್ರೈಟ್..." ಎಂದ ಅಷ್ಟೇ.

ಅರ್ಧಗಂಟೆಯ ನಂತರ ಕಮಾಡೋರ್ ನಾಯಕ್ ಅವರನ್ನು ಕಾರವಾರದ ನೇವಲ್ ಬೇಸ್ ಆಸ್ಪತ್ರೆಗೆ ಆಂಬುಲೆನ್ಸಿನಲ್ಲಿ ಕರೆದೊಯ್ದರು... ಸಾತ್ವಿಕ್ ಸುಮನಾಳ ಹೊಂಡಾ ಸಿಆರ್‌ವಿ ಕಾರನ್ನು ಅದರ ಹಿಂದೆಯೇ ನಡೆಸಿದ. ಒಂದು ಗಂಟೆ ಪ್ರಯಾಣದಲ್ಲಿ ಅವಳು ಮಾತಿಲ್ಲದೇ ಶಾಕ್ ಆದವಳಂತೆ ಸುಮ್ಮನಿದ್ದಳು... ಆಗಾಗ ಅವಳಿಗೆ ಕೈ ತಟ್ಟಿ ಸಮಾಧಾನ ಮಾಡುತ್ತಿದ್ದ ಸಾತ್ವಿಕ್.

ಕಮಾಡೋರ್ "ಟೇಕ್ ಕೇರ್ ಆಫ್ ಹರ್, ಕ್ಯಾಪ್ಟನ್... ಇನ್ನು ಎಷ್ಟು ದಿನದ ನಂತರ ಅವಳನ್ನು ನಾನು ನೋಡಿಕೊಳ್ಳಲು ಬರುತ್ತೇನೋ ಗೊತ್ತಿಲ್ಲ" ಎಂದರು ಆಸ್ಪತ್ರೆಯಲ್ಲಿ ಇವರು ಹೊರಟು ನಿಂತಾಗ, ತಮ್ಮ ಭವಿಷ್ಯದ ಅನಿಶ್ಚಿತತೆಯಿಂದ ಚಿಂತಿತರಾಗಿ...

"ನೀವೇನೂ ಯೋಚಿಸಬೇಡಿ ಸರ್, ನಾನಿದ್ದೇನೆ..." ಎಂದುಬಿಟ್ಟ; ಆದರೆ ಅವನ ಮನಸ್ಸು ಮತ್ತೆ ಕೆದರಿದ ಜೇನುಗೂಡಿನಂತಾಗಿತ್ತು. ಈ ಹೊಸ ಜವಾಬ್ದಾರಿ, ಹೊಸ ಸಂಬಂಧ, ಈ ಒತ್ತಡದ ಮಿಶನ್ ನಂತರ! ಹೇಗೆ ನಿಭಾಯಿಸಲಿ ಎಂದು... ಉಫ್!

ಇಬ್ಬರೂ ಆಸ್ಪತ್ರೆಯಿಂದ ಹೊರಬಂದು ದೂರದ ಬಂದರಿನಲ್ಲಿದ್ದ ಹಡಗುಗಳನ್ನು ನೋಡುತ್ತಾ ಸ್ವಲ್ಪ ಕಾಲ ಮಾತಿಲ್ಲದೇ ನಿಂತರು...

"ಅಮ್ಮನನ್ನು ಚಿಕ್ಕ ವಯಸ್ಸಿನಲ್ಲೇ ಕಳೆದುಕೊಂಡೆ... ಆಮೇಲೆ ಅಪ್ಪನ ಆಶ್ರಯದಲ್ಲೇ ಬೆಳೆದವಳು ನಾನು... ಈಗ ಅವರೂ ಅರೆಸ್ಟ್ ಆಗಿ ಹೋಗಿಬಿಡುತ್ತಾರೆ... ಹ್ಮ್... ನಾನು ನಿಜಕ್ಕೂ ತಬ್ಬಲಿ..." ಎಂದಳು ಸುಮನಾ ನಿಸ್ಸಾರವಾದ ದನಿಯಲ್ಲಿ.

ಒಂದು ಕ್ಷಣ ಸುಮ್ಮನಿದ್ದವನು, "ಬರೇ ಅಣ್ಣ ಅತ್ತಿಗೆ ಮಾತ್ರ ನನಗಿದ್ದವರು... ಅವರನ್ನೂ ಸಮುದ್ರದಡಿಯಲ್ಲಿ ಬಿಟ್ಟು ಬಂದೆ..." ಎಂದ ಸಾತ್ವಿಕ್, ಅದರಿಂದ ಅವಳೂ ಆಡದೇ ಉಳಿದ ಮಾತನ್ನು ಅರಿತುಕೊಳ್ಳಲಿ ಎಂದು.

ಅವಳು ತಲೆಯಾಡಿಸಿದಳು ಏನೋ ಅರ್ಥವಾದಂತೆ.

"ಸರಿ, ಇನ್ನು ನಾವು ಹೊರಡುವಾ..." ಎಂದ ಕೆಲವು ಕ್ಷಣದ ನಂತರ...

"ನಾವು ಅಂದರೆ ಇಬ್ಬರೂ...?" ಎಂದು ಹುಬ್ಬೇರಿಸಿದಳು... ಆ ಮಾತಿನಲ್ಲಿ ಯಾವ ಅರ್ಥವಿದೆಯೆಂದು ಅವನೇ ಹೇಳಲಿ ಎಂದು.

ಸಾತ್ವಿಕ್ ಅವಳತ್ತ ಅರ್ಥವಾಗದವನಂತೆ ನೋಡಿದ, "ಇಲ್ಲಿ ಬೇರೆ ಯಾರೂ ಕಾಣಿಸುತ್ತಿಲ್ಲವಲ್ಲಾ... ನಾವಿಬ್ಬರೇ!"

"ನಾನೊಂದು ಪ್ರಶ್ನೆ ಕೇಳಬೇಕೆಂದಿದ್ದೆ ನಿಮ್ಮನ್ನು... ನಿಮ್ಮ ಅಣ್ಣನಿಗೂ ಮದುವೆಯಾಗಿತ್ತು..." ಅವನಿಗೆ ಉತ್ತರಿಸಲು ಬಿಡದೇ, "ಆದರೆ ನೀವು ಮದುವೆ ಮಾಡಿಕೊಂಡೇ ಇಲ್ಲವೆ?" ಎಂದು ಒಂದೇ ಉಸುರಿನಲ್ಲಿ ಕೇಳಿದಳು.

ಸಾತ್ವಿಕ್ ಅವಳತ್ತ ತುಂಟನಗೆ ಬೀರಿದ, "ಅಂದರೆ ನಿನ್ನನ್ನು ಇದುವರೆಗೆ ಯಾಕೆ ಮದುವೆ ಮಾಡಿಕೊಂಡಿಲ್ಲವೆಂದೇ...? ಸ್ವಲ್ಪ ಬಿಜಿಯಾಗಿದ್ದೆ, ನೋಡು... ಟೈಮ್ ಸಿಕ್ಕಲಿಲ್ಲ!"

ಕೆದರಿದ್ದ ಕೂದಲಲ್ಲಿ ಕೈಯಾಡಿಸಿಕೊಳ್ಳುತ್ತಾ ಸುಮನ ಅವನತ್ತ ಕಿಡಿನೋಟ ಬೀರಿದಳು, "ಇದು ಒಂದು ಹೆಣ್ಣಿಗೆ ನೀವು ಪ್ರಪೋಸ್ ಮಾಡುವ ಸ್ಟೈಲ್ ಏನು...? ಬಹಳ ಹೊಸದಾಗಿದೆ!"

ಸಾತ್ವಿಕ್ ಅವಳ ಕಣ್ಣಲ್ಲಿ ಕಣ್ಣಿಟ್ಟು ಹೇಳಿದ, "ನೀನು ಬರೇ ಒಂದು ಸಾಮಾನ್ಯ ಹೆಣ್ಣಲ್ಲ, ಸುಮ್ಮನೆ ಮದುವೆಗೆ ಪ್ರಪೋಸ್ ಮಾಡಲು... ಒಬ್ಬ ದಿಟ್ಟ ನೇವಿಯ ಮನೆಮಗಳು!"

ತುಟಿ ಬಿಗಿದು ಬಿನ್ನಾಣದಿಂದ ಸೊಂಟದ ಮೇಲೆ ಕೈಯಿಟ್ಟು ಮುಗ್ಧಭಾವ ನಟಿಸುತ್ತಾ ಕೇಳಿದಳು, "ಐ ಸೀ... ಹಾಗಾದರೆ ನೇವಿಯ ಹೆಣ್ಣುಮಕ್ಕಳನ್ನು ಹೇಗೆ ಮದುವೆ ಮಾಡಿಕೊಳ್ಳುತ್ತಾರೆ, ಕ್ಯಾಪ್ಟನ್?"

"ಕಷ್ಟವೇನಿಲ್ಲ, ಆ ಹೆಣ್ಣಿನ ಕಾರಿನ ಹಿಂದಿನ ಸೀಟಿನಲ್ಲಿ ಗಂಡು ಬಂದು ಅವಿತಿಟ್ಟುಕೊಂಡರೆ ಅವರೇ ಮದುವೆಯಾಗಲು ಒಪ್ಪಿಬಿಡುತ್ತಾರೆ..." ಎಂದು ಮುಸಿಮುಸಿ ನಕ್ಕ. ತಮ್ಮ ಮೊದಲ ವಿಚಿತ್ರ ಭೇಟಿಯನ್ನು ನೆನೆಸಿಕೊಂಡು ಅವಳಿಗೂ ಜೋರಾಗಿ ನಗು ಬಂತು.

ಅವಳು ಪಕ್ಕದ ಸೀಟಿನಲ್ಲಿ ಕುಳಿತು ತಾನು ಡ್ರೈವರ್ ಸೀಟಿಗೇರಿದಾಗ ಸಾತ್ವಿಕ್, "ನಾಲ್ಕು ದಿನ ಗೋವಾ ಸುತ್ತೋಣ, ಜಸ್ಟ್ ಫ್ರೆಂಡ್ಸ್... ಅಷ್ಟರಲ್ಲಿ ನಮ್ಮ ಭವಿಷ್ಯದ ಬಗ್ಗೆ ನಿನ್ನ ನಿರ್ಧಾರ ಹೇಳಬಹುದಲ್ಲವೇ?" ಎಂದು ಕೇಳಿದ.

ಅವನ ಮುಖವನ್ನು ದಿಟ್ಟಿಸಿದಳು... ಆ ಕಂಗಳಲ್ಲಿ ಆಶಾಕಿರಣವಿತ್ತು, ಸ್ವಾಭಿಮಾನವಿತ್ತು, ಹೊಸ ಬದುಕನ್ನು ಕಟ್ಟುವ ಹಂಬಲವಿತ್ತು...

ಅವಳಿನ್ನು ತಡ ಮಾಡಲಿಲ್ಲ, "ಅಷ್ಟೊಂದು ಸಮಯ ಬೇಕಿಲ್ಲ ಸಾತ್ವಿಕ್... ಈಗಲೇ ಹೇಳುತ್ತೇನೆ, ಹೂಂ!"

ಗೇರ್ ಮೇಲಿರುವ ಅವನ ಕೈ ಮೇಲೆ ತನ್ನ ಕೈಯೊತ್ತಿದಳು...

ಕಾರ್ ಮೊದಲ ಗೇರಿಗೆ ಸರಿಯಿತು... ಅವರ ಜೀವನದ ಬಂಡಿ ಮುಂದೆ ಚಲಿಸಲಾರಂಭಿಸಿತು.

– ಮುಗಿಯಿತು –

ಈ ಲೇಖಕರ ಇತರ ಕೃತಿಗಳು

1. ನಾಳೆಯನ್ನು ಗೆದ್ದವನು ಮತ್ತು ಮುಳುಗುವ ಕೊಳ (2 ಇನ್ 1)
2. ರಕ್ತಚಂದನ
3. ಅಬಲೆಯ ಬಲೆ
4. ಹಿಮಜಾಲ
5. ರಹಸ್ಯಾಯನ
6. ರೋಚಕಥೆ
7. ಕೊನೆಗಾಣದ ರಾತ್ರಿ (ಬರುತ್ತಿದೆ)

www.ingramcontent.com/pod-product-compliance
Lightning Source LLC
LaVergne TN
LVHW090407210926
848480LV00002B/491